அக்ஷத் குப்தா

நூலாசிரியர்

அக்ஷத் குப்தா, ஓட்டல் தொழிலில் ஈடுபட்டுள்ள ஒரு குடும்பத்தைச் சேர்ந்தவர். இப்போது பாலிவுட்டில் ஒரு திரைக்கதாசிரியராக நன்றாகக் காலூன்றியுள்ள அவர், ஒரு கவிஞரும் திரைப்பாடலாசிரியரும்கூட. 'த ஹிடன் ஹிந்து' என்ற, மூன்று பாகங்களைக் கொண்ட இப்புத்தகத்திற்காகப் பல ஆண்டுகள் உழைத்து, இதை ஆங்கிலத்திலும் இந்தியிலும் அவர் எழுதியுள்ளார். சட்டிஸ்கரில் பிறந்த அவர், மத்தியப் பிரதேசத்தில் வளர்ந்தார். இப்போது அவர் மும்பையில் வசித்து வருகிறார். அவரை நீங்கள் authorakshatgupta என்ற இன்ஸ்டாகிராம் முகவரியில் தொடர்பு கொள்ளலாம். அவரை மின்னஞ்சலில் தொடர்பு கொள்வதற்கு நீங்கள் அணுக வேண்டிய முகவரி: akshat.gupta0204@gmail.com.

த
ஹிடன்
ஹிந்து

முப்பாகங்களில்

இரண்டாம் பாகம்

அக்ஷத் குப்தா

MANJUL

மஞ்சுள் பப்ளிஷிங் ஹவுஸ்

First published in India by

MANJUL

Manjul Publishing House
Corporate and Editorial Office
•2nd Floor, Usha Preet Complex, 42 Malviya Nagar, Bhopal 462 003 – India
Sales and Marketing Office
•C-16, Sector 3, Noida, Uttar Pradesh 201301 – India
Website: www.manjulindia.com
Distribution Centres
Ahmedabad, Bengaluru, Bhopal, Kolkata, Chennai,
Hyderabad, Mumbai, New Delhi, Pune

Tamil translation of The Hidden Hindu: Book 2 of the Trilogy by Akshat Gupta

This Tamil language edition first published in 2024 by Manjul Publishing House Pvt L

ISBN 978-93-5543-814-0

Translated by: Nandini

Cover illustration by Geroge Emmanual
Cover design by Neeraj Nath

Printed and bound in India by Repro India Limited

உள்ளடக்கம்

அத்தியாயம் 1

அற்றுப் போய்விட்ட இனங்களின் இடம்

பிரித்திவி கொஞ்ச நேரமாகவே ராஸ் தீவில் நடைபெற்றிருந்த விஷயங்களைப் பற்றி எடுத்துரைத்துக் கொண்டிருந்தான். மிருத சஞ்சீவினி நூல்களைப் பற்றி விசாரணை மேற்கொள்வதற்காக ஓம் சாஸ்திரி கடத்தப்பட்டது, ஓம் சாஸ்திரியின் கடந்தகாலம் வெளிப்பட்டது, அசுவத்தாமனும் பரசுராமரும் மீண்டும் தோன்றியது, அவர்களுக்கும் நாகேந்திரருக்கும் இடையே இருந்த பகைமை, நாகேந்திரரின் கையாட்களான, ஓர் இந்திய வரலாற்றுப் பேராசிரியரின் போர்வையில் இருந்த பரிமல் மற்றும் ஒரு ஹேக்கரின் போர்வையிலிருந்த லிசாவின் உண்மைச் சொரூபங்கள் போன்ற தகவல்கள் திருமதி பத்ராவின் மனத்தைச் சுழற்றியடித்துக் கொண்டிருந்தன. இவற்றைச் சீரணிக்கவே அவர் திணறிக் கொண்டிருந்தபோது, பிரித்திவி கடைசியாகத் தெரிவித்தப் புதிய தகவல் இன்னும் அதிகமான கேள்விகளுக்குத்தான் இட்டுச் சென்றது. தான் ஓம் சாஸ்திரியின் மகன் என்ற அவனுடைய அறிவிப்பால் திகைத்துப் போன திருமதி பத்ரா, “என்ன சொல்கிறாய், பிரித்திவி? ஓம் சாஸ்திரி உன் அப்பாவா?” என்று அதிர்ச்சியுடன் கேட்டார்.

பின்னர் அவர் அவனிடம், “எனக்கு ஒரு சிறு இடைவேளை தேவை. உனக்கு ஏதாவது வேண்டுமா? நான் உனக்குக் கொஞ்சம் சூப்பைச் சூடாக்கிக் கொடுக்கட்டுமா?” என்று கேட்டார்.

“கொடுங்கள். நன்றி,” என்று கூறிவிட்டுப் பிரித்திவி புன்னகைத்தான்.

திருமதி பத்ரா சமையலறைக்குச் சென்றவுடன், பிரித்திவி தான் இருந்த இடத்தை நோட்டம் விட்டான். திருமதி பத்ராவின் வீடு அளவோடு இருந்தது.

வரவேற்பறையில் எளிமையான அறைகலன்கள் போடப்பட்டிருந்தன. அதிலிருந்த ஒரு கண்ணாடிச் சன்னலின் வழியாக, வெளியேயிருந்த தோட்டமும் ஒரு சிறிய முற்றமும் தென்பட்டன. இரண்டு படுக்கையறைக் கதவுகள் தெரிந்தன. இன்னொரு கதவு, கீழே ஒரு படிக்கட்டு இறங்கிச் சென்றதைக் காட்டியது. அவனுக்குப் பின்னாலிருந்த சுவர், டாக்டர் பத்ரா மருத்துவத் துறையில் அடைந்திருந்த சாதனைகளைப் பறைசாற்றிக் கொண்டிருந்தது. அங்கிருந்த ஒரு புகைப்படத்தில் டாக்டர் பத்ராவும் அவருடைய மனைவியும் மட்டும் இருந்தனர். அதனால், அவர்களுக்குக் குழந்தைகள் யாரும் இல்லை என்பது தெளிவாயிற்று. ஆவி பறக்கும் இரண்டு சூப் கோப்பைகளுடனும், தன்னை உள்ளூர அரித்துக் கொண்டிருந்த ஒரு கேள்வியுடனும் திருமதி பத்ரா திரும்பி வந்தார். அவர் வந்தவுடன் பிரித்திவியின் அவதானிப்பு ஒரு முடிவுக்கு வந்தது.

"ராஸ் தீவுச் சம்பவத்திற்குப் பிறகு இத்தனை ஆண்டுகளாக நீ எங்கே இருந்தாய்?" என்று திருமதி பத்ரா கேட்டார்.

பிரித்திவி தன் கையில் பிடித்திருந்த சூப் கோப்பையின் மேலாக ஊதிவிட்டு அந்த சூப்பைப் பருகிக் கொண்டே ஒரு கணம் யோசித்தான். பிறகு, "அது கொஞ்சம் சிக்கலானது. நான் ஒரே நேரத்தில் பூமிக்கு 21,780 அடி மேலேயும், கடலுக்கு 25,938 அடி கீழேயும் இருந்தேன். நீங்கள் எங்குச் செல்ல விரும்புகிறீர்கள்? மலைக்கு மேலேயா? அல்லது கடலுக்குக் கீழேயா?" என்று அவன் கேட்டான்.

பிரித்திவி போட்டப் புதிரைக் கண்டு தன் புருவங்களை உயர்த்திய திருமதி பத்ரா, "நாம் மேலேயிருந்து தொடங்கலாம்," என்றார்.

கடல் மட்டத்திலிருந்து 21,780 அடி உயரத்தில், ஓம் சாஸ்திரி, அவருக்குப் பரிச்சயமற்ற ஓரிடத்தில் நினைவிழந்த நிலையில் படுத்திருந்தார். தொலைவில் யாரோ ஒருவர் போட்டக் கூச்சல் கேட்டு அவர் கண்விழித்தார்.

"சீக்கிரம்! அவரை உடனடியாக வரச் சொல்."

ஏதோ ஒரு கனவிலிருந்து விழித்தெழுவதைப்போல ஓம் சாஸ்திரி தன் கண்களை மெதுவாகத் திறந்தார். அவரைச் சுற்றிலும் சில முதியவர்கள் மந்தகாசப் புன்னகைகளுடன் நின்று கொண்டிருந்தனர். அவர்களில் யாரையும் அவருக்குத் தெரியவில்லை. ஆனாலும் அவர்களின் பார்வை தனக்கு இதமளிப்பதாக இருந்ததாக அவர் உணர்ந்தார். தான் படுத்திருந்த மெல்லிய சணல் விரிப்பிலிருந்து அவர் மெதுவாக எழுந்து உட்கார்ந்தார். அந்த மண்குடிலில் குளிர் பயங்கரமாக வாட்டிக் கொண்டிருந்தது. அவரைச் சுற்றியிருந்தவர்கள் பழுப்பு நிறத்தில் கம்பளி அங்கிகளை அணிந்திருந்தனர். அவர்கள் அனைவரும் ஒரே விதமான ஆடையணிந்திருந்தனர். ஓம் சாஸ்திரி தன்னைத் தானே உற்றுப் பார்த்தபோது, தானும் அதே ஆடையை அணிந்திருந்ததை அவர் கண்டார். அப்படியானால், தான் ஏதோ ஒரு மடத்தில் இருந்தோம்போலும் என்று அவர் நினைத்துக் கொண்டார்.

அவர் தன்னைச் சுற்றிலும் பார்த்தபோது, ஒரு மூலையில் சாய்த்து வைக்கப்பட்டிருந்த ஒரு கண்ணாடி அவருடைய பார்வையில் பட்டது. அவருடைய தலையில் வழக்கமான சடைமுடி இருக்கவில்லை. அதேபோல, அவருடைய முகம்கூட வழக்கமான தாறுமாறான தாடியும் மீசையும் இல்லாமல் இருந்தது. மாறாக, அவருடைய தலைமுடி நேர்த்தியாக வெட்டப்பட்டிருந்தது, அவருடைய முகம் முழுமையாகச் சவரம் செய்யப்பட்டிருந்தது. அது அவருடைய முக அமைப்பைத் தூக்கிக் காட்டியது. அவருடைய கன்னங்கள், உதடுகள், கண்கள், நெற்றி ஆகிய எல்லாம் சேர்ந்து அவருக்கு ஒரு புதுக் களையைக் கொடுத்திருந்தன.

அந்த அறையிலிருந்த, மரக் கம்பிகளுடன்கூடிய ஒரு சன்னலின் வழியாக ஓம் சாஸ்திரி வெளியே பார்த்தார். கண்ணுக்கு எட்டிய தூரம்வரை, வெள்ளைப் போர்வை போர்த்தியிருந்த அந்த நிலப்பகுதியில் மேலும் பனி பொழிந்து கொண்டிருந்தது. திடீரென்று, அவர் ஏற்கனவே அனுபவித்திருந்த ஓர் உணர்வு அவரை

ஆட்கொண்டது. தனக்குப் பரிச்சயமில்லாத நபர்கள் சூழ ஒரு குடிலில் அவர் கண்விழித்திருந்தது, அவர் முதன்முறையாக தன்வந்திரியையும் சுஷ்ருதரையும் சந்தித்ததை அவருக்கு நினைவுபடுத்தியது. அதுதான் ஓம் சாஸ்திரியின் முதல் ஞாபகம். அது பல யுகங்களுக்கு முன்பு நடந்திருந்தபோதிலும், ஒரு விஷயம் மட்டும் மாறியிருக்கவில்லை. மிருத்யுஞ்சயனாக ஆவதற்கு முன்பு தான் யாராக இருந்தோம் என்பதை அவர் அப்போதும் அறிந்திருக்கவில்லை, இப்போதும் அறிந்திருக்கவில்லை.

அவர் தன்னுடைய போர்வையை விலக்கித் தள்ளிவிட்டு எழுந்து வாசலை நோக்கி நடந்தபடி, அந்த முதியவர்களிடம், "நான் எங்கே இருக்கிறேன்? நான் கண்விழித்துக் கொண்டிருந்தபோது நீங்கள் யாரை அழைத்தீர்கள்?" என்று கேட்டார். தன்னைச் சுற்றியிருந்தவர்கள் யாராக இருக்கக்கூடும் என்று அவர் யோசித்துக் கொண்டிருந்தபோது, ஒரு வலிமையான குரல் அவருடைய சிந்தனையோட்டத்தில் குறுக்கிட்டது. அக்குரல் சமீபத்தில்தான் அவருக்குப் பரிச்சயமாகியிருந்தது.

"அவர்கள் என்னைத்தான் அழைத்தார்கள்," என்று அக்குரல் கூறியது. அனைத்து யுகங்களிலும் பலசாலியாக விளங்கிய, சபிக்கப்பட்டச் சிரஞ்சீவியான அசுவத்தாமனின் குரல்தான் அது. அக்குரலைத் தொடர்ந்து அவரும் அருகே வந்தார். ஓம் சாஸ்திரி அதற்கு முன்பு அசுவத்தாமனை ராஸ் தீவில்தான் பார்த்திருந்தார். ராஸ் தீவில் அவர் கண்ட அசுவத்தாமன், நவீன போர் ஆயுதங்கள் தாங்கியும், போருக்குப் போகும்போது அணியப்படுகின்ற உடையணிந்தும் இருந்தார். ஆனால் இங்கே, இங்கிருந்த மற்றவர்களைப்போலவே அவர் உடையணிந்திருந்தார். இங்கு அனைத்து ஆத்மாக்களும் சமம். வெளிப்படையாகச் சொல்லப்படாத ஒருவிதமான அமைதியும் பரஸ்பர மரியாதையும் அங்கு நிலவியது. அசுவத்தாமன் அவர்களைக் கடந்து சென்றபோது, அவர்கள் தங்களுடைய தலைகளைத் தாழ்த்தி அவரை வணங்கினர். அவரும் அதே பாணியில் அவர்களுக்கு வணக்கம் தெரிவித்தார். பின் அவர் ஓம்

சாஸ்திரியின் உடலில் துப்பாக்கிக் குண்டு தாக்கியிருந்த இடத்தைப் பார்த்தார். அங்கு அப்படி ஒரு காயம் ஏற்பட்டிருந்ததற்கான சுவடே இருக்கவில்லை. ஒரு சிறு தழும்புகூட இல்லாமல் அது ஆறியிருந்தது. அசுவத்தாமன் அதை எதிர்பார்த்திருந்ததைப்போலத் தோன்றியது. அவர் நிமிர்ந்து ஓம் சாஸ்திரியைப் பார்த்தார். ஆனால், ஓம் சாஸ்திரியின் மனத்தில் வேறு சில கேள்விகள் ஓடிக் கொண்டிருந்தன.

“இந்த இடம் ஏன் எனக்கு மிகவும் பரிச்சயமானதாகத் தோன்றுகிறது? இது எந்த இடம்?”

அசுவத்தாமன் புன்னகைத்தார். “ஆமாம். இதற்கு முன்பு நீங்கள் இந்த இடத்தில் இருந்திருக்கிறீர்கள். உங்களுக்கு மறுஉயிர் கொடுக்கப்பட்டப் பிறகு, மிருத சஞ்சீவினியைக் காப்பாற்ற ஒன்பது ஆண்டுகள் நீங்கள் இந்தப் பகுதியில் அலைந்து திரிந்தீர்கள். இந்த இடம் உங்களுடைய முதல் வீடான தன்வந்திரியின் குடிலுக்கு அருகில் உள்ளது.”

அசுவத்தாமன் அந்த வார்த்தைகளை உதிர்த்தபோது, அவை ஓம் சாஸ்திரியை ஆழமாக உலுக்கின. இந்த பதிலுக்காக அவர் காத்துக் கொண்டிருந்தபோதிலும், அதை எதிர்கொள்ள அவர் தயாராக இருக்கவில்லை. அதைக் கண்டுபிடிக்க அவர் மேற்கொண்ட முயற்சிகளிலிருந்து அது எப்போதும் நழுவிக் கொண்டிருந்தது. இப்போது ஒருவழியாக அவருடைய பல நூற்றாண்டுகாலத் தேடல் நிறைவுக்கு வந்திருந்தது. இப்போது அவருடைய மனத்தில் ஆயிரக்கணக்கான கேள்விகள் முளைத்திருந்தன. எங்கே தொடங்குவதென்று அவருக்குப் புரியவில்லை. அவர் எப்படியோ தன்னைக் கட்டுப்படுத்திக் கொண்டு பேசத் தொடங்கினார்.

“ஓ, அப்படியானால், நாம் இப்போது இமயமலைத் தொடரில் இருக்கிறோமா! என்னால் இந்த இடத்தை ஒருபோதும் கண்டுபிடிக்க முடியவில்லை. எந்த மலை இது?”

அசுவத்தாமன் அதற்கு நேரடியாக பதில் சொல்வதற்குப் பதிலாக ஒரு சுலோகத்தைக் கூறினார்.

பரம் ரம்ய கிரிவர் கைலாஸு, சதா ஜஹான் ஷிவ்

உமா நிவாஸ¬.

தான் நின்று கொண்டிருந்த புனிதமான மலையைப் பற்றிய செய்தியை அந்த 'அவதி' மொழிச் செய்யுள் சுட்டிக்காட்டியது என்பது ஓம் சாஸ்திரிக்குப் புரிந்தது. அவர் தன் கைகள் இரண்டையும் குவித்து, வியப்புடன் மேலே பார்த்து, "கயிலை மலை! சிவனின் உறைவிடம். பிரபஞ்சத்தின் மையம். உலகின் தூண். விலை மதிப்பிடப்பட முடியாத பனி ஆபரணம். உலகிலேயே மிகவும் புனிதமான மலை," என்று கூவினார்.

"ஆமாம், கயிலை மலைதான்," என்று அசுவத்தாமன் ஆமோதித்தார்.

ஓம் சாஸ்திரி இன்னும் கூடுதல் தெளிவு பெறுவதற்காக, "நான் பல முறை கயிலை மலைக்கு வந்திருக்கிறேன். ஆனால், ஒரு முறைகூட நான் என் வீட்டைக் கண்டுபிடித்ததில்லை," என்று கூறினார்.

"எனக்குத் தெரியும்," என்று அசுவத்தாமன் உறுதியாகக் கூறினார்.

"என்னால் ஏன் கண்டுபிடிக்க முடியவில்லை?" என்று ஓம் சாஸ்திரி கேட்டார்.

"ஏனெனில், இதுவரை எவரும் அந்த மலையின் உச்சியை அடைந்ததில்லை. வருங்காலத்திலும் எவராலும் அதை அடைய முடியாது. பலர் அதை அடைய முயன்று தோற்றுப் போயுள்ளனர். அது உலகத்தின் அச்சாணி என்று அழைக்கப்படுகிறது. அது பூமியையும் சொர்க்கத்தையும் நரகத்தையும் பிணைக்கின்ற ஒன்றாக இருக்கிறது. பௌதிக உலகிற்கும் ஆன்மிக உலகிற்கும் இடையே–"

ஓம் சாஸ்திரி இடைமறித்து, "சிவன் மற்றும் பார்வதியின் உறைவிடமான இது பல்லாயிரக்கணக்கான ஆண்டுகளாகப் புனிதப் பயணியரைப் பெரிதும் ஈர்த்து வந்துள்ளதை நான் அறிவேன். இந்துக்களும் பௌத்தர்களும் சமணர்களும் இதை ஒரு புனிதத் தலமாகக் கருதுகின்றனர். இந்த இடத்தில் ஐந்நூறு ஆத்மாக்கள் வசித்து வருவதாகவும், அவற்றில் ஒன்று சொர்க்கத்திற்குச் செல்ல விரும்பினால்தான் இன்னோர் ஆத்மா இங்கு வர முடியும் என்றும் சில புனிதத்

துறவிகள் நம்புகின்றனர்."

"நீங்கள் கூறுவது உண்மைதான். அந்தப் புனித ஆத்மாக்களில் சிலர்தான் இப்போது உங்களுடன் நின்று கொண்டிருக்கின்றனர்," என்று அசுவத்தாமன் கூறினார். அதுவரை ஓம் சாஸ்திரி அதை ஒரு தொன்மக் கதையாகத்தான் நினைத்து வந்திருந்தார்.

ஓம் சாஸ்திரி தன்னைச் சுற்றி நின்று கொண்டிருந்தவர்களை மீண்டும் ஒரு முறை பார்த்தார். அவர்கள் ஒவ்வொருவருடைய முகத்திலும் ஓர் அமைதியான புன்னகை படர்ந்திருந்தது.

"பரவலாக நம்பப்பட்டு வந்த இக்கதைகள் உண்மையில் நிஜமானவை. இந்த இடம், அற்றுப் போனவர்களின் நகரம் என்று அழைக்கப்படுகின்ற 'ஞானகஞ்ச்' என்ற நகரமாகும்," என்றார் அசுவத்தாமன்.

ஓம் சாஸ்திரியின் எண்ணங்கள் படுவேகமாகப் பறந்து கொண்டிருந்தன. அவரால் தன்னைக் கட்டுப்படுத்திக் கொள்ள முடியவில்லை. அதனால், அவர் அசுவத்தாமனின் பேச்சில் மீண்டும் குறுக்கிட்டார்.

"ஞானகஞ்ச் என்பது பெரும்பாலும் வரலாற்றுக்கு முந்தைய இந்திய மற்றும் திபெத்திய நகரமாக மதிக்கப்படுகிறது. நிரந்தரமான ஜீவன்களின் இராச்சியம் இது. இது உலகத்தாரிடமிருந்து நன்றாக மறைத்து வைக்கப்பட்டுள்ளபோதிலும், இது மனிதகுலத்தின்மீது பல்வேறு இரகசிய வழிகளில் தாக்கம் ஏற்படுத்திக் கொண்டிருக்கிறது. இந்த இடத்தில்தான், மனித இனத்தோடுகூடவே, உணர்வுள்ள அனைத்து உயிரினங்களின் பரிணாம வளர்ச்சியையும் முனிவர்கள் வடிவமைக்கின்றனர்," என்று ஓம் சாஸ்திரி விவரித்தார்.

"இது அடிக்கடி, ஷாங்ரி-லா, சித்தாஷ்ரமம் போன்ற பல பெயர்களில் அழைக்கப்படுகிறது. அனைவருடைய தலைவிதியையும் நிர்ணயிக்கின்ற புனித பூமி இதுதான். கர்மாரீதியான ஒரு தொடர்பு இருந்தாலொழிய, எவரொருவராலும் இந்த இடத்திற்குள் நுழைய முடியாது," என்று அசுவத்தாமன் கூறினார்.

ஓம் சாஸ்திரியின் மனத்தில் இன்னும் பல கேள்விகள் மீதமிருந்தன. "இங்கு மரணம் இல்லை என்பதும், இங்கு

ஆத்மா எப்போதும் துடிப்புடன் இருக்கும் என்பதும் உண்மையா?”

எந்த வார்த்தைகளைக் கேட்க ஓம் சாஸ்திரி தன் வாழ்நாள் முழுவதும் ஆர்வமாக இருந்து வந்திருந்தாரோ, அந்த வார்த்தைகளை அசுவத்தாமன் கூறினார். “நான் ஏற்கனவே கூறியபடி, இந்த இடத்தைப் பற்றி நீங்கள் கேள்விப்பட்டுள்ள அனைத்தும் உண்மை. நீங்கள் இதுவரை எந்தக் குழுவைத் தேடிக் கொண்டிருந்தீர்களோ, அவர்களுக்கிடையே இப்போது நீங்கள் இருக்கிறீர்கள்.”

“ஆனால், என்னால் இதை ஏன் இத்தனை ஆண்டுகளாகக் கண்டுபிடிக்க முடியவில்லை?” என்று ஓம் சாஸ்திரி கேட்டார்.

அசுவத்தாமன் ஞானகஞ்சின் மர்மத்தைப் பற்றி விளக்கிக் கொண்டே ஓம் சாஸ்திரியை வெளியே அழைத்து வந்தார்.

“நம்முடைய நகரத்திற்கு ஓர் ஆன்மிக உருமறைப்பு இருக்கிறது. இது முற்றிலும் புதியதொரு பரிமாணத்தில், புதியதொரு எதார்த்தத் தளத்தில் இயங்கிக் கொண்டிருக்கிறது. அதனால்தான், இந்நாள்வரை, வரைபடவியல், நவீன தொழில்நுட்பங்கள் மற்றும் செயற்கைக்கோள்களின் பார்வையிலிருந்து இது தப்பி வந்துள்ளது.”

அசுவத்தாமனுடன் சேர்ந்து வெளியே வந்த ஓம் சாஸ்திரி, அந்த மர்ம பூமியின் தெய்விகமான, சக்திமிக்க அமைதியை அனுபவித்துக் கொண்டே, அது தன்னை ஆட்கொள்ள அனுமதித்தார். அவர்கள் அப்போது இருந்த அந்த மலையின் தென்முனையின் ஒரு விளிம்பிலிருந்து அவர் கீழே பார்த்தபோது, தான் கண்ட காட்சியில் அவர் மெய்மறந்தார். அவரைத் திரும்பிப் பார்த்த அசுவத்தாமன், ஓம் சாஸ்திரியின் பார்வை நிலைகுத்தி நின்ற இடத்தை நோக்கித் தன்னுடைய பார்வையைத் திருப்பினார்.

“அது மானசரோவர் ஏரி. அது முதலில் பிரம்மாவின் மனத்தில் உதயமாயிற்று. பிறகு அது பூமியில் உருப்பெற்றது,” என்று அசுவத்தாமன் விளக்கினார். ஓம் சாஸ்திரியின் கண்கள் அந்த ஏரியின் இனம் புரியாத

அழகைப் பருகின. ஏரியின் நீரில் சூரிய ஒளி பிரதிபலித்து அதற்கு ஒருவிதமான புனிதப் பிரகாசத்தைக் கொடுத்துக் கொண்டிருந்ததைக் கண்ட ஓம் சாஸ்திரியின் முகம் வியப்பால் விரிந்தது. பெரும்பாலும் அந்த ஏரி நீர் அமைதியாக இருந்தாலும், ஆங்காங்கே அதில் மிகச் சிறிய சிற்றலைகள் உருவாகியிருந்தன. பனி படர்ந்த சிகரங்களைக் கொண்டிருந்த மலைகளுக்கு நடுவே அமைந்திருந்த அந்த நீல ஏரிக் காட்சி, பிரம்மா இந்த பூமியில் தீட்டியிருந்த மிகச் சிறந்த ஓவியங்களில் ஒன்று.

வார்த்தைகளில் வர்ணிக்கப்பட முடியாத அந்தக் காட்சி ஓம் சாஸ்திரியைத் திக்குமுக்காட வைத்துக் கொண்டிருந்தபோதிலும், "இது மிகவும் அழகாக இருக்கிறது," என்ற வார்த்தைகள் அவருடைய வாயிலிருந்து ஓடி வந்தன.

"வாருங்கள். இப்போது நாம் வேறோர் இடத்திற்குச் செல்ல வேண்டும்," என்று கூறி, அசுவத்தாமன் அவரை அவருடைய பிரமிப்பிலிருந்து மீட்டார்.

அவர்கள் சிறிது தூரம் நடந்த பிறகு ஒரு குகையை அடைந்தனர். அதன் வாசலின் வழியாக உள்ளே நுழைந்த அவர்கள் ஒரு சுரங்கப்பாதையை அடைந்தனர். அது இயற்கை ஒளியால் வெளிச்சமாக இருந்ததால் அவர்களால் அதில் எளிதாக நடந்து செல்ல முடிந்தது. அதைக் கண்டு ஓம் சாஸ்திரி பிரமித்தார். ஏனெனில், அந்தச் சுரங்கப்பாதையின் மேற்பகுதி மூடப்பட்டிருந்தது, ஒளி எங்கிருந்து வந்து கொண்டிருந்தது என்பதைக் கண்டுபிடிக்க முடியவில்லை. அவர்கள் உள்ளே செல்லச் செல்ல, அந்தச் சுரங்கப்பாதையின் அகலம் கூடிக் கொண்டே போனது. அதன் மறுமுனையில் ஒரு பெரிய திறப்பு இருந்தது. அவர்கள் அதன் வழியாக வெளியேறியபோது, அங்கு மாலை நேரமாக இருந்தது. ஓம் சாஸ்திரி பின்னால் திரும்பிப் பார்த்தபோது, அந்தச் சுரங்கப்பாதையின் உட்பகுதி இன்னும் பிரகாசமாகவே இருந்ததைக் கண்டார். இரண்டும் வெவ்வேறு நேர மண்டலங்களைச் சேர்ந்தவைபோலும் என்று அவர் நினைத்துக் கொண்டார்.

ஓம் சாஸ்திரி திரும்பிப் பார்த்தபோது, அசுவத்தாமன்,

அங்கிருந்த சமதளமான ஒரு பாறையின் முன் மண்டியிட்டு அமர்ந்து பிரார்த்தனை செய்து கொண்டிருந்ததை அவர் கண்டார். அசுவத்தாமனின் தலை தாழ்ந்திருந்தது. அவருடைய இரண்டு கைகளும் கூப்பிய நிலையில் இருந்தன. ஒரு புலியின் தலையோடுகூடிய ஒரு புலித்தோல் அந்தப் பாறை முழுவதையும் மூடியிருந்தது. அதற்கு அருகே, சிறப்பாகச் செதுக்கப்பட்ட மிகப் பெரிய திரிசூலம் ஒன்று புவியீர்ப்பு விசையின் விதிகளை மீறி நின்று கொண்டிருந்தது. நாற்பதடி நீளப் பாம்பு ஒன்று அதைப் பாதுகாத்து நின்று கொண்டிருந்தது. அக்காட்சி, சிவன் தியானத்தில் அமர்ந்திருப்பதுபோலச் சித்தரிக்கின்ற பிரபலமான புகைப்படங்களை அப்படியே ஒத்திருந்தது. அப்படங்கள் சிவ பக்தர்களின் கற்பனையில் உதித்திருந்தவை என்று தான் நினைத்துக் கொண்டிருந்தது தவறு என்பது இப்போது ஓம் சாஸ்திரிக்குப் புரிந்தது. அவை நிஜத்தைத்தான் வெளிப்படுத்திக் கொண்டிருந்திருக்கின்றன. பல யுகங்களின் ஊடாக அவர் பார்த்து இரசித்திருந்த அந்தப் படங்கள் சிவனின் உறைவிடத்தைத்தான் சித்தரித்திருந்தன. அப்படங்களுக்கும், அவர் நின்று கொண்டிருந்த இடத்திற்கும் இடையே ஒரே ஒரு வித்தியாசம்தான் இருந்தது. இங்கு சிவன் இருக்கவில்லை, அவ்வளவுதான்.

இந்த இடம் தான் நினைத்துக் கொண்டிருந்த இடம்தானா என்பதை உறுதி செய்வதற்கு, அசுவத்தாமன் தன் வழிபாட்டை முடிப்பதற்காக ஓம் சாஸ்திரி காத்திருந்தார். படைப்பு, அழிப்பு, மறுஉருவாக்கம் ஆகியவற்றின் மூலம் இந்தப் பிரபஞ்சத்தை நிலைத்திருக்கச் செய்து கொண்டிருந்த பிரம்மாண்டமான சக்திகளின் மடியில் தான் இருந்து கொண்டிருந்ததை அவரால் நம்ப முடியவில்லை. அவருக்குள் பல்வேறு உணர்ச்சிகளைத் திரண்டெழச் செய்து கொண்டிருந்த அந்த இடத்தின் உள்ளார்ந்த அழகு அவருடைய உடலின் ஒவ்வோர் இழைக்குள்ளும் ஊடுருவியது.

திடீரென்று ஒலித்த ஒரு விநோதமான சத்தம் அவருடைய ஆழ்ந்த சிந்தனையைக் கலைத்தது. அவர்

திரும்பிப் பார்த்தபோது, அச்சத்தம், பறக்க முடியாத ஒரு பறவையிடமிருந்து வந்து கொண்டிருந்ததை அவர் கண்டார். அதன் சிறகுகள் பழுப்பு நிறத்தில் இருந்தன. அதன் கால்கள் மஞ்சள் நிறத்தில் இருந்தன. அதற்கு வால் சிறகுகளும் இருந்தன. அதன் சாம்பல் நிறத் தலை வழுக்கையாக இருந்தது. அதன் அலகு கருப்பு நிறத்தில் இருந்தது. அது சுமார் ஒரு மீட்டர் உயரம் இருந்தது. அது நின்ற நிலையை வைத்து அதன் எடை சுமார் பதினைந்து கிலோ இருக்கலாம் என்று ஓம் சாஸ்திரி கணித்தார். பூமியில் அது 1662 ஆம் ஆண்டுக்குப் பிறகு தென்படவே இல்லை.

"டோடோ!" என்று ஓம் சாஸ்திரி சத்தமாக முணுமுணுத்தார்.

பரிச்சயமில்லாத ஒரு நபர் தன்னைப் பார்த்துக் கொண்டிருந்ததைக் கண்ட அப்பறவை, பின்னால் சென்று ஒரு புதருக்குள் மறைந்து கொண்டது. ஓம் சாஸ்திரி திரும்பிப் பார்த்தார். அசுவத்தாமன் இன்னும் தன் வழிபாட்டை முடித்திருக்கவில்லை. பல நூற்றாண்டுகளுக்கு முன்பாக மறைந்து போய், இப்போது அற்றுப் போய்விட்ட இனமென்று அறிவிக்கப்பட்டிருந்த அந்தப் பறவையை இன்னும் அருகே சென்று பார்க்கலாம் என்று ஓம் சாஸ்திரி தீர்மானித்தார்.

தன்னுடைய நீண்ட ஆயுளில் எண்ணற்றப் பறவைகளையும் விலங்குகளையும் எதிர்கொண்டிருந்த ஓம் சாஸ்திரி, தன்னைச் சுற்றிலும் இருந்த பிற உயிரினங்களை அடையாளம் காண்பதிலும், அவற்றோடு பழகுவதிலும் சிறந்து விளங்கினார். அவர் ஓசை ஏற்படுத்தாமல் மெதுவாக நடந்து சென்று, அப்பறவை எந்தப் புதரில் மறைந்ததோ, அதற்கு அருகே சென்றார். அங்கு, சுமார் இரண்டரை அடி உயரம் கொண்ட, பறக்கவியலாத இன்னொரு பறவை நின்று கொண்டிருந்ததை அவர் கண்டார். அதன் முதுகு கருப்பாகவும் அடிவயிறு வெள்ளையாகவும் இருந்தது. அதன் கனமான அலகு கருப்பு நிறத்தில் இருந்தது. அதன் கண்கள் சிறியவையாகவும் கருப்பாகவும் இருந்தன. அதன் சிறகுகள் வெறும் பதினைந்து சென்டிமீட்டர்

நீளமே இருந்தன. அந்தப் பறவையும் நிரந்தரமாக மறைந்துவிட்ட ஒரு பறவையாகும். அது கடைசியாகத் தென்பட்ட ஆண்டு 1852. அதன் பெயர் ‘கிரேட் ஆக்.’ அந்தப் பறவையினம் சிறப்பாக நீந்தக்கூடியது என்பதால் அது நீருக்கடியில் சிறப்பாக வேட்டையாடக்கூடியதாக இருந்தது. டோடோவைப்போலவே இப்பறவையும் ஓம் சாஸ்திரி தன்னை அவதானித்துக் கொண்டிருந்ததைப் பார்த்ததும் நிதானமாகப் பின்னால் சென்றது.

இரண்டு நிமிடங்களுக்கு உள்ளாகவே, அற்றுப் போயிருந்த அந்த இரண்டு இனங்களைத் தான் கண்டுபிடித்திருந்தது ஓம் சாஸ்திரிக்குப் பெரும் வியப்பை ஏற்படுத்தியிருந்ததால், அவர் அந்தப் பறவையைப் பின்பற்றிச் செல்லத் தொடங்கினார். அந்த கிரேட் ஆக் பறவை திடீரென்று ஒரு செங்குத்துப் பாறையிலிருந்து கீழ்நோக்கிப் பறந்து சென்றுவிட்டது. அதனால், ஓம் சாஸ்திரி ஸ்தம்பித்து அப்படியே நின்றுவிட்டார். அந்த இடத்தின் விளிம்பில் திடீரென்று ஓர் ஏரி தோன்றியது. அவர் அதை நோக்கி எச்சரிக்கையுடன் அடியெடுத்து வைத்தார். அந்த ஏரி ஒரு கச்சிதமான உலோகத் தட்டுபோலத் தோன்றியது. அதன் அழகு ஓம் சாஸ்திரியின் மனத்தைக் கொள்ளை கொண்டது. அதன் மேற்பரப்பு பொன்னிற ஒளியால் பிரகாசித்தது. தான் ஒரு பூலோக சொர்க்கத்தில் இருந்ததுபோல அவர் உணர்ந்தார். ஒருவேளை, பௌதிக உலகிற்கும் ஆன்மிக உலகிற்கும் இடையேயான ஓரே பிணைப்புப் பாலமாக விளங்குவது கயிலைதான்போலும் என்று அவருக்குத் திடீரென்று தோன்றியது. அது அவருக்கு வியப்பாக இருந்தது. அதைப் போன்ற அமைதியை அவர் ஒருபோதும் அனுபவித்திருக்காததால், அவர் தன் கண்களை மூடி அதில் இலயிக்க முனைந்தார். அதே கணத்தில், நீரில் ஏதோ சலசலப்பு ஓசை கேட்டது. அதனால், அவர் தன் கண்களை உடனே திறந்தார். அச்சத்தம் அவருக்கு மிக அருகே கேட்டது. நாற்பதடி நீளமும் பல டன் எடையும் கொண்ட ஒரு ஜந்து அந்த ஏரிக்குள்ளிருந்து வெளியே வந்தது. அது ஸ்டெல்லரின் கடற்பசு. தாவர உண்ணியான அந்தப் பாலூட்டி

இனம், பதினேழாம் நூற்றாண்டுக்குப் பிறகு முற்றிலுமாக அழிந்துவிட்டது.

அந்த விந்தையை அவர் தன் மனத்தில் பதிய வைத்துக் கொள்வதற்கு முன்பே, அதைச் சுற்றி சுமார் இருபதடி நீளம் கொண்ட நாங்கி ஆற்று டால்பின்கள் பல தோன்றின. அவை கரையை நோக்கி வந்து கொண்டிருந்தன. இந்த டால்பின் இனம் 2002 இல் அற்றுவிட்ட இனமாக அறிவிக்கப்பட்டது. ஓம் சாஸ்திரியின் பார்வை கரையை நோக்கி நகர்ந்தபோது, பச்சை நிற இலைகளையும் ஊதா நிற மலர்களையும் கொண்ட 'கிரை வயலட்' தாவரத்தை அங்கே அவர் கண்டார். அந்த அழகான தாவரமும் 1950களில் முற்றிலுமாக அழிந்து போய்விட்டிருந்தது.

அப்போது திடீரென்று அவருக்குப் பின்னால் சிறிது தூரத்தில் சருகுகள் மிதிபட்டச் சத்தம் கேட்டது. வெள்ளைப் பூக்களுடன் இருந்த அந்தப் புதர்ச்செடிகளின் பெயர் காஃபியா லெம்ப்லினீ. அவை 1907 ஆம் ஆண்டுக்குப் பிறகு காணப்படவில்லை. அந்தப் புதர்களுக்குள்ளிருந்து ஒரு டோடோ அல்லது கிரேட் ஆக் பறவை வெளிவரும் என்று எதிர்பார்த்து ஓம் சாஸ்திரி அந்தப் புதரை நோக்கி நடந்தார். ஆனால், அதற்குள்ளிருந்து வெளிப்பட்ட விலங்கு ஒரு சிங்கத்தைப்போல இரண்டு மடங்கு பெரிதாக இருந்தது. 11,700 ஆண்டுகளுக்கு முன்பு வாழ்ந்திருந்த புலால் உண்ணியான அதன் பெயர் கொடுவாள் புலி. அது தன்னை அடித்துக் கொன்று தனக்கு விருந்தாக்கிக் கொள்ளவிருந்ததாக ஓம் சாஸ்திரி நினைத்தார். அதனிடமிருந்து தப்பியோட முடியாது என்பதை அறிந்த அவர், ஆணியடித்தாற்போல அந்த இடத்திலேயே நின்றுவிட்டார். அந்தக் கொடுவாள் புலி உறுமியபடி ஓடி வந்து அவர்மீது பாய்ந்தது. அவர் அதனிடமிருந்து தன்னைத் தற்காத்துக் கொள்ள முயன்றார்.

அவர் இத்தனை ஆண்டுகளாகக் கற்று வைத்திருந்த திறமைகளையெல்லாம் காட்டி அதனோடு போரிட்டார். தான் வெகுநேரம் தாக்குப்பிடிக்க மாட்டோம் என்பதை அவர் உணர்ந்த அத்தருணத்தில், ஒரு சராசரி

மனிதனைவிட உயரமாக இருந்த, மனிதக்குரங்கு போன்ற ஒன்று வானிலிருந்து குதித்து, அவருக்கும் அந்தக் கொடுவாள் புலிக்கும் இடையே இடியென இறங்கியது. இப்போது அந்தக் கொடுவாள் புலியும் அந்தப் புதிய உருவமும் பயங்கரமாக மோதிக் கொண்டன. அந்த உருவம் தன்னைக் காப்பாற்றுவதற்காகத்தான் அந்தத் தாக்குதலில் இறங்கியிருந்தது என்பதை ஓம் சாஸ்திரி புரிந்து கொண்டார். அடுத்து நிகழ்ந்ததை அவரால் நம்பவே முடியவில்லை. அந்த உருவம் முன்னேறிச் சென்றபோது, அந்தக் கொடுவாள் புலி பின்வாங்கத் தொடங்கியது. ஓம் சாஸ்திரி பாதுகாக்கப்பட்டார். இப்போது அந்த உருவம் ஓம் சாஸ்திரியை நோக்கித் திரும்பியது. அவர் முதன்முறையாக அந்த உருவத்தைக் கூர்ந்து அவதானித்தார். ஒரு மனிதனைப்போலவே இருந்த அந்த உருவத்திற்கு ஒரு குரங்கின் தலையும் புசுபுசுவென்று ஒரு வாலும் இருந்தன. அது அனுமனைப்போல இருந்தாலும், அனுமன் அல்லன். இராமாயண காலத்தில் ஓம் சாஸ்திரி சுசேனனாக இருந்தபோது அனுமனைச் சந்தித்திருந்ததால், இது அனுமன் அல்லன் என்பதை அவர் உணர்ந்து கொண்டார்.

"ஓ, நீங்கள் இங்கேதான் இருக்கிறீர்களா?" என்று ஒரு குரல் ஒலித்தது. ஓம் சாஸ்திரி திரும்பிப் பார்த்தபோது, அங்கு அசுவத்தாமன் நின்று கொண்டிருந்தார். அவர் அந்தக் குரங்கு மனிதனையே பார்த்துக் கொண்டிருந்தார். அந்தக் குரங்கு மனிதன் நேராக அசுவத்தாமனின் அருகே சென்று இருகரம் கூப்பி அவரைப் பணிந்து வணங்கினான்.

"இந்த விலங்குகளும் தாவரங்களும் அற்றுவிட்ட இனங்களாக அறிவிக்கப்பட்டுள்ளனவே!" என்று ஓம் சாஸ்திரி வியந்தார்.

"அதனால்தான் அவை அனைத்தும் இங்குப் பாதுகாக்கப்படுகின்றன," என்று கூறிய அசுவத்தாமன், அருகே கிடந்த ஒரு குச்சியை எடுத்து, "நம்முடைய காலவரிசை சத்திய யுகத்திலிருந்து தொடங்குகிறது," என்று கூறி, தரையில் ஒரு கோடு வரைந்தார். "அடுத்தது,

திரேதா யுகம்," என்று கூறி, முதலில் வரைந்திருந்த கோட்டின் இடது புறத்திலிருந்து வலது புறமாகக் குறுக்கே ஒரு கோடு வரைந்தார். "அதையடுத்து, துவாபர யுகம்," என்று கூறி, அந்தக் குறுக்குக் கோட்டிற்கு மேற்புறமாக ஒரு நேர்கோட்டை வரைந்தார். "அதற்கு அடுத்தது, கலி யுகம்." இப்போது அவர் அந்தக் கோட்டை வலது புறத்திலிருந்து இடது புறமாகக் குறுக்காக நீட்டினார். "இந்தக் கலி யுகம் முடிவுக்கு வந்தவுடன், இந்த விலங்குகளும் தாவரங்களும் மீண்டும் சத்திய யுகத்திலிருந்து தொடங்கும்," என்று கூறிவிட்டு, அந்தக் கோட்டின் முனையிலிருந்து தொடக்கப் புள்ளியை நோக்கி ஒரு கோட்டை இழுத்தார். "இப்படியாக, இந்தச் சுழற்சி மீண்டும் மீண்டும் தொடர்ந்து கொண்டே இருக்கும்." இப்படிச் சொல்லிக் கொண்டே, அவர் அந்தக் கோடுகளின்மீது மீண்டும் மீண்டும் அழுத்தி வரைந்து அவற்றை ஆழமாக்கினார். அது ஒரு முடிவிலிக் குறியீடு.

ஓம் சாஸ்திரி தன்னைச் சுற்றிலும் பார்த்தார். 2014இல் அற்றுவிட்ட இனமாகியிருந்த அகலிஃபா வில்டெரி; 38 கோடி ஆண்டுகளுக்கு முன்னால் அற்றுவிட்டத் தாவரமாக ஆகியிருந்த சிகில்லாரியா மரம்; 2011இல் அற்றுவிட்ட இனமாகியிருந்த, 1.5-2 டன் எடையும் இரட்டைக் கொம்புகளும் கொண்ட மேற்கு ஆப்பிரிக்கக் கருப்புக் காண்டாமிருகம்; 2000இல் அற்றுவிட்ட இனமாகியிருந்த பைரீனிய மலையாடு போன்றவை ஓம் சாஸ்திரியின் கண்களில் பட்டன. இந்த உலகில் தோன்றி அற்றுவிட்டிருந்த அனைத்து விலங்குகளையும் தாவரங்களையும் பறவைகளையும் கொண்டிருந்த ஒரு செழிப்பான இயற்கைச் சூழலில் தான் இருந்ததை அவர் அறிந்து கொண்டார்.

ஓம் சாஸ்திரி எந்த இடத்திலிருந்து இந்தப் பகுதிக்கு வந்து சேர்ந்திருந்தாரோ, அந்த இடத்திற்கு அசுவத்தாமன் திரும்பி நடக்கத் தொடங்கினார். ஓம் சாஸ்திரியும் அந்தக் குரங்கு மனிதனும் அவரைப் பின்தொடர்ந்தனர்.

அசுவத்தாமன் ஓம் சாஸ்திரியின் பக்கம் திரும்பி, "இவன் விருஷாகபி," என்று அந்தக் குரங்கு மனிதனை

அவருக்கு அறிமுகம் செய்து வைத்தார். "கிம்புருஷர்கள் அல்லது கபி என்று அழைக்கப்படுகின்ற அவர்களுடைய குலத்தில் எஞ்சியுள்ளது இவன் ஒருவன் மட்டும்தான்."

"கபி!" என்று ஓம் சாஸ்திரி அழைத்தார்.

உடனே அவன் இவ்வாறு பாடினான்:

'ஜெய் ஹனுமான் கியான் கன் சாகர்.
ஜெய் கபிஸ் தின்ஹு லோக் உஜாகர்.'

அவனுடைய குரல் கரகரப்பாக இருந்தது. "அனுமன் சாலிசாவின் முதல் சில வரிகளில் இடம்பெற்றுள்ள கபி குலத்தின் கடைசி நபர் நான்தான்–"

"அதோடு, இவன் நம்முடைய நகரின் இப்பகுதியின் பாதுகாவலனும்கூட," என்று அசுவத்தாமன் கூறி முடித்தார். விருஷாகபி அதைக் கேட்டுப் புன்னகைத்தான்.

"விருஷாகபி, என்னைப் பாதுகாத்ததற்கு நன்றி. நீ மட்டும் வராமல் இருந்திருந்தால், என் நிலைமை என்ன ஆகியிருந்திருக்குமோ!" என்று ஓம் சாஸ்திரி அவனிடம் கூறினார்.

"அந்தக் கொடுவாள் புலி என்னுடைய செல்லம்! அதற்கு வேட்டையாடப் பிடிக்கும். உங்களைத் தொடக்கூடாது என்று நான் அதனிடம் சொன்னேன்," என்று விருஷாகபி ஒரு புன்னகையுடன் பதிலளித்தான்.

"என்ன? அந்த மூர்க்கப் புலி உன்னுடைய செல்லமா?" என்று ஓம் சாஸ்திரி தன் புருவங்களை உயர்த்தினார்.

"இப்படிப் பட்டப்பெயரிடுவது விருஷாகபிக்கு மிகவும் பிடிக்கும்," என்று அசுவத்தாமன் சிரித்தவாறே கூறினார்.

விருஷாகபி ஓம் சாஸ்திரியைப் பார்த்து, "அது சரி, நீங்கள் யார்? நீங்கள் இங்கே என்ன செய்து கொண்டிருக்கிறீர்கள்?" என்று கேட்டான்.

"ஓ! அதைக் கண்டுபிடிக்கத்தான் நான் முயன்று கொண்டிருக்கிறேன்," என்றார் ஓம் சாஸ்திரி.

அசுவத்தாமன் மீண்டும் அந்தச் சுரங்கப்பாதைக்குள் ஓரடி எடுத்து வைத்தவுடன் அவர் வேறு ஓர் உலகத்திற்குள்

போய்விட்டிருந்ததுபோலத் தோன்றியது. வெளியே மாலை நேரமாக இருந்தபோது, உள்ளே பகல் நேரப் பிரகாச வெளிச்சம் இருந்தது. இரண்டுக்கும் நடுவே, ஒளி ஊடுருவக்கூடிய ஒரு மெல்லிய திரை இருந்ததுபோலத் தோன்றியது. அசுவத்தாமனைத் தொடர்ந்து ஓம் சாஸ்திரியும் அந்தச் சுரங்கப்பாதைக்குள் சென்றார். வெளியே இருந்த விருஷாகபி அவர்களை நோக்கிக் கையசைத்தான். பிறகு, தன்னருகே டோடோ பறவை நின்று கொண்டிருந்ததைப் பார்த்தவுடன், "தாரா, நீ இந்தப் பக்கம் வரக்கூடாது என்று நான் உன்னிடம் எத்தனை தடவை சொல்ல வேண்டும்?" என்று அவன் அதைச் செல்லமாகக் கடிந்து கொண்டான்.

அவர்கள் இருவரும் மீண்டும் புறப்பட்ட இடத்திற்கே வந்துவிட்டனர். அப்போது ஓம் சாஸ்திரி அசுவத்தாமனிடம் இன்னொரு கேள்வி கேட்டார்.

"முன்பு நான் தங்கியிருந்த தன்வந்திரியின் குடிலை என்னுடைய முதல் வீடு என்று நீங்கள் அழைத்தீர்கள். நான் அங்கு வசித்து வந்தது உங்களுக்கு எப்படித் தெரியும்?"

"உங்களைப் பற்றி அனைத்தும் அறிந்திருந்த அந்த நபரை நாங்கள் சந்திப்பதற்கு முன்புவரை நீங்கள் ஒருவர் இருந்ததே எங்களுக்குத் தெரியாது."

அசுவத்தாமன் யாரைப் பற்றிப் பேசிக் கொண்டிருந்தார் என்பது தெரியாமல் ஓம் சாஸ்திரி குழம்பிப் போய் நின்றார். அதை அவருடைய முகத்தில் பார்த்த அசுவத்தாமன், "நீங்கள் அவரைச் சந்திக்க விரும்புகிறீர்களா?" என்று கேட்டார்.

கடல் மட்டத்திற்கு 21,780 அடிகளுக்கு மேல் ஓம் சாஸ்திரி விடைகளைத் தேடிக் கொண்டிருந்த அதே வேளையில், அங்கிருந்து சுமார் 2,772 கிலோமீட்டர் தூரத்தில் கடல் மட்டத்திற்கு 25,938 அடிகளுக்குக் கீழே இன்னொருவரும் விடைகளைத் தேடிக் கொண்டிருந்தார். அவர் நாகேந்திரர். அவர் மிருத சஞ்சீவினியின் இரண்டு பாகங்களையும் தன் மடிமீது திறந்து வைத்திருந்தார். தான் விரும்பியிருந்த, மரணத்திலிருந்து விடுதலை அடைவதற்கான இரகசியத்தை அவர் அடைந்திருந்தார்.

ஆனாலும், அவருக்கு இன்னும் ஒன்றே ஒன்று மட்டும் தேவைப்பட்டது. ஓம் சாஸ்திரியின் இரத்தம்தான் அது. அது இல்லாமல், அவர் போட்டிருந்த திட்டமெல்லாம் வீணாகிவிடும். அவர் அந்த இரண்டு புத்தகங்களையும் சத்தமாக மூடினார். நாகேந்திரரின் கோபத்தைப் பார்த்த லிசாவும் பரிமலும், அவர் அடுத்து என்ன செய்யத் திட்டமிட்டிருந்தாரோ என்று யோசித்தனர்.

அத்தியாயம் 2

கடந்தகாலக் கதாநாயகர்கள்

இந்தியாவின் தெற்கு முனையான இந்திரா முனையிலிருந்து 560 கிலோமீட்டர் தூரத்தில் (10 டிகிரி வடக்கு, 90 டிகிரி கிழக்கு) இருந்த ஓர் இடத்தில், ஆழ்கடலின் அடியில் ஒரு மிகப் பெரிய நீர்மூழ்கிக் கப்பல் சென்று கொண்டிருந்தது. அந்த நீர்மூழ்கிக் கப்பல் சுமார் இரண்டு கால்பந்தாட்ட மைதான நீளமும், மூன்று வாகனங்கள் செல்லக்கூடிய ஒரு சாலையின் அகலமும் கொண்டதாக இருந்தது. அதிலிருந்த இரண்டு நீராவி எஞ்சின்கள் 50,000 குதிரைசக்தியை உற்பத்தி செய்து கொண்டிருந்தன. அதிலிருந்த நான்கு 3,200 கிலோவாட் டர்போ ஜெனரேட்டர்கள், கடலின் மேல்மட்டத்தில் மணிக்கு 41.1144 கிலோமீட்டர் வேகத்திலும் கடலுக்கு அடியில் மணிக்கு 53.708 கிலோமீட்டர் வேகத்திலும் அந்த நீர்மூழ்கிக் கப்பல் செல்வதற்கு உதவின. அந்த பிரம்மாண்டமான நீர்மூழ்கிக் கப்பலை நூறு பேர் அடங்கிய ஒரு குழு இயக்கிக் கொண்டிருந்தது. அவர்கள் சுழற்சி முறையில் வேலை பார்த்துக் கொண்டிருந்தனர்.

அந்த நீர்மூழ்கிக் கப்பலின் பொது முகப்பறையில், லிசா மற்றும் பரிமலின் உதவியுடன் நாகேந்திரர் ஒரு புதிய திட்டத்தை வகுத்துக் கொண்டிருந்தார்.

அவர் லிசாவிடமும் பரிமலிடமும், “கயிலை மலைக்கு மிக அருகேயுள்ள ஒரு கடற்கரைக்கு இந்த நீர்மூழ்கிக் கப்பலைச் செலுத்துங்கள்,” என்று கூறிவிட்டுத் தன்னுடைய அறைக்குத் திரும்பிச் சென்றார். லிசாவும் பரிமலும் அந்த நீர்மூழ்கிக் கப்பலின் கட்டுப்பாட்டு அறைக்குச் சென்றனர். இந்தியக் கடற்படையினரின் கண்களில் மண்ணைத் தூவிவிட்டு தீகா கடற்கரையை அடைவதற்கான ஒரு திட்டத்தை அவர்கள் வகுத்துக் கொடுக்க வேண்டியிருந்தது.

தாங்கள் சென்றடைய உத்தேசித்திருந்த இடத்தை நாகேந்திரர் திடுதிடுப்பென்று மாற்றியது பரிமலிடம் பதற்றத்தைத் தோற்றுவித்திருந்தது. அது அவனுடைய பேச்சிலும் எதிரொலித்தது. “கயிலை மலையில் ஏறுவது தடை செய்யப்பட்டுள்ளது. எந்த மனிதனாலும் கயிலை மலையில் ஏற முடியாது என்ற கருத்து நிலவுகிறது. அதன்மீது மேகங்களுக்கு நடுவே கடவுள்களின் உறைவிடம் இருப்பதாக நம்பப்படுகிறது. அந்த மலையில் ஏறத் துணிபவர்கள் கீழே விழுந்து சாவை முத்தமிடுவது உறுதி. அந்த மலையின் உச்சியை அடைந்துள்ள ஒரே நபர் மிலரேபர் மட்டும்தான்–”

“அந்த அயோக்கியனைப் பற்றி இனி ஒருபோதும் என் முன்னால் பேசாதே!” என்று நாகேந்திரர் கத்தினார். அதைக் கேட்டுப் பரிமலும் லிசாவும் வெலவெலத்துப் போயினர்.

நாகேந்திரர் மீண்டும் முகப்பறைக்கு வந்து, அங்கிருந்த நீர்புகாத ஓர் அறையின் கதவிற்கு முன்னால் நின்றார். அதன் வாசலில் சிவப்பு எழுத்தில் ‘குறிப்பிட்ட நபர்களுக்கு மட்டுமே அனுமதியுண்டு’ என்று எழுதப்பட்டிருந்தது. அக்கதவின் மேற்பகுதியில் சில மர்மமான எழுத்துகளும் குறியீடுகளும் பொறிக்கப்பட்டிருந்தன. அது ஏதோ பண்டைய மொழியில் எழுதப்பட்டிருந்ததைப்போலத் தோன்றியது. நாகேந்திரரின் கை அக்கதவின் கைப்பிடியை இழுக்க நீண்டபோது, லிசாவும் பரிமலும் அடுத்து வரவிருந்ததை எதிர்கொள்வதற்குத் தங்களைத் தயார் செய்து கொள்ளும் விதமாக ஒருவரையொருவர் பார்த்துக் கொண்டு, ஒரு முறை ஆழமாக சுவாசித்தனர். அந்த அறையின் கதவு திறந்தபோது, அதிலிருந்து ஓர் அசாதாரணமான சக்தி வெளிப்பட்டு அவர்களைச் சூழ்ந்தது. அவர்களைச் சுற்றிலும் இருந்த இடம் திரிபுக்கு உள்ளானதுபோல அவர்களுக்குத் தோன்றியது. பார்வைக்குப் புலப்படாத அந்த சக்தி, ஒரு பழைய மரத்தின் வேர்களைப்போல அவர்களைப் பின்னிக் கொண்டது. ஒட்டுமொத்தக் கடலின் எடையும் அவர்களுடைய தோள்களின்மீது இறங்கியதுபோல இருந்தது. அவர்களுடைய கண்களிலிருந்து நீர்

கொட்டத் தொடங்கியது. அவர்களுடைய இரத்த நாளங்கள் அவர்களுடைய தோலுக்கு அருகே தெறித்துவிடுவதைப்போல வந்து நின்றன. அவர்களுடைய காதுகளிலிருந்தும் மூக்கிலிருந்தும் இரத்தம் கொட்டத் தொடங்கியது. அகலத் திறந்திருந்த கண்களுடன் அவர்கள் அதிர்ச்சியுடன் நின்று கொண்டிருந்தனர். ஒரு சிலைக்குள் மாட்டிக் கொண்ட ஆத்மாவைப்போல அவர்கள் தவித்தனர். அவர்களுடைய இதயம் பலமாகத் துடித்துக் கொண்டிருந்த சத்தம் அவர்களுக்குக் கேட்டது. அந்த நீர்மூழ்கிக் கப்பலின் வேகத்தைவிட, அவர்களுடைய உடலில் ஓடிக் கொண்டிருந்த இரத்தம் அதிக வேகமாக ஓடிக் கொண்டிருந்தது.

அந்தக் கதவை மூடுவதற்கு முன்பாக, நாகேந்திரர் தன்னுடைய புருவங்களைச் சுருக்கிக் கொண்டு, ஓர் ஓங்கிய குரலில், "கயிலை மலைக்கு அருகேயுள்ள கடற்கரை என்றுதான் நான் சொன்னேன்; கயிலை மலை என்று நான் சொல்லவில்லை," என்று வெடித்தார்.

அந்தக் கதவு ஒருவழியாக மூடப்பட்டது. அதன் மாயத்தாக்கம் துண்டிக்கப்பட்டது. அக்கதவு உட்புறமாகத் தாழிடப்பட்டது. லிசாவுக்குக் கடுமையாக வியர்த்துக் கொட்டியது. நடுங்கிக் கொண்டிருந்த கைகளால் அவள் தன் முகத்தைத் துடைத்துக் கொண்டாள். பரிமலின் மூக்கிலிருந்தும் காதுகளிலிருந்தும் ஒழுகிக் கொண்டிருந்த இரத்தம் அவனுடைய சட்டையின்மீது விழுந்தது. லிசா ஒரு பெரிய பஞ்சை எடுத்து அவனுடைய இரத்தத்தைத் துடைத்தாள். அவனும் சிறிது பஞ்சை எடுத்து, வழிந்து கொண்டிருந்த இரத்தத்தைத் துடைக்கத் தொடங்கினான்.

இறுதியில், பரிமல் ஓர் ஆசுவாசமான நிலைக்கு வந்தவுடன், லிசா அவனிடம், "கயிலை மலையைப் பற்றி என்னிடம் சொல்லுங்கள்," என்று கேட்டாள்.

பரிமல் ஒரு தாழ்வான குரலில் பேசத் தொடங்கினான். "கயிலை மலை இவ்வுலகத்தின் அச்சாணி என்று அழைக்கப்படுகிறது. அங்கிருக்கின்ற சூழலமைப்பு, அனைத்து உயிரினங்களும் வாழ்வதற்கு ஏற்ற ஒரு சூழலை உருவாக்குகிறது. அந்த மலையைச் சுற்றி நடப்பதற்காக வருகின்ற புனிதப் பயணிகள்,

சாதாரணமாக இரண்டு வாரங்களில் வளர்கின்ற தங்களுடைய தலைமுடியும் நகங்களும் பன்னிரண்டு மணி நேரத்திற்குள் வளர்ந்துவிடுவதாகக் கூறியுள்ளனர். அந்த மலைக்கு அருகில் இருக்கும்போது நேரம் வேகமாகச் செல்லும். அது உலகின் வேறு எந்தப் பகுதியிலும் நடப்பதில்லை. அந்த மலையின் காற்று ஒருவர் மூப்படையும் வேகத்தை அதிகரிக்கிறது."

இப்போது பரிமலின் இரத்தக் கசிவு நின்று போயிருந்ததால், அவன் தன் கையிலிருந்த பஞ்சைத் தூர எறிந்துவிட்டுத் தன் மடிக்கணினியைத் திறந்தான். பின் அவன் தன் பேச்சைத் தொடர்ந்தான். "கயிலை மலை தொடர்பாக மற்றொரு முக்கியமான வியப்பூட்டும் விஷயமும் இருக்கிறது. அந்த மலை அமைந்திருக்கும் இடம்தான் அது. கயிலை மலை வட துருவத்திலிருந்து 6,666 கிலோமீட்டர் தூரத்திலும், தென் துருவத்திலிருந்து அதைப்போலத் துல்லியமாக இரண்டு மடங்கு தூரமான 13,332 கிலோமீட்டர் தூரத்திலும் இருப்பது எதேச்சையானதாக இருக்க முடியாது. எகிப்தியப் பிரமிடுகளிலிருந்து வட துருவத்திற்கு உள்ள தூரமும் 6,666 கிலோமீட்டர்தான் என்பது சுவாரசியமானது."

அவன் தன் கணினியை லிசாவின் பக்கம் திருப்பி, "இதைப் பாருங்கள்," என்று அவளிடம் கூறினான்.

திரையில் தோன்றிய தகவல்களைக் கண்ட லிசா வியப்பின் உச்சிக்கே சென்றாள்.

> கயிலை மலைக்கும் வட துருவத்திற்கும் இடையேயுள்ள தூரம்: 6,666 கிலோமீட்டர்
>
> கயிலை மலைக்கும் ஸ்டோன்ஹெஞ்சுக்கும் இடையேயுள்ள தூரம்: 6,666 கிலோமீட்டர்
>
> ஸ்டோன்ஹெஞ்சுக்கும் டெவில்ஸ் டவருக்கும் இடையேயுள்ள தூரம்: 6,666 கிலோமீட்டர்
>
> ஸ்டோன்ஹெஞ்சுக்கும் பெர்முடா முக்கோணத்திற்கும் இடையேயுள்ள தூரம்: 6,666 கிலோமீட்டர்
>
> பெர்முடா முக்கோணத்திற்கும் ஈஸ்டர் தீவுக்கும்

இடையேயுள்ள தூரம்: 6,666 கிலோமீட்டர்

ஈஸ்டர் தீவுக்கும் தசுமாலுக்கும் இடையேயுள்ள தூரம்: 6,666 கிலோமீட்டர்

லிசா பிரமிப்புடன் அதைப் பார்த்துக்கொண்டிருந்தபோது, பரிமல் கயிலை மலையைப் பற்றித் தனக்கு தெரிந்தவற்றை அவளிடம் எடுத்துரைத்தான். "உலகிலேயே மிக உயரான சிகரமான எவரெஸ்டின் உயரம் 29,029 அடிகள். இதுவரை அதில் ஏறியுள்ளவர்களின் எண்ணிக்கை நான்காயிரத்திற்கும் அதிகம். கயிலை மலையின் உயரம் 21,780 அடிகள் மட்டுமே. ஆனாலும், அதில் ஏற முயன்ற பல குழுக்கள் தோல்வியையே தழுவியுள்ளன. அதற்கு என்ன காரணம் என்பதை எவராலும் சரியாகச் சொல்ல முடியவில்லை. இத்தனைக்கும், திறமையான மலையேற்ற வீரர்களால் ஏற முடியாத அளவுக்குக் கடினமான ஒன்றல்ல அது. சில மர்மங்களை அப்படியே விட்டுவிடுவதுதான் நல்லது. திபெத்தியத் துறவியான மிலரேபர்தான் அந்த மலையின்மீது ஏறியுள்ள ஒரே மனிதர். சுமார் 900 ஆண்டுகளுக்கு முன்பு அவர் அச்சாதனையை நிகழ்த்தினார்."

அந்த நீர்மூழ்கிக் கப்பல் மேற்கு வங்கத்திலுள்ள தீகா கடற்கரையை நோக்கிச் சென்று கொண்டிருந்தபோது, கயிலை மலையின் வரலாற்றைப் பற்றிப் பரிமல் பேசத் தொடங்கினான்.

"திபெத்தில் கொண்டாடப்படுகின்ற ஒரு நபர் மிலரேபர். அவருடைய கதை, பல நூறு ஆண்டுகளாக வாய்வழியாகச் சொல்லப்பட்டு வந்துள்ளதால், அதில் எந்த அளவு உண்மை இருக்கிறது என்பது நமக்குத் தெரியாது. ஆனாலும், அவருடைய வாழ்க்கை எண்ணற்ற பௌத்தர்களுக்கு உத்வேகமளித்து வந்துள்ளதை மறுப்பதற்கில்லை. பொறாமை, பழிவாங்குதல், அரக்கர்கள், மாயாஜாலம், கொலை, மீட்டெடுப்பு ஆகியவற்றை உள்ளடக்கிய கதை அது.

"மிலரேபர் கி.பி. 1052 இல் மேற்குத் திபெத்திலுள்ள கியா நகாட்சா என்ற சிற்றூரில் பிறந்தவர். அவருடைய இயற்பெயர் மிலா தொபாகா. அவருடைய குடும்பம்

மிகவும் செழிப்பானது. அவர்கள் பருந்து குலத்தின் வம்சாவளியினர். அவரையும் அவருடைய தங்கையையும் அந்தக் கிராமவாசிகள் கொண்டாடினர். மிலரேபர் சிறுவனாக இருந்தபோதே அவருடைய தந்தையார் இறந்துவிட்டார். சாகும் தருவாயில், மிலரேபர் வளர்ந்து திருமண வயதை எட்டுகின்றவரை தன்னுடைய சொத்துகளைப் பார்த்துக் கொள்ளும்படி அவர் தன்னுடைய தம்பியையும் தங்கையையும் கேட்டுக் கொண்டார். ஆனால், அவர் இறந்த மறுகணமே, அவருடைய தம்பியும் தங்கையும் அந்தச் சொத்துகளைத் தங்களுக்கிடையே பிரித்துக் கொண்டனர்.

"மிலரேபரும் அவருடைய அம்மாவும் தங்கையும் வேலைக்காரர்கள் வசிக்கும் பகுதிக்குத் துரத்தப்பட்டனர். அவர்களுக்குச் சொற்ப உணவும் உடைகளும் கொடுக்கப்பட்டன. ஆனால், வயலில் கடுமையாக உழைக்க அவர்கள் வற்புறுத்தப்பட்டனர். மிலரேபரும் அவருடைய தங்கையும் பஞ்சப் பரதேசிகளைப்போல வாழ்ந்து வந்தனர்.

"மிலரேபருக்குப் பதினைந்து வயது ஆனபோது, அவருடைய தாயார் தன் கணவரின் சொத்துகளை மீண்டும் பெற முயன்றார். அவர் தன்னிடமிருந்த சொற்பப் பொருட்களை வைத்துக் கொண்டு தன்னுடைய உறவினர்களுக்கு ஒரு விருந்தளித்தார். அதன் முடிவில், தன் கணவர் மரணப் படுக்கையில் இருந்தபோது கூறியபடி சொத்துகளைத் தன் மகன் பெயருக்கு மாற்றும்படி அவர் கோரினார். அதற்கு மிலரேபரின் சிற்றப்பாவும் அத்தையும் ஒத்துக் கொள்ளவில்லை. மிலரேபருக்கு அந்தச் சொத்தில் எந்தப் பாத்தியதையும் இல்லை என்று கூறிய அவர்கள், அதைத் தொடர்ந்து, மிலரேபரின் மொத்தக் குடும்பத்தையும் அந்த வீட்டைவிட்டே துரத்திவிட்டனர். அக்குடும்பம், கிடைத்த வேலைகளைச் செய்து கொண்டும் பிச்சையெடுத்தும் வாழ்க்கையை ஓட்டி வந்தது.

"தன் மகனுக்குச் சொத்துகள் கிடைக்க வேண்டும் என்று போராடியதில், மிலரேபரின் அம்மா, தலைக்கு மேலே இருந்த ஒரு பாதுகாப்பான கூரையையும் இழந்து

நடுத்தெருவுக்கு வந்திருந்தார். இப்போது தன் கணவரின் குடும்பத்தார்மீது சீற்றத்தில் இருந்த அவர், சூனிய வித்தையைக் கற்றுக் கொள்ளுமாறு தன் மகனிடம் கேட்டுக் கொண்டார். அதோடு, மிலரேபர் அவர்களைப் பழிவாங்கவில்லை என்றால், தான் தற்கொலை செய்து கொள்ளப் போவதாக அவர் தன் மகனை மிரட்டினார்.

"தன்னுடைய தாயாரின் வற்புறுத்தலின் காரணமாக, சூனிய வித்தையைக் கற்றுக் கொள்வதற்காக மிலரேபர் ஒரு மந்திரவாதியிடம் ஓர் உதவியாளராகச் சேர்ந்தார். அந்த மந்திரவாதி, முதலில் பெரிதாகப் பலனளிக்காத வித்தைகளை மட்டுமே கற்றுக் கொடுத்தார். ஆனால், மிலரேபருக்கு இழைக்கப்பட்ட அநீதியைக் கேள்விப்பட்டப் பிறகு, தனக்குத் தெரிந்த சக்திமிக்க அனைத்து வித்தைகளையும் அவர் அவருக்குக் கற்றுக் கொடுத்துவிட்டார்.

"மிலரேபர் ஒரு பாதாள அறையில் அமர்ந்து கொண்டு, தான் கற்றுக் கொண்ட வித்தைகளை, தன்னை ஏமாற்றியிருந்த உறவினர்களின்மீது தொடர்ந்து இரண்டு வாரங்கள் ஏவினார். இரண்டாவது வாரத்தின் முடிவில், தன்னுடைய உறவினர்கள் ஒரு திருமணத்திற்காக ஒரு வீட்டில் ஒன்றாகக் கூடியிருந்தபோது அந்த வீடு இடிந்து விழுந்து அனைவரும் இறந்துவிட்டனர் என்ற செய்தியை அவர் கேள்விப்பட்டார். ஆனால், அதில் அவருடைய சிற்றப்பாவும் அத்தையும் மட்டும் தப்பியிருந்தனர். எனவே, அவர்களை நேரடியாக எதிர்கொள்வதென்று மிலரேபர் தீர்மானித்தார்.

"மிலரேபர் அந்தக் கிராமத்தின் அருகேயிருந்த மலைப்பகுதியில் ஒளிந்திருந்தார். அப்போது, தங்கள் உறவினர்களின் வயல்களில் வளர்ந்திருந்த பயிர்களை அழித்து நாசமாக்கும்படி அவருடைய தாயார் அவரிடம் கூறினார். அதைத் தொடர்ந்து, மிலரேபர் ஒரு கடுமையான புயலை வரவழைத்து அவர்களுடைய பயிர்களை அழித்தார்.

"ஆனால், அதில் அந்தக் கிராமத்திலிருந்த அனைவரின் பயிர்களும் பாழானதால், ஏதோ தீய சக்தி அதில் சம்பந்தப்பட்டிருக்க வேண்டும் என்று

அந்தக் கிராமவாசிகள் சந்தேகப்பட்டனர். அதனால், அதை நிகழ்த்தியிருந்தவனைத் தேடி அவர்கள் அந்த மலைப்பகுதிக்கு வந்தனர். அவர்களுடைய பேச்சை ஒட்டுக்கேட்ட மிலரேபர், அவர்களுடைய பயிர்களும் அழிந்துவிட்டிருந்ததைத் தெரிந்து கொண்டார். தன்னுடைய பழிவாங்கும் போக்கால் வீணாக அப்பாவி மக்களும் பாதிக்கப்பட்டிருந்ததை அவர் புரிந்து கொண்டார். குற்றவுணர்வால் பாதிக்கப்பட்ட அவர், தன் செயலுக்கு வருந்தி, ஒரு குருவைத் தேடிப் பயணப்பட்டார். இறுதியில் அவர் இந்தியாவுக்கு வந்து சேர்ந்தார்.

"அவர் இந்தியாவில் இருந்த காலத்தில், அங்கு அவர் யாரைச் சந்தித்தார் என்பதோ, அல்லது அவர் என்ன செய்தார் என்பதோ யாருக்கும் தெரியாது. அவர் ஒரு குறிப்பிட்ட சூப்பை மட்டும் குடித்து வந்ததால், அவருடைய உடல் பச்சை நிறத்திற்கு மாறியது. அனைத்துத் தட்பவெப்ப நிலைகளிலும் அவர் ஒரு வெண்ணிற ஆடையை மட்டுமே அணிந்து வந்ததால், மக்கள் அவரை மிலரேபர் (பருத்தி ஆடை அணிந்த மிலா என்பது அதன் பொருள்) என்று அழைக்கத் தொடங்கினர்."

லிசா பொறுமையிழந்து, "கயிலை மலையின்மீது யாராலும் ஏற முடியாமல் இருந்தபோது, அவரால் மட்டும் எப்படி ஏற முடிந்தது?" என்று கேட்டாள்.

"கயிலை மலையுடன் ஒருவருக்குக் கர்மாரீதியான ஒரு தொடர்பு இருந்தால் மட்டுமே அவரால் அதில் ஏற முடியும் என்று நம்பப்பட்டது. அதைப் பற்றி மிலரேபரே பின்னர் சொல்லியிருக்கிறார்.

"அவர் இவ்வாறு கூறியதாகச் சொல்லப்படுகிறது: 'என் இளமைக் காலத்தில் நான் பிறருக்குச் சூனியம் வைத்தேன். நான் பக்குவமடைந்ததும் நான் ஒரு வெகுளியாக மாறினேன். இப்போது, நல்லது, கெட்டது ஆகிய இரண்டிலிருந்தும் நான் விடுபட்டுவிட்டேன். நான் என்னுடைய கர்மபலனின் வேரையே அழித்துவிட்டேன். அதனால், எதிர்காலத்தில் செயலில் இறங்குவதற்கு எனக்கு எந்தவிதமான முகாந்திரமும் இல்லை. இதைவிட

அதிகமாக நான் பேசினால், அது அழுகையிலும் சிரிப்பிலும்தான் போய் முடியும். அதைச் சொல்வதால் என்ன நன்மை விளையப் போகிறது? இப்போது நான் ஒரு முதியவன். நான் மன அமைதியுடன் இருக்கவே விரும்புகிறேன்.' "

"ஒருவேளை, அவர் கயிலை மலையில் வெற்றிகரமாக ஏறியதற்குப் பின்னாலுள்ள இரகசியத்திற்கும் அவருடைய இந்த வார்த்தைகளுக்கும் தொடர்பு இருக்கக்கூடும்," என்று லிசா கூறினாள்.

"இருக்கலாம்," என்று கூறிய பரிமல், "ஆனால், நாகேந்திரருக்கும் மிலரேபருக்கும் என்ன தொடர்பு இருக்க முடியும்?" என்று முணுமுணுத்தான்.

"நீங்கள் ஏதாவது சொன்னீர்களா?" என்று லிசா கேட்டாள்.

"இல்லை. நான் உங்களிடம் எதுவும் சொல்லவில்லை. எது எப்படியோ, அவர் 1135 ஆம் ஆண்டு இறந்துவிட்டார்."

மிலரேபருக்கும் நாகேந்திரருக்கும் என்ன சம்பந்தம் என்ற கேள்விக்கான பதில், ஒரு நீர்மூழ்கிக் கப்பலுக்குள் முடங்கிக் கிடந்த பரிமலுக்குக் கிடைக்கவில்லை. ஆனால், தன்னுடைய இருத்தலை அசுவத்தாமனும் பரசுராமரும் எப்படித் தெரிந்து கொண்டனர் என்பதற்கான விடையை ஓம் சாஸ்திரி கண்டுபிடிக்கவிருந்தார். ஓம் சாஸ்திரி எந்தக் குடிலில் கண்விழித்திருந்தாரோ, அதே குடிலுக்கு அசுவத்தாமன் அவரை அழைத்துச் சென்றார். அங்கே, பச்சை நிறத் தோல் கொண்ட, வெள்ளை நிறப் பருத்தியாடை அணிந்திருந்த ஒரு துறவி நின்று கொண்டிருந்தார்.

அசுவத்தாமன் ஓம் சாஸ்திரியிடம் அவரைச் சுட்டிக்காட்டி, "இவர் மிலரேபர்," என்று அவரை அறிமுகப்படுத்தினார்.

வரலாற்றியலாளர்களின் கருத்துப்படி 1135 ஆம் ஆண்டிலேயே இறந்து போய்விட்டிருந்த மிலரேபார், அந்த இடத்தில் நல்ல ஆரோக்கியத்துடன் உயிரோடு இருந்தார்.

இக்கட்டத்தில், தான் தன்வந்திரியின் குடிலில் நாகேந்திரரைச் சந்திப்பதற்கு முன்பு தான் யாராக

இருந்தோம் என்பதைத் தெரிந்து கொள்ள ஓம் சாஸ்திரி துடித்துக் கொண்டிருந்தார். அதே வேளையில், கடலுக்குக் கீழே, நாகேந்திரர் தன்னுடைய பிரத்யேக அறையில் உட்கார்ந்து கொண்டு, அந்த நீர்மூழ்கிக் கப்பல் தீகா கடற்கரையை அடைவதற்காகக் காத்துக் கொண்டிருந்தார்.

பிரித்திவி இந்த இடத்தில் சற்று நிறுத்திவிட்டு, தன்னுடைய சூப்பின் கடைசி சில துளிகளைப் பருகி முடித்தான். கதை கேட்டுக்கொண்டிருந்த சுவாரசியத்தில், தான் குடிக்காமல் வைத்திருந்த தன்னுடைய சூப் ஆறிப் போயிருந்ததைத் திருமதி பத்ரா கவனித்தார். அவர் அந்த சூப்பை ஓர் ஓரமாகத் தள்ளி வைத்துவிட்டு, “பல முக்கியமான கண்டுபிடிப்புகள், மலையுச்சிகளுக்கும் ஆழ்கடலுக்கும் நடுவே மூன்றாவதாக இருக்கின்ற ஓரிடத்தில் நிகழ்கின்றன. என் கணவர் டாக்டர் பத்ரா ராஸ் தீவிலிருந்து வெளியேறியபோது தன்னுடன் இரகசியமாக எடுத்து வந்திருந்த, ஓம் சாஸ்திரியின் இரத்த மாதிரியை ஆய்வு செய்தபோது, முற்றிலும் அசாதாரணமான ஒன்றை அவர் அவதானித்தார். வழக்கமாக இரத்தத்தில் இருக்கின்ற சிவப்பு மற்றும் வெள்ளை அணுக்களோடு, ஓம் சாஸ்திரியின் இரத்தத்தில் கருப்பு அணுக்களும் இருந்தன. தன்னுடைய விநோதமான கண்டுபிடிப்பை என் கணவர் பல வழிகளில் சோதனைக்கு உட்படுத்தினார். அவர் ராஸ் தீவில் இருந்தபோது, டிஎன்ஏக்களில் மாற்றம் செய்யப்பட்ட ஈஸ்ட்டின் ஆயுட்காலமும் எலிகளின் ஆயுட்காலமும் எப்படி இரட்டிப்பாயின என்ற தகவலை அவர் பிறரோடு பகிர்ந்து கொண்டிருந்தார். அதேபோல, ஓம் சாஸ்திரியின் மரபணுக்களும் மூப்படைவதை முறியடிக்கின்ற விதத்தில் தம்மை மாற்றிக் கொண்டிருக்கக்கூடும் என்று அவர் கருதினார். சோதனைகளின்போது, அவர் எதிர்பார்த்திருந்தபடியே, ஓம் சாஸ்திரியின் இரத்தத்திலிருந்த கருப்பு அணுக்கள் மரபணுச் சடுதிமாற்றம் அடைந்ததையும், அது நீண்ட ஆயுளுக்கு இட்டுச் சென்றதையும் அவர் கண்டுபிடித்தார்.

“தன் ஆய்வை அடுத்தக் கட்டத்திற்கு எடுத்துச்

செல்ல, அவர் அந்த இரத்தத்தை, டைஃபாய்டு, காலரா, நிமோனியா, எபோலா, இன்ஃப்ளூயென்சா போன்ற நோய்களால் பாதிக்கப்பட்டிருந்த இரத்தங்களில் கலந்து பார்த்தார். ஆனால், இந்த நோய்களால் அவருடைய இரத்தம் துளிகூட பாதிக்கப்படவில்லை என்பதைக் கண்டு என் கணவர் பிரமிப்படைந்தார்.

"அந்தக் கருப்பு அணுக்கள் தன்னையும் தன்னுடைய திறமையையும் எள்ளி நகையாடியதாக டாக்டர் பத்ரா நினைத்தார். இந்தக் கண்டுபிடிப்பை, ஒரு வாய்ப்பின் வடிவில் வந்த ஓர் ஆசிர்வாதமாகப் பார்ப்பதற்குப் பதிலாக, என் கணவர் அதை ஒரு சவால் என்று தவறுதலாக நினைத்துவிட்டார். அதனால், அவற்றை மேலும் கடுமையான சோதனைகளுக்கு அவர் உட்படுத்தினார். இரும்பைக்கூட உருக்கிவிடுகின்ற அளவு வெப்பமான *2,500* டிகிரி சென்டிகிரேட் வெப்பநிலைக்கு அவர் அந்த இரத்தத்தை உட்படுத்தினார். அப்போது, அதிலிருந்த கருப்பு அணுக்கள் ஒன்றாகச் சேர்ந்து, வெள்ளை மற்றும் சிவப்பு அணுக்களைச் சுற்றி ஒரு பாதுகாப்பு அரணாக நின்று கொண்டன. அதோடு, அந்த வெப்பத்தை முறியடிக்க அவை தம்மை மைனஸ் *2,500* டிகிரி வெப்பநிலைக்குக் கொண்டு சென்றன. என் கணவர் அந்த இரத்தத்தை உறைநிலைக்குக் கொண்டு சென்றபோது, அந்தக் கருப்பு அணுக்கள் தம்மைச் சூடாக்கிக் கொண்டு, வெள்ளை மற்றும் சிவப்பு அணுக்களைப் பாதுகாத்தன. ஓம் சாஸ்திரியைப் பரசுராமரும் அசுவத்தாமனும் பாதுகாத்துக் கொண்டிருந்ததைப்போல என்று சொல்லலாம். ஆனால், அவர்கள் இருவரும் ஓம் சாஸ்திரியை எதற்காகத் தயார் செய்து கொண்டிருந்தனர்?" என்று, கொதிப்படைந்திருந்த திருமதி பத்ரா தன் எண்ணங்களைச் சத்தமாக வெளிப்படுத்தினார்.

"அவருடைய சொந்த இறப்பிற்காக," என்று பிரித்திவி விட்டேத்தியாக பதிலளித்தான்.

அந்த அசட்டையான பதிலைக் கேட்டுத் திருமதி பத்ரா வாய் பிளந்தார். ஆனால், அக்கேள்விக்குச் சாதாரணமான பதில்கள் இல்லை என்பது அவருக்குப்

புரிந்தது. பிரித்திவி அந்த நிகழ்வுகளை விவரித்து முடிக்கின்றவரை காத்துக் கொண்டிருப்பதைத் தவிர தனக்கு வேறு வழியில்லை என்பதை அவர் புரிந்து கொண்டார்.

“அந்த நீர்மூழ்கிக் கப்பல் தீகா கடற்கரையை அடைந்தபோது அதிகாலை மூன்று மணி ஆகியிருந்தது,” என்று பிரித்திவி மீண்டும் கதையைத் தொடர்ந்தான்.

அக்கப்பல் தீகா கடற்கரையை நெருங்கிவிட்டிருந்ததால், பரிமல், நாகேந்திரரின் அறையின் இரும்புக் கதவைத் தட்டினான். மூன்றாவது முறை தட்டப்படுவதற்கு முன் வெளியே வந்த நாகேந்திரர், ஒரு பையுடன் தயாராக இருந்தார். அவருடைய கழுத்தில் ஒரு வட்ட வடிவ உலோக பாட்டில் தொங்கிக் கொண்டிருந்தது. அவர் வெளியே வந்தபோது அக்கதவு திறக்கப்பட்டதால், முதலில் அனுபவித்த அதே வலிகளை லிசாவும் பரிமலும் இப்போது அனுபவித்தனர். அந்தப் பக்கமாக எதேச்சையாக வந்த கப்பல் பணியாளன் ஒருவன் அப்படியே உருகிக் கூழாகி இறந்து போனான்.

இதனால் சிறிதும் சலனமடையாத நாகேந்திரர், அந்த மரணக் குவியலை அந்த அறைக்குள் எட்டித் தள்ளிவிட்டு அந்த அறைக்கதவைத் தாழிட்டார். அது லிசாவையும் பரிமலையும் அவர்களுடைய வேதனையிலிருந்து விடுவித்தது.

அந்த நீர்மூழ்கிக் கப்பல் கடலுக்கு மேலே வந்தது. ராஸ் தீவிலிருந்து அந்த நீர்மூழ்கிக் கப்பலுக்கு வருவதற்கு அவர்கள் பயன்படுத்தியிருந்த அதே படகை, பரிமல் இப்போதும் தயார்படுத்தி வைத்திருந்தான். அதில் பயணித்து அவர்கள் கரையை அடைந்தபோது, அதிலிருந்து முதலில் குதித்துத் தரையில் இறங்கிய நாகேந்திரர், கண்பட்டை போடப்பட்டிருந்த ஒரு குதிரையைப்போல நேராக விறுவிறுவென்று நடக்கத் தொடங்கினார்.

லிசா திரும்பிப் பார்த்தாள். பரிமல் அவர்களுடைய பைகளைப் படகிலிருந்து கரையில் இறக்கி வைத்துக் கொண்டிருந்தான். அவர்களுடைய தாமதத்தால் எரிச்சலடைந்த நாகேந்திரர், “இப்போது நாம்

நேரத்தோடு போட்டி போட்டுக் கொண்டிருக்கிறோம். நேரம் எனக்காகக் காத்துக் கொண்டிருக்காது. நானும் யாருக்காகவும் காத்துக் கொண்டிருக்க மாட்டேன். அந்த இடத்தை அடைவதற்கு எனக்கு ஒன்பது நாட்கள் மட்டுமே உள்ளன," என்று அவர்களிடம் கத்தினார்.

நாகேந்திரருக்கு ஈடு கொடுப்பதற்காக அவருடன் மெதுவாக ஓடிக் கொண்டிருந்த லிசா, "ஒன்பது நாட்களில் நாம் எந்த இடத்தை அடைய வேண்டும்?" என்று அவரிடம் கேட்டாள்.

மடித்து வைக்கப்பட்டிருந்த ஒரு பழைய காகிதத்தை நாகேந்திரர் அவளிடம் நீட்டினார். அதில் ஏதோ பொறிக்கப்பட்டிருந்தது.

பரிமல் அவர்களோடு வந்து சேர்ந்ததும் நாகேந்திரர் தன் நடையைத் தொடர்ந்தார். லிசா குனிந்து, அந்தக் காகிதத்தில் என்ன எழுதப்பட்டிருந்தது என்று பார்த்தாள். அந்தக் காகிதம் மிருத சஞ்சீவினி புத்தகத்திலிருந்து கிழித்தெடுக்கப்பட்டிருந்தது. அதன் வலது புறம் ஒரு கடல் இருந்தது. மேற்புறம் ஒரு மலை இருந்தது. இரண்டுக்கும் இடையே ஒரு சிவப்புக் கோடு வரையப்பட்டிருந்தது. அந்தக் காகிதத்தைப் பார்த்து அது உலகின் எந்தப் பகுதி என்பதைக் கண்டுபிடிப்பது கடினமாக இருந்தது. அவளுடைய முகத்தில் தென்பட்டக் குழப்பத்தைப் பார்த்தப் பரிமல், கீழே கிடந்த ஒரு கண்ணாடித் துண்டை எடுத்து, தாறுமாறாகக் கிழிக்கப்பட்டிருந்த அந்தக் காகிதத்தின் விளிம்புப் பகுதியைத் தரையில் வரையத் துவங்கினான். அவன் வரைந்து கொண்டிருந்தபோது, அவன் என்ன வரைந்து கொண்டிருந்தான் என்பது லிசாவுக்குப் புரியவில்லை. பின்னர் ஒருவழியாக அவன் வரைந்து முடித்தான்.

தான் வரைந்திருந்த வடிவத்தைப் பார்த்ததும் பரிமலுக்கே அது பிரமிப்பூட்டுவதாக இருந்தது. 'இது எப்படிச் சாத்தியம்?' என்று அவன் தன்னைத் தானே கேட்டுக் கொண்டான். அது இந்தியாவின் வரைபடம். அவன் கையிலிருந்த துண்டுக் காகிதத்தின் ஒரு முனையில் இந்தியாவின் கிழக்குக் கடற்கரைப் பகுதியும், அதன் மறுமுனையில் இமயமலையும் இடம்பெற்றிருந்தது.

அந்தச் சிவப்புக் கோடு, தீகா கடற்கரையிலிருந்து கயிலை மலையின் அடிவாரத்திற்குச் சென்றது. அடுத்த ஒன்பது நாட்களும் அவர்கள் அந்தக் கோடு காட்டியிருந்த பாதையில் நடந்து செல்ல வேண்டியிருந்தது. தாங்கள் சென்று கொண்டிருந்த இடம் குறித்து இன்னும் முழுத் தெளிவு அவர்களுக்குக் கிடைக்காமல் இருந்தது அவர்களுக்குக் கவலையளித்தது. அவர்கள் நிமிர்ந்து பார்த்தபோது, நாகேந்திரர் ஏற்கனவே வெகுதூரம் முன்னால் போய்விட்டிருந்ததை அவர்கள் கண்டனர். லிசா அந்தக் காகிதத்தைத் தன் பைக்குள் பத்திரமாக வைத்துக் கொண்டாள். அவர்கள் இருவரும் நாகேந்திரருடன் சேர்ந்து கொள்வதற்காக நடையை எட்டிப் போட்டனர்.

அத்தியாயம் 3

நன்ஷாத்

இதற்கிடையே, கயிலை மலையில், மிலரேபர் குறித்து மேலும் அறிந்து கொள்ள ஆர்வமாக இருந்த ஓம் சாஸ்திரி, "நான் உங்களைப் பற்றி நிறைய விஷயங்கள் கேள்விப்பட்டுள்ளேன், படித்தும் உள்ளேன். நீங்கள் உங்கள் வாழ்நாளின் இறுதியில் ஒரு குகைக்குள் சென்றுவிட்டீர்கள் என்று சில தகவல்கள் தெரிவித்தன. ஆனால், அது உண்மையல்ல, அப்படித்தானே? அதற்கு முன்பு நான் ஒன்றைத் தெரிந்து கொள்ள ஆசைப்படுகிறேன். என்னைப் பற்றி உங்களுக்கு எப்படித் தெரியும் என்று கூறுங்கள்," என்று அவரிடம் கேட்டார்.

அதைச் சொல்வதற்குத் தனக்கு அசுவத்தாமனின் ஒப்புதல் தேவை என்பதுபோல மிலரேபர் அசுவத்தாமனைப் பார்த்தார். அசுவத்தாமனும் தன் தலையை ஆட்டித் தன் ஒப்புதலைத் தெரிவித்தார்.

"கதையின் தொடக்கத்திற்கு நான் உங்களை அழைத்துச்சென்றாகவேண்டும். என் இளமைக்காலத்தில், பழிவாங்க வேண்டும் என்ற வெறியின் காரணமாக நான் பலருடைய வாழ்க்கையை அழித்தேன். என் தாயாரின் வேண்டுகோளின்படி, நான் என் வீட்டைவிட்டு வெளியேறி சூனிய வித்தையைக் கற்றுக் கொண்டேன். என் அம்மா இறந்த பிறகும், தன் அம்மாவின் வேதனைகளுக்குத் தொடர்ந்து பழிதீர்ப்பதுதான் ஒரு நல்ல மகனின் கடமை என்று தவறாக நினைத்துக் கொண்டு, பழிவாங்கும் படலத்தை நான் தொடர்ந்தேன். என் வன்முறையின் தாக்கத்தை எண்ணற்ற அப்பாவி ஆத்மாக்கள் எதிர்கொள்ள நேர்ந்தது.

"என் பாவச் செயல்களுக்கு வருந்திய நான், பின்னர் மார்ப்பா என்ற மொழிபெயர்ப்பாளரின் மாணவராக ஆனேன். அவர் என்னைத் தன் மாணவனாக ஏற்றுக்

கொள்வதற்கு முன், அவர் எனக்காக வடிவமைத்திருந்த, உடலுழைப்பு தேவைப்பட்ட எண்ணற்ற வேலைகளை நான் செய்தேன். அவருடைய உத்தரவின் பேரில் நான் ஒரு கோபுரத்தைக் கட்டுவேன். நான் பாதி கட்டிக் கொண்டிருக்கின்றபோது, அதை உடைத்துவிட்டு மீண்டும் முதலிலிருந்து தொடங்குமாறு அவர் என்னைப் பணிப்பார். மூன்று முறை இப்படி நிகழ்ந்த பிறகு, திபெத்திலுள்ள லோட்ராக் என்ற பகுதியிலுள்ள சே கிராமத்தில், பல மாடிகளைக் கொண்ட ஒரு கோபுரத்தைக் கட்டுமாறு அவர் என்னைப் பணித்தார். அது இன்றளவும் நின்று கொண்டிருக்கிறது.

"இறுதியில் ஒருவழியாக, மார்ப்பா என்னைத் தன்னுடைய மாணவனாக ஏற்றுக் கொண்டார். என்னுடைய மோசமான கர்மவினைகளுக்குப் பரிகாரமாகத்தான் அந்தக் கோபுரத்தை மீண்டும் மீண்டும் கட்டி உடைக்கும்படி தான் என்னைப் பணித்ததாக அவர் என்னிடம் கூறினார். அது எனக்குப் புரிந்தது என்றாலும், அவர் ஏன் எப்போதும் என்னைக் கோபுரங்களையே கட்டச் சொல்லிக் கொண்டிருந்தார் என்பதை என்னால் புரிந்து கொள்ள முடியவில்லை. நான் இந்தியாவுக்கு வந்தபோதுதான் அதற்கான அர்த்தத்தைப் புரிந்து கொண்டேன். ஆனால், அன்றைய இந்தியா, இப்போது இருப்பதிலிருந்து முற்றிலும் மாறுபட்டிருந்தது.

"மார்ப்பா தனக்குத் தெரிந்த அனைத்தையும் எனக்குக் கற்றுக் கொடுத்தார். என்னுடைய பாடங்கள் அனைத்தும் முடிவடைந்தபோது, தன்னுடைய குருவான நரோப்பா என்பவரிடம் அவர் என்னைக் கூட்டிச் சென்றார். நரோப்பா, வங்காளத்தில் ஒரு வசதியான பார்ப்பனக் குடும்பத்தில் பிறந்தவர். இதற்காகத்தான் நான் முதன்முறையாக இந்தியாவுக்கு வந்தேன். என்னைப்போலவே, பல காலகட்டங்களில், பல அறிஞர்கள் தாந்திரீகங்களையும் சூத்திரங்களையும் நடைமுறையில் கடைபிடித்து வந்தனர். நான் நரோப்பாவிடம் கல்வி கற்று முடித்தவுடன், அவரிடமிருந்து விடைபெறுவதற்கான தருணமும் வந்தது.

ஆனால், நான் அடுத்து என்ன செய்ய வேண்டும் என்பது எனக்குப் புரியாமல் இருந்ததால், என் குழப்பத்தைத் தெளிவுபடுத்துமாறு நான் அவரிடமே கேட்டேன்.

"நீங்கள் எனக்குக் கற்றுக் கொடுத்துள்ளவற்றுக்காக நான் உங்களுக்கு நன்றி சொல்லக் கடமைப்பட்டுள்ளேன். ஆனால், என்னுடைய பிறவி நோக்கம் என்னவென்று தெரியாமல் நான் குழப்பத்தில் இருக்கிறேன்."

"அதற்கு அவர் என்னிடம், 'எனக்குத் தெரிந்த அனைத்தையும் நான் உனக்குக் கற்றுக் கொடுத்துள்ளேன். நீ உன்னுடைய சொந்தப் பாதையைக் கண்டுபிடிப்பதற்கான முயற்சியில் இறங்குவதற்கான வேளை வந்துவிட்டது. நீ இந்தியாவெங்கும் பயணம் செய்து, நன்ஷாத் என்பவரைக் கண்டுபிடித்து அவருடைய ஆலோசனையைப் பெறு,' என்று கூறினார்.

"நான் அவரிடமிருந்து விடைபெற்றுக் கொண்டு இந்தியா முழுவதும் பயணித்தேன். நன்ஷாதைக் கண்டுபிடிக்கும் முயற்சியில் நான் சில ஆண்டுகளைச் செலவிட்டேன். பின்னர் நான் சாகேத் என்ற நகருக்குப் போய்ச் சேர்ந்தேன். இப்போது அதன் பெயர் அயோத்தி. அது இராமரின் பூமி என்று அழைக்கப்பட்டது. அயோத்தியிலிருந்து கிட்டத்தட்ட 640 கிலோமீட்டர் தூரத்திலிருந்த ஒரு கிராமத்தில் நன்ஷாத் வசித்து வந்ததை நான் அறிந்தேன். அந்தக் கிராமத்தின் தற்போதைய பெயர் பிஸ்ரஹ். பல சிரமங்களைப் பொறுத்துக் கொண்டு, ஏகப்பட்ட எதிர்பார்ப்புகளுடன் நான் அந்தக் கிராமத்தை அடைந்தேன்.

"அங்கே நான் சந்தித்த முதல் நபர் ஒரு முதியவர். பாதி கட்டி முடிக்கப்பட்ட நிலையிலிருந்த ஒரு கட்டடத்தில் அவர் வேலை பார்த்துக் கொண்டிருந்தார். நான் அவரை அணுகி, 'இங்கு நன்ஷாத் என்பவரை உங்களுக்குத் தெரியுமா?' என்று கேட்டேன்.

"அவர் என்னை விநோதமாகப் பார்த்துவிட்டு, தரையில் கிடந்த ஒரு காய்ந்த இலையை எடுத்து அதனோடு பேசினார். நான் கேட்டது அவருடைய காதில் விழவில்லைபோலும் என்று நினைத்துக் கொண்டு நான் மீண்டும் அதே கேள்வியை அவரிடம் கேட்டேன்.

ஆனால், அவர் என்னைச் சிறிதும் கண்டுகொள்ளாமல், தன் கையிலிருந்த இலையுடன் தொடர்ந்து பேசிக் கொண்டிருந்தார். இந்த விஷயத்தில் எனக்கு உதவி செய்வதற்கு வேறு யாராவது இருந்தார்களா என்று நான் சுற்றுமுற்றும் பார்த்தேன். அருகில் யாரும் இல்லாததால் நான் என் நடையைத் தொடர்ந்தேன்.

"அடுத்த மூன்று நாட்களும் நான் அந்தக் கிராமத்தில் இருந்தவர்களிடம் நன்ஷாதைப் பற்றிக் கேட்டேன். அது ஒரு சிறிய கிராமமாக இருந்ததால், அங்கிருந்த ஒவ்வொருவரிடமும் நான் கேட்டேன். ஆனால், ஒருவருக்குக்கூட அவரைப் பற்றித் தெரிந்திருக்கவில்லை. அது எனக்குப் பெரும் விரக்தியளித்தது. அதனால், வேறு வழியின்றி, திபெத்திற்குத் திரும்பிச் செல்ல நான் முடிவு செய்தேன்.

"நான் அங்கிருந்து கிளம்பி வந்தபோது, மீண்டும் அந்த முதியவரைக் கண்டேன். அப்போதும் அவர் முடிவுறாத நிலையிலிருந்த அந்தக் கட்டடத்தில் வேலை செய்து கொண்டிருந்தார். அக்கட்டடத்தை அவர் தனியொருவராகவே கட்டிக் கொண்டிருந்ததாக அந்தக் கிராமவாசிகள் என்னிடம் கூறியிருந்தனர். அவர் நலிந்தும் மெலிந்தும் இருந்ததால், எந்நேரமும் காலதேவன் அவரைத் தன்னிடம் அழைத்துக் கொள்ளக்கூடும் என்று எனக்குத் தோன்றியது. அதனால், அவர்மீது நான் இரக்கம் கொண்டேன். ஒரு கட்டடத்தை திறம்படக் கட்டுவது எப்படி என்பதை நான் ஏற்கனவே மார்ப்பாவிடம் கற்றுக் கொண்டிருந்தேன். எனக்கும் அப்போது போக்கிடம் எதுவும் இருக்கவில்லை. எனவே, அந்த முதியவரின் கடைசி விருப்பம்போலத் தோன்றிய அக்கட்டடத்தை அவர் கட்டுவதற்கு உதவலாம் என்று நான் தீர்மானித்தேன்.

"நான் அவருக்கு உதவி செய்ய முன்வந்தபோது, அதை அவர் மறுத்துவிட்டார். பதிலுக்கு எனக்கு எதுவும் தேவையில்லை என்று நான் அவரிடம் கூறினேன். அவருடைய நிலையைப் பார்த்தபோது, இதுபோன்ற ஒரு திட்டத்தைத் தன் வாழ்நாளின் இறுதியில் மேற்கொள்ள எது அவருக்கு உத்வேகமளித்திருக்கும்

என்று என்னை நானே கேட்டுக் கொண்டேன். அவரிடம் உரையாடலைத் துவக்குவதற்காக, அக்கட்டடத்தை அவர் யாருக்காகக் கட்டிக் கொண்டிருந்தார் என்று நான் அவரிடம் கேட்டேன்.

"அவர் திடீரென்று என் பக்கம் திரும்பி, 'நீ யாருக்காக இதைச் செய்ய முன்வந்துள்ளாய்? உனக்காகவா அல்லது எனக்காகவா?' என்று கேட்டார்.

"நான் அப்படிப்பட்ட ஒரு கேள்வியைச் சிறிதும் எதிர்பார்த்திருக்காததால், நான் வாயடைத்துப் போய் நின்றேன். அவருக்கு பதிலளிப்பதற்காக மட்டுமல்லாமல், எனக்காகவும் நான் அதற்கான பதிலைத் தேடினேன். அவருக்கு உதவ முன்வருவதாக நான் அவரிடம் கூறுவதற்கு முன், அதைச் செய்ய எது என்னைத் தூண்டியது என்பதைப் பற்றி நான் யோசித்திருக்கவே இல்லை. ஓர் ஆழ்ந்த யோசனையில் மூழ்கியிருந்த என் முகத்தைப் பார்த்த அந்த முதியவர், நான் அவருக்கு உதவுவதற்கு எனக்கு ஒரு நிபந்தனை விதித்தார். என் உதவி அவருக்குத் தேவைப்படுவதற்குப் பதிலாக, அவர் உதவி எனக்குத் தேவைப்படுவதுபோல இருந்தது அவருடைய நடத்தை. அந்தக் கட்டடம் கட்டி முடிக்கப்படும்வரை நான் அவரிடம் எதைப் பற்றியும் எந்தக் கேள்வியும் கேட்கக்கூடாது என்று அவர் கூறினார். நான் அதற்கு ஒப்புக் கொண்டேன்.

" 'நான் யாருக்காக இதைச் செய்து கொண்டிருக்கிறேன்?' என்ற கேள்விதான், அவருடைய நிபந்தனையை ஏற்றுக் கொண்டு அக்கட்டடத்தைக் கட்டி முடிக்க என்னைத் தூண்டியது.

"நான் அக்கட்டடத்திற்குள் நுழைந்தபோது, 'மால்தி,' என்று அவர் அழைத்தார். அங்கே கல்லால் ஆன ஒரு பெரிய கதவு இருந்தது. அது மூடியிருந்தது. அதனால், அதற்குள்ளிருந்து அந்த மால்தி வருவார் என்று நான் நினைத்தேன். ஆனால், 'ஓ, நீ இங்கேதான் இருக்கிறாயா? வா இங்கே,' என்று அவர் அழைத்ததை நான் கேட்டேன்.

"மால்தி எங்கிருந்தார் என்பதைத் தெரிந்து கொள்வதற்காக நான் அந்த முதியவரின் பார்வையைப் பின்தொடர்ந்தேன். ஆனால், தரையில் கிடந்த ஒரு

சருகைத் தவிர வேறு எதுவும் அங்கு இருக்கவில்லை. அந்த இலையைப் பார்த்து அவர் புன்னகைத்தார். அந்த இலை பறந்து வந்து அவருடைய உள்ளங்கையில் அமர்ந்து கொண்டது! அப்போதுதான், அது காய்ந்த இலை அல்ல, அது ஒரு வண்ணத்துப்பூச்சி என்பதையும், அது தன் சிறகுகளை மடித்துத் தரையில் அமர்ந்திருந்தபோது ஒரு காய்ந்த சருகுபோலக் காட்சியளித்துக் கொண்டிருந்தது என்பதையும் நான் புரிந்து கொண்டேன்.

"அவர், 'இதுதான் மால்தி!' என்று என்னிடம் கூறினார்.

"அது எனக்கு மிகவும் வியப்பளித்ததால், நான் அவரிடம், 'எப்படி உங்களால் ஒரு வண்ணத்துப்பூச்சியை உங்கள் இஷ்டத்திற்கு ஆட்டுவிக்க முடிகிறது?' என்று கேட்டேன்.

"அவர் என்னை முறைத்த விதத்திலிருந்து நான் என் நிபந்தனையை மீறியிருந்ததைப் புரிந்து கொண்டேன். பின் அவர் என்னிடம் அந்தப் பெரிய கற்கதவைச் சுட்டிக்காட்டி, 'அந்த அறைக்குள் நுழைய உனக்கு அனுமதியில்லை. எனவே, அதற்கு முயற்சி செய்யாதே,' என்று கூறிவிட்டு, தன் கையிலிருந்த வண்ணத்துப்பூச்சியிடம், 'மால்தி, இவன்மீது ஒரு கண் வைத்துக் கொள்,' என்று கூறினார்.

"அடுத்த நாள் காலையில் நான் அந்தக் கட்டட வேலையைத் தொடங்கினேன்.

"அடுத்த சில மாதங்கள் நாங்கள் ஒருவரோடு ஒருவர் பேசிக் கொள்ளாமல் மௌனமாகவே வேலை செய்தோம். அவருடைய மௌன விரதம் கடைசி நாள்வரை நீடித்தது. அவர் என்னிடம் ஒருபோதும் பேசவில்லை. தினமும் சூரிய அஸ்தமனத்திற்குப் பிறகு, அந்தக் கதவை அவர் ஒருவர் மட்டும் நுழையக்கூடிய அளவுக்குத் திறந்து கொண்டு அந்த அறைக்குள் சென்றுவிடுவார். அடுத்த ஆறு மணி நேரத்திற்கு அவர் வெளியே வரமாட்டார். எங்கள் இருவருக்கும் சேர்த்து நான் சமைப்பேன். பின் நான் தியானத்தில் ஈடுபடுவேன். அந்த வண்ணத்துப்பூச்சி எப்போதும் சுவரில் ஒரே இடத்தில் அமர்ந்து கொண்டு என்னைக் கண்காணித்துக்

கொண்டிருக்கும். அதனுடன் நட்பு பாராட்ட நான் முயற்சித்தேன். ஆனால், அது அதற்கு ஒருபோதும் இடம் தரவில்லை. அந்த முதியவர் என்னுடன் இல்லாத நேரங்களில் அந்த வண்ணத்துப்பூச்சி என்னை உண்மையிலேயே கண்காணித்துக் கொண்டிருந்ததுபோல எனக்குத் தோன்றியது.

"ஒரு நாள் காலையில் நான் கண்விழித்தபோது, அந்த வண்ணத்துப்பூச்சி இறந்து கொண்டிருந்தது எனக்குத் தெரிந்தது. அது தன்னுடைய கடைசிக் கணங்களில் இருந்தது வெளிப்படையாகத் தெரிந்தது. அதை நான் இழக்கவிருந்தது குறித்த வருத்தம் என்னைச் சூழ்ந்து கொண்டது. ஆனால், அந்த முதியவர் அதைப் பற்றிக் கவலைப்படாமலும், அது குறித்து அலட்டிக் கொள்ளாமலும் இருந்தார். சுவரிலிருந்த ஒரு பல்லிக்கு அதை விருந்தாக அளிக்க அவர் முன்வந்ததைக் கண்டு நான் மிகவும் கோபமடைந்தேன். அந்த வண்ணத்துப்பூச்சி என்னை நோக்கித் திரும்பியது. அதன் கையறு நிலையைக் கண்டு நான் வெதும்பினேன். மறுகணம், அந்தப் பல்லி பாய்ந்து சென்று அந்தப் பூச்சியைக் கவ்விப் பிடித்துக் கபளீகரம் செய்தது. அதை அந்த முதியவர் பரவசத்தோடு பார்த்துக் கொண்டிருந்தார். அது உண்டு முடித்ததும் அதை அவர் தன் கையில் எடுத்துக் கொண்டு தன் அறையை நோக்கிச் சென்றார். பாதி வழியில் என் பக்கம் திரும்பி, 'இது கர்ப்பமாக இருக்கிறது. இதன் குழந்தைதான் என்னுடைய அடுத்தச் செல்லப்பிராணி,' என்று அறிவித்தார்.

"அவர் அந்த அறைக்குள் எதை மறைத்து வைத்திருந்தார் என்பதைத் தெரிந்து கொள்ள எனக்குள் ஆர்வம் பிறந்தது. ஆனால், அது குறித்து அவரிடம் என்னால் கேள்வி எதுவும் கேட்க முடியவில்லை. நான் அவருக்காக இத்தனைக் காலமும் வியர்வை சிந்தி உழைத்திருந்தபோதிலும், என் பெயர் என்னவென்று தெரிந்து கொள்ளக்கூட அவர் முயற்சிக்கவில்லை. ஆனாலும், நான் வாக்குறுதி அளித்திருந்தபடி, நான் என் வேலையை மௌனமாகச் செய்து கொண்டிருந்தேன். சில நாட்கள் கழித்து அவர் ஒரு பல்லிக் குட்டியுடன்

வந்தார். அதற்கு கார்க் என்று அவர் பெயரிட்டார். சில நாட்களில் அது அந்த வண்ணத்துப்பூச்சி இருந்த இடத்தை ஆக்கிரமித்துக் கொண்டு என்னை வேவு பார்த்தது.

“அடுத்த ஆறு மாதங்களில் நான் தாழ்வாரத்தின் தூண்களையும், கூரைக்கான மைய அமைப்பையும், நடைபாதைகளையும் கட்டி முடித்தேன். பாதி கட்டிக் கொண்டிருந்தபோது, அது ஒரு சாதாரணமான கட்டடம் அல்ல, அதற்கு விஷேசமான ஏதோ ஒரு நோக்கம் இருந்தது என்ற எண்ணம் என் மனத்தில் தோன்றியது. அந்த முதியவரின் உடல்நிலையைப் பார்த்தபோது, அந்தக் கட்டடத்தின் உண்மையான நோக்கத்தை நான் ஒருபோதும் கண்டுபிடிக்கப் போவதில்லை என்று நான் நினைத்துக் கொண்டேன். அது முடிவடைவதற்குள் அவர் மேலே போய்ச் சேர்ந்துவிடுவார் என்று நான் உறுதியாக நம்பினேன். நான் அங்கிருந்த மாதங்களில், நன்ஷாதைத் தேடி அந்தக் கிராமத்திற்கு ஏராளமான யோகிகளும் மந்திரவாதிகளும் வந்தனர். அவர்கள் அந்த முதியவரை அணுகியபோது, அவர் என்னை அலட்சியப்படுத்தியதுபோலவே அவர்களையும் அலட்சியப்படுத்தினார். எனவே, நன்ஷாதைப் பற்றி அவர்கள் என்னிடம் கேட்டபோது, அப்படிப்பட்ட ஒருவர் அந்தக் கிராமத்தில் இல்லை என்ற பதிலையே நான் எல்லோரிடமும் கூறினேன். ஓராண்டுக்குப் பிறகு அந்தக் கட்டட வேலை நிறைவடைந்தது. அன்றுதான், அது ஏதோ ஒரு தெய்வத்திற்கான கோவில் என்பது எனக்குத் தெரிய வந்தது. நான் நுழைவதற்குத் தடை செய்யப்பட்டிருந்த அந்த அறை, அந்தக் கோவிலின் கருவறை என்பதை நான் புரிந்து கொண்டேன். ஆனால், அதன் வடிவமைப்பு, நான் அதுவரை பார்த்திருந்த அல்லது கேள்விப்பட்டிருந்த எந்த இந்துமதக் கோவிலைப்போலவும் இருக்கவில்லை. அன்று இரவு நான் அந்த இடத்தைச் சுத்தம் செய்தேன். அந்த முதியவர் அந்த அறைக்குள் இருந்தார்.

“நான் திபெத்திலிருந்து இந்தியாவுக்கு வந்து அப்போது ஒரு சில ஆண்டுகள் மட்டுமே ஆகியிருந்ததால்,

நான் அதன் கலாச்சாரத்தைப் பற்றியும் மதங்களைப் பற்றியும் இன்னும் கற்றுக் கொண்டிருந்தேன். இந்து மதச் சம்பிரதாயங்களின்படி, ஒரு கோவிலுக்குள் தெய்வ விக்கிரகத்தை நிறுவுவதைப் 'பிரதிஷ்டை செய்வது' என்று கூறுவர் என்பதை நான் அறிந்திருந்தேன். அது மறுநாள் நடைபெற இருந்தது.

"மறுநாள் அதிகாலையில் அந்த முதியவர் என்னை எழுப்பி, என் வேலை முடிந்துவிட்டதால் அக்கணமே அங்கிருந்து கிளம்புமாறு என்னிடம் சொன்னார். நான் அவரிடம் கேள்வி கேட்கக்கூடாது என்ற நிபந்தனை அப்போது காலாவதியாகி இருந்ததால், நான் அவரிடம், 'நான் முதன்முதலில் இங்கு வந்தபோது, நான் யாருக்காக இந்தக் கட்டடத்தைக் கட்ட முன்வந்தேன் என்று நீங்கள் என்னிடம் கேட்டீர்கள் அல்லவா? எந்தக் கடவுளுக்காக இந்தக் கோவில் கட்டப்பட்டுள்ளது என்பது எனக்குத் தெரியாததால், இதை நான் தெய்வக் காரணங்களுக்காகச் செய்திருக்கவில்லை. நான் இந்த இடத்தைவிட்டு அகன்றதும் நான் என் வழியில் போகப் போகிறேன் என்பதால், நான் இதை எனக்காகவும் செய்திருக்கவில்லை. மிச்சமிருப்பது நீங்கள் மட்டும்தான். அதனால், நான் இதை உங்களுக்காகத்தான் செய்திருக்கிறேன்,' என்று கூறினேன்.

"நான் அந்தக் கனமான கல் கதவை நோக்கியவாறு, அவரிடம், 'நீங்கள் இதை யாருக்காகக் கட்டியுள்ளீர்கள்?' என்று கேட்டேன்.

"அதற்கு அவர் என்னிடம், 'நான் உன்னிடம் ஒரு கேள்விதான் கேட்டேன். ஆனால், நீ என்னிடமிருந்து இரண்டு பதில்களை எதிர்பார்க்கிறாய். நான் ஒன்றே ஒன்றுக்குத்தான் பதிலளிப்பேன். அதற்குப் பிறகு நீ இங்கிருந்து கிளம்பிவிட வேண்டும். இரண்டு கேள்விகளில் எது முக்கியமானது என்பதை நீயே முடிவு செய்து கொள்,' என்று கேட்டார்.

"ஆனால், நான் அவரிடம் ஒரே ஒரு கேள்வியைத்தான் கேட்டிருந்ததால் எனக்குக் குழப்பம் ஏற்பட்டது. அதனால், மற்றொரு கேள்வி என்ன என்று அவரிடமே கேட்டுவிடலாம் என்று நான் முதலில் யோசித்தேன்.

ஆனால், அதையே அவர் என்னுடைய கேள்வியாக எடுத்துக் கொண்டு அதற்கு பதிலளிப்பதோடு நிறுத்திக் கொள்வார் என்று நான் அஞ்சினேன்.

“அவர் என்னை அவசரப்படுத்தினார். ‘சீக்கிரமாகச் சொல். பிரதிஷ்டை தொடர்பாக எனக்குப் பல வேலைகள் இருக்கின்றன. உன் கேள்விக்காக நான் நாள் முழுவதும் காத்துக் கொண்டிருக்க முடியாது,’ என்று அவர் பொறுமையிழந்து கத்தினார்.

“நான் அதற்கு பதிலளிப்பதற்குள், அந்த வழியாக வந்த ஓர் அறிஞர், “இங்கு நன்ஷாத் என்பவரை உங்களுக்குத் தெரியுமா?’ என்று அவரிடம் கேட்டார்.

“நான் அந்த முதியவரை அதிர்ச்சியுடன் பார்த்தேன். இந்தக் கேள்வியையும் சேர்த்துத்தான் நான் அவரிடம் இரண்டு கேள்விகள் கேட்டிருந்ததாக அவர் கூறியிருந்தார் என்பது எனக்குப் புரிந்தது. அந்த முதியவரிடமிருந்து பதிலேதும் வராததால், கேள்வி கேட்ட நபர் அங்கிருந்து சென்றுவிட்டார்.

“அதனால், நான் அவரிடம், ‘என்னுடைய முதல் கேள்விக்கு பதில் சொல்லுங்கள்,’ என்று கேட்டேன்.

“கார்க் அவருடைய தோளில் ஏறி அமர்ந்து கொண்டது. அவர் அதை வருடிக் கொடுத்தவாறே, ‘நான்தான் நன்ஷாத்,’ என்று கூறினார்.

“பின் அவர் அந்த அறைக்குள் சென்றார். நான் திகைத்துப் போய் நின்றேன். நான் யாரைத் தேடி அந்த ஊருக்கு வந்திருந்தேனோ அவருக்காகத்தான் நான் வேலை பார்த்துக் கொண்டிருந்தேன் என்பதை அறியாமலேயே நான் ஓராண்டு காலம் அவரிடம் வேலை பார்த்திருந்தேன்.

“அந்த முதியவர் வெளியே வருவதற்காக நான் அந்த இடத்திலேயே அமர்ந்திருந்தேன். பகல் பொழுது முடிந்து இரவு வந்தது. வானில் நட்சத்திரங்கள் தோன்றின. இதற்கு முன்பு ஒருபோதும் அவர் இவ்வளவு நேரம் அந்த அறைக்குள் இருந்ததில்லை. நள்ளிரவு கடந்து வெகுநேரம் கழித்தே அவர் மீண்டும் வெளியே வந்தார். நான் அதே இடத்தில் அமர்ந்திருந்ததைப் பார்த்தும்கூட அவருடைய முகத்தில் எந்த வியப்பும் தோன்றவில்லை.

அவர் மீண்டும் உள்ளே சென்றார். இப்போது அவர் அந்தக் கதவை மூடவில்லை. ஓராண்டில் இப்போதுதான் முதன்முறையாக நான் உள்ளே எட்டிப் பார்த்தேன். அதற்கு உள்ளேயிருந்து ஆற்றல்மிக்க ஒரு சக்தி வெளிப்பட்டு என்னைச் சூழ்ந்து கொண்டது. பல ஆண்டுகளுக்குப் பிறகு, நான் முன்பு அனுபவித்திருந்த அதே வெறுப்பும் கெடுநோக்கும் எனக்குள் திரண்டதை நான் உணர்ந்தேன். ஆனால், இப்போது சீற்றம் பெரும் வலுவோடு வெளிப்பட்டது. நான் ஏகப்பட்ட ஆற்றலைக் கிரகித்துக் கொண்டிருந்ததால், என் மூக்கிலிருந்து இரத்தம் கொட்டத் தொடங்கியது. சில கணங்களில் நான் பிரக்ஞையிழந்து தரையில் விழுந்தேன். என் கண்கள் மூடுவதற்கு முன் ஒரு மங்கலான உருவம் என் கண் முன் தெரிந்தது. அது கண்டிப்பாக நன்ஷாத் அல்ல.

"நான் கண்விழித்தபோது, என்னுடைய ஆடையில் பாதி, இரத்தத்தால் நனைந்திருந்தது. கார்க் என் நெஞ்சின்மீது அமர்ந்து கொண்டு என் கண்களையே பார்த்துக் கொண்டிருந்தது. பிரதிஷ்டை முடிந்திருந்தது. நான் எழுந்து பார்த்தபோது, என் எதிரே சுமார் இருபதடி உயரச் சிலை ஒன்று நின்று கொண்டிருந்தது. அதற்குப் பத்துத் தலைகளும் எண்ணற்றக் கைகளும் இருந்தன. அதன் கைகள் ஒவ்வொன்றிலும் ஆயுதங்கள் இருந்தன. அச்சிலை, பொன்னாபரணங்களால் அலங்கரிக்கப்பட்டிருந்தது. அது நான் உருவாக்கியிருந்த ஒரு பீடத்தின்மீது வைக்கப்பட்டிருந்தது. அச்சிலையின் முகபாவமும் தோரணையும் உக்கிரத்தை உமிழ்ந்து கொண்டிருந்தன.

"அதைப் பிரமிப்புடன் பார்த்துக் கொண்டிருந்த நான், 'இது யாருடைய சிலை?' என்று கேட்டேன்."

அதற்கு நன்ஷாத் கூறிய பதிலை மிலரேபர் சொல்வதற்கு முன், அசுவத்தாமன் இடையில் புகுந்து, "அது இராவணனின் சிலை," என்று கூறினார். பின் அவர் ஓம் சாஸ்திரியின் கண்களைப் பார்த்தபடி தன் பேச்சைத் தொடர்ந்தார். "பிஸ்ரஹ் கிராமம் இப்போது உத்தரப் பிரதேசத்திலுள்ள கிரேட்டர் நொய்டாவில் இருக்கிறது. அது இராவணன் பிறந்த இடம் என்று

நம்பப்படுகிறது. அந்த இடத்தில் ஏகப்பட்டப் புராதனக் கோவில்கள் இருக்கின்றன. இராவணனும் அவனுடைய அப்பா விஸ்ரவனும் வழிபட்டு வந்த சுயம்புலிங்கம் ஒரு நூற்றாண்டுக்கு முன்புதான் கண்டுபிடிக்கப்பட்டது. எண்கோண வடிவிலுள்ள அந்த லிங்கம் 2.5 அடி உயரமுள்ளது. ஆனால், நிலத்திற்குக் கீழே 8 அடி ஆழம்வரை அதன் கீழ்ப்பகுதி இருப்பதாக நம்பப்படுகிறது."

மிலரேபர் அதைத் தலையசைத்து ஏற்றுக் கொண்டு தன் கதையைத் தொடர்ந்தார். "இப்போது இராவணனுக்காக ஒரு புதிய கோவில் கட்டப்பட்டுக் கொண்டிருக்கிறது. அதில் 5.5 அடி உயர இராவணன் சிலையும், 42 அடி உயரமுள்ள ஒரு சிவலிங்கமும் நிறுவப்பட இருக்கின்றன. ஆனால், நான் இராவணனுக்கான ஒரு கோவிலைக் கட்டியெழுப்பிக் கொண்டிருந்ததை நான் அறிந்திருக்கவில்லை."

ஓம் சாஸ்திரி அவரிடம், "உங்களுக்கு எப்படி என்னைத் தெரியும் என்றுதானே நான் உங்களிடம் கேட்டேன்? அதற்கும் இந்தக் கதைக்கும் என்ன தொடர்பு?" என்று கேட்டார். அவர் பொறுமையிழந்திருந்தது வெளிப்படையாகத் தெரிந்தது.

"நான் நன்ஷாதை எதற்காகச் சந்தித்தேன், அவர் யார் என்பதை நீங்கள் தெரிந்து கொள்வது இன்றியமையாதது. ஏனெனில், அதற்கும் நீங்கள் கேட்ட கேள்விக்கும் ஒரு நெருங்கிய தொடர்பு இருக்கிறது. அதனால், நான் சொல்வதை நீங்கள் கவனமாகக் கேளுங்கள். இராவணனுக்கு, தாசிஸ், தாசிஸ் சக்விதி, மகா இராவணன், தஷானன், இலங்கேஸ்வரன், இராவணாசுரன், இராவணேஸ்வரன், ஈழ வேந்தன், ரவுலா போன்ற பல பெயர்கள் உண்டு," என்று மிலரேபர் கூறினார்.

"அதெல்லாம் எனக்குத் தெரியும். அதனாலென்ன?" என்று ஓம் சாஸ்திரி கேட்டார்.

"இப்போது நீங்கள் 'நன்ஷாத்' என்ற பெயரைத் தலைகீழாக எழுதிப் பார்த்தால் அது 'தஷானன்' என்று வரும். அது இராவணனின் பிரபலமான பெயர்களில்

ஒன்று."

மிலரேபர் தொடர்ந்து பேசினார். "இராவணனைப்போல நன்ஷாதுக்கும் பல பெயர்கள் உண்டு. அவற்றில் ஒரு பெயர் நாகேந்திரர். அந்தப் பெயரில்தான் நீங்கள் அவரை அறிந்திருந்தீர்கள்."

நாகேந்திரரின் பெயரை மிலரேபரின் வாயிலிருந்து கேட்டவுடன் ஓம் சாஸ்திரி ஆடிப் போய்விட்டார். "அதற்குப் பிறகு என்னவாயிற்று?" என்று அவர் மிலரேபரிடம் கேட்டார்.

"அதற்குப் பிறகா? அதற்குப் பிறகு நான் வெறுங்கையுடன் பிஸ்ரஹிலிருந்து புறப்பட்டுவிட்டேன்," என்று மிலரேபர் கூறினார். அதைத் தொடர்ந்து ஓம் சாஸ்திரியின் ஆர்வம் இன்னும் பல மடங்கு அதிகரித்தது. அதே அளவு ஆர்வம், கயிலை மலையை நோக்கி நடந்து சென்று கொண்டிருந்த லிசாவுக்கும் பரிமலுக்கும் இருந்தது.

அவர்கள் தீகா கடற்கரையிலிருந்து புறப்பட்டு இருபத்திரண்டு மணி நேரம் கழித்து நாது லா கணவாயை அடைந்தபோது, அவர்கள் முதன்முறையாக ஓய்வெடுத்தனர்.

இரவில், தங்கும் விடுதி ஒன்றில் அவர்கள் தங்கினர். இரவு உணவுக்குப் பிறகு அவர்கள் நாகேந்திரரின் அறையில் அவரைச் சந்தித்தனர். கிழிந்த நிலையிலிருந்த அந்த வரைபடத்தை ஒரு மேசையின்மீது பரப்பி வைத்துவிட்டு, நாகேந்திரர் அதையே பார்த்துக் கொண்டிருந்தார். லிசாவும் பரிமலும் அவருடைய உத்தரவுக்காகக் காத்திருந்தனர்.

நாகேந்திரர் பேசத் தொடங்கினார்: "இந்தியாவிலிருந்து கயிலை மலையை அடைவதற்கு இரண்டு வழிகள் இருக்கின்றன. ஒன்று, உத்தராகண்டத்திலிருந்து லுபுலேக் கணவாய் வழியாகச் செல்வது. மற்றொன்று, சிக்கிமிலுள்ள நாதூ லா கணவாய் வழியாகச் செல்வது. முன்பு லுபுலேக் வழிதான் பிரபலமாக இருந்தது. ஆனால், உத்தராகண்டத்தில் ஏற்பட்ட வெள்ளத்தின் காரணமாக அந்த வழி பாதிக்கப்பட்டுள்ளது." பிறகு அவர்

அந்த வரைபடத்தைச் சுட்டிக்காட்டி, "நாளை நாம் நாதூ லாவிலிருந்து புறப்பட்டு 185 கிலோமீட்டர் தொலைவிலுள்ள கங்மாவை அடைவோம். அடுத்து, அங்கிருந்து 295 கிலோமீட்டர் தொலைவிலுள்ள லாசியையும், பிறகு அங்கிருந்து 477 கிலோமீட்டர் தொலைவிலுள்ள ஜோங்பாவையும், அதன் பிறகு அங்கிருந்து 477 கிலோமீட்டர் தொலைவிலுள்ள டார்ச்செனையும், இறுதியாக கூகுவையும் நாம் அடைவோம்," என்று கூறினார்.

"இந்த வழியில் நாதூ லாவிலிருந்து கயிலையைச் சென்றடைய சுமார் ஐந்து நாட்கள் ஆகும். இதுதான் கயிலையை விரைவாக அடைவதற்கான வழி. நாதூ லாவுக்கு வந்து சேர்வதற்கான ஒன்பது நாட்களில் நாம் ஏற்கனவே ஒரு நாளைச் செலவிட்டுவிட்டோம். அப்படியானால், கச்சிதப் பிறை நாளன்று கயிலையை அடைவதற்கு நமக்கு இன்னும் எட்டு நாட்கள் இருக்கின்றன. நான் இப்போது குறிப்பிட்ட விரைவு வழியை நாம் பின்பற்றினால், மூன்று நாட்கள் நமக்கு மிச்சமாகும்," என்று பரிமல் கூறினான்.

அதற்கு நாகேந்திரர், "ஏற்கனவே நாம் இரண்டு நாட்கள் தாமதமாகச் சென்று கொண்டிருக்கிறோம். அந்த இழப்பை நாம் ஈடு செய்ய வேண்டும்," என்று கூறினார்.

"ஆனால், ஐந்து நாட்கள் என்று நீங்கள்தானே சொன்னீர்கள்?" என்று லிசா கேட்டாள்.

"வாகனத்தில் சென்றால்தான் ஐந்து நாட்களில் அந்த இடத்தை அடைய முடியும். ஆனால், நாம் நடந்து சென்று கொண்டிருக்கிறோம். பொதுவாக, கயிலைக்குச் செல்வதற்கு ஏற்ற இரண்டு பருவங்களில் ஒன்று சித்திரை மாதம் (ஏப்ரல்-மே). மற்றொன்று ஐப்பசி மாதம் (அக்டோபர்-நவம்பர்). மற்ற மாதங்களில் அங்குச் சென்றால் சுவாசிப்பதற்குக் கடினமாக இருக்கும். ஆனால், நாம் இப்போது கடுங்குளிரான தை மாதத்தைத் (ஜனவரி-பிப்ரவரி) தேர்ந்தெடுத்துள்ளோம். இப்பகுதியில் மிகவும் குளிராக இருக்கின்ற மாதம் இதுதான். சாலைகள் மூடப்பட்டிருக்கும். தகவல்

தொடர்புக்கு அங்கு வழி கிடையாது. அதனால், நமக்குப் பத்து அல்லது அதற்கு மேற்பட்ட நாட்கள் தேவைப்படும். இப்போது நேரமாகிவிட்டது. அதனால், போய் உறங்கி ஓய்வெடுத்துக் கொள்ளுங்கள். இதற்குப் பிறகு உங்களுக்கு ஓய்வு கிடைப்பதற்கு வெகுநாட்களாகும். நாளை காலையில் சூரிய உதயத்திற்கு முன்பு நாம் இங்கிருந்து கிளம்புகிறோம்," என்று நாகேந்திரர் விளக்கினார்.

பிறகு அவர் தன் கண்களை மூடிக் கொண்டு தியானத்தில் ஆழ்ந்துவிட்டார். அன்றைய தினத்திற்கான உரையாடல் முடிவடைந்திருந்ததை அது உணர்த்தியது. அவர்கள் மறுநாள் காலை நான்கு மணிக்குப் புறப்பட்டனர். முதலில் கங்மாவையும், பிறகு அங்கிருந்து லாசியையும் அவர்கள் அடைந்தனர். லிசாவும் பரிமலும் நாகேந்திரருக்கு நூறு மீட்டர் பின்னால் தள்ளி நடந்து வந்து கொண்டிருந்தனர். நாகேந்திரர் நிமிர்ந்து வானத்தைப் பார்த்தார். அங்குத் தெரிந்த தேய்பிறையைப் பார்த்துவிட்டு, இன்னும் எட்டு நாட்களில் பிறைநிலவு வந்துவிடும் என்று அவர் கணித்தார்.

பரிமல் லிசாவிடம், "பிறைநிலவு இரவில் என்ன சிறப்பு?" என்று கேட்டான்.

அதற்கு லிசா, "சரியான நேரத்தில் அது உங்களுக்கு வெளிப்படுத்தப்படும்," என்று கறாராக பதில் கூறினாள்.

அவள் தங்களுக்கு முன்னால் சென்று கொண்டிருந்த நாகேந்திரரைச் சுட்டிக்காட்டி, "இந்தக் கேள்விகளையெல்லாம் நீங்கள் அவரிடம் கேட்க வேண்டியதுதானே?" என்று கேட்டாள். அது அவனுடைய வாயை அடைத்துவிடும் என்று அவள் கணக்குப் போட்டாள்.

ஆனால், பரிமலோ, நாகேந்திரருக்கும் மிலரேபருக்கும் இடையேயான தொடர்பு என்னவாக இருக்கும் என்று மண்டையை உடைத்துக் கொண்டிருந்தான். வரலாற்றுரீதியாக அவனுக்கு எந்தத் தகவலும் கிடைக்கவில்லை. நாகேந்திரரிடம் இதைப் பற்றிக் கேட்க முடியாது என்பதை அவன் அறிந்திருந்தான். அதனால், அதைப் பற்றி நேரடியாகக் கேட்காமல், பிறைநிலவைப் பற்றி கேட்பதன் மூலம் அதைத் தெரிந்து

கொள்வதென்று அவன் திட்டமிட்டான். கேள்வியை எப்படி அமைக்கலாம் என்று அவன் யோசித்தான். பிறைநிலவு நெருங்கிக் கொண்டிருக்க வேண்டும் என்பதால் அதைப் பற்றி நாகேந்திரரிடம் கேட்டால் அதை அவர் தவறாக எடுத்துக் கொள்ள மாட்டார் என்று அவன் நினைத்தான். அதற்குப் பிறகு மிலரேபரைப் பற்றி நோண்டுவதற்கு ஒருவேளை தனக்கு வாய்ப்புக் கிடைக்கலாம் என்று அவன் நினைத்துக் கொண்டான்.

அதனால், பரிமல் சுறுசுறுப்பாக நாகேந்திரரை நோக்கி நடந்தான். இது லிசாவுக்குக் குழப்பம் ஏற்படுத்தியது.

எனவே, அவள் ஒரு கிசுகிசுப்பான குரலில், "நீங்கள் என்ன செய்து கொண்டிருக்கிறீர்கள்?" என்று அவனிடம் கேட்டாள்.

அதற்குப் பரிமல், "சரியான நேரத்தில் அது உங்களுக்கு வெளிப்படுத்தப்படும்," என்று கறாராக பதில் சொல்லிவிட்டு ஒரு வெற்றிப் புன்னகையை அவளை நோக்கி வீசினான். பின்னர் அவன் வேகமாக நடந்து போய் நாகேந்திரரை அடைந்தான். "உங்களுக்கு எங்கள்மீது நம்பிக்கை இல்லை, அப்படித்தானே?" என்று அவன் அவரிடம் கேட்டான்.

நாகேந்திரர் தொடர்ந்து நடந்து கொண்டே, "அது உண்மையல்ல," என்றார்.

தனக்குச் சில விடைகளைப் பெற்றுத் தரக்கூடிய ஓர் உரையாடலைத் தான் தொடங்கியிருந்தோம் என்று பரிமல் உறுதியாக நம்பினான். எனவே, அவன் நாகேந்திரரிடம், "நீங்கள் எங்களை நம்பாததால்தான் எங்களிடம் எதையும் சொல்வதில்லை என்று லிசா கூறுகிறார்," என்றான்.

நாகேந்திரர் தன்னுடைய முகத்தில் எந்த உணர்ச்சியையும் வெளிக்காட்டாமல், "உனக்கு என்ன தெரிய வேண்டும்?" என்று கேட்டார். பரிமல் பின்னால் திரும்பிப் பார்த்தான். லிசா எந்தக் கேள்வியும் கேட்காமல் பரிமலின் பின்னால் சிறிது தூரத்தில் நடந்து வந்து கொண்டிருந்தாள்.

பரிமல் நாகேந்திரரிடம், "பிறைநிலவுக்கும் கயிலை

மலைக்கும் என்ன தொடர்பு என்பதை நான் தெரிந்து கொள்ள விரும்புகிறேன். உங்களுக்கும் கயிலை மலையில் ஏறியவருக்கும் இடையேயுள்ள தொடர்பைப் பற்றி லிசா தெரிந்து கொள்ள விரும்புகிறார். ஆனால், உங்களிடம் அதைக் கேட்பதற்கு அவர் பயப்படுகிறார்," என்று சொன்னான்.

நாகேந்திரர் அப்படியே நின்றுவிட்டார். பின் அவர் அவனிடம், "நீ என்னிடம் இரண்டு கேள்விகளைக் கேட்டுள்ளாய். நான் அவற்றில் ஒன்றுக்கும் மட்டும் பதிலளிப்பேன். எந்தக் கேள்வி உனக்கு முக்கியமானது என்று நீயே முடிவு செய்து கொள்," என்று கூறினார்.

பரிமல் தன் நடையை நிறுத்திவிட்டு யோசித்தான். 'பிறைநிலவின் மர்மம் நாங்கள் அங்குச் சென்றவுடன் எப்படியும் தானாகவே விலகிவிடும். ஆனால், மிலரேபரைப் பற்றிக் கேட்பதற்கு எனக்கு இன்னொரு வாய்ப்புக் கிடைக்குமா என்பது சந்தேகம்தான்.' எனவே, அவன் நாகேந்திரரிடம், "நான் லிசாவின் கேள்விக்கான பதிலைப் பெற விரும்புகிறேன்," என்று கூறினான்.

"சரி," என்று கூறிய நாகேந்திரர், அவனை இன்னும் அருகே வரும்படி கேட்டுக் கொண்டார். தன் விரோதியை நினைத்ததும் அவருடைய முகம் கோணலாயிற்று. "நான் பிஸ்ரஹில் இராவணனுக்குக் கோவில் கட்டிக் கொண்டிருந்தபோது மிலரேபரை நான் சந்தித்தேன். நான் அக்கோவிலைக் கட்டுவதற்கு அவர் தன்னலமற்ற முறையில் எனக்கு உதவியதன் மூலம் என் இதயத்தில் இடம்பிடித்தார். அக்கோவிலில் சிலை பிரதிஷ்டை செய்யப்பட்டவுடன், அவர் வெறுங்கையுடன் அங்கிருந்து கிளம்ப முயன்றார். ஆனால் நான். . . நாங்கள் அவரை அனுப்ப முடியாத நிலையில் இருந்தோம். பிஸ்ரஹில் அவருடைய வேலை மட்டுமல்லாமல் எங்களுடைய வேலையும் முடிவுக்கு வந்திருந்ததை அவர் அறியவில்லை. மிலரேபர் ஒரு வழிகாட்டியைத் தேடிக் கொண்டிருந்தபோது, நாங்களும் எங்களுடைய செயல்களுக்கு உடந்தையாக இருப்பதற்கு ஏற்ற ஒரு நபரைத் தேடிக் கொண்டிருந்தோம். உண்மையில் அவர் எங்களைத் தேடிக் கண்டுபிடிக்கவில்லை. நாங்கள்தாம்

அவரைக் கண்டுபிடித்திருந்தோம். அதனால், அவர் நம்பத்தக்கவரா என்பதைத் தெரிந்து கொள்வதற்காகப் பல மாதங்கள் நாங்கள் அவரைப் பின்தொடர்ந்தோம். அவர் இறுதியில் இந்நாட்டின் வடக்கு எல்லையை அடைந்தார். தன் தேடல் முயற்சியைக் கைவிட்டுவிட்டு நாட்டின் எல்லையைக் கடக்க அவர் முடிவு செய்தபோது, நாங்கள் மீண்டும் அவர் முன் தோன்றி அவரை எங்களுடன் சேர்த்துக் கொண்டோம். முதலில் அவர் ஒரு நல்ல மாணவராக இருந்தார். பின்னாளில், அவர் எங்களுடைய இரண்டு சிறந்த மாணவர்களில் ஒருவராகவும், எங்களுடைய இரண்டாவது மிகச் சிறந்த விசுவாசியாகவும் ஆனார் – அவர் எங்களுக்கு ஒரு மாபெரும் நம்பிக்கைத் துரோகம் இழைக்கும்வரை!"

"நாங்கள்? எங்களுடைய? இரண்டு மாணவர்களில் ஒருவர்? இரண்டாவது மிகச் சிறந்த விசுவாசி? நீங்கள் என்ன சொல்கிறீர்கள்? முதலாவது விசுவாசி யார்? நான் எதையாவது சரியாகக் கேட்காமல் விட்டுவிட்டேனா?" என்று பரிமல் வரிசையாகக் கேள்விகளை அடுக்கினான்.

நாகேந்திரர் பரிமலின் இப்புதிய சந்தேகங்கள் அனைத்தையும் அமைதியாகக் கேட்டுவிட்டு, "உன்னுடைய ஒரே ஒரு கேள்விக்கு மட்டும்தான் பதில் சொல்வேன் என்று நான் ஏற்கனவே உன்னிடம் கூறியிருந்தேன், இல்லையா?" என்று கேட்டார். தன் ஆர்வத்தைக் கட்டுப்படுத்திக் கொள்வதைத் தவிர பரிமலுக்கு வேறு வழி இருக்கவில்லை. அதனால், நாகேந்திரர் தொடர்ந்து பேசியதை அவன் வெறுமனே கேட்டுக் கொண்டிருந்தான்.

"எங்களுடைய தீர்மானங்களைச் சந்தேகிக்காத குணம் அவரிடம் இருந்தது. அதனால், நாங்கள் செய்து கொண்டிருந்த எந்தவொரு விஷயம் குறித்தும் அவர் கேள்வி கேட்கவில்லை. அதன் மூலம் அவர் எங்களுடைய நம்பிக்கையை வென்றெடுத்தார். எங்களுக்குத் தெரிந்த அனைத்தையும் நாங்கள் அவருக்குச் சொல்லிக் கொடுத்தோம். இறுதியில் அவர் என்னளவுக்கு வைராக்கியம் கொண்ட ஒருவராக உருவெடுத்தார். நாங்கள் சேர்ந்து ஓம் சாஸ்திரியைத்

தேடினோம். ஓம் சாஸ்திரியைப் பற்றி எங்களுக்குக் கிடைத்திருந்த துப்புகளை வைத்துக் கொண்டு நாங்கள் அவரைக் கண்டுபிடிக்க முனைந்தோம். ஆனால், ஓம் சாஸ்திரி தன்னுடைய பெயர், அடையாளம், இடம் போன்றவற்றை அடிக்கடி மாற்றிக் கொண்டே இருந்தார். நானும் அப்படிச் செய்து கொண்டிருந்தேன். ஆனால், மிலரேபர் அப்படிச் செய்யவில்லை. ஏனெனில், அவர் தனக்கென்று வகுத்துக் கொண்டிருந்த அறநெறிக் கொள்கைகளின்படி, பொய் கூறுதல் பாவம் என்று கருதினார். அவர் எங்கள்மீது கொண்டிருந்த அர்ப்பணிப்பான நம்பிக்கையின் காரணமாக, நாங்கள் துரத்திக் கொண்டிருந்த நபரின் பெயரையோ அல்லது அதற்கான காரணத்தையோ தெரிந்து கொள்ளக்கூட அவர் முற்படவில்லை. மிலரேபர் ஒரு கச்சிதமான உடந்தையாளர்." நாகேந்திரர் சிறிது நேரம் பழைய நினைவுகளில் மூழ்கி அமைதியாக இருந்தார்.

பின் அவர் தன் பேச்சைத் தொடர்ந்தார். "அவர் எப்போதும் மௌனமாக இருந்ததால், அவர் வாய் பேச முடியாதவர் என்றே பலரும் எண்ணிவிட்டனர். ஆனால், அவருடைய மௌனத்தை, எங்களுடைய நோக்கத்திற்கு அவர் உண்மையாக இருந்து கொண்டிருந்ததன் அடையாளமாக நாங்கள் தவறாக நினைத்துவிட்டோம். ஓம் சாஸ்திரியைப் பிடிக்க நாங்கள் மேற்கொண்ட முயற்சிகள் கணக்கிலடங்காத முறை தோல்வியடைந்த பிறகு, பல ஆண்டுகளுக்குப் பிறகு ஒரு நாள் மிலரேபர் தன் மௌனத்தைக் கலைத்தார். 'நாம் துரத்திக் கொண்டிருக்கின்ற நபர் யார் என்பதையும், நாம் இவ்வளவு கஷ்டப்பட்டுத் தீவிரமாகத் தேடிக் கொண்டிருக்கின்ற எந்தப் பொருள் அவர் வசம் இருக்கிறது என்பதையும் நான் தெரிந்து கொண்டால் என்னால் உங்களுக்கு இன்னும் சிறப்பாக உதவ முடியும் என்று நான் நினைக்கிறேன்,' என்று அவர் கூறினார். நாங்களும் அப்படியே நினைத்தோம். அதனால், நாங்கள் எங்களுடைய மிகப் பெரிய இரகசியத்தை அவருடன் பகிர்ந்து கொண்டோம். நாங்கள் மிலரேபரைத் தாராகிரிக்கு அழைத்துச் சென்றோம்."

கயிலையை நோக்கிச் சென்று கொண்டிருந்த நாகேந்திரர், மிலரேபரைப் பற்றிப் பரிமலிடம் பேசிக் கொண்டிருந்தபோது, கயிலை மலையில் மிலரேபர் நாகேந்திரரைப் பற்றி ஓம் சாஸ்திரியிடம் பேசிக் கொண்டிருந்தார்.

"தாராகிரி எங்கே இருக்கிறது?" அதற்கு பதிலளிப்பதற்கு முன், மிலரேபர் ஓம் சாஸ்திரியைப் பார்த்தார். பிறகு, அதைப் பற்றிப் பேசுவதற்கு அவர் தன்னைத் தயார்படுத்திக் கொண்டு அசுவத்தாமனை ஏறிட்டுப் பார்த்தார். அசுவத்தாமன் ஓம் சாஸ்திரியை ஓரக்கண்ணால் பார்த்துவிட்டு, தொடர்ந்து பேசும்படி மிலரேபருக்குச் சைகை செய்தார்.

"இப்போதுள்ள ஜார்க்கண்ட் மாநிலத்திலுள்ள கட்ஷிலா மாவட்டத்திலுள்ள ஒரு நீர்வீழ்ச்சிதான் தாராகிரி. காடுகளும் மலைகளும் நிறைந்த ஒரு செழிப்பான பகுதி அது. ஆனால், அவ்வளவு அழகு நிறைந்த ஓர் இடம், காட்டுமிராண்டித்தனம் தலைவிரித்தாடிய ஓர் இடமாகவும் இருக்கும் என்று நான் நினைத்திருக்கவில்லை. அந்த நீர்வீழ்ச்சிக்குப் பின்னால் மறைவாக இருந்த ஒரு குகையில், மிகக் கொடுமையான நிலையில் வைக்கப்பட்டிருந்த ஒரு நபரை நான் கண்டேன். அங்கிருந்த பாறை இடுக்குகளின் ஊடாக நான் அவரைப் பார்த்தேன். அவரால் என்னைப் பார்க்க முடியாதபடி அது அமைந்திருந்தது. அவர் மூச்சுவிட்டுக் கொண்டிருந்தார், ஆனால் அவர் உயிரோடும் இல்லை, சாகவும் இல்லை. அவர் எலும்பும் தோலுமாகவும் உருக்குலைந்தும் இருந்தார். அவருடைய பரிதாபகரமான நிலை எனக்கு மனவேதனை ஏற்படுத்தியதால், என்னால் அவரைத் தொடர்ந்து பார்க்க முடியவில்லை. நான் நன்ஷாதிடம், 'அவர் யார்?' என்று கேட்டேன்.

"அதற்கு அவர், 'அவர்தான் ஓம் சாஸ்திரியைத் தப்பிக்கவிட்டவர். அவருடைய பெயர் தன்வந்திரி,' என்று கூறினார்."

ஓம் சாஸ்திரியால் அந்த வார்த்தைகளை நம்பவே முடியவில்லை. தன்வந்திரி அவ்வளவு நீண்டகாலம் உயிரோடு இருந்திருந்ததாக ஒருவர் அவரிடம் சொல்லிக்

கொண்டிருந்தார்!

மிலரேபர் ஓம் சாஸ்திரியைப் பார்த்து, "அப்போது எனக்கு உங்களைப் பற்றியும், உங்களுடைய முடிவேயில்லாத இருத்தலைப் பற்றியும் எதுவும் தெரியாது. உங்களுடைய உருவாக்கத்தில் தொடங்கி, தான் தன்வந்திரியைத் தாக்கியபோது நீங்கள் தப்பித்துச் சென்றதுவரை நன்ஷாத் என்னிடம் எல்லாவற்றையும் கூறினார். அதோடு–" என்று கூறிக் கொண்டிருந்தபோது ஓம் சாஸ்திரி விசும்பினார்.

"சுஷ்ருதர்..." ஓம் சாஸ்திரியின் குரல் தழுதழுத்தது. அவர் மிகவும் உணர்ச்சிவசப்பட்டு இருந்தார்.

மிலரேபர் தொடர்ந்தார். "அப்போதிருந்து, நன்ஷாத் தன்வந்திரியை உயிரோடு வைத்திருந்தார். தனக்காக மிருத சஞ்சீவினி நூலை மீண்டும் முதலிலிருந்து எழுதித் தரும்படி அவர் தன்வந்திரியைத் தொடர்ந்து சித்திரவதை செய்து கொண்டிருந்தார். இறப்பைத் தவிர்ப்பதற்கு தன்வந்திரிக்கு இருந்த ஒரே வழி அதுதான்." தன்வந்திரியின் நிலையைப் பற்றித் தெரிந்து கொண்டது ஓம் சாஸ்திரிக்குத் திகைப்பையும் பேரதிர்ச்சியையும் ஏற்படுத்தியது.

இதற்கிடையே, நாகேந்திரர் பரிமலிடம் கதையைத் தொடர்ந்து கொண்டிருந்தார். "நான் உயிரோடுதான் இருந்தேன் என்றாலும், உள்ளூர என் உடல் நலிவுற்றுக் கொண்டிருந்தது. ஏனெனில், ஓம் சாஸ்திரியைப்போல என்னால் மூப்படைதலைத் தவிர்க்க முடியாது. ஆனால், அதை நான் தாமதப்படுத்தினேன். பல ஆண்டுகளுக்கு ஒரு நாள் என்ற கணக்கில் மட்டுமே நான் மூப்படைந்து கொண்டிருந்தேன். நான் காலத்தோடு போட்டி போட்டுக் கொண்டிருந்தேன். இவை அனைத்தையும் நான் மிலரேபரிடம் பகிர்ந்து கொண்டேன். ஓம் சாஸ்திரியை அவசரமாகக் கண்டுபிடிக்க வேண்டியதன் அவசியத்தையும், தன்வந்திரியிடமிருந்து தகவல்களைக் கிரகிக்க வேண்டியதன் நெருக்கடியையும் மிலரேபர் புரிந்து கொள்ள அது அவருக்கு உதவும் என்று நான் கருதினேன். அந்தப் புத்தகங்களை எனக்குப் பெற்றுக் கொடுப்பதற்குத் தன்னால் முடிந்த அனைத்தையும்

செய்வதாக மிலரேபர் எனக்கு வாக்குறுதியளித்தார். அதனால், நாங்கள் தந்திரமாக ஒரு திட்டம் தீட்டினோம். இன்னொரு கைதி என்ற போர்வையில், தன்வந்திரியை அடைத்து வைத்திருந்த குகைக்கு மிலரேபரை அனுப்புவதென்று நாங்கள் முடிவு செய்தோம்.

"அந்தக் குகையில் அடைக்கப்பட்ட மிலரேபர், வாய் பேச முடியாதவராகத் தன்னை காட்டிக் கொண்டார். தன்வந்திரியின் நன்மதிப்பைப் பெறுவதற்காக அவர் அவரை அக்கறையுடன் கவனித்துக் கொண்டார். அவர் தன்வந்திரியைச் சுத்தம் செய்தார், அவருக்கு உணவூட்டினார். ஆனால், தன்வந்திரி ஒரு வார்த்தைகூடப் பேசவில்லை. அவர்கள் இருவருக்கும் இடையே ஒரு மௌன யுத்தம் நடைபெற்றுக் கொண்டிருந்தது. கார்க் அந்தக் குகையின் சுவர்களில் இருந்து கொண்டு என்னுடைய கண்களாகவும் காதுகளாகவும் செயல்பட்டு, அங்கு நடைபெற்றுக் கொண்டிருந்தவற்றைக் கண்காணித்துக் கொண்டிருந்தது. நாட்கள் வாரங்களாயின, வாரங்கள் மாதங்களாயின. கார்க் ஒரு நாள் செத்துப் போயிற்று. மிலரேபரின் பணிவிடைகள் மட்டும் தொடர்ந்தன. அதேபோல, தன்வந்திரியின் மௌனமும் நீடித்தது. நான் கார்க்கிற்குப் பதிலாகக் குருப்பை அந்த வேலையில் ஈடுபடுத்தினேன்."

"யார் அந்தக் குருப்?" என்று பரிமல் கேட்டான்.

"என்னுடைய புதிய செல்லப்பிராணி. அது ஒரு கழுதைப்புலி."

"அவை இரண்டுக்கும் ஓர் ஒற்றுமை இருந்தது. இரண்டுமே விடாக்கண்டர்களாக இருந்தன." அதைச் சொன்னபோது நாகேந்திரரின் இரத்தம் கொதிக்கத் தொடங்கியது. அவர் தன்னைக் கட்டுப்படுத்திக் கொண்டு தொடர்ந்து பேசினார்.

"தன்வந்திரி வாய் திறக்காமல் இருந்தார். மிலரேபர் அவரிடமிருந்து விஷயங்களைக் கறக்காமல் வெளியே வர விரும்பவில்லை. இருவருமே தங்களுடைய நிலைப்பாட்டை இம்மியளவுகூட விட்டுக்கொடுக்கத் தயாராக இருக்கவில்லை. இறுதியில், பதினெட்டு

மாதங்களுக்குப் பிறகு தன்வந்திரி மிலரேபரிடம் பேசத் தொடங்கினார். அவர்கள் என்ன பேசிக் கொண்டனர் என்பதை எங்களால் கேட்க முடியவில்லை. ஆனால், முதல் தடை வெற்றிகரமாகக் கடக்கப்பட்டிருந்தது. இதற்கிடையே, ஓம் சாஸ்திரி இடம் மாறிக் கொண்டிருந்த முறையை அவதானித்து, அடுத்து அவர் எங்குச் செல்வார் என்பதை மிலரேபர் கணித்திருந்தார். அதன்படி, ஓம் சாஸ்திரி, இப்போது மத்தியப் பிரதேசத்திலுள்ள உஜ்ஜயினி நகரமான அவந்திகாவில் இருந்தது எங்களுக்குத் தெரிய வந்தது.

"அதனால், நாங்கள் தன்வந்திரியையும் மிலரேபரையும் குரூப்பின் கண்காணிப்பில் விட்டுவிட்டு, ஓம் சாஸ்திரி அவந்திகாவில்தான் இருந்தாரா என்பதைப் பார்ப்பதற்காக ஒரு சில நாட்களுக்கு நாங்கள் அங்கே சென்றோம்."

ஓம் சாஸ்திரி மிலரேபரிடம், "ஓ, நான் அவந்திகாவில் இருந்ததை நாகேந்திரர் இப்படித்தான் கண்டுபிடித்தாரா?" என்று கேட்டார்.

அதற்கு மிலரேபர், "ஆமாம். நீங்கள் இடம் பெயர்ந்து கொண்டிருந்த நகரங்களின் பட்டியலை நன்ஷாத் என்னிடம் பகிர்ந்து கொண்டபோது, நீங்கள் எதேச்சையாக ஊருக்கு ஊர் மாறிக் கொண்டிருக்கவில்லை என்பதையும், அதற்கு ஒரு முறை இருந்ததையும் நான் புரிந்து கொண்டேன். நீங்கள் ஏற்கனவே போயிருந்த ஒவ்வொரு நகரத்திற்கும் ஒரு குறிப்பிட்டக் காலம் கழித்து நீங்கள் மீண்டும் திரும்பிச் சென்று, உங்களுடைய சொந்த மகன்போல உங்களைக் காட்டிக் கொண்டு, முன்பு அங்கு உங்களுக்குப் பரிச்சயமாகியிருந்த நபர்களை நீங்கள் சந்தித்தீர்கள். என் கணிப்பு சரியாக இருந்தால், அடுத்து நீங்கள் மீண்டும் அவந்திகாவுக்குத்தான் போய்க் கொண்டிருந்தீர்கள்," என்று கூறினார்.

"நான் அவர்களுடைய பிடியிலிருந்து அதிர்ஷ்டவசமாக ஒரு மயிரிழையில்தான் தப்பித்தேன்," என்று கூறிய ஓம் சாஸ்திரி, மிலரேபரிடம், "அவர் திரும்பி வந்தபோது என்னவாயிற்று?" என்று கேட்டார்.

அதே கணத்தில், நாகேந்திரர் பரிமலின் அதே கேள்விக்கு பதிலளித்துக் கொண்டிருந்தார்.

“நாங்கள் திரும்பி வந்தபோது, அங்கு மிலரேபர் மாயமாக மறைந்துவிட்டிருந்தார். தன்வந்திரியிடமிருந்து அனைத்துத் தகவல்களையும் பெற்றுக் கொண்டு அவர் அந்த இடத்திலிருந்து போய்விட்டார். அவர் குரூப்பையும் கொன்றுவிட்டார். நான் குரூப்பின் உடலை அந்தக் குகையின் வாசலில் கண்டேன். மிலரேபர் எங்களை ஏமாற்றியிருந்தார். நாங்கள் அவரை நீண்டகாலமாகவே தவறாக எடைபோட்டிருந்தோம். ஒரு நண்பனைப்போல வேடமிட்டிருந்த ஒரு துரோகி அவர். அவர் போனபோது, மிருத சஞ்சீவினியைப் பெறுவதற்கு எனக்கு இருந்த ஒரு வழியும் அவரோடு சேர்ந்து மறைந்துவிட்டது.” நாகேந்திரர் தன் பேச்சை நிறுத்தினாலும் தொடர்ந்து நடந்து கொண்டிருந்தார்.

“அப்படியானால், தன்வந்திரியைக் காப்பாற்றுவதற்காக அவர் குரூப்பைக் கொன்றாரா?” தெளிவுபடுத்திக் கொள்வதற்காகப் பரிமல் அக்கேள்வியைக் கேட்டான். நாகேந்திரர் சொல்லவிருந்த பதிலைக் கேட்பதற்காக அவருக்கு அருகே வந்த அவனை நாகேந்திரர் ஏறிட்டுப் பார்த்தார். மிலரேபரின் நம்பிக்கைத் துரோகம்தான் தன்னுடைய தோல்விக்குக் காரணம் என்பதை நினைவுபடுத்திக் கொண்ட நாகேந்திரர், தன் அருகில் வந்த பரிமலின் தொண்டையை இறுக்கிப் பிடித்தார். இதைச் சிறிதும் எதிர்பார்த்திராத பரிமல், மூச்சுவிட முடியாமல் தவித்தான். நாகேந்திரர் விருட்டென்று அவனைத் தன் பக்கம் இழுத்து, “கழுதைப்புலியால் அனைத்து விலங்குகளையும் உண்ண முடியும். அது வேட்டையாடியும் உண்ணும், செத்த விலங்குகளையும் உண்ணும். ஆனால், கார்க்கைத் தின்றது குரூப் அல்ல, நான்தான் அதைத் தின்றேன்,” என்று உறுமினார். அவன் திக்கித் திணறி, “என்னால் சுவாசிக்க முடியவில்லை,” என்று கூறினான். லிசா வெறுமனே அமைதியாக வேடிக்கை பார்த்துக் கொண்டிருந்தாள்.

நாகேந்திரர் தன்னுடைய மற்றொரு கையின் பெருவிரலுக்கும் சுட்டுவிரலுக்கும் இடையில் அவனுடைய

நாக்கைப் பிடித்து, "உன்னால் பேச முடியாமல் இருந்தால், உன்னால் இன்னும் மேம்பட்ட ஒரு சேவகனாக விளங்க முடியும். ஆனால், நாக்கு இல்லாவிட்டால், இப்போது நீ கூறிக் கொண்டிருப்பதைப்போல, 'என்னால் சுவாசிக்க முடியவில்லை' என்று உன்னால் கூற முடியாமல் போய்விடும். உன்னால் உன்னைப் பாதுகாத்துக் கொள்ள முடியாமல் போய்விடும். உன் நாக்கு உட்பட, எல்லாவற்றுக்கும், ஒரு நல்ல பக்கம், ஒரு கெட்ட பக்கம் என்று இரண்டு பக்கங்கள் இருக்கின்றன. இன்று அது உன்னைக் காப்பாற்றியிருக்கிறது. ஆனால், நாளை அதுவே உனக்கு மரண தண்டனை வாங்கிக் கொடுக்கக்கூடும்," என்று கூறிவிட்டு, அவனுடைய தொண்டையையும் நாக்கையும் விடுவித்தார். அவன் கீழே மண்டியிட்டு அமர்ந்து மூச்சுக்காக ஏங்கினான். அவனுக்கு அருகே குனிந்த நாகேந்திரர், "லிசா இந்தக் கேள்விகள் எதையும் கேட்கவில்லை. அவை உன்னுடைய கேள்விகள். அடுத்த முறை நீ பொய் சொன்னால், அத்துடன் நீ காலியாகிவிடுவாய்," என்று அவனை எச்சரித்தார். பின் அவனை அப்படியே விட்டுவிட்டு அவர் முன்னால் நடக்கத் தொடங்கினார்.

தன்னை நிலைப்படுத்திக் கொள்வதற்குப் பரிமலுக்குச் சில நிமிடங்கள் ஆயின. லிசா அவனருகே வந்து தன் கையை நீட்டினாள். அதைப் பிடித்துக் கொண்டு அவன் எழுந்து நின்றான். நாகேந்திரர் படுவேகமாக நடந்து போய்க் கொண்டிருந்தார். பரிமலின் தொண்டையில் அவருடைய விரல்களின் தடம் பதிந்திருந்தது. அவன் லிசாவுடன் சேர்ந்து நடந்தபோது, தன்னுடைய இடம் எது என்பதை அவன் நன்றாகப் புரிந்து கொண்டிருந்தான். தன்வந்திரிக்கு என்ன ஆயிற்று என்ற கேள்வி மட்டும் அவனுடைய தலைக்குள் வட்டமிட்டுக் கொண்டிருந்தது.

ஓம் சாஸ்திரி மிலரேபரிடம், "தன்வந்திரி உங்களிடம் என்ன சொன்னார்?" என்று கேட்டார்.

"நீங்கள் இந்த உலகில் தனித்து இருக்கிறீர்கள் என்று தன்வந்திரி என்னிடம் தெரிவித்தார். அதோடு, உங்களைப் பற்றியும், நீங்கள் எதைப் பாதுகாத்துக்

கொண்டிருக்கிறீர்கள் என்பதைப் பற்றியும் பரசுராமர் அறிந்து கொள்வது இன்றியமையாதது என்றும் அவர் கூறினார். அக்கணத்தில் எனக்கு என் பிறவி நோக்கம் என்ன என்பது தெளிவாயிற்று. அதைக் கண்டுபிடிப்பதற்காகத்தான் நான் என் நாட்டிலிருந்தே கிளம்பியிருந்தேன். என் தலைவிதி நன்ஷாதின் கையில் இருக்கவில்லை. அவர் என் வாழ்க்கைப் பயணத்தின் ஒரு பகுதி மட்டுமே. என் வாழ்க்கையில் நிகழ்ந்த அனைத்துமே தன்வந்திரியை நான் சந்திப்பதை நோக்கியே நகர்ந்து கொண்டிருந்தன. என் பிறவி நோக்கத்தை அவரிடமிருந்து அறிந்து கொள்ளும் விதத்தில் அத்தனையும் நிகழ்ந்திருந்தது. ஞானகஞ்ச் நகரைப் பற்றியும், பரசுராமரை எப்படி அடைய வேண்டும் என்பதைப் பற்றியும் அவர்தான் என்னிடம் சொன்னார். அப்படித்தான் நான் இந்த மலையின்மீது ஏறி வந்து விமோசனம் பெற்றேன். இந்த மலையின்மீது ஏறிய ஒரு மனிதன் என்று வரலாற்றுப் புத்தகங்கள் என்னை வர்ணிக்கின்றன. ஆனால், ஓம் சாஸ்திரி, உங்களுக்காகத்தான் நான் இந்த மலையின்மீது ஏறினேன் என்பதை நீங்கள் அறிந்து கொள்ள வேண்டும். நான் உங்களுக்காகத்தான் பரசுராமரைச் சந்தித்தேன்.”

“தன்வந்திரிக்கு என்னவாயிற்று? அவரை நீங்கள் விடுவித்தீர்களா?” என்று ஓம் சாஸ்திரி கேட்டார்.

“என்னால் எப்படி தன்வந்திரியை அந்த நரகத்தில் விட்டுவிட்டு வந்திருக்க முடியும்? நான் அவருக்கு விடுதலை பெற்றுக் கொடுத்தேன். நான் அவரைக் கொன்றுவிட்டேன்,” என்று மிலரேபர் கழிவிரக்கத்துடன் கூறினார்.

தன்னுடைய அடிவயிற்றில் யாரோ நெருப்பைப் பற்ற வைத்ததைப்போல ஓம் சாஸ்திரி உணர்ந்தார். அதை முழுவதுமாக கிரகித்துக் கொள்வதற்கு முன், அவருக்குள் எழுந்த கடும் சீற்றத்தில் அவர் மிலரேபரின்மீது பாய்ந்தார். அசுவத்தாமன் உடனே ஓம் சாஸ்திரியைப் பிடித்துக் கொண்டபோதிலும், மிலரேபர் தடுமாறிக் கீழே விழுந்துவிட்டார். ஓம் சாஸ்திரியின் கோபம் நியாயமானதுதான் என்பதை அவர் புரிந்து

கொண்டிருந்ததால், அவர் அமைதியாக எழுந்து கொண்டார். தன்னைக் கட்டுப்படுத்திக் கொள்ள முயன்ற ஓம் சாஸ்திரியின் தோளில் கை போட்டு, அசுவத்தாமன் அவரைச் சமாதானப்படுத்தினார். கலங்கிய கண்களுடன் அசுவத்தாமனை நோக்கித் திரும்பிய ஓம் சாஸ்திரி, “புத்தகங்கள் பறிபோய்விட்டன. தன்வந்திரியின் இறப்பு வீணாகிப் போயிற்று. போரிடுவதற்கு முன்பே நாம் போரில் தோற்றுவிட்டோம். இப்போது போரிடுவதற்கு நம்மிடம் எந்த நோக்கமும் இல்லை,” என்று புலம்பினார்.

அசுவத்தாமன் மென்மையாகப் பேசினார். “நாங்கள் உங்களைப் பெற்றுள்ளோம். இதுவரை நடந்துள்ள எல்லாம் ஆழ்கடலில் அமிழ்ந்து கிடக்கின்ற பனிமலையின் மேல்முனை மட்டும்தான். ராஸ் தீவில் நீங்கள் நினைவிழந்து கிடந்தபோது பரசுராமர் என்னிடம் சொன்னதை நீங்கள் அறிந்து கொள்ள வேண்டும். நாம் அடுத்த முறை நாகேந்திரரை எதிர்கொள்கின்றபோது, நீங்கள்தான் எங்களைப் பாதுகாப்பவராக இருப்பீர்கள் என்று பரசுராமர் கூறினார். நீங்கள் மரணத்தை வென்ற ஒருவராக ஆவதற்கு முன்பு உங்களுடைய வாழ்வில் நிகழ்ந்தவற்றை நினைவுகூர்கின்ற திறன் உங்கள் ஒருவருக்குத்தான் இருக்கிறது. உலகம் இருக்கின்றவரை போர் ஒருபோதும் முடிவுக்கு வராது. போரிடுவதற்குத் தகுந்த ஒன்று இருக்கும் பட்சத்தில், நீங்கள் போரிடுவதற்குத் தயாராக இருப்பீர்களா?”

“அப்படிப்பட்ட ஒன்று இருக்கிறதா என்ன?” என்று ஓம் சாஸ்திரி நம்பிக்கையிழந்த ஒரு குரலில் கூறினார்.

“தகுதியான ஒன்று இருக்கிறதா என்பதல்ல இங்குக் கேள்வி. நீங்கள் போரிடத் தயாரா என்பதுதான் கேள்வி.”

ஓம் சாஸ்திரி மௌனமாக நின்று கொண்டிருந்தார். அசுவத்தாமன் தொடர்ந்தார். “போருக்கு ஒரே நோக்கம்தான் இருக்கிறது. வெற்றிதான் அது. உங்களுடைய வெற்றிக்கான பொறுப்பு உங்கள் கையில்தான் இருக்கிறது. நீங்கள் போருக்காகத் தயார்படுத்தப்பட்டாக வேண்டும். அதற்கு நான் பொறுப்பேற்றுக் கொள்கிறேன். நாளை உங்களுடைய பயிற்சி தொடங்குகிறது.”

அத்தியாயம் 4

ஒரு வார்த்தையும் இரண்டு ஏரிகளும்

“ஓம் சாஸ்திரியின் இரத்த மாதிரியை முழுமையாக ஆராய்ந்து, அதன் அழிக்கப்பட முடியாத இயல்பிற்கான மறுக்கப்பட முடியாத நிரூபணத்தைப் பெற்றப் பிறகு, டாக்டர் பத்ரா, நோய்க்கிருமிகளுக்கு எதிரான அதனுடைய எதிர்ப்பாற்றலை ஆராய விரும்பினார். அவர் தன்னுடைய வீட்டிலிருந்த பரிசோதனைக்கூடத்தில் வளர்த்து வந்த ஆரோக்கியமான கினி எலிகளில் ஒன்றை எடுத்து, மார்பர்க் என்ற வைரஸை அதன் உடலில் செலுத்தினார். பின் அதை ஓர் அறையில் விட்டுவிட்டு, அவர் அந்த அறைக் கதவை மூடிவிட்டார்,” என்று திருமதி பத்ரா நினைவுகூர்ந்தார். மாடியிலிருந்த அறையில் அதிநவீன மருத்துவ உபகரணங்களும் மருந்துகளும் ஏராளமாக அடைந்து கிடந்தன. அந்த அறையிலிருந்த கணினித் திரைகளிலிருந்து வந்து கொண்டிருந்த மெல்லிய சத்தம் அந்த அறையை நிரப்பியிருந்தது.

திருமதி பத்ரா ஒரு புகைப்படத்தைப் பிரித்திவியின் கையில் கொடுத்துவிட்டு, “அந்த நாட்களில் எடுக்கப்பட்டப் படம்,” என்று கூறினார். அதில் திருமதி பத்ரா ஒல்லியாகவும் தளர்ந்து போயும் இருந்தார். அவர் ஒரு மருத்துவமனைப் படுக்கையில் படுத்திருந்தார். அவரைச் சுற்றிலும் பல கணினித் திரைகளும் மருந்துகளும் இருந்தன. அவருடைய உடல், காற்று வெளியேற்றப்பட்டிருந்த ஒரு பலூனைப்போல வாடியிருந்தது. “ஆறுதலளிக்கும் ஒரு புன்னகையுடன் என் அறைக்குள் என் கணவர் நுழைந்ததைப் பார்த்தபோது, ஒரு கணம் நான் அமைதியை உணர்ந்தேன். நான் அவரை மிகவும் நேசித்தேன். ஆனால், அடுத்தக் கணம், வேதனைமிக்க வலி திரும்பி வந்துவிட்டது. எனக்குத் தலை சுற்றியது, என் பார்வை

மங்கியது, முதுகுத் தசை தெறித்துக் கொண்டிருந்தது. என்னை அந்த நிலையில் திடீரென்று பார்ப்பவர்கள், எனக்கு வலிப்பு வந்துள்ளதாக நினைத்துக் கொள்வர். ஆனால், தண்டுவட மரப்பு நோய் குறித்து ஏகப்பட்ட ஆய்வுகள் மேற்கொள்ளப்பட்டிருந்தபோதிலும், நான் காப்பாற்றப்பட முடிகின்ற நிலையைத் தாண்டியிருந்தேன்.

"டாக்டர் பத்ரா உடனடியாக, அங்குக் கச்சிதமான நேர்த்தியுடன் அடுக்கி வைக்கப்பட்டிருந்த மருந்துகளில் ஒன்றை எடுத்து, அதை ஊசி மூலம் என் உடலில் செலுத்தினார். நான் மீண்டும் சகஜ நிலைக்குத் திரும்பினேன். என் கணவரை மகிழ்ச்சிப்படுத்துவதற்காக நான் அவரை நோக்கிப் புன்னகைத்தேன். ஆனால், பொய் சொல்கின்ற சக்தி என் கண்களுக்கு இருக்கவில்லை. தான் என்னை இழந்து கொண்டிருந்ததையும், எனக்கு நினைவு தப்பிக் கொண்டிருந்ததையும் டாக்டர் பத்ராவால் எளிதாகப் பார்க்க முடிந்தது. அவர் கட்டிலில் என் அருகே அமர்ந்து என்னை ஒரு குழந்தையைப்போல அணைத்துக் கொண்டார். அவர் எனக்கு எந்த மாதிரியான சிகிச்சையளித்துக் கொண்டிருந்தார் என்பது பற்றி எனக்கு எந்த யோசனையும் இருக்கவில்லை.

"சில மணி நேரம் அவர் என்னுடன் இருந்தார். ஆனால், என்னுடைய துயர நிலையை என் கணவரால் தாங்கிக் கொள்ள முடியவில்லை. எனக்கு வலி அதிகரித்தபோதெல்லாம் அவர் என் கையை இறுக்கமாகப் பற்றிக் கொண்டார். நான் ஒவ்வொரு நாளையும் தள்ளுவதற்குப் போராடிக் கொண்டிருந்தேன். நானும் அவருடைய சோதனைக்கூட எலியும் ஒரே நிலையில்தான் இருந்தோம். அந்த எலியைப்போலவே நானும் மூச்சுவிடுவதற்குக் கஷ்டப்பட்டுக் கொண்டிருந்தேன், நான் என் உடலை அசைக்க முடியாத நிலையில் இருந்தேன். பின் டாக்டர் பத்ரா தன் சோதனைக்கூடத்திற்குச் சென்றார். வைரஸ் செலுத்தப்பட்டிருந்த அந்த எலியை எடுத்து அவர் ஒரு சோதனை மேசைமீது வைத்தார். ஓர் அற்புதத்தைப் பரிசோதிப்பதற்கான நேரம் வந்துவிட்டிருந்தது!

"அவர் ஓம் சாஸ்திரியின் இரத்த மாதிரியிலிருந்து

ஒரு துளியை எடுத்து, செத்துக் கொண்டிருந்த அந்த எலியின் உடலுக்குள் அதைச் செலுத்தினார். அவர் ஓம் சாஸ்திரியின் இரத்தத்தில் பார்த்திருந்த கருப்பு அணுக்கள்தாம் அவருடைய ஒரே நம்பிக்கையாக இருந்தன.

"டாக்டர் பத்ரா அந்த எலியை அடுத்த முறை பரிசோதித்தபோது, அதன் நோயின் தீவிரம் குறைந்திருந்தது. அதைப் பார்த்தவுடன் அவர் நிம்மதிப் பெருமூச்செறிந்தார். தன்னுடைய நேசத்திற்குரிய என்னைத் தன்னால் காப்பாற்ற முடியும் என்ற நம்பிக்கை அவருக்குப் பிறந்தது." பிறகு, திருமதி பத்ரா பிரித்திவியிடம், "அதற்குப் பிறகு ஓம் சாஸ்திரிக்கும் நாகேந்திரருக்கும் என்ன நேர்ந்தது?" என்று கேட்டார்.

திருமதி பத்ரா மேலும் எதுவும் சொல்வதற்குத் தயங்கியதையும், தன்மீது அவருக்கு முழுமையான நம்பிக்கை ஏற்படுவதற்கு அவருக்குக் கூடுதல் நேரம் தேவை என்பதையும் புரிந்து கொண்ட பிரித்திவி, தன்னுடைய கதையை விவரிப்பதைத் தொடர்ந்தான்.

கயிலை மலையை நோக்கிச் சென்று கொண்டிருந்த நாகேந்திரரின் குழு, எந்தத் தடங்கலுமின்றி கங்மாவைக் கடந்து லாசியை அடைந்தது.

இதற்கிடையே, கயிலை மலையில் அதிகாலைக் காற்று வழக்கம்போலக் கடும் குளிராக இருந்தது. ஒரு திறந்த வெளியில் ஓம் சாஸ்திரிக்கான பயிற்சி தொடங்கியது. அசுவத்தாமன் அவரை ஒரு சமதளமான பாறைப் பகுதிக்கு அழைத்து வந்தார். அங்கே பண்டைய உலோக ஆயுதங்கள் பல செங்குத்தாக நிறுத்தி வைக்கப்பட்டிருந்தன. அவை பளபளவென மின்னிக் கொண்டிருந்ததைக் கண்டு ஓம் சாஸ்திரி வியந்தார். இவை அவருடைய எதிர்பார்ப்புகளுக்கு நேரெதிராக இருந்தன. இந்தப் பண்டைய ஆயுதங்கள் அவற்றைப் பயன்படுத்திய நபர்களோடு மறைந்து போயிருந்திருக்கும் என்றே அவர் எண்ணியிருந்தார். அப்படியே இருந்தாலும், குறைந்தபட்சம் அவை துருப்பிடித்த நிலையில் இருக்குமென்று அவர் நினைத்திருந்தார். அந்த ஆயுதங்களோடு, அவற்றை ஒரு காலத்தில்

பயன்படுத்தியிருந்த ஒரு பண்டைய போராளியும் நின்று கொண்டிருந்தார்.

ஓம் சாஸ்திரி அந்த ஆயுதங்களின் அருகே சென்று அவை ஒவ்வொன்றையும் உன்னிப்பாக உற்றுப் பார்த்தார். இறுதியில், அவருடைய பார்வை, ஏராளமான அம்புகளைக் கொண்டிருந்த ஓர் அம்பறாத்தூணியின்மீது நிலைத்தது.

அவற்றைப் பார்த்துவிட்டு அவர் தனக்குள் பேசிக் கொண்டார்: 'ராஸ் தீவில் என்னைக் காப்பாற்ற வந்தபோது அசுவத்தாமனும் பரசுராமரும் கொண்டு வந்திருந்த நவீன ஆயுதங்கள் ஏன் இங்கு இல்லை? அந்த ஆயுதங்கள் இந்தச் சாதாரணமான அம்புகளைவிட அதிக நவீனமானவையாகவும் மேம்பட்டவையாகவும் இருந்தனவே! அந்த ஆயுதங்களைக் கையாள்வதற்கான பயிற்சி எனக்கு இங்கு வழங்கப்படப் போவதில்லையா? இந்தப் பண்டைய ஆயுதங்கள்–' அப்போது அவர் ஓர் அம்பின் முனையைத் தொட்டார். அது அவரை விண்ணில் நாற்பதடி உயரம் தூக்கி வீசியது. ஒரு நொடிக்கும் குறைவான நேரத்தில் அவருடைய உடலுக்குள் 7,00,000 வோல்ட் மின்சாரம் பாய்ந்தது. அந்த அளவு மின்சாரம் பெரும்பாலும் உயர் மின்அழுத்தக் கம்பிகளில் மட்டுமே இருக்கும். ஒரு கருகிய ரொட்டியைப்போல அவர் கீழே வந்து விழுந்தார். அந்த மின்னதிர்ச்சியால் ஒரு சாதாரண மனிதனை அடுத்தக் கணத்தில் கொன்றுவிட முடியும். ஓம் சாஸ்திரியின் உடலின் வலது பக்கம் முழுவதும் கருகிப் போயிருந்தது. அவருடைய நரம்புகள் கருப்பாக இருந்தன. எலும்புகள் வெளியே தெரிந்தன. அவரால் எழுந்திருக்கக்கூட முடியவில்லை. என்ன நடந்தது என்பதை அவர் புரிந்து கொள்ள முயன்று கொண்டிருந்தார்.

ஓம் சாஸ்திரியின் காயங்கள் தாமாகவே மெதுவாக குணமாயின. அசுவத்தாமன் அதே அம்பைத் தன் கையில் பிடித்துக் கொண்டு அவரை நோக்கி வந்து அதற்கு விளக்கமளித்தார். "நிகழ்காலத்தால் கடந்தகாலத்தை ஒருபோதும் வெல்ல முடியாது. அது வருங்காலத்திற்கும் பொருந்தும். பண்டைய அறிவியல்தான் அனைத்து

அறிவியலின் அடிப்படையாகும். அந்த அறிவு, இப்போது உலகெங்கும் பரவிக் கிடக்கின்ற புத்தகங்களுக்குள் அடைபட்டுக் கிடக்கிறது. அவற்றில் பல புத்தகங்கள் அழிக்கப்பட்டுவிட்டன. பண்டைய அறிவியலில் பாதிக்கு மேற்பட்டவை இதுவரை வெளிப்படுத்தப்பட்டிருக்கவில்லை. இப்போது புதிதாகக் கண்டுபிடிக்கப்பட்டுள்ளதாக மார்தட்டிக் கொள்ளப்படுபவை அனைத்தும், பண்டைய அறிவியலறிஞர்கள், கணிதவியலாளர்கள், மருத்துவர்கள், பொறியாளர்கள் போன்றோர் ஆயிரக்கணக்கான ஆண்டுகளுக்கு முன்பு கண்டுபிடித்து எழுதி வைத்திருந்தவற்றின் மறு கண்டுபிடிப்புகளே. சுஷ்ருதர் எழுதிய சுஷ்ருத சம்ஹிதையில் விவரிக்கப்பட்டுள்ள அறுவை சிகிச்சை முறைகள்தாம் தற்காலத்திய அறுவை சிகிச்சை மருத்துவர்களால் கடைபிடிக்கப்பட்டு வருகின்றன. அதோடு, அந்நூல், அறுவை சிகிச்சைக்குப் பயன்படுத்தப்படுகின்ற உபகரணங்களையும் பயிற்சிகளையும் விவரிக்கிறது. நவீன கண்டுபிடிப்புகள் அனைத்தும் முன்வரலாற்றுக் கால அறிவியலின் மறு கண்டுபிடிப்புகளே. அவை இப்போது தொன்மங்கள் என்று அழைக்கப்படுகின்றன. 1903 இல் ரைட் சகோதரர்களால் கண்டுபிடிக்கப்படுவதற்கு வெகு காலத்திற்கு முன்பே இப்பகுதியில் விமானங்கள் பறந்துள்ளன. பூமிக்கும் சூரியனுக்கும் இடையேயுள்ள தூரம் கிட்டத்தட்டத் துல்லியமாக அனுமன் சாலிசாவில் கூறப்பட்டுள்ளது. அது நான் பிறப்பதற்கு முன்பே கண்டுபிடிக்கப்பட்டுவிட்டது. 1608 இல் தொலைநோக்கி கண்டுபிடிக்கப்படுவதற்கு முன்பே நாம் ஒன்பது கிரகங்களை வழிபட்டு வந்துள்ளோம். எப்போதோ எழுதப்பட்டுள்ள விமான புராணம் போன்ற நூல்களை இப்போதுதான் நவீன அறிவியலறிஞர்கள் ஆய்வு செய்து கொண்டிருக்கின்றனர். அப்போது அவர்கள் 'குருத்வாகர்ஷன்' என்று அழைத்தது இப்போது ஈர்ப்பு விசை என்று அழைக்கப்படுகிறது. புவியீர்ப்பு விசையைப் பற்றி அறிந்து கொள்ளாமல், பறப்பது குறித்த விரிவான விளக்கங்களுடன்கூடிய அந்த நூலை அவர்களால்

எழுதியிருக்க முடியுமா? பிரம்மஸ்புத சித்தாந்தம் என்ற நூலில் பிரம்ம குப்தர் இவ்வாறு குறிப்பிட்டுள்ளார்: 'பாய்ந்தோடுவது நீரின் இயல்பாக இருப்பதுபோலவே, தன்னை நோக்கி விழுகின்ற பொருட்களை ஈர்ப்பது பூமியின் இயல்பு.' இது புவியீர்ப்பு விசை குறித்த, பிரம்ம குப்தரின் அறிவைப் பறைசாற்றுகிறது. அவருக்குப் பின்னர் 1150 இல் இரண்டாம் பாஸ்கரன் எழுதிய சூரிய சித்தாந்தம் என்ற நூல் அதை இன்னும் விரிவாக விளக்கிக் கூறுகிறது. நியூட்டன் இதை 1687 ஆம் ஆண்டில்தான் கண்டுபிடித்தார். இது நியூட்டன் காலத்திற்கு 500 ஆண்டுகளுக்கு முந்தையது.

"பண்டைய ஆயுதங்களின் செயல்முறைக்கும் அவற்றின் அழிக்கும் சக்திக்கும் அருகே நவீன அறிவியலால் ஒருபோதும் நெருங்கவே முடியாது. நான் ராஸ் தீவில் பயன்படுத்திய நவீன ஆயுதங்கள், இவற்றோடு ஒப்பிடப்படும்போது மிகவும் பலவீனமானவையாக இருந்தபோதிலும், உங்களை மீட்டெடுக்க மேற்கொள்ளப்பட்ட அந்த முயற்சிக்கு அவையே போதுமானவையாக இருந்ததால் நான் அவற்றைப் பயன்படுத்தினேன். ஆனால், நாம் எதிர்கொள்ளவிருப்பதைச் சமாளிக்க அந்த நவீன பொம்மைகள் போதாது."

அதற்குள் ஓம் சாஸ்திரியின் திசுக்கள் புதுப்பிக்கப்பட்டிருந்தன. ஆனால், நிமிர்ந்து நிற்பதற்கு அவர் சிரமப்பட்டார். அசுவத்தாமன் குனிந்து, ஓம் சாஸ்திரியின் காயப்படாதிருந்த இடது கையில் ஒரு ருத்திராட்சக் கொட்டையைக் கட்டிவிட்டு, "இது நம்முடைய குரு-சிஷ்யன் உறவின் தொடக்கத்திற்கான அடையாளம். என்னிடமுள்ள அனைத்து அஸ்திரங்களைப் பற்றியும் நான் உங்களுக்குக் கற்றுக் கொடுக்கிறேன்," என்று கூறினார். பின்னர் அவர் பாடங்களைத் துவக்கினார்.

"முதல் விதி: உங்களுக்குச் சொந்தமில்லாத எந்த ஆயுதத்தையும் நீங்கள் ஒருக்காலும் தொடக்கூடாது. அந்த ஆயுதம் உங்களை அனுமதித்தாலொழிய உங்களால் அதைக் கையிலெடுக்க முடியாது. ஒரு சங்கிலியில்

பிணைக்கப்பட்டுள்ள கொடுவாள் புலி ஒன்றை விருஷாகபி பிடித்துக் கொண்டு நிற்பதாகக் கற்பனை செய்து கொள்ளுங்கள். அந்தச் சங்கிலியைத் தொட நீங்கள் முயன்றால் என்னவாகும்? அந்தக் கொடுவாள் புலி உங்களைக் கடித்துக் குதறிவிடும். தன்னுடைய எஜமானைத் தவிர வேறு எவரையும் அது தன்னருகே நெருங்கவிடாது. அதனுடன் நட்பு ஏற்படுத்திக் கொண்ட பிறகுதான் உங்களால் அதைத் தொட முடியும். அதற்குப் பிறகுதான் உங்களால் அதற்கு உத்தரவிட முடியும். அதைப் போன்றதுதான் ஆயுதங்களும். நீங்கள் முதலில் அவற்றைப் பற்றித் தெரிந்து கொள்ள வேண்டும், அவற்றைக் கற்றுக் கொள்ள வேண்டும், அவற்றை வெற்றி கொள்ள வேண்டும். அஸ்திரங்கள் என்று அழைக்கப்படுகின்ற இந்த ஆயுதங்கள் தெய்விக ஆயுதங்கள். இவற்றைக் கையாள்பவர் அஸ்திரதாரி என்று அழைக்கப்படுகிறார்." இந்நேரத்தில் சூரியன் உச்சிக்கு வந்திருந்தது. இப்போது அந்த அஸ்திரங்கள் அவற்றின் பளபளப்பை இழந்து, முன்பு ஓம் சாஸ்திரி கற்பனை செய்திருந்தபடி சாதாரணமாகக் காட்சியளித்தன.

ஓம் சாஸ்திரி அசுவத்தாமனிடம், "அஸ்திரங்களைப் பற்றி நீங்கள் கூறியுள்ள விஷயங்களை நான் அறிவேன். ஆனால், அவை இன்றளவும் இருக்கின்றன என்ற விஷயம் எனக்குத் தெரியாது," என்று கூறினார். அவருடைய காயங்கள் வேகமாக குணமாகிக் கொண்டிருந்தன. அசுவத்தாமன் அவருக்குக் கை கொடுத்து அவரைத் தூக்கிவிட்டார்.

பின் அசுவத்தாமன் தொடர்ந்து பேசினார். "ஒரு குறிப்பிட்ட அஸ்திரத்தை வரவழைக்க ஒரு குறிப்பிட்ட மந்திரம் உள்ளது. அஸ்திரங்களைக் கட்டுப்படுத்துவதற்கும், அவற்றுக்கு உத்தரவுகளைக் கொடுப்பதற்கும் அந்த மந்திரங்கள் பயன்படுத்தப்படும். ஒரு மந்திரம் உச்சரிக்கப்பட்டவுடன், அதனோடு தொடர்புடைய கடவுள், அதற்கு தெய்விக சக்தியை அருள்வார். அதற்குப் பிறகு, சாதாரணமான வழிமுறைகளைக் கொண்டு அவற்றை எதிர்க்க முடியாது. ஒவ்வோர் அஸ்திரத்தைப் பயன்படுத்துவதற்கும்

நிபந்தனைகள் இருக்கின்றன. அவற்றை மீறினால் மரணம் நிச்சயம். இந்த அஸ்திரங்கள் பெரும் சக்தி படைத்தவையாக விளங்குவதால், அவற்றைப் பற்றிய அறிவு ஒரு குருவிடமிருந்து அவருடைய சீடனுக்கு வாய்மொழியாக உபதேசிக்கப்படுகின்றன. சீடர்களின் திறன் எடைபோடப்பட்டு அதற்கேற்ப அத்தீர்மானங்கள் மேற்கொள்ளப்படும். சில அஸ்திரங்கள் மகாசக்தி படைத்தவையாக விளங்குவதால், அந்த மந்திரங்களை வெறுமனே உச்சரிப்பது மட்டுமே அவற்றுக்குப் போதுமானதாக இருக்காது என்பதால், அவை நேரடியாக அக்கடவுள்களிடமிருந்தே பெறப்பட வேண்டும்.

"இராமாயண மற்றும் மகாபாரதக் காலங்களிலிருந்துதான் அஸ்திரங்களின் பயன்பாடு அதிகரிக்கத் தொடங்கியது. ஆனாலும், எல்லா போராளிகளின் கைகளிலும் அஸ்திரங்கள் இருக்கவில்லை. அப்படி அஸ்திரங்களைப் பெற்றிருந்த சிலரை நீங்கள் சந்தித்துள்ளீர்கள்."

அசுவத்தாமன் கூறியது உண்மைதான். ஓம் சாஸ்திரி அவர்களில் சிலரைச் சந்தித்திருந்தார்: இராமர், இலட்சுமணர், பீஷ்மர், துரோணாச்சாரியார், கர்ணன், மற்றும் அர்ச்சுனன்.

"இப்போதும் அஸ்திரங்களை வைத்திருப்பவர்கள் மூன்றே மூன்று பேர்தான். நான், பரசுராமர் மற்றும் கிருபாச்சாரியார்," என்று அசுவத்தாமன் கூறினார். மற்றொரு சிரஞ்சீவியான கிருபாச்சாரியாரின் பெயரைக் கேட்டதும் ஓம் சாஸ்திரியின் கண்கள் பளபளத்தன. "கிருபாச்சாரியாரா? அவர் இப்போது எங்கே இருக்கிறார்?" என்று அவர் கேட்டார்.

"தெரியவில்லை. தேவைப்படுகின்றபோது மட்டுமே அவர் வருவார். அவரை வரவழைக்கக்கூடிய ஒரே நபர் நான்தான்," என்று அசுவத்தாமன் பெருமை பொங்கக் கூறினார்.

"தெய்விக அஸ்திரங்கள் பெரும்பாலும் அம்புகளைப் பயன்படுத்தித்தான் ஏவப்படுகின்றன. ஆனால், பிற ஆயுதங்கள் உட்பட எந்தவொரு

பொருளின் மூலமாகவும் அவற்றை ஏவ முடியும். ஒரு முறை நான் ஒரு புல்லை ஆயுதமாகப் பயன்படுத்தி பிரம்மாஸ்திரத்தை ஏவியுள்ளேன். தன்னுடைய அனைத்து அஸ்திரங்களையும் மனத்தின் சக்தியை மட்டுமே கொண்டு ஏவக்கூடிய ஆற்றல் அர்ச்சுனனுக்கு இருந்தது. அவற்றை ஏவுவதற்கு அவனுக்குப் பருப்பொருள் எதுவும் தேவைப்படவில்லை."

அடுத்து அசுவத்தாமன் அவரை அந்த ஆயுதங்கள் அடுக்கி வைக்கப்பட்டிருந்த இடத்திற்கு அழைத்துச் சென்றார்.

"என்னிடம் இருக்கின்ற அஸ்திரங்களில் சில இவை," என்று கூறிய அசுவத்தாமன், அவற்றில் ஒன்றைக் கையிலெடுத்து ஓம் சாஸ்திரியிடம் காட்டினார். "இதன் பெயர் வாயு அஸ்திரம். இதை ஏவினால், ஒரு சூறாவளி தோன்றும். அது எதிரிப் படையை மொத்தமாக நிலத்திலிருந்து தூக்குகின்ற அளவு சக்தி படைத்தது. மகாபாரதப் போரின் பதினான்காம் நாளன்று சூரிய அஸ்தமனத்திற்குப் பிறகும் போர் தொடர்ந்து கொண்டிருந்ததால், கடோத்கஜனின் மகனான அஞ்சனபர்வனின் மாயைகளை உடைக்க நான் இந்த அஸ்திரத்தைப் பிரயோகித்தேன். கடைசிப் போரில் கர்ணனை வீழ்த்துவதற்குக் கிருஷ்ணரும் வாயு அஸ்திரத்தைப் பயன்படுத்தினார்," என்று சொல்லிவிட்டு, அசுவத்தாமன் அந்த அம்பை மீண்டும் அம்பறாத்தூணியில் போட்டார்.

பிறகு அவர் ஓம் சாஸ்திரியிடம், "இப்போது, காற்றின் கடவுளான வாயுவை உங்களிடம் வரவழைக்க தியானம் செய்யுங்கள். அதற்கு முழுதாக ஐந்து நாட்கள் ஆகும். அதனால், அதற்குத் தயாராக இருங்கள். இப்போது நான் சொல்கின்ற மந்திரத்தை அப்படியே சொல்லுங்கள்," என்று கூறிவிட்டு, கீழே அமர்ந்து அந்த மந்திரத்தைச் சொன்னார். ஓம் சாஸ்திரி அதை அப்படியே ஒப்பித்தார். அந்த மொத்த இடமும் அவர்களுடைய உச்சாடனங்களின் அதிர்வுகளால் அதிர்ந்தன.

நாட்கள் கடந்து கொண்டிருந்தன. ஓம் சாஸ்திரி

இடைவிடாமல் அந்த மந்திரத்தை உச்சரித்துக் கொண்டிருந்தார். இதற்கிடையே, நாகேந்திரரும் அவருடைய குழுவினரும் டார்ச்செனைக் கடந்து, தங்களுடைய இறுதி இலக்கை நெருங்கிக் கொண்டிருந்தனர்.

அங்கே குளிர் மைனஸ் 14 டிகிரி செண்டிகிரேடாக இருந்தது. நாகேந்திரர் முன்னே செல்ல, அவருக்குப் பின்னால் குளிரில் நடுங்கிக் கொண்டே லிசா பரிமலுடன் வந்து கொண்டிருந்தாள்.

நாகேந்திரர் திடீரென்று தன்னுடைய நடையை நிறுத்திவிட்டு, தனக்கு முன்னே தெரிந்த காட்சியைப் பார்த்தார். பரிமலும் லிசாவும் அவருக்கு அருகே சென்றனர். அவர்களுக்கு முன்னாலிருந்த ஓர் அழகான ஏரியில் கயிலை மலை பிரதிபலித்துக் கொண்டிருந்தது. அவர்கள் அங்குச் சிறிது நேரம் நின்று அதன் அழகைப் பருகினர். மறைந்து கொண்டிருந்த சூரியன் அதற்குக் கூடுதல் அழகைக் கொடுத்துக் கொண்டிருந்தது. அந்த இடம், அவர்கள் அதுவரை அனுபவித்திருந்த சிரமங்களையும் களைப்பையும் போக்கி அவர்களுக்குப் புத்துணர்ச்சியளித்தது. கடல் மட்டத்திலிருந்து 22,028 அடி உயரத்தில் இயற்கையின் மடியில் வீற்றிருந்த கயிலை மலையைக் கண்ட பரிமலும் லிசாவும் மூச்சுவிட மறந்து நின்றனர். நடுவில் நீல வண்ணத்தையும், கரைகளை ஒட்டிய பகுதிகளில் பச்சை வண்ணத்தையும் கொண்டிருந்த, வட்ட வடிவிலிருந்த அந்த ஏரி, அவர்கள் இருவருக்கும் பரவசமூட்டியது.

லிசா மூச்சு வாங்கிக் கொண்டே, "இது என்ன இடம்?" என்று கேட்டாள்.

இன்னும் பிரமிப்பில் இருந்த பரிமல், அவளுக்கு விஷயங்களை விளக்கினான்.

"இது மானசரோவர் ஏரி. 'மனத்தின் ஏரி' என்பது அதன் பொருள். பிரம்மா இதை முதலில் தன் மனத்தில் உருவாக்கியிருந்ததால் இதற்கு இப்பெயர் வந்தது என்று இந்து மத நூல்கள் கூறுகின்றன. இந்த ஏரி புனிதத்துவத்தின் மொத்த உருவமாகும். இந்த நீரைப் பருகுபவர்கள், இறந்த பிறகு நேராக சிவனின்

உறைவிடத்திற்குச் சென்றுவிடுவார்களாம். ஒரு நூறு பிறவிகளில் ஒருவர் செய்திருக்கும் பாவங்கள் அனைத்தையும் போக்கக்கூடிய ஆற்றல் இதற்கு உண்டு என்று நம்பப்படுகிறது. இவ்வளவு உயரத்தில் ஒரு நன்னீர் ஏரி இருப்பது குறிப்பிடத்தக்கது."

பரிமலும் லிசாவும் நாகேந்திரரின் பக்கம் திரும்பினர். ஆனால், அடுத்து என்ன செய்ய வேண்டும் என்பது குறித்து அவரிடம் எந்தக் கேள்வியும் கேட்கின்ற துணிச்சல் அவர்கள் இருவருக்குமே இருக்கவில்லை. அவர்களை உற்றுப் பார்த்த நாகேந்திரர், அவர்களுடைய ஆர்வத்தைப் புரிந்து கொண்டார்.

அவர் அவர்களிடம், "நாம் இங்கு ஒரு வார்த்தையைக் கண்டுபிடிப்பதற்காக வந்துள்ளோம். அவர்கள் அனைவரையும் விடுவிக்கின்ற ஆற்றல் படைத்த மந்திர உச்சாடனத்தின் முதல் வார்த்தை அது. நம்முடைய விளக்கு வெளிச்சம் வெளியே தெரியாதிருக்கின்ற விதத்தில் பாறைகளுக்கு நடுவேயுள்ள ஓரிடத்தில் இரண்டு கூடாரங்களை அமையுங்கள். இரவில் மற்றவற்றைப் பற்றி நான் சொல்கிறேன்," என்று கூறினார். 'அது எந்த மந்திர உச்சாடனம்? அவர் கூறிய அனைவர் யார்?' போன்ற எந்தக் கேள்வியும் கேட்காமல் பரிமலும் லிசாவும் உடனடியாகக் காரியத்தில் இறங்கினர்.

ஐந்து நாட்களுக்குப் பிறகு ஓம் சாஸ்திரி தன் கண்களைத் திறந்து எதிரேயிருந்த அசுவத்தாமனைப் பார்த்தார். அது பிறை நாளின் முந்தைய நாள் மாலை. எழுந்து நின்று வாயு அஸ்திரத்தைக் கையில் எடுத்துக் கொள்ளுமாறு அசுவத்தாமன் ஓம் சாஸ்திரியிடம் கூறினார். ஓம் சாஸ்திரி சிறிது தயங்கினார். அதைக் கண்டு புன்னகைத்த அசுவத்தாமன், அவர் மீண்டும் காயப்பட மாட்டார் என்று அவருக்கு உறுதியளித்தார். ஓம் சாஸ்திரி அந்த அஸ்திரத்தைக் கையிலெடுத்தார். தன் உடல் முழுவதும் ஒரு பெரும் ஆற்றல் பரவியதை அவர் உணர்ந்தார். அவர் சாதித்திருந்தார். அசுவத்தாமன் தன்னுடைய சீடரைப் பார்த்துப் பெருமையுடன் புன்னகைத்து அவரைக் கட்டியணைத்துக் கொண்டார்.

"நீங்கள் வெற்றிகரமாகச் செய்துவிட்டீர்கள்.

உங்களுக்கு என் வாழ்த்துகள். கடந்த ஐந்து நாட்களும் நீங்கள் தூங்கவே இல்லை. உங்களுக்கு ஓய்வு தேவை. எனவே, இப்போது போய் நன்றாகத் தூங்குங்கள். நாளை காலை சூரிய உதயத்தின்போது நான் உங்களைச் சந்திக்கிறேன்," என்று அசுவத்தாமன் கூறினார். ஓம் சாஸ்திரி உடனே தூங்கச் சென்றுவிட்டார்.

மானசரோவர் ஏரிப் பகுதியில் சூரிய அஸ்தமனத்தைத் தொடர்ந்து குளிர் இன்னும் கூடியது. லிசாவும் பரிமலும் பாறைகளுக்கு இடையே மறைவான ஓரிடத்தில் கூடாரங்களை அமைத்திருந்தனர். ஆனால், தாங்கள் மூவர் இருந்தபோது நாகேந்திரர் ஏன் மூன்று கூடாரங்களுக்குப் பதிலாக இரண்டு கூடாரங்களை மட்டும் அமைக்கச் சொன்னார் என்பது அவர்களுக்குப் புதிராக இருந்தது. அப்போது நாகேந்திரர் அவர்களைத் தன்னுடன் வரும்படி அழைத்தார். அவர்களை அவர் மானசரோவர் ஏரிக்கு மேற்குப் புறமாக அழைத்துச் சென்றார். பரிமலும் லிசாவும் ஒருவரையொருவர் பார்த்துக் கொண்டு அவருக்குப் பின்னால் சென்றனர். அந்த இரவில் வானில் நட்சத்திரங்கள் இருந்தன. ஆனால், நிலவு இன்னும் உதித்திருக்கவில்லை. அவர்கள் நாகேந்திரருடன் இருட்டில் சென்று கொண்டிருந்தனர். லிசா ஒரு டார்ச் விளக்கை எடுத்தாள். அதை அவள் 'ஆன்' செய்வதற்குள் நாகேந்திரர் அவளைத் தடுத்தார். "இருள்மீதான பயத்தால்தான் வெளிச்சம் கொண்டாடப்படுகிறது. தீயவை இல்லாமல் நல்லவற்றுக்கு மதிப்பில்லை."

மானசரோவர் ஏரி மிகவும் அமைதியானது. மோசமான வானிலையில்கூட அதில் பெரிதாகச் சலனம் இருக்காது. அவர்கள் அதற்கு அருகே சென்றபோது, அதன் அலைகளின் சத்தம் அவர்களுக்குக் கேட்டது. அவர்கள் மேலும் சில அடிகள் சென்றனர். அப்போது நாகேந்திரர், "மானசரோவருக்காகவோ அல்லது கயிலை மலைக்காகவோ நாம் இங்கு வரவில்லை," என்று கூறிவிட்டு, அலைகளின் சத்தம் வந்த திசை நோக்கி மேலும் நகர்ந்தார்.

அந்தச் சத்தம் எங்கிருந்து வந்து கொண்டிருந்தது

என்று பரிமலும் லிசாவும் யோசித்துக் கொண்டிருந்தனர். அவர்கள் அதை நெருங்க நெருங்க, அந்த அலைகளின் சத்தம் அதிகமாகிக் கொண்டே வந்தது. ஒரு சில நிமிடங்களில் அவர்கள் ஒரு கடற்கரை போன்ற ஓரிடத்திற்கு வந்து சேர்ந்திருந்ததைப்போலத் தோன்றியது. நாகேந்திரர் தன் நடையை நிறுத்திவிட்டு வானத்தை ஏறிட்டுப் பார்த்தார். அவர் எதைத் தேடிக் கொண்டிருந்தார் என்று பரிமலும் லிசாவும் யோசித்தனர். அவர்கள் கிட்டத்தட்ட ஒரு மணி நேரம் பொறுமையாகக் காத்திருந்தனர். பின்னர் வானம் மெதுவாகப் பிரகாசமடையத் தொடங்கியது. கச்சிதமான பிறைநிலவு வெளிவந்து அந்த இடத்தை ஒரு வெள்ளி ஒளியில் குளிப்பாட்டியது.

சத்தம் வந்த இடத்தை நோக்கி லிசா மற்றும் பரிமலின் பார்வை சென்றது. “முதல் வார்த்தைக்காக நாம் இங்கே வந்திருக்கிறோம்,” என்று நாகேந்திரர் கூறினார். அவர்கள் நின்று கொண்டிருந்தது மானசரோவர் ஏரி அல்ல. அது வேறோர் ஏரி. அதன் கரையில், மணலிலும் சிறு கற்களுக்கு இடையிலும், அழகான, ஆனால், நச்சான கள்ளிச் செடிகள் வளர்ந்திருந்தன.

நாகேந்திரர் மேலும் விவரித்தார். “இதன் பெயர் ராட்சஸ்தால். அரக்கர்களின் ஏரி. இதற்கு இராவணன் ஏரி என்றொரு பெயரும் உண்டு. கயிலை மலையில் வீற்றிருக்கும் சிவனை நினைத்துக் கடும் தவம் புரிந்த இராவணனால் உருவாக்கப்பட்டது இந்த ஏரி. இந்த இடத்தில் தவம் புரிந்த இராவணன், தினமும் ஒரு தலை என்ற கணக்கில் தன் தலைகளைப் பலி கொடுத்து வந்தான். பத்தாம் நாளன்று அவன் தன்னுடைய கடைசித் தலையை வெட்டவிருந்தபோது, சிவன் அவனுடைய தவத்தை மெச்சி அவனுக்கு அதிஆற்றல்களை வழங்கினார். அந்த நாள் ஒரு கச்சிதமான பிறை நாள். அதனால், இந்த ஏரி ஒரு பிறையின் வடிவத்தை எடுத்துக் கொண்டது. கிரகங்களும் நிலவும் அந்த இரவில் எந்த நிலையில் இருந்தனவோ, இன்று அவை அதே நிலையில் இருக்கின்றன. ஆயிரக்கணக்கான ஆண்டுகளுக்கு முன்பு, இராவணன் இதே இடத்தில், இதே நேரத்தில் சிவனைச் சந்தித்தான். மானசரோவர் ஏரி எப்போதும்

அமைதியாக இருக்கும். ஆனால், அதைவிடச் சிறிய இந்த ஏரி எப்போதும் கொந்தளிப்புடனேயே இருக்கும். மானசரோவர் ஏரியில் மக்கள் குளிப்பர், அதன் நீரைப் பருகுவர். ஆனால், எவரும் இதன் அருகேகூட வருவதில்லை. இதன் கொந்தளிப்பான தோற்றம் அவர்களிடம் பயத்தைத் தோற்றுவிக்கிறது. இந்த ஏரியின் தண்ணீரைத் தொடுவதுகூடத் தடை செய்யப்பட்டுள்ளது."

நாகேந்திரர் தன்னுடைய ஆடைகளைக் களைந்துவிட்டு, நிர்வாணமாக, கிட்டத்தட்ட உறை நிலையில் இருந்த அந்த நீரை நோக்கி நடக்கத் தொடங்கினார். அவருடைய உடல் அந்த ஏரியில் பாதியளவு மூழ்கியபோது, அவர் திரும்பி, தயாராகும்படி பரிமலிடம் கூறினார். அவன் தான் கொண்டு வந்திருந்த பையிலிருந்து, நீருக்குள் மூழ்குபவர்கள் அணிகின்ற உடை ஒன்றை வெளியே எடுத்தான். அவன் அந்த ஆடையை அணிந்து கொண்டிருந்தபோது, நாகேந்திரர் தன்னுடைய பிரார்த்தனையைத் தொடங்கினார். பரிமல் நீருக்குள் இறங்குவதற்கு முன்பு, நீருக்கு அடியில் வெடிக்கின்ற இரண்டு குண்டுகளை லிசா தன் பையிலிருந்து எடுத்து அவனிடம் கொடுத்தாள். அதற்கு மேல் அவன் என்ன செய்ய வேண்டும் என்பதற்கான அறிவுறுத்தல்களை நாகேந்திரர் அவனுக்குக் கொடுத்தார்.

"மானசரோவர் ஏரியும், இந்த இராவணன் ஏரியும், இங்குள்ள ஒரு மலையின் மெல்லிய கழுத்தால் பிரிக்கப்பட்டுள்ளன. அதுதான் இந்த இரண்டு ஏரிகளையும் பல நூற்றாண்டுகளாகப் பிரித்து வைத்துள்ளது. ஆனால், இனியும் அது அப்படி இருக்கப் போவதில்லை. நீ இந்த நீரின் அடியில் சென்று, அதன் பலவீனமான பகுதியைக் கண்டறிந்து, குண்டுகளை வைத்து அதைத் தகர்க்க வேண்டும். அதை நீ மூன்று மணி நேரத்திற்குள் செய்து முடிக்க வேண்டும். நீ அதைச் செய்து முடித்தப் பிறகுதான், முதல் வார்த்தைக்கான தேடலைத் தொடங்க முடியும். நிலவு மறைவதற்குள் அதை நாம் செய்தாக வேண்டும். இங்கு இரண்டாவது வாய்ப்பு என்ற ஒன்று கிடையாது.

அதனால், தவறுகளுக்கு இங்குச் சிறிதும் இடமில்லை. மூன்று மணி நேரம், அவ்வளவுதான். உன்னை நான் அடுத்தப் பக்கத்தில் சந்திக்கிறேன்."

பரிமல் ஆக்சிஜன் முகமூடியை அணிந்து கொண்டு நாகேந்திரரின் உத்தரவுகளை நிறைவேற்றத் தொடங்கினான். கரையில் நின்று கொண்டிருந்த லிசாவை அவன் ஒரு முறை பார்த்துவிட்டு, எந்த உணர்ச்சியையும் வெளிக்காட்டிக் கொள்ளாமல் நீருக்குள் மூழ்கினான். நாகேந்திரர் கரையேறி, லிசா நீட்டிய தன்னுடைய உடைகளை வாங்கி அணிந்து கொண்டார். அவர் முன்னால் நடக்க, லிசா அவரைப் பின்தொடர்ந்தாள். அவள் தன் கையில் வைத்திருந்த ஒரு கணினித் திரையில் பரிமலின் முன்னேற்றத்தைக் கண்காணித்துக் கொண்டிருந்தாள். அதில், பரிமல் இருந்த இடத்தை ஓர் ஒளிரும் புள்ளி துல்லியமாகக் காட்டிக் கொண்டிருந்தது.

நீருக்குள் சென்ற பரிமல், இருப்பதிலேயே மிகவும் பலவீனமான பகுதியைக் கண்டறிந்து, நிலத்தைத் துளையிடக்கூடிய ஓர் அதிநவீனக் கருவியைக் கொண்டு அங்கே ஒரு சுரங்கப்பாதையைத் தோண்டத் தொடங்கினான். இருபதடி தூரம் தோண்டுவதற்கு அவனுக்குக் கிட்டத்தட்ட இரண்டு மணி நேரம் பிடித்தது. பின் அங்கிருந்த இயற்கையான பள்ளத்தில் அவன் ஒரு குண்டை வைத்துவிட்டு ஒரு பாதுகாப்பான இடத்திற்குச் சென்றுவிட்டான்.

மானசரோவருக்கு வந்திருந்த நாகேந்திரர், பரிமலுக்காகக் காத்துக் கொண்டிருந்த அதே நேரத்தில் தியானத்தில் ஈடுபட்டார். நேரம் செல்லச் செல்ல, லிசாவின் இதயம் மேன்மேலும் படபடவெனத் துடித்தது. அவளுடைய கண்கள் அவளுடைய கையிலிருந்த திரையில் இலயித்திருந்தன. அந்தத் திரை இரண்டு விஷயங்களைக் காட்டிக் கொண்டிருந்தது. ஒன்று, இரண்டு ஏரிகளுக்கும் நடுவே இருந்த ஒரு பெரிய சுவர். மற்றொன்று, பரிமல் இருந்த இடம். நாகேந்திரர் தன் கண்களை மூடிக் கொண்டு தொடர்ந்து தியானித்துக் கொண்டிருந்தார். திடீரென்று அவர்களுடைய

பாதங்களுக்கு அடியில் நிலம் அதிர்ந்தது. லிசா மேலும் பதற்றமடைந்தாள். ஆனால், தன் கண்களைத் திறந்த நாகேந்திரர், எழுந்து நின்று மானசரோவர் ஏரியை நோக்கிப் பெரிதாகப் புன்னகைத்தார். எந்த நேரமும் பரிமல் வந்துவிடுவான் என்று அவர் எதிர்பார்த்தார். ஆனால், லிசா தன் திரையில் பார்த்துக் கொண்டிருந்த காட்சி வேறொரு கதையைச் சொன்னது.

பரிமல் மீண்டும் நீருக்குள் மூழ்கி, அந்தச் சுவர் முழுமையாகத் தகர்ந்திருந்ததா என்று பார்ப்பதற்காக வெடிகுண்டு வெடித்த இடத்தை நோக்கிச் சென்று கொண்டிருந்தான். அந்த வெடிகுண்டு அந்தச் சுவரில் பாதிப்பு ஏற்படுத்தியிருந்தபோதிலும், அந்தச் சுவர் முழுமையாக உடைபட்டிருக்கவில்லை. அவன் தன் கைக்கடிகாரத்தைப் பார்த்தான். நேரம் அதிகம் இருக்கவில்லை. அவன் தன் கையில் வைத்திருந்த ஒரு கருவியை வைத்து, இன்னும் எவ்வளவு தூரம் அந்தச் சுவர் தகர்க்கப்பட வேண்டியிருந்தது என்பதை அளந்தான். பின் முதல் குண்டு வெடிப்பு உண்டாக்கியிருந்த துளையின் ஆழமான பகுதியில் இரண்டாவது குண்டை வைத்து அதை வெடிக்கச் செய்தான்.

நாகேந்திரரும் லிசாவும் இன்னோர் அதிர்வை உணர்ந்தனர். இது முதல் அதிர்வைவிட அதிக வலுவானதாக இருந்தது. லிசாவின் முகத்தில் அப்பியிருந்த பதற்றம் இப்போது நாகேந்திரரின் முகத்திலும் அப்பட்டமாகத் தெரிந்தது.

மூன்று மணி நேரம் கிட்டத்தட்ட முடிந்திருந்தது. நாகேந்திரரின் கண்கள் மானசரோவர் ஏரிக்கும் நிலவுக்கும் மாறி மாறித் தாவிக் கொண்டிருந்தன. மானசரோவர் ஏரி இன்னும் அமைதியாகத்தான் இருந்தது. பரிமலை எங்கும் காணவில்லை. அவன் இன்னும் இராவணன் ஏரியில்தான் இருந்தான். ஏனெனில், இரண்டாவது குண்டும் அந்தச் சுவரை முழுமையாக உடைத்திருக்கவில்லை. அதனால், பரிமல் தன் கையில் வைத்திருந்த கருவிகளைக் கொண்டு அதை முழுமையாக உடைக்கின்ற காரியத்தில் இறங்கினான். அது இழுத்துக் கொண்டே போனது. அவனும்

களைப்படைந்து கொண்டிருந்தான். அவனுடைய ஆக்சிஜன் அளவும் அபாயகரமான அளவுக்குக் குறைந்திருந்தது.

நாகேந்திரர் லிசாவை நோக்கிச் சைகை காட்டினார். அவள் இன்னொரு வெடிகுண்டையும் தன்னுடைய நீர்மூழ்கி உடையையும் வெளியே எடுத்தாள். ஆனால், பரிமலுக்கு நேரம் மிகவும் குறைவாக இருந்ததை உணர்ந்த அவள், நீர்மூழ்கி உடையை அணியாமலேயே, கையில் வெடிகுண்டுடனும் கண்காணிப்புத் திரையுடனும் அந்த ஏரிக்குள் ஓடிச் சென்று நீருக்கடியில் சென்றாள். தன்னிடமிருந்த திரையின் உதவியுடன் பரிமல் இருந்த இடத்தை அறிந்து கொண்டு, அந்தச் சுவரின் இந்தப் பக்கம் அவள் அந்த வெடிகுண்டைப் பொருத்தினாள். இதற்குள் அவளுக்கு மூச்சுத்திணறல் ஏற்பட்டதால், வெடிகுண்டை வெடிக்க வைப்பதற்கான பொத்தானை அவள் அவசரமாக அழுத்தினாள். அதனிடமிருந்து விலகி ஒரு பாதுகாப்பான தூரத்திற்குச் செல்வதற்கு அவளுக்கு நேரமிருக்கவில்லை. அந்த வெடிகுண்டு வெடித்தபோது, அவள் அந்த ஏரியின் ஆழமான பகுதிக்குள் தூக்கியெறியப்பட்டாள். இரண்டு ஏரிகளுக்கும் இடையே இருந்த சுவர் உடைந்தபோது, அதன் மறுபக்கம் இருந்த பரிமல், இராவணன் ஏரியிலிருந்து முதலில் மானசரோவருக்குள் வந்த நீரோடு சேர்ந்து அங்கு வந்தான். தொலைவில் லிசா தன்னினைவு இழந்து நீருக்குள் மூழ்கிக் கொண்டிருந்ததைப் பார்த்த அவன், அவளை நோக்கி வேகமாக நீந்திச் சென்று அவளைப் பிடித்துத் தூக்கினான். சுவர் முழுமையாக உடைந்திருந்தது. இராவணன் ஏரியிலிருந்து பாய்ந்து வந்த நீர், மானசரோவர் நீரின் அமைதியை என்றென்றைக்குமாகக் குலைத்தது. அதைப் பார்த்த முதல் மனிதராக நாகேந்திரர் விளங்கினார். இராவணன் ஏரியைத் தீமை என்றும், மானசரோவர் ஏரியை நன்மை என்று வைத்துக் கொண்டால், அன்று இரவு, தீமை, சந்தேகத்திற்கு இடமின்றி நன்மையைத் தோற்கடித்திருந்தது என்று தைரியமாகக் கூறலாம்.

சில நிமிடங்களில், பரிமல் லிசாவை இழுத்துக்

கொண்டு கரையேறினான். சுயநினைவிழந்து கிடந்த அவளுக்கு அவன் முதலுதவிச் சிகிச்சை அளித்தான். அப்போது நாகேந்திரர் அவர்களை நோக்கி ஓடி வந்தார். லிசா ஒருவழியாகப் பெரிதாக இருமியவாறு பிழைத்தெழுந்தாள். பரிமலின் கையைப் பிடித்து இழுத்த நாகேந்திரர், அவனுடைய கையில் மற்றொரு ஆக்சிஜன் சிலிண்டரைக் கொடுத்து, வேகமாக மறைந்து கொண்டிருந்த பிறைநிலவைச் சுட்டிக்காட்டி, தன்னுடன் நீருக்குள் மீண்டும் வரும்படி உத்தரவிட்டார். அதனால், வேறு வழியின்றி, லிசாவைக் கரையில் அப்படியே விட்டுவிட்டு அவன் அவருக்குப் பின்னால் ஓடினான்.

லிசா கண்களைத் திறந்தபோது, நாகேந்திரரும் பரிமலும் அலைபுரண்டு கொண்டிருந்த மானசரோவர் ஏரிக்குள் மறைந்து கொண்டிருந்ததைப் பார்த்தாள். மானசரோவர் தன் கடைசி மூச்சை விட்டுக் கொண்டிருந்ததை அவளால் காண முடிந்தது.

ஒளிமயமான அந்தப் பிறைநிலவு இப்போது அவர்களுக்கு நேர் மேலே இருந்தது. அசாதாரணமான ஏதோ ஒன்று நிகழவிருந்ததைக் குறிப்பால் உணர்த்துவதைப்போல, அந்த நிலவு பிரகாசமாக ஒளிவீசியது. நாகேந்திரரும் பரிமலும் அந்த ஏரியின் ஆழமான பகுதிக்குச் சென்றனர். அங்குச் சென்றதும், "பரிமல், உன் உள்ளங்கையை விரித்து அதை நிலவை நோக்கி வைத்துக் கொள்," என்று நாகேந்திரர் கூறினார். அவனுடைய கை ஆடாமல் அசையாமல் அப்படியே இருக்க வேண்டும் என்று அவர் அவனை எச்சரித்தார்.

பரிமல் அவருடைய உத்தரவுக்குக் கீழ்ப்படிந்தான். ஆனால், நிலவின் ஒளிக்கற்றைகள் அவனுடைய உள்ளங்கையைத் தொட்டபோது, அது அவனுக்குப் பெரும் வலி ஏற்படுத்தி, அந்த உள்ளங்கையைச் செந்நிறத்திற்கு மாற்றியது. பழுக்கக் காய்ச்சிய இரும்பைப்போல அது காட்சியளித்தது. அவன் கூச்சல் போடாமல் இருக்கப் பெரும் முயற்சி செய்தான். தன் கை ஆடாதபடி பார்த்துக் கொள்ள அவன் மிகவும் சிரமப்பட்டான். ஆனால், திடீரென்று அவனுடைய உள்ளங்கையின் ஒரு பகுதி நிஜமாகவே உருகியது.

அந்த நிலவொளி அவனுடைய உள்ளங்கையில் ஒரு துளையிட்டது. பரவிக் கிடந்த நிலவொளி இப்போது குவிந்து அவனுடைய கையில் பாய்ந்து கொண்டிருந்தது. பின் அந்த ஒளி சிதறி, அவர்களுக்கு வலது பக்கம் சிறிது தள்ளி விழுந்தது.

நாகேந்திரர் அந்த ஒளியைப் பின்தொடர்ந்து அந்த ஏரியின் அடிமட்டத்திற்குச் சென்றார். அவர் அந்த ஏரிக்கு எதற்காக வந்திருந்தாரோ, அதை அவர் கண்டுபிடித்திருந்தார். ஏரிப்படுகைக்குச் சற்று மேலாக, பிரகாசமான நீலச் சுவாலைகள் நடனமாடிக் கொண்டிருந்தன. அவர் அந்தச் சுவாலைகளுக்கு அருகே சென்று, பிரகாசித்துக் கொண்டிருந்த 'அவிநாசி' என்ற அந்த வார்த்தையைப் படித்தார். நாகேந்திரர் மேலும் அருகே சென்று அதைத் தொட்டவுடன் அந்த எழுத்துகள் உடைந்து மின்மினிப்பூச்சிகளாக மாறின. அந்த இருண்ட பின்னணியில் அது ஒரு மத்தாப்பு வெடியைப்போலத் தோன்றியது. அதை நாகேந்திரர் பிரமிப்புடன் பார்த்தார். பின் அந்த மின்மினிப்பூச்சிகள் நாகேந்திரரின் உடலுக்குள் புகுந்தன. அவர் சுயநினைவிழந்தார். பரிமல் அவரைக் கரைக்குக் கொண்டுவந்து சேர்த்தான். லிசா அங்கே அவனுக்காகக் காத்துக் கொண்டிருந்தாள். அவர்கள் ஒருவரையொருவர் காப்பாற்றியதற்காகப் பரஸ்பரம் நன்றி சொல்லிக் கொண்டனர். பரிமலின் கையிலிருந்த காயத்தை லிசா கவனித்தாள். நாகேந்திரர் எந்தக் கையைக் கொண்டு அந்தச் சுவாலையைத் தொட்டிருந்தாரோ, அது அந்த நிலவொளியில் உறைபனியைப்போல மின்னியதைப் பரிமல் கவனித்தான். அவன் பார்த்திருந்த அனைத்து மின்மினிப்பூச்சிகளும் இப்போது அவருடைய கைக்குள் சிக்கிக்கொண்டிருந்ததைப்போல இருந்தது அது. அதாவது, அவிநாசி என்ற அந்த வார்த்தையை நாகேந்திரர் தன் உடலுக்குள் கிரகித்துக் கொண்டதுபோலத் தோன்றியது. அவிநாசி என்றால் 'அழிக்கப்பட முடியாதது' என்று அர்த்தம்.

நாகேந்திரர் கண்விழித்தார். அப்போது நிலவு மறைந்திருந்தது. வானில் நட்சத்திரங்கள் மட்டுமே

இருந்தன. நாகேந்திரர் தன்னுடைய முதல் வேட்டையில் வெற்றி பெற்றிருந்தார். பரிமலும் லிசாவும் அவருக்கு அருகே நின்று கொண்டிருந்தனர். இறந்துவிட்ட மானசரோவர் ஏரிக்குள் இராவணன் ஏரி நீர் பாய்ந்து, நாகேந்திரரின் வெற்றிக்காகக் கரவொலி எழுப்புவதுபோல ஆர்ப்பரித்துக் கொண்டிருந்தது.

"மனிதக் கண்களுக்குப் புலப்படாத புறவூதா வண்ணங்களை வண்ணத்துப்பூச்சிகளால் பார்க்க முடியும்," என்று கூறிக் கொண்டே, நாகேந்திரர், ஒளிர்ந்து கொண்டிருந்த தன்னுடைய கையைப் பரிமலின் உள்ளங்கையின்மீது வைத்தார். மறுகணம், அவனுடைய உள்ளங்கையில் ஏற்பட்டிருந்த துளை தானாகவே மூடிக் கொண்டு, பாதிக்கு மேல் குணமாகிவிட்டது. "லிசா, அவனுடைய கையைத் துடைத்து அதில் ஒரு கட்டுப் போடு. ஒரு சில நாட்களில் அது முழுமையாக குணமாகிவிடும்," என்று நாகேந்திரர் கூறினார்.

பின் அவர் அந்த இரண்டு கூடாரங்களின் ஒன்றின் முன்னால் போய் நின்றார். தங்களுக்கான அடுத்த உத்தரவுக்காகப் பரிமலும் லிசாவும் காத்திருந்தனர்.

அந்தக் கூடாரத்திற்குள் செல்வதற்கு முன்பு, நாகேந்திரர், "லிசா, இன்றிரவு, உன் உடலில் கருமுட்டை வெளிப்பட்டிருப்பதால், கருத்தரிப்பதற்கு ஏற்ற நாள் இது. ஐப்பசி மாதத்தில் பரிமலின் குழந்தையை உன்னிடமிருந்து நான் எதிர்பார்க்கிறேன். அதற்கு இன்னும் ஒன்பது மாதங்கள் இருக்கின்றன. நாளை சூரிய உதயத்திற்கு முன்பு நாம் கிளம்புகிறோம். உன்னுடைய குழந்தை பிறப்பதற்கு முன்பாக நாம் இன்னும் பல வார்த்தைகளை வேட்டையாட வேண்டியிருக்கிறது," என்று கூறினார். பிறகு தன்னுடைய உலோக பாட்டிலிலிருந்து ஒரு மடக்கு தண்ணீர் குடித்துவிட்டு அவர் தன் கூடாரத்திற்குள் நுழைந்தார். லிசாவும் பரிமலும் வாயடைத்துப் போய் நின்றனர். நாகேந்திரர் ஏன் இரண்டு கூடாரங்களை மட்டுமே அமைக்கச் சொன்னார் என்பதை அவர்கள் இருவரும் அப்போது புரிந்து கொண்டனர்.

அவர்களுக்கு இடையே நிலவிய மௌனத்தை லிசாதான் கலைத்தாள். அவள் பரிமலிடம், "இதுவரை

நாம் இருவரும் முறைப்படி ஒருவரிடம் ஒருவர் அறிமுகம் செய்து கொள்ளவில்லை. இப்போதுகூட என்னால் என்னுடைய நிஜப் பெயரைச் சொல்ல முடியாது என்றாலும், லிசா என்னுடைய உண்மையான பெயர் அல்ல என்பதைத் தெரிந்து கொள்ளும் உரிமை உங்களுக்கு இருக்கிறது. உங்கள் பெயர் என்ன?" என்று கேட்டாள்.

பரிமல் அவளிடம், "நான் உங்களைப் பற்றி அப்படி உணரவில்லை," என்று தெரிவித்தான்.

"நானும்தான்," என்று கூறி இணக்கமாகப் புன்னகைத்த லிசா, "ஒரு குழந்தையை உற்பத்தி செய்யுமாறு அவர் நம்மிடம் கூறியிருக்கிறார். நல்லவேளையாக, கருவுறுவதற்குக் காதலித்தே ஆக வேண்டும் என்ற கட்டாயமில்லை," என்று கூறினாள்.

அவர்கள் இருவரும் சேர்ந்து அந்தக் கூடாரத்திற்குள் நுழைந்தபோது, வீசிக் கொண்டிருந்த பலமான காற்றும், கூச்சலிட்டுக் கொண்டிருந்த பேரலைகளும் அந்த இரவின் அமைதியைக் குலைத்துக் கொண்டிருந்தன.

அத்தியாயம் 5

நாகங்களின் வாரிசு

அதிகாலை ஐந்து மணியளவில், தன்னுடைய குடிலுக்கு வெளியே கேட்டக் கூச்சல் சத்தத்தில் ஓம் சாஸ்திரி பதறியடித்து எழுந்தார். அங்கிருந்த துறவிகள் அனைவரும் எதையோ நோக்கி விரைந்து கொண்டிருந்ததை அவர் கண்டார். அக்கூட்டத்தில் விருஷாகபியும் மிலரேபரும் இருந்ததைக் கவனித்த அவர், அவசர அவசரமாகத் தன் அங்கியை அணிந்து கொண்டு அவர்களோடு போய்ச் சேர்ந்து கொண்டார்.

"எல்லோரும் எங்கே ஓடிக் கொண்டிருக்கிறார்கள்?" என்று அவர் மிலரேபரிடம் கேட்டார்.

"எனக்குச் சரியாகத் தெரியவில்லை. ஆனால், மிகவும் மோசமான ஏதோ நிகழ்ந்துள்ளது என்பது மட்டும் புரிகிறது."

அந்தக் கடுங்குளிரிலும் மிலரேபருக்கு வியர்த்துக் கொண்டிருந்ததை ஓம் சாஸ்திரி கவனித்தார்.

அவர்கள் அந்த மலையின் தென்முனையை நோக்கிச் சென்று கொண்டிருந்தனர் என்பது ஓம் சாஸ்திரிக்குப் புரிந்தது. அங்கு அசுவத்தாமனும் பரசுராமரும் நின்று கொண்டிருந்ததை அவர் கவனித்தார். அவர் அந்த இடத்தை நெருங்க நெருங்க, அலைகளின் ஆர்ப்பரிப்பு ஒலி கூடிக் கொண்டே இருந்தது.

அவர்கள் இருவரையும் நெருங்கியதும், ஓம் சாஸ்திரி, "என்ன நடந்தது? இந்தச் சத்தம் எங்கிருந்து வருகிறது?" என்று கேட்டார்.

பரசுராமர் மௌனமாக நின்றார். அவர் அசையாமல் நின்று கொண்டிருந்தாலும், அவர்களுக்கு முன்னால் தெரிந்த கடுமையான அலைகளைப்போலவே அவருடைய எண்ணங்களும் கொந்தளிப்பாக இருந்தது அவருடைய கண்களில் வெளிப்படையாகத் தெரிந்தது.

பரசுராமரின் சார்பில் அசுவத்தாமன் பேசினார். "யாரோ மானசரோவர் ஏரியை அழித்துள்ளனர்."

மிலரேபர் திகைத்தார். "என்ன சொல்கிறீர்கள்? மானசரோவரை எப்படி அழிக்க முடியும்? அது ஒரு கோப்பையிலுள்ள தண்ணீரா என்ன, அழிப்பதற்கு? அதன் மேற்பரப்பு 400 சதுர கிலோமீட்டர்கள்!" யாரும் அவருக்கு பதில் கூறவில்லை. அங்கு ஒரு கூட்டம் கூடியிருந்தது. அந்தத் துறவிகள் மனவேதனையில் இருந்தனர். தங்கள் அன்புக்குரிய ஒருவருடைய மரணத்திற்கு அஞ்சலி செலுத்துவதுபோல அவர்கள் அசையாமல் மௌனமாக நின்று கொண்டிருந்தனர்.

சூரிய ஒளி பரவியதும் அங்கிருந்தவர்களால் அந்தப் பேரழிவை எளிதாகப் பார்க்க முடிந்தது. முன்பு மானசரோவர் ஏரி இருந்திருந்த இடத்தில் இப்போது அதைவிடப் பெரிய ஏரி ஒன்று தென்பட்டது. பிரம்மாவின் மனத்தில் உதித்திருந்த அந்த ஏரியை இப்போது இராவணன் ஏரி விழுங்கியிருந்தது.

"இது பாத்திரத்தின் அளவைப் பற்றியது அல்ல. அதற்குள் பாதுகாக்கப்பட்டு வந்துள்ள விஷயத்தைப் பற்றியது," என்று பரசுராமர் கூறினார். "அந்த ஏரியின் ஆத்மா களவாடப்பட்டுள்ளது. ஓர் ஆன்மா இல்லாத ஓர் உடலால் என்ன பயன்? அது இனியும் ஒரு நீர்நிலை அல்ல. அது ஒரு சடலம்," என்று அவர் மனச்சோர்வுடன் கூறிவிட்டு, அங்கிருந்து விருட்டென்று சென்றுவிட்டார்.

பரசுராமர் ஏதோ ஒரு புதிய வழித்தடத்தில் சென்று கொண்டிருந்ததை ஓம் சாஸ்திரி பார்த்தார். பின்னர் அவர் அசுவத்தாமனிடம், "யார் இதைச் செய்தது? என்ன நடந்து கொண்டிருக்கிறது? இப்படிப்பட்ட நேரத்தில் பரசுராமர் எங்கே போய்க் கொண்டிருக்கிறார்?" என்று கேட்டார். அந்த பயங்கர நிகழ்வு அவரை அடியோடு உலுக்கியிருந்தது.

அசுவத்தாமனின் பார்வையும் அங்கிருந்து புறப்பட்டுச் சென்று கொண்டிருந்த பரசுராமரின்மீதே நிலைத்திருந்தது. "நம்முடைய கேள்விகளுக்கான விடைகளை அறிந்துள்ள ஒருவரை இங்கு அழைத்து வருவதற்காகத்தான் பரசுராமர் போய்க் கொண்டிருக்கிறார். தன்வந்திரிக்குப்

பிறகு அனைத்து பதில்களையும் கொண்டிருக்கின்ற நபர் அவர் மட்டும்தான். கடந்த 5,400 ஆண்டுகளாக, அமர்நாத்திலுள்ள ஒரு மறைவான குகையில் அவர் தவம் புரிந்து வந்துள்ளார். பரசுராமர் இப்போது அவரைப் எழுப்பப் போகிறார்," என்று அசுவத்தாமன் கூறினார்.

"யார் அவர்?" என்று ஓம் சாஸ்திரி கேட்டார்.

"இப்போது நமக்கு முக்கியமானது உங்கள் பயிற்சிதான். நாம் அதை இன்னும் விரைவுபடுத்த வேண்டும்."

ஓம் சாஸ்திரியின் மண்டைக்குள் எண்ணற்றக் கேள்விகள் ஓடிக் கொண்டிருந்தன. அவற்றைப் பற்றி அவர் யோசித்துக் கொண்டிருந்தபோது, திடீரென்று விருஷாகபி அவரைத் தாக்கினான். அதைக் கண்டு அவர் கடும் அதிர்ச்சியடைந்தார். ஓம் சாஸ்திரி தன்னைத் தற்காத்துக் கொள்ள முயன்றார். ஆனால், அவரால் அதில் வெற்றி பெற முடியவில்லை. அவர் தரையில் விழுந்துவிட்டார். அசுவத்தாமன் ஏன் தன்னுடைய உதவிக்கு வரவில்லை என்று அவர் அசுவத்தாமன் பக்கம் திரும்பிப் பார்த்தபோது, அவர் வெறுமனே வேடிக்கை பார்த்துக் கொண்டிருந்ததைக் கண்டதும், தன்னுடைய பயிற்சி ஏற்கனவே தொடங்கியிருந்ததை அவர் புரிந்து கொண்டார். திடீரென்று அவர் ஒரு மோதலுக்குள் தள்ளப்பட்டிருந்தார். அதுவும், ஒரு கொடுவாள் புலியைவிட அதிக வலிமையான, அனுமனின் குலத்தைச் சேர்ந்த ஒருவனோடு அவர் மோத வேண்டியிருந்தது.

பரசுராமர் மானசரோவர் ஏரியின் கரையில் நின்று கொண்டிருந்தார். காலியான ஆக்சிஜன் சிலிண்டர்கள், உணவுப் பொட்டலங்கள், கூடாரம் அமைக்கப்பட்டிருந்த இடத்தில் கிடந்த ஆணிகள், தீப்பெட்டிகள் போன்ற பொருட்கள் அங்கு இறைந்து கிடந்ததை அவர் கண்டார். ஆனால், அங்கு மனிதர்கள் எவரையும் காணவில்லை. அங்கு வந்திருந்தது யாராக இருக்கும் என்று பரசுராமர் யோசித்துக் கொண்டிருந்த அதே நேரத்தில், பரிமல் தன் குழுவை முன்னிருந்து வழிநடத்திக் கொண்டிருந்தான். அவர்கள் மானசரோவர் ஏரியிலிருந்து மேற்கு நோக்கிச் சென்று கொண்டிருந்தனர். ஒரு வரைபடத்தின்

ஒரு துண்டு பரிமலின் கையிலிருந்தது. முன்பு கிழிக்கப்பட்டிருந்த அதே வரைபடத்தின் மற்றொரு பகுதி அது. அதை நாகேந்திரர் அவனிடம் கொடுத்திருந்தார். அவர்கள் சென்றடைய வேண்டிய இடம் அதில் குறிக்கப்பட்டிருந்தது. பரிமலை அடுத்து நாகேந்திரர் வந்து கொண்டிருந்தார். அவருக்குப் பின்னால் லிசா வந்து கொண்டிருந்தாள்.

இந்த இரண்டு தரப்பினரும் தங்களுடைய சொந்த விதிமுறைகளின்படி தங்களுடைய ஆட்டத்தை ஆடிக் கொண்டிருந்தபோது, டாக்டர் பத்ரா எதில் மும்முரமாக ஈடுபட்டிருந்தார் என்பதை எவரும் அறிந்திருக்கவில்லை.

திருமதி பத்ரா மீண்டும் கதையைத் தொடர்ந்தார். “இரண்டு நாட்களுக்குப் பிறகு, டாக்டர் பத்ரா தன்னுடைய சோதனைக்கூட எலியைப் பார்க்கச் சென்றார். அதற்கு ஓம் சாஸ்திரியின் இரத்தம் ஏற்றப்பட்டு ஒரு வாரம் ஆகியிருந்ததால், அந்த எலி முழுமையாக குணமாகியிருக்கும் என்று அவர் நம்பியிருந்தார். ஆனால், அந்த எலி, மேசைக்கடியில் பிரக்ஞையின்றிக் கிடந்தது. டாக்டர் பத்ரா அதைக் கையில் தூக்கிப் பார்த்தார். அது அவருடைய கையிலேயே உயிரை விட்டுவிட்டது.

“அவருக்குக் குழப்பமாக இருந்தது. இது எப்படிச் சாத்தியம் என்று அவர் யோசித்தார். தொடக்கத்தில் அது நன்றாகத் தேறிக் கொண்டுதானே இருந்தது? அதன் வலி குறைந்திருந்தது. அதன் நோய்க்குறிகளும் குறைந்திருந்தன. என் உயிரைக் காப்பாற்றுவதற்கு அவர் மிகவும் நெருங்கி வந்திருந்தார். ஆனால், இப்போது எல்லாமே வீணாகியிருந்ததாக அவர் நினைத்தார்.

“அதனால், அவர் மிகவும் மனமுடைந்து போனார். டாக்டர் பத்ரா முழுக்க முழுக்க ஓர் அறிவியலறிஞர். அவர் தன்னுடைய மொத்த வாழ்க்கையையும் மருத்துவத் தொழிலுக்கு அர்ப்பணித்திருந்தார். முதலில் அவர் ஓம் சாஸ்திரியின் ‘கட்டுக்கதைகளை’ நம்பாமல்தான் இருந்தார். பின்னர் அவர் அவரை முழுமையாக நம்பினார். ஆனால், இறுதியில் அவர் தன்மீதே பெரும் கோபம் கொண்டார். அவர் என்னைக் காப்பாற்ற முடியாத நிலையில் இருந்தது அவருடைய நெஞ்சைப்

பிளந்தது.

“பின்னர் அவர் மாடிக்கு வந்து என்னைப் பார்த்தபோது, நான் வலியால் துடித்துக் கொண்டிருந்தேன். ஆனால், அவர் என்னைவிட அதிக வலியில் இருந்தார். அது இயலாமையின் வலி. அதை என்னால் அவருடைய முகத்தில் பார்க்க முடிந்தது.

“நான் அவரிடம், ‘இதற்கு மேல் என்னால் தாங்க முடியாது, என்னைப் போகவிடுங்கள்,’ என்று கெஞ்சினேன். அவர் என்னுடைய கையை இறுக்கமாகப் பற்றிக் கொண்டிருந்தார். அவருடைய கண்களிலிருந்து தாரை தாரையாகக் கண்ணீர் வடிந்து கொண்டிருந்தது. பின்னர் அவர் என் அறையிலிருந்து போய்விட்டார்.

“அவர் கீழறையில் சில நிமிடங்கள் மௌனமாக அமர்ந்திருந்தார். பின்னர், ஏதோ உத்வேகத்துடன் எழுந்து, ஓம் சாஸ்திரியின் மீதமிருந்த இரத்த மாதிரியை ஓர் ஊசியில் ஏற்றிக் கொண்டு நேராக என் அறைக்கு வந்தார். அவர் என்னிடம் ஆறுதலாகச் சில வார்த்தைகள் பேசினார்.

“நான் அவரிடம் மறுபடியும், ‘தயவு செய்து என்னைச் சாகவிடுங்கள். என்னை இந்த வலியிலிருந்து காப்பாற்றுங்கள்,’ என்று கதறினேன்.

“அவர் இரண்டு தூக்க மாத்திரைகளையும் ஒரு டம்ளர் தண்ணீரையும் எடுத்துக் கொண்டு வந்து, என் தலையணையை நிமிர்த்தி வைத்துவிட்டு, அந்த மாத்திரைகளை என்னிடம் கொடுத்தார். நான் அவற்றை விழுங்கினேன். டாக்டர் பத்ரா கண்ணீரின் ஊடாக என்னை நோக்கிப் புன்னகைத்தார். தூக்கம் என் கண்களைத் தழுவுவதற்கு முன்பு நான் அவரை நோக்கி பலவீனமாகப் புன்னகைத்தது எனக்கு நினைவிருக்கிறது. என் வேதனையைப் பார்க்க முடியாமல் அவர் என்னை வழியனுப்பி வைத்துவிட்டார் என்றுதான் நான் நினைத்தேன். நான் தூங்கிய பிறகு, அவர் ஓம் சாஸ்திரியின் இரத்தத்தை என் உடலில் ஏற்றினார். அந்தச் சோதனைக்கூட எலி எப்படி வலியில்லாமல் இறந்து போனதோ அதுபோல நானும் இறந்து போவேன் என்றுதான் அவர் நினைத்திருந்தார். நான் வேறு ஓர்

உலகிற்குள் புகுந்து கொண்டிருந்தபோது, அவர் என் படுக்கைக்கு அருகேயே உட்கார்ந்திருந்தார். என் படுக்கைக்கு அருகேயிருந்த உபகரணங்கள் எழுப்பிக் கொண்டிருந்த மெல்லிய பீப் ஓசைகள் அடங்கின. என்னுடைய இதயத்துடிப்பைக் காட்டிக் கொண்டிருந்த திரையில் அது அலையற்ற ஒரு நீளக் கோடாக மாறியது. எனக்காக இரவு பகலாகப் பல நாட்கள் தூங்காமல் இருந்த டாக்டர் பத்ரா, அசதியில் என் நாற்காலியில் அப்படியே தூங்கிவிட்டார்."

இப்போது பிரித்திவி கதையைத் தொடர்ந்தான்.

மானசரோவரிலிருந்து வடமேற்குத் திசையில் 683 கிலோமீட்டர் தொலைவிலிருந்த அமர்நாத்திலுள்ள இந்துக் கோவிலுக்குச் செல்வதற்காகப் பரசுராமர் பயணப்பட்டிருந்தார். இதற்கிடையே, நாகேந்திரர், மானசரோவரிலிருந்து தென்மேற்குத் திசையில் 173 கிலோமீட்டர் தொலைவிலிருந்த தன்னுடைய மறைவிடத்திற்குப் பயணப்பட்டிருந்தார்.

"லிசா! பரிமல்! இப்போது நாம் நம்முடைய முதல் வார்த்தையை வெற்றிகரமாகப் பெற்றுவிட்டோம். அதோடு, மானசோரவரும் நிரந்தரமாக அழிக்கப்பட்டுவிட்டது. அடுத்த வார்த்தையைத் தேடுவதற்கான நம்முடைய பயணம் இனி மிகவும் அபாயகரமானதாக இருக்கும். ஏனெனில், இப்போது அவர்கள் எச்சரிக்கை அடைந்திருப்பர். இந்நேரத்திற்கு அவர்கள் நம்மைத் துரத்திக் கொண்டிருக்கக்கூடும். அல்லது, வெகுவிரைவில் அதில் அவர்கள் இறங்குவர். நம்முடைய அடுத்த இலக்கு அருகேதான் இருக்கிறது," என்று கூறிய நாகேந்திரர், லிசாவிடம் ஒரு காகிதத்தைக் கொடுத்துவிட்டு, அதைப் பற்றிச் சத்தமாகப் பேசக்கூடாது என்று அவர்களுக்கு உத்தரவிட்டார். அந்தச் சீட்டில், ஒரு மர்மமான ஏரி இருந்த இடத்தின் தீர்க்கரேகையும் அட்சரேகையும் குறிக்கப்பட்டிருந்தன. "இன்னும் நேரம் கூடிவரவில்லை. அடுத்தப் பிறைநிலவன்று இரவில் நாம் அந்த இடத்தை அடைய வேண்டும். அதுவரை நாம் யார் கண்களிலும் படாமல் மறைந்திருக்க வேண்டும்," என்று நாகேந்திரர் கூறினார்.

இதற்கிடையே, பரசுராமர் அமர்நாத்தை அடைந்திருந்தார். பனியால் ஆன சிவலிங்கம், மே மாதத்திற்கும் ஆகஸ்ட் மாதத்திற்கும் இடையே மட்டுமே அங்குள்ள குகையில் தோன்றும் என்பதால், அந்தச் சமயத்தில் மட்டுமே அந்த இடம் பக்தர்களுக்குத் திறந்துவிடப்பட்டிருக்கும். இப்போது பிப்ரவரி என்பதால் அங்கு யாரும் இருக்கவில்லை. அந்த இடம் அமைதியாக இருந்தது. பரசுராமர் அந்தக் குகைக்குள் நுழைந்து, மக்கள் அனுமதிக்கப்பட்டக் கடைசி இடம்வரை சென்றார். அதன் சுவர்கள் மேடுபள்ளங்களோடு சமமற்ற முறையில் இருந்தன. அதன் ஒரு மூலையில் ஒரு பாறையில் ஒரு சிறு மேடான பகுதி இருந்தது. பரசுராமர் அதன்மீது கை வைத்து அதைத் தடவி ஒரு குறிப்பிட்ட இடத்தைக் கண்டுபிடித்தார். பின் அவர் தன் கோடாரியை வரவழைத்தார். அதன் மறுமுனையைக் கொண்டு அவர் அந்தப் பாறையின்மீது இலேசாகத் தட்டினார். அதிலிருந்து சில பாறைத் துண்டுகள் கீழே விழுந்தன. மூடிய நிலையிலிருந்த ஒரு கண் அந்தப் பாறையில் வெளிப்பட்டது. அதைச் சுற்றிலும் பரசுராமர் தன்னுடைய வெற்றுக் கைகளால் தோண்டினார். இறுதியில், அந்த இடத்தில், தியான நிலையில் அமர்ந்திருந்த ஒருவர் வெளிப்பட்டார்.

பரசுராமர் தேடி வந்திருந்த நபர் அவர்தான். பல நூற்றாண்டுகளின் ஊடாக ஆழ்தியானத்தில் மூழ்கியிருந்த அந்த நபர், அந்தப் பாறையோடு பாறையாகவே ஆகி இயற்கையோடு ஒன்றிப் போயிருந்தார். அவர் எலும்பும் தோலுமாக இருந்தார். அவருடைய உடலில் சிறு பூச்சிகள் ஒட்டிக் கொண்டிருந்தன. அவருடைய முகத்திலும் தலைமுடியிலும் மண் அப்பியிருந்தது.

சமாதி நிலையிலிருந்த அவரைப் பரசுராமர் விழித்தெழ வைத்தார். அவர் மெதுவாகத் தன் கண்களைத் திறந்தார். பரசுராமரே தன் முன்னால் நின்று கொண்டிருந்ததைப் பார்த்தவுடன், அவர் ஏதோ அவசரமான விஷயத்திற்காகத்தான் வந்திருக்க வேண்டும் என்பதை அவர் புரிந்து கொண்டார். பரசுராமர் பேசுவதற்காக அவர் மௌனமாகக் காத்திருந்தார்.

“மானசரோவர் ஏரியை இராவணன் ஏரி விழுங்கிவிட்டது. அதனால், மானசரோவர் ஏரியின் ஆத்மா காணாமல் போய்விட்டது. மிருத சஞ்சீவினி நூலையும் நாங்கள் இழந்துவிட்டோம்,” என்று பரசுராமர் விளக்கினார்.

கயிலை மலையின் சூழ்நிலையைப் பரசுராமர் அவரிடம் எடுத்துக் கூறிக் கொண்டிருந்த அந்த நேரத்தில், நாகேந்திரரும் அவருடைய குழுவும், ஒதுக்குப்புறமாக இருந்த தங்கும் விடுதி ஒன்றுக்கு வந்து சேர்ந்தனர். அங்கே அவர்கள் ஒரு சிறிய அறையை வாடகைக்கு எடுத்தனர். மற்றவர்கள் ஓய்வெடுத்துக் கொண்டிருந்தபோது, லிசா அந்த மர்ம ஏரியைப் பற்றி ஆராய்ந்து கொண்டிருந்தாள். அதன் பெயர் ரூபகுண்டம். அது கடல் மட்டத்திலிருந்து மிக உயரத்தில் இருந்த ஒரு பனி ஏரி. அதைச் சுற்றி ஏராளமான பாறைகளும் பனிமலைகளும் இருந்தன. அந்த ஏரியின் விளிம்பில் நூற்றுக்கணக்கான மனித எலும்புக்கூடுகள் கண்டெடுக்கப்பட்டிருந்ததால், சமீப காலங்களில் அது எலும்புக்கூடு ஏரி என்று அழைக்கப்படலாயிற்று. அந்த ஏரியின் நீருக்கு அடியிலும் எலும்புக்கூடுகள் கிடந்தன. ஆனால், அந்த ஏரியின் பனி உருகுகின்ற ஒரே ஒரு மாதத்தில் மட்டுமே அவை தென்படும். எலும்புக்கூடுகளோடு, மரத்தினால் செய்யப்பட்டக் கலைப்பொருட்கள், இரும்பு ஈட்டிகள், தோல் செருப்புகள் போன்றவையும் அங்கிருந்து கண்டெடுக்கப்பட்டன. அந்த எலும்புக்கூடுகள் தொலைதூரத் தெற்குப் பகுதியைச் சேர்ந்தவை என்பது கதிரியக்கக் கரிமக் காலக்கணிப்புச் சோதனையின் மூலம் தெரிய வந்தது. தெற்காசிய வம்சாவளியைச் சேர்ந்த அந்த எலும்புக்கூடுகள் சத்திய யுகத்தைச் சேர்ந்தவை. அந்த நபர்கள் அனைவரின் மரணங்களும், முனை மழுங்கிய ஒரு பொருளால் அவர்களுடைய பின்மண்டை தாக்கப்பட்டதால் நிகழ்ந்திருக்க வேண்டும் என்று ஆய்வுகள் தெரிவித்தன. அங்கிருந்து எடுக்கப்பட்ட முப்பத்தெட்டு எலும்புக்கூடுகளில் மேற்கொள்ளப்பட்ட மரபணுச் சோதனைகள், அவற்றின் காலம் மிகப் பழமையானதாக இருக்க வேண்டும்

என்று கண்டுபிடித்திருந்ததாக 2019 ஆகஸ்ட் மாதம் வெளியிடப்பட்ட ஓர் ஆய்வறிக்கை தெரிவித்தது.

அப்போது, நாகேந்திரர், தான் வைத்திருந்த உலோக பாட்டிலிலிருந்து ஒரு மடக்கு குடித்தார். அந்த பாட்டிலின் மங்கிப் போயிருந்த நிறத்தின் காரணமாக அது பழையதுபோலத் தோன்றினாலும், அதன் வளைந்த பகுதியிலிருந்து பிரதிபலித்த வெளிச்சம் அது புதியது என்பதை வெளிப்படுத்தியது. 'மானசரோவர் ஏரியில் முகாமிட்ட நேரத்திலிருந்து அவர் அதைத் தன்னுடனேயே வைத்திருக்கிறார்,' என்று லிசா நினைத்துக் கொண்டாள்.

நாகேந்திரர் அவர்களிடம், "நான் நம்முடைய நீர்மூழ்கிக்கப்பலிலுள்ள என்னுடைய பிரத்யேக அறைக்குச் சென்று, மானசரோவரில் கிடைத்துள்ளவற்றைப் பாதுகாப்பாக வைத்தாக வேண்டும். அதனால், நான் அங்கே போகப் போகிறேன். நான் திரும்பி வருவதற்கு இரண்டு நாட்களாகும். அதுவரை நீங்கள் இருவரும் இங்கேயே இருங்கள். எப்போதும் எச்சரிக்கையுடன் இருங்கள்," என்று கூறினார். பின் அவர் தன்னுடைய பாட்டிலைத் தன்னுடைய பைக்குள் வைத்துவிட்டு அங்கிருந்து கிளம்பினார்.

விருஷாகபி தொடர்ந்து ஓம் சாஸ்திரியைத் தாக்கிக் கொண்டிருந்தான். ஓரமாக நின்று கொண்டிருந்த அசுவத்தாமன், ஓம் சாஸ்திரிக்குத் தொடர்ந்து அறிவுறுத்தல்களைக் கொடுத்துக் கொண்டிருந்தார். ஆனால், அவை எதுவும் ஓம் சாஸ்திரிக்குப் பலனளிக்கவில்லை. அவர் தொடர்ந்து அடி வாங்கிக் கொண்டிருந்தார். இதைப் பார்த்த அசுவத்தாமன் எரிச்சலடைந்து, தாக்குதலை நிறுத்துமாறு விருஷாகபியிடம் கூறிவிட்டு ஓம் சாஸ்திரியிடம் சென்று பேசினார்.

"நீங்கள் ஏன் என் அறிவுறுத்தல்களைப் பின்பற்றாமல் இருக்கிறீர்கள்? உங்களுடைய கவனம் எங்கே இருக்கிறது? நமக்கு மிகக் குறைவான நேரமே இருக்கிறது."

"நேரத்திற்குப் பஞ்சமே இல்லாத நபர்கள் நாம் என்றுதான் நான் எண்ணிக் கொண்டிருந்தேன்," என்று

ஓம் சாஸ்திரி பதிலளித்தார். அவருக்கு மூச்சு வாங்கியது.

ஓம் சாஸ்திரியின் விட்டேத்தியான பதில் அசுவத்தாமனுக்குக் கடுங்கோபம் ஏற்படுத்தியது. "நிலைமையை நீங்கள் புரிந்து கொண்டுள்ளதாகத் தெரியவில்லை. நான்–"

"ஆமாம். நான் புரிந்து கொண்டிருக்கவில்லை என்பது உண்மைதான். அதை எனக்குப் புரிய வையுங்கள். இங்கு என்ன நடந்து கொண்டிருக்கிறது என்பதை எனக்குத் தெளிவாகவிளக்குங்கள். என் மனத்தில் நூற்றுக்கணக்கான கேள்விகள் ஓடிக் கொண்டிருக்கின்றன. பரசுராமர் எனக்குக் கொடுக்குமாறு கூறியுள்ள இந்த அர்த்தமற்றப் பயிற்சியைவிட அதிக முக்கியமான கேள்விகள் என்னை அழுத்திக் கொண்டிருக்கின்றன."

அங்கிருந்து செல்லுமாறு அசுவத்தாமன் விருஷாகபிக்குச் சைகை செய்தார். விருஷாகபி அசுவத்தாமனை நோக்கித் தலைவணங்கிவிட்டு, ஓம் சாஸ்திரியை நோக்கித் தோழமையுடன்கூடிய ஒரு புன்னகையை வீசிவிட்டு அங்கிருந்து நகர்ந்தான்.

ஓம் சாஸ்திரியின் நிலைமையைப் புரிந்து கொண்ட அசுவத்தாமன், தன்னை அமைதிப்படுத்திக் கொண்டு அவரிடம் மென்மையாகப் பேசினார். "சரி, இங்கே வாருங்கள். நாம் உட்கார்ந்து பேசலாம். உங்கள் மனத்தை எது அரித்துக் கொண்டிருக்கிறது?"

ஓம் சாஸ்திரி ஒரு முறை ஆழமாக சுவாசித்துவிட்டு, தன் நடத்தைக்காக அசுவத்தாமனிடம் மன்னிப்புக் கேட்டுவிட்டு அவரருகே அமர்ந்தார்.

பின் அவர் அசுவத்தாமனிடம், "இங்கு என்ன நடந்து கொண்டிருக்கிறது?" என்று கேட்டார். அதற்கு அசுவத்தாமன் தன்னை ஒருவாறு தயார்படுத்திக்கொண்டு, "பரசுராமருக்குத் தெரியும் அளவுக்கு எனக்கு விஷயம் தெரியாது. ஆனால், மிருத சஞ்சீவினி உங்களிடமிருந்து திருடப்பட்டுள்ளது என்பதையும், ஆனால், மரணிக்காத நிலையை அடைய வேண்டும் என்பதற்காக அது உங்களிடமிருந்து திருடப்பட்டிருக்கவில்லை என்பதையும் நான் அறிவேன்," என்று கூறினார்.

"என்ன சொல்கிறீர்கள்?"

“உங்களுடைய கேள்விகளில் பெரும்பாலானவற்றுக்கு பதிலளிக்கக்கூடிய நிலையிலுள்ள ஒருவருடன் பரசுராமர் இங்குத் திரும்பி வந்து கொண்டிருக்கிறார். அவர் வந்தவுடன் உங்களுடைய கேள்விகளுக்கு அவரிடமிருந்து பதில் கிடைக்க நான் ஏற்பாடு செய்கிறேன். ஆனால், அதுவரை, நீங்கள் தயவு செய்து என்னுடன் ஒத்துழைத்து உங்கள் பயிற்சியில் கவனம் செலுத்துங்கள். நமக்கு நேரம் குறைவாக இருக்கிறது. நாம் தாமதிக்கின்ற ஒவ்வொரு நொடியும், நம்முடைய தோல்விக்கும் எண்ணற்ற உயிரிழப்புகளுக்கும் இட்டுச் செல்லக்கூடும். நாம் மீண்டும் தொடங்கலாமா?” என்று அசுவத்தாமன் அவரிடம் கேட்டார்.

ஓம் சாஸ்திரி அதற்குத் தலையசைத்துத் தன் சம்மதத்தைத் தெரிவித்தார்.

“இப்போது என்னுடன் வாருங்கள்,” என்று கூறிய அசுவத்தாமன், எழுந்து நடக்கத் தொடங்கினார்.

மானசரோவர் ஏரிக்கும் ரூபகுண்டம் ஏரிக்கும் கிட்டத்தட்ட சம தூரத்தில் இருந்த அந்தச் சிறிய தங்கும் விடுதி அறையில் அடைந்து கிடந்த லிசாவுக்கும் பரிமலுக்கும் நேரத்தை ஓட்டுவது பெரும்பாடாக இருந்தது. ஒரு நாள் காலையில் பரிமல் தன் உள்ளங்கையை மடக்கிப் பார்த்தபோது அது வலிக்கவில்லை. அதனால், அவன் தன் காயத்தின்மீதான கட்டை அவிழ்த்தான். லிசா அவனருகே வந்து அவனுடைய காயத்தை உற்று நோக்கினாள். காயம் ஆறியிருந்தபோதிலும், அது ஒரு தழும்பை விட்டுச் சென்றிருந்தது. செங்குத்தாக நீட்டப்பட்டிருந்த விழிப்பாவையை உள்ளே கொண்டிருந்த ஓர் அசாதாரணமான கண்விழிப்படலம்போல அது தோன்றியது.

அவள் அவனுடைய கையைப் பிடித்துப் பல கோணங்களில் பார்த்தாள். பின் அவள் அவனிடம் இவ்வாறு கூறினாள்: “இது ‘கோலோபோமா’ என்று அழைக்கப்படுகின்ற, பிறப்பிலேயே உண்டாகின்ற கண் கோளாறைப்போல இருக்கிறது. இது ஓர் அரிய நோய். இது பத்தாயிரத்தில் ஒருவருக்கு மட்டுமே ஏற்படும். இது பூனைகளிலும் காணப்படுகிறது. சில பாம்புகளில்,

குறிப்பாகப் பச்சைப் பாம்பு இனத்தில், இது இயல்பாகக் காணப்படுகிறது. இவற்றின் விழிப்பாவை ஒரு சாவித் துவாரத்தின் வடிவில் விரியும் என்பதால், அவற்றால் தம்முடைய இரண்டு கண்களின் பார்வையையும் இணைத்துச் சிறப்பாகப் பார்க்க முடியும். அவை நல்ல பாம்பு அளவுக்கு விஷமுடையவை அல்ல என்றாலும், ஓரளவு விஷத்தன்மை உடையவைதாம்."

"உங்களுக்கு எப்படி இதைப் பற்றி இவ்வளவு விஷயங்கள் தெரியும்?" என்று பரிமல் வியந்து போய் அவளிடம் கேட்டான்.

திடீரென்று அவன் அப்படிக் கேட்டதால் லிசா சற்றுத் தடுமாறினாள். பின்னர் அவள் தன் விரல்களை ஒன்றோடொன்று பின்னிக் கொண்டு, வேறு எங்கோ பார்த்தவாறு அவனுக்கு பதிலளித்தாள். "உம்... நான் ஒரு சிறுமியாக இருந்தபோது, பாம்புகள் குறித்து நான் ஒரு விரிவான கட்டுரை எழுத வேண்டியிருந்தது. அதற்காக நான் நிறைய ஆராய்ந்தேன். தனிப்பட்ட முறையில் எனக்குப் பாம்புகளைப் பிடிக்காது. உங்களுடைய இந்தத் தழும்பு, எதேச்சையாக, பச்சைப் பாம்புகளின் கண்களை எனக்கு நினைவுபடுத்தியது."

அவள் எதையோ மறைத்துக் கொண்டிருந்தாள் என்ற உணர்வு பரிமலுக்கு ஏற்பட்டது. "லிசா, நீங்கள் ஏன் இங்கு இருக்கிறீர்கள் என்பதை நீங்கள் என்னிடம் சொல்லலாம். நீங்கள் ஏன் நாகேந்திரருக்காகப் பணியாற்றிக் கொண்டிருக்கிறீர்கள்?" என்று அவன் கேட்டான்.

"நான் எதற்காக அதை உங்களிடம் சொல்ல வேண்டும்?"

"நாகேந்திரர் தன் இலக்கை அடைய நாம் இருவரும் சேர்ந்து அவருக்கு உதவிக் கொண்டிருக்கிறோம். தொடக்கத்தில் அசௌகரியமாக இருந்தபோதிலும், நாம் இருவரும் ஒரே படுக்கையைப் பகிர்ந்து கொண்டுள்ளோம். நீங்கள் என் குழந்தையைச் சுமந்து கொண்டிருப்பதற்கான சாத்தியக்கூறுகள் அதிகமாகவே உள்ளன. அக்குழந்தை நம் இருவருக்குமே சம அளவு சொந்தம். அதன் மூலம், நம்முடையது வாழ்நாள்

முழுவதும் நீடிக்கப் போகின்ற ஓர் உறவாக ஏற்கனவே மாறியுள்ளது. அதை வலுப்படுத்திக் கொள்வதற்கு நமக்கு நேரம் இருக்கிறது. நாம் இருவரும் பரஸ்பரம் ஒருவர்மீது ஒருவர் நம்பிக்கை வைக்கக் கற்றுக் கொள்ள வேண்டும். அதற்கு நாம் ஒருவரையொருவர் நன்றாகப் புரிந்து கொள்ள வேண்டியது அவசியம்," என்று பரிமல் தர்க்கரீதியாக வாதிட்டான்.

ஆனால், லிசா மௌனமாக இருந்தாள். பரிமல் பெருமூச்செறிந்தான். 'அவள் தன் மனத்தைத் திறந்து காட்டும்படி செய்வதற்கான ஒரே வழி, என்னுடைய உண்மைக் கதையை அவளுடன் பகிர்ந்து கொள்வதுதான்,' என்று அவன் நினைத்தான். அதனால், அவன் தொடர்ந்து பேசினான். "லிசா, இந்தத் தழும்பைப் பற்றிய உங்கள் கூற்று சரியானதுதான். இது எதேச்சையானது அல்ல. நீங்கள் கூறுவதுபோலவே, இந்தியத் துணைக்கண்டத்தில் இருக்கின்ற பச்சைப் பாம்புகளுக்குச் சாவித் துவார வடிவ விழிப்பாவைகள் இருக்கின்றன. இந்தத் தழும்புக்குப் பின்னால் அர்த்தமுள்ள ஒரு காரணம் இருக்கிறது. ஒரு சாவித் துவார வடிவிலிருந்த ஒரு விழிப்பாவை ஒட்டியிருந்த உள்ளங்கையுடன்தான் நான் பிறந்தேன்."

"இது விநோதமாக இருக்கிறது. நீங்கள் என்ன சொல்கிறீர்கள்? நீங்கள் உங்களுடைய தாயின் கருவறையிலிருந்து வெளிவந்தபோது, மூடிய கையோடு வெளியே வந்தீர்கள் என்றும், பின்னர் நீங்கள் உங்கள் உள்ளங்கையைத் திறந்தபோது அதற்குள் ஒரு விழிப்பாவை இருந்ததை உங்களுடைய மக்கள் கண்டனர் என்றும் நீங்கள் கூறுகிறீர்களா?" என்று லிசா வியப்புடனும் குழப்பத்துடனும் கேட்டாள்.

"லிசா, முதலில், நீங்கள் கற்பனை செய்துள்ளதுபோல நான் மருத்துவர்களும் செவிலியரும் புடைசூழ ஒரு மருத்துவமனையில் பிறக்கவில்லை. என் அப்பாவின் முன்னிலையில், திறந்த உள்ளங்கைகளுடன்தான் நான் பிறந்தேன். அப்போது, நான் உண்மையிலேயே என் உள்ளங்கையில் ஒரு விழிப்பாவையுடன்தான் பிறந்திருந்தேனா என்பதை உறுதி செய்வதற்காக, அந்த

அறைக்கு வெளியே நாகேந்திரர் காத்துக்கொண்டிருந்தார். எங்கள் குடும்பத்தில் பிறந்த ஒவ்வொரு குழந்தையும் இப்படித்தான் பிறந்தது. ஆனால், இந்தக் கண்கோளங்கள் உடலின் நாளங்களோடு பிணைக்கப்பட்டிருக்கின்றன. அவை எங்கள் இரத்தத்தை உறிஞ்சி வேகமாக வளர்ந்து, பிறகு எங்கள் உள்ளங்கைகளிலிருந்து துள்ளித் தெறித்து வெளியே விழுந்துவிடும். இவை திசுக்களாலோ அல்லது உயிரணுக்களாலோ ஆனவை அல்ல. அதனால், அது என் உள்ளங்கையில் நகர்ந்து கொண்டு தன்னைச் சுற்றி எல்லாவற்றையும் பார்த்துக் கொண்டிருக்கும் என்று கற்பனை செய்துவிடாதீர்கள். ஒரு சில நாட்களுக்குள் அது முதிர்ச்சியடைந்து உதிர்ந்துவிடும். முதலில் அந்த இடத்தில் ஒரு தழும்பு இருக்கும். காலப்போக்கில் அதுவும் மறைந்துவிடும்," என்று பரிமல் விளக்கினான்.

"அப்படியானால், இது உங்களுக்கும் நடந்துள்ளது. அப்படிக் கீழே விழுந்த அந்த விழிப்பாவைக்கு என்னவாகும்?" என்று லிசா சந்தேகத்துடன் கேட்டாள்.

பரிமல் அதற்கு ஒரு புன்னகையுடன் விடையளித்தான். "ஆமாம், அது எனக்கும் நிகழ்ந்திருக்கிறது. ஆனால், ஒரு பாம்பு தன் சட்டையை உரிப்பதுபோல அது நிகழ்வதில்லை. அந்த விழிப்பாவை உதிர்ந்து சரியாக ஒன்பது நாட்கள் கழித்து அது மணற்துகள்களாகச் சிதைந்துவிடும்."

"அப்படியானால், அது ஏன் முதலில் தோன்றுகிறது? அது எந்த நோக்கத்தை நிறைவேற்றுகிறது?" என்று லிசா கேட்டாள்.

அந்த உரையாடலை அத்துடன் முடித்துவிட முயற்சிப்பதுபோல, பரிமல், "எனக்குத் தெரியாது," என்று கூறினான்.

"நீங்கள் என்ன சொல்கிறீர்கள்? உங்கள் குடும்பத்தில் இது பல தலைமுறைகளாக நடந்து வந்துள்ளது என்றாலும் எவரும் அதற்கான காரணத்தைக் கண்டறிய முயலாமல் இருந்தார்கள் என்று நீங்கள் சொல்ல வருகிறீர்களா?" என்று லிசா விரக்தியுடன் கேட்டாள். அதைக் கேட்டுப் பரிமல் ஒரு நமுட்டுச் சிரிப்பு சிரித்தான். அதைப் பார்த்த லிசா, அவன் தன்னிடம் கதைவிட்டுக்

கொண்டிருந்ததாக நினைத்தாள்.

"உங்கள் உள்ளங்கையில் இருக்கின்ற தழும்பு ஒரு கண்ணைப்போல இருப்பதாக நான் கூறியவுடன் நீங்கள் அவிழ்த்துவிட்டக் கதைதானே இது?" என்று கேட்டுவிட்டு அவள் அவனை ஏறிட்டுப் பார்த்தாள்.

"இல்லை. இதில் எதுவும் என் கற்பனையல்ல." பரிமலின் வார்த்தைகள் உண்மையாக இருந்தபோதிலும், அவன் பொய்தான் கூறிக் கொண்டிருந்தான் என்ற முடிவுக்கு அவள் ஏற்கனவே வந்துவிட்டிருந்தாள்.

"இது மிகவும் விநோதமாக இருக்கிறது. நான் உங்களை நம்பவில்லை," என்று அவள் கூறினாள்.

பரிமல் எழுந்து நின்று கொண்டு, எங்கிருந்து தொடங்குவது என்று யோசித்தான். லிசா அவனுடைய முகத்தையே பார்த்துக் கொண்டிருந்தாள்.

"இது உங்களுக்கு உதவும் என்று நான் நினைக்கிறேன். நீங்கள் என் உள்ளங்கையைச் சரியாகப் பார்க்கவில்லை என்று நான் நினைக்கிறேன். எனக்குக் கைரேகைகள் கிடையாது."

அதைக் கேட்டு அதிர்ச்சியும் திகைப்பும் அடைந்த லிசா, அவனுடைய இரண்டு உள்ளங்கைகளையும் உற்றுப் பார்த்தாள். அவற்றில் உண்மையிலேயே ரேகைகள் எதுவும் இருக்கவில்லை. தழும்பு இல்லாமலிருந்த கையில்கூடக் கைரேகை இருக்கவில்லை.

"எனக்குக் கைரேகைகள் இல்லாததற்குக் காரணம், முன்கூட்டியே நிர்ணயிக்கப்பட்டத் தலைவிதி எதுவும் எனக்கு இல்லாததுதான். நான் எதையும் இட்டுக்கட்டிக் கூறிக் கொண்டிருக்கவில்லை. அந்த விழிப்பாவையின் நோக்கம் என்ன என்பதும், ஒன்பது நாட்களுக்குப் பிறகு அது ஏன் தன்னையே அழித்துக் கொள்கிறது என்பதும் எனக்கு உண்மையிலேயே தெரியாது. ஆனால், நான் கூறுவது உண்மை என்பதையும், நீங்கள் என்னை நம்பலாம் என்பதையும் நீங்கள் தெரிந்து கொள்ள வேண்டும் என்று நான் விரும்புகிறேன்."

அப்போதும் லிசாவுக்கு நம்பிக்கை வரவில்லை. அதனால், அவள் அவனை நிமிர்ந்து பார்க்காமல் இருந்தாள்.

“சரி. நீங்கள் எதற்காக இங்கே இருக்கிறீர்கள்?” என்று லிசா கேட்டாள்.

“இங்கு வரும்படி எனக்கு உத்தரவிடப்பட்டது,” என்று பரிமல் பதிலளித்தான். ஆனால், லிசா தன்னைப் பற்றி வேறு என்ன தெரிந்து கொள்ள விரும்பினாள் என்பது குறித்து அவன் சிறிது குழம்பினான். அவள் தன் கேள்வியை வேறு மாதிரியாகத் திருப்பிப் போட்டாள். “நீங்கள் இவற்றைச் செய்தால் உங்களுக்கு என்ன தருவதாக நாகேந்திரர் உங்களுக்கு வாக்குக் கொடுத்திருக்கிறார்?”

“எதுவுமில்லை!” என்று கூறிய பரிமல் அவளைப் பார்க்க மறுத்தான்.

லிசா அவனை நம்பவில்லை. அவள் மேலும் தோண்ட முடிவு செய்தாள். அதனால், அவள் மென்மையாக, “அப்படியானால், நீங்கள் எதனால் அவருக்காக உழைத்துக் கொண்டிருக்கிறீர்கள்?” என்று அவனிடம் கேட்டாள்.

“ஒரு வரம் மற்றும் சாபத்தின் விளைவு நான். இதை நான் மேலும் விளக்கினால்தான் உங்களால் புரிந்து கொள்ள முடியும். கத்ருவைப் பற்றி நீங்கள் கேள்விப்பட்டிருக்கிறீர்களா?”

லிசா அவனை வெறுமனே வெறித்துப் பார்த்தாள்.

“காசிப முனிவர்? அகாசுரன்? அஷ்டவக்கிரர்?” அவளுக்கு ஏதாவது நினைவுக்கு வந்ததா என்று பார்ப்பதற்காக, அக்கதையிலிருந்து மேலும் சில பெயர்களை அவன் குறிப்பிட்டான். அவற்றில் எந்தப் பெயரையும் அவள் அறிந்திருக்கவில்லை என்பதை அவளுடைய முகபாவம் காட்டிக் கொடுத்தது. நாகேந்திரருடனான தன்னுடைய தொடர்பை லிசாவுக்குப் புரிய வைப்பதற்கு, தான் தன்னுடைய கதையை முதலிலிருந்து தொடங்கியாக வேண்டும் என்பதை அவன் உணர்ந்தான்.

“என்னுடைய முழுப் பெயர் பரிமல் நாயர். நான் நாக வம்சத்தில் தோன்றியவன். சூரிய வம்சம், சந்திர வம்சம், அக்கினி வம்சம் போன்ற ஒன்றுதான் நாக வம்சமும். அவர்கள் பாம்புகளின்

வழித்தோன்றல்களாகக் கருதப்படுகின்றனர். அவர்கள் பல நாடுகளை ஆண்டவர்கள். அவர்கள் பாம்புகளை வழிபட்டவர்கள். போர் மற்றும் கருவளத்தின் தெய்வமாகக் கருதப்படுகின்ற பகவதியம்மன்தான் நாயர்களின் முக்கிய தெய்வம். நாயர்கள் பாம்புகளைத் தங்களுடைய குலத்தைப் பாதுகாக்கின்ற தெய்வமாக வழிபடுகின்றனர். ஏனெனில், நாங்கள் கத்ரூவின் வம்சக் கிளையின் ஒரு பகுதி என்று நாங்கள் நம்புகிறோம். உலகிலுள்ள அனைத்துப் பாம்புகளும் கத்ரூவின் வழித்தோன்றல்களே.

"இவை அனைத்தும் சத்திய யுகத்தில் தோன்றின. அப்போது காசிப முனிவர், பிரம்மாவின் பேத்திகளில் ஒருத்தியான கத்ரூவைத் திருமணம் செய்து கொண்டார். கத்ரூவும் பல ஆண்டுகளாக, அர்ப்பணிப்பு கொண்ட ஒரு மனைவியாகத் தன் கணவருக்குப் பணிவிடைகள் செய்து வந்தாள். அதனால் அகமகிழ்ந்த காசிப முனிவர், அவளுக்கு ஒரு வரம் கொடுத்தார். அவளுக்கு விருப்பமான எதை வேண்டுமானாலும் அவள் கேட்கலாம் என்று அவர் கூறினார். துணிச்சல்மிக்க ஆயிரம் பாம்புக் குழந்தைகள் தனக்கு வேண்டும் என்ற வரத்தைக் கத்ரூ கேட்டாள். காசிப முனிவரும் அந்த வரத்தை அளித்தார். கத்ரூ கருவுற்றாள். நீண்ட நாட்களுக்குப் பிறகு அவள் ஓராயிரம் முட்டைகளை ஈன்றாள். அந்த முட்டைகள், வெந்நீர் ஜாடிகளில் போட்டு அடைகாக்கப்பட்டன. ஐந்நூறு ஆண்டுகளுக்குப் பிறகு கத்ரூவின் முட்டைகள் பொரிந்து அவளுடைய மகன்கள் வெளிவந்தனர். அந்த மகன்களின் வழித்தோன்றல்கள் நாக வம்சத்தினர் என்று அழைக்கப்பட்டனர். இக்கதையில் நாகேந்திரர் எங்குப் பொருந்துகிறார் என்று நீங்கள் யோசிக்கக்கூடும்." லிசா இதற்கு எப்படி எதிர்வினையாற்றினாள் என்பதைப் பார்ப்பதற்காக அவன் இந்த இடத்தில் சற்று நிறுத்தினான். ஆனால், இலேசாகத் தலையாட்டியதோடு அவள் நிறுத்திக் கொண்டாள்.

அதனால், பரிமல் தொடர்ந்து பேசினான். "நாகேந்திரருக்கு என் குடும்பம் எப்படி நன்றிக்கடன் பட்டுள்ளது என்பதைத் தெரிந்து கொள்வதற்கு நாம்

கிருஷ்ணரின் கதைக்குச் செல்ல வேண்டும். சத்திய யுகத்தில் அஷ்டவக்கிரர் என்ற ஒரு முனிவர் இருந்தார். அவருடைய உடலில் எட்டுக் கோணல்கள் இருந்தன. அதனால், அவரால் கோணல்மாணலாகத்தான் நடக்க முடியும். அதோடு, அவர் பார்க்கவும் அசிங்கமாக இருப்பார். அதே காலகட்டத்தில், அகாசுரன் என்ற ஓர் அசுரனும் வாழ்ந்து வந்தான். ஒரு நாள், அஷ்டவக்கிரரின் அவலட்சணமான தோற்றத்தையும் கோணல்மாணலான நடையையும் எள்ளி நகையாடும் தவறை அகாசுரன் செய்துவிட்டான். அதனால் கடும் கோபமடைந்த அஷ்டவக்கிர முனிவர், அகாசுரன் ஓர் அசிங்கமான பாம்பாக மாறக் கடவது என்று அவனைச் சபித்துவிட்டார். அதனால் பயந்து போன அகாசுரன், தான் அறியாமல் தவறு செய்துவிட்டதாகவும், அதனால் தன்னை மன்னித்து விடும்படியும் கூறி அவருடைய பாதங்களில் விழுந்து கெஞ்சினான். விரைவில் அஷ்டவக்கிரரின் கோபம் தணிந்தது. ஆனால், தான் கொடுத்த சாபம் கொடுத்ததுதான், அதைத் தன்னால் திரும்பப் பெற முடியாது என்று அவனிடம் கூறிய அஷ்டவக்கிரர், துவாபர யுகத்தில் தோன்றுகின்ற விஷ்ணுவின் அவதாரம், அவனுடைய பாம்பு உடலை அழித்து அவனுடைய பாவங்கள் அனைத்திலிருந்தும் அவனை விடுவிக்கும் என்று அருளினார்.

“அதனால், அகாசுரன் தன்னுடைய சாபவிமோசனத்திற்காக ஆயிரக்கணக்கான ஆண்டுகள் காத்திருக்க வேண்டியதாயிற்று. இதற்கிடையே, அவன் கம்சனின் நம்பிக்கைக்குரிய தளபதிகளில் ஒருவனாக ஆனான். கம்சன், கிருஷ்ணரின் மாமா. கிருஷ்ணர் பிறந்ததிலிருந்தே அவரைக் கொல்வதற்குக் கம்சன் பல முறை முயன்று அதில் தோல்வியுற்றிருந்தான். அவன் கிருஷ்ணரைக் கொல்ல முயன்றபோது, அகாசுரனின் சகோதரன் பகாசுரனும், அவனுடைய சகோதரி பூதனையும், கிருஷ்ணரால் கொல்லப்பட்டனர். அதைத் தொடர்ந்து, கிருஷ்ணரைக் கொல்லுமாறு கம்சன் அகாசுரனை ஏவினான். அகாசுரன் தன்னை எட்டு மைல் நீளம் கொண்ட ஒரு பாம்பாக ஆக்கிக் கொண்டு, தன்

தலையை ஒரு மலையைக் கொண்டு மறைத்துக் கொண்டு கிருஷ்ணரைக் கொல்லச் சென்றான். கிருஷ்ணரின் தோழர்கள், அகாசுரனின் வாயை ஒரு மலைப் பொந்து என்று நினைத்து அதற்குள் நுழைந்தனர். அவர்களைக் காப்பாற்றுவதற்காக அந்தப் பாம்பின் வாய்க்குள் நுழைந்த கிருஷ்ணர் தன் உருவத்தைப் பெரிதாக்கினார். அதை முறியடிப்பதற்காக அகாசுரனும் தன் உடலை இன்னும் பெரிதாக்கினான். உடனே கிருஷ்ணர் தன் உருவத்தை மேலும் பெரிதாக்கினார். அகாசுரனும் இன்னும் பெரிதானான். அவர்களுக்கிடையே நடைபெற்ற இந்தப் போட்டி ஒரு கட்டத்தை அடைந்தபோது, அகாசுரனால் அதற்கு மேல் தன்னுடைய உடலைப் பெரிதாக்க முடியவில்லை. கிருஷ்ணரின் பலத்தால் அடக்கப்பட்ட அந்த அரக்கனின் ஜீவசக்தி, அவனுடைய அந்தப் பாம்பு உடலிலிருந்து வேறு எந்த வழியாகவும் வெளியேற முடியாமல், இறுதியில் அவனுடைய கண் குழிகள் வழியாக வெடித்து வெளிவந்தது. அகாசுரனின் சாவித் துவார வடிவக் கண்கள் அங்குமிங்கும் உருண்டு, இறுதியில் கண் குழிகளுக்குள் இருந்து வெளியே தெறித்து விழுந்தன. இப்படியாக, கிருஷ்ணர் மூலமாக அகாசுரனுக்கு சாபவிமோசனம் கிடைத்தது.

“ஆனால், அவன் கிருஷ்ணரைக் கொல்லச் சென்றபோது, கருவுற்றிருந்த அவனுடைய பாம்பு மனைவி சர்ப்பதி, பாதாள உலகில் இருந்தாள். அகாசுரனின் இறப்புக்குப் பிறகு அவள் லோபக்ஷ் என்ற மகனைப் பெற்றெடுத்தாள். அவன் பாதி மனித வடிவிலும், பாதி பாம்பு வடிவிலும் இருந்தான். அகாசுரனின் கண்கள் அவனுடைய மகன் பிறப்பதற்கு முன்பே தெறித்து வெளியே விழுந்துவிட்டதால், அவனுடைய மகன் விழிகளே இல்லாமல் பிறந்தான். லோபக்ஷ் பாதி பாம்பாகவும் பாதி மனிதனாகவும் இருந்ததால், பாதாள உலகிலிருந்து அவன் தள்ளி வைக்கப்பட்டான். தன் கைக்குழந்தையுடன் அங்கிருந்து வெளியேறிய சர்ப்பதி, அவனுக்குப் பார்வையைப் பெற்றுத் தரக்கூடிய வல்லமை பொருந்திய ஒருவரைத் தேடி அலைந்தாள். பல ஆண்டுகள் அலைந்து திரிந்த அவள், இறுதியில்

அப்படிப்பட்ட ஒருவரைக் கண்டுபிடித்தாள். அந்த நபர் ஓர் ஏரிக்கரை ஓரமாக அமர்ந்திருந்தார். அவருக்கு அருகே ஒரு கருப்புச் சிங்கம் படுத்திருந்தது. மற்றவர்களை பயமுறுத்துகின்ற தோற்றம் கொண்டிருந்த அதை அவர் ஒரு பூனைக்குட்டியைப்போலக் கட்டுப்படுத்திக் கொண்டிருந்தார்."

இந்த இடத்தில் லிசா குறுக்கிட்டாள். "அந்த லோபக்ஷின் வம்சாவளிதான் நீங்கள். எனக்கு அவரைப் பற்றித் தெரியும். சர்ப்பதி சந்தித்த நபர், களவு போயிருந்த மிருத சஞ்சீவினியைத் தேடிக் கொண்டிருந்த நாகேந்திரர். அந்தக் கட்டத்தில் தன் மகனுக்குப் பார்வை கிடைப்பதற்கு எந்த விலையையும் கொடுக்க சர்ப்பதி தயாராக இருந்தாள். லோபக்ஷுக்குத் தன்னால் பார்வை கொடுக்க முடியும் என்பதோடு மட்டுமல்லாமல், தன்னால் அவனை ஒரு முழு மனிதனாகவும் ஆக்க முடியும் என்று நாகேந்திரர் அவளிடம் கூறினார். ஆனால், அதற்குக் கைம்மாறாக அவள் தனக்கு ஒரு வாக்குறுதி வழங்க வேண்டும் என்று அவர் ஒரு நிபந்தனை விதித்தார். அந்த நிபந்தனையை அவளுடைய வம்சாவளியினர் அனைவரும் காப்பாற்றி வர வேண்டும் என்றும், எவராவது அதை மீறினால் அந்த ஒட்டுமொத்த வம்சமும் பேராபத்திற்கு உள்ளாகும் என்றும் அவர் எச்சரித்தார்.

"தன் மகனை எப்படியாவது குணப்படுத்தத் துடித்துக் கொண்டிருந்த சர்ப்பதியும், அது என்ன வாக்குறுதி என்று கேட்காமலேயே அதற்கு ஒத்துக் கொண்டாள். லோபக்ஷின் முப்பத்திரண்டாவது வயதில் அவனுக்குப் பார்வை கிடைத்தது. தனக்குப் பார்வையைக் கொடுத்த நாகேந்திரரின் பாதங்களில் அவன் விழுந்து வணங்கினான்." திடீரென்று, தான் பேசிக் கொண்டிருந்த விஷயம் குறித்துப் பிரக்ஞை அடைந்த லிசா, தன் பேச்சை அப்படியே நிறுத்திவிட்டாள்.

"இவையெல்லாம் உங்களுக்கு எப்படித் தெரியும்?" என்று பரிமல் வியப்புடன் கேட்டான்.

"ஓ! என்னைத் தூங்க வைப்பதற்காக நாகேந்திரர் இக்கதைகளைக் கூறுவார்," என்று கூறிய லிசா, பிறகு

மீண்டும் அமைதியானாள்.

பரிமல் கதையைத் தொடர்ந்தான். "லோபக்ஷுக்கு நாகேந்திரர் செய்திருந்தது உதவி அல்ல, அது ஒரு பண்டமாற்று. சர்ப்பதி தனக்கு அளித்திருந்த வாக்குறுதியை நாகேந்திரர் அவளுக்கு நினைவுபடுத்தினார்."

"அது என்ன வாக்குறுதி?" என்று லிசா ஆர்வத்துடன் கேட்டாள். அதற்குப் பரிமல் ஏமாற்றத்துடன் பதிலளித்தான். "அந்த வாக்குறுதிதான் இன்றுவரை என்னை நாகேந்திரருடன் பிணைத்து வைத்திருக்கிறது. தன் மகனுக்குப் பார்வையைப் பெற்றுக் கொடுத்திருந்த நாகேந்திரருக்குத் தான் கொடுத்திருந்த வாக்குறுதியை நிறைவேற்ற சர்ப்பதி ஆர்வமாக இருந்தாள்.

"நாகேந்திரர் அவளிடம், 'இனி லோபக்ஷுக்கும் அவனுடைய சந்ததியினருக்கும் ஒரே ஒரு வாரிசு மட்டும்தான் இருக்கும். அந்தக் குழந்தைகள் அனைவரும் எனக்குச் சேவை செய்வர். இந்தப் பிணைப்பிலிருந்து என் ஒருவனைத் தவிர வேறு எவராலும் அவர்களை விடுவிக்க முடியாது. உன் சந்ததியரில் யாரேனும் இந்த வாக்கை மீற நினைத்தால், அவர்களுடைய கனவில் அவர்களுக்கு ஒரு காட்சி தோன்றும். அதில், அவர்களுடைய முன்னோர் அனைவரும் மேலுலகத்திலிருந்து விடுவிக்கப்பட்டு மீண்டும் பூமியில் பாதி மனிதர்களாகவும் பாதி பாம்புகளாகவும் பார்வை இல்லாமலும் பிறப்பர். அதை மீறுபவர்களுக்கும் அதே கதிதான் ஏற்படும். அவர்களுக்கு வாரிசுகளும் இருக்காது. இதன் மூலம் அவர்களுடைய முன்னோர் அனைவரும் செய்த எல்லா தியாகங்களும் வீணாகிவிடும், அந்த வம்சம் அத்துடன் முடிவுற்றுவிடும். அவர்கள் அந்தக் கனவின் எச்சரிக்கையை அலட்சியப்படுத்திவிட்டு எனக்குத் துரோகம் செய்தால், அவர்கள் தங்கள் கனவில் கண்ட அனைத்தும் நிஜமாகிவிடும். உன் மகனும் அவனுடைய வாரிசுகளும் எனக்குச் சேவை செய்வதற்கு நான் அவர்களுக்கு அளிக்கின்ற பிச்சையே அவர்களுடைய பார்வையும் மனித உடலும். என்றைக்கு அந்தச் சேவை தடைபடுகிறதோ, அன்றைக்கு அவை அனைத்தும் விலக்கிக் கொள்ளப்படும்,' என்று கூறினார்."

“அந்த வாக்குறுதி நிஜமானதா அல்லது தலைமுறை தலைமுறையாக வெறுமனே கடத்தப்பட்டு வருகின்ற ஒரு கட்டுக்கதையா என்பதை எப்படி உங்களால் உறுதியாகச் சொல்ல முடியும்?” என்று லிசா கேட்டாள்.

“எனக்கு அது உறுதியாகத் தெரியும். ஏனெனில், ஒரு மனிதர் தன் பார்வையை இழந்து பாதிப் பாம்பாக மாறியதை நான் என் கண்களாலேயே பார்த்திருக்கிறேன். என் அப்பாதான் அவர்!” என்று பரிமல் கூறினான். பின்னர் அவன் தொடர்ந்து பேசினான். “எங்கள் வம்சத்தில் ஒருவர் அந்த வாக்குறுதியை ஏற்றுக் கொள்வதாக உறுதி ஏற்கின்றபோது, அவருடைய தந்தை நாகேந்திரரால் விடுவிக்கப்படுவார். அவர் உடனே பார்வையிழந்து பாதிப் பாம்பாக மாறிவிடுவார். நான் அந்த வாக்குறுதியை ஏற்றுக் கொண்டபோது, என் அப்பாவுக்கும் அதுதான் நிகழ்ந்தது. இந்தக் கதிதான் என் முன்னோர்களுக்கும் நேர்ந்தது. எனக்கும் நம் குழந்தைக்கும் இதுதான் நேரும். நாங்கள் அனைவரும் இந்த உலகிற்கு, கைரேகையில்லாத கைகளுடன் வருகிறோம். நாங்கள் இந்த உலகைவிட்டுப் போகும்போது, கைகளே இல்லாத பாம்புகளாக மறைகிறோம். எங்களுடைய கைகளில் ரேகைகள் இல்லாமல் இருப்பதற்கு இதுதான் காரணம். ஏனெனில், நாங்கள் கடவுளால் படைக்கப்பட்டவர்கள் அல்லர், கைகளைக் கொண்டிருப்பதற்கு எங்களுக்கு அருகதையும் கிடையாது.”

“உங்களுக்கு அப்படிப்பட்டக் கனவுகள் வருவதுண்டா?” என்று லிசா அவனிடம் கேட்டாள்.

“இல்லை. ஏனெனில், நான் நிறைய விஷயங்களைப் பார்த்துவிட்டேன். நான் ஒருக்காலும் நாகேந்திரருக்குத் துரோகம் இழைக்கத் துணிய மாட்டேன்,” என்று கூறிய பரிமல், “உங்கள் கதை என்ன?” என்று லிசாவிடம் கேட்டான்.

அவள் பதில் சொல்வதற்கு முன், அவர்களுடைய அறையை நோக்கி யாரோ வந்து கொண்டிருந்த காலடிச் சத்தம் அவளுக்குக் கேட்டதால், அவள் தன் ஒரு விரலை உயர்த்தி, சத்தம் செய்யாமல் இருக்கும்படி பரிமலுக்குச் சைகை காட்டினாள்.

அவர்கள் நிமிர்ந்து அமர்ந்து கொண்டு, தங்களுடைய துப்பாக்கிகளைக் கையில் எடுத்துக் கொண்டனர். உள்ளே நுழைந்த நாகேந்திரர், அவர்கள் இருவரும் எச்சரிக்கையுடன் இருந்ததைக் கண்டு திருப்தியடைந்தார். "உங்களுடைய பைகளை எடுத்துக் கொள்ளுங்கள். நாம் இங்கிருந்து உடனடியாகக் கிளம்புகிறோம்," என்று அவர் கூறினார்.

அவர்கள் எதிர்பார்த்திருந்ததைவிட அவர் விரைவாகத் திரும்பியிருந்தார். அடுத்தப் பிறைக்கு இன்னும் நிறைய நாட்கள் இருந்ததால், அவர் ஏன் இவ்வளவு அவசரமாகத் தங்களைக் கிளம்பச் சொன்னார் என்று அவர்கள் யோசித்தனர். ஆனால், அதை அவரிடம் கேட்கும் துணிச்சல் அவர்கள் இருவருக்குமே இருக்கவில்லை. சரியான நேரத்தில் தங்களுக்கு அதற்கான பதில் கிடைத்துவிடும் என்று அவர்கள் நம்பினர். அவர்கள் தங்களுடைய பயணப் பைகளைத் தயார் செய்து முடித்துவிட்டு அங்கிருந்து கிளம்பவிருந்த சமயத்தில், நாகேந்திரர், பரிமலின் முன்னிலையிலேயே, கருத்தரிப்பை உறுதி செய்து கொள்வதற்கான சோதனை உபகரணம் ஒன்றை லிசாவிடம் கொடுத்தார். நாகேந்திரர் எதைத் தெரிந்து கொள்ள விரும்பினார் என்பது வெளிப்படையாகத் தெரிந்ததால், அதை வாங்கிக் கொண்ட லிசா, எதுவும் பேசாமல் குளியலறைக்குச் சென்றாள். லிசாவின் பையையும் தூக்கிக் கொள்ளுமாறு நாகேந்திரர் பரிமலுக்கு உத்தரவிட்டார். அவன் இரண்டையும் தூக்கிக் கொண்டு அவருக்குப் பின்னால் சென்றான். ஒரு சில நிமிடங்களில் வெளியே வந்த லிசா, தன் பையை அவனிடமிருந்து வாங்கிக் கொண்டு, நாகேந்திரரைப் பார்த்து, "நான் கருவுற்றிருக்கிறேன்," என்று விட்டேத்தியாகக் கூறினாள்.

அவர்கள் தங்களுடைய இரண்டாவது வார்த்தையைத் தேடி, தங்களுடைய அடுத்த இலக்கை நோக்கிப் புறப்பட்டனர்.

அத்தியாயம் 6

ஒன்பது

அங்கிருந்த ஒரு பாறையின்மீது பல வடிவ முனைகளைக் கொண்ட அம்புகள் வைக்கப்பட்டிருந்தன. இடது கோடியிலிருந்த அம்பு வளைந்தும் நெளிந்தும் இருந்தது. அதன் முனையில் ஒரு பாம்பின் உருவம் இருந்தது. அதற்கு அடுத்திருந்த அம்பின் முனை உருகிய உலோகத்தின் வடிவில் இருந்தது. மூன்றாவது அம்பின் முனை, ஒளி ஊடுருவத்தக்க ஒரு நீர்த்துளியின் வடிவில் இருந்தது. நான்காவது அம்பின் முனை, ஒரு பறவையின் அலகின் வடிவில் இருந்தது. அடுத்திருந்த அம்பின் முனையில் பலதரப்பட்ட ஆயுதங்களின் வடிவங்கள் நுணுக்கமாகச் செதுக்கப்பட்டிருந்தன.

அந்த ஆயுதங்களின் முன்னால் நின்று கொண்டிருந்த ஓம் சாஸ்திரியிடம், அவற்றின் சக்திகளைப் பற்றி அசுவத்தாமன் விவரிக்கத் தொடங்கினார். உருகிய உலோகத்தின் வடிவில் இருந்த முனையைக் கொண்ட அம்பை அவர் தன் கையிலெடுத்து, அதை ஓம் சாஸ்திரியிடம் காட்டி, "இதன் பெயர் அக்னி அஸ்திரம். இது அக்கினி தேவனின் தெய்விக அஸ்திரம். இதை எதிரிகள்மீது ஏவினால், இது அவர்கள்மீது நெருப்பை உமிழும். இதைச் சாதாரண முறைகளில் அழிக்க முடியாது. இந்த அஸ்திரத்தால் எதையும் உருக்கிவிட முடியும். இதை ஏவி, எதிரிகளை அவர்கள் இந்த பூமியில் இருந்ததற்கான சுவடே இல்லாமல் அழித்தொழித்துவிட முடியும். துப்பாக்கிகள், பீரங்கிகள், ஏவுகணைகள், பறக்கும் ஊர்திகள் போன்றவற்றையும் இதனால் அழிக்க முடியும். இது உமிழ்கின்ற நெருப்பின் அளவு, இதன் உக்கிரத்தன்மை, இது வெளிப்படுத்துகின்ற வெப்பம் போன்றவை இதை ஏவுகின்ற நபரின் திறனைப் பொறுத்தது," என்று விவரித்தார்.

அசுவத்தாமன் அடுத்து, முனையில் பாம்பின் உருவத்தைக் கொண்டிருந்த அம்பைக் கையிலெடுத்து அதைப் பற்றி விவரித்தார். "இதன் பெயர் நாகாஸ்திரம். இதை ஏவினால், எதிரிகளின்மீது பாம்பு மழை பொழியும். அந்தப் பாம்புகள் அவர்களைச் சுற்றிக் கொண்டு அவர்களை இறுக்கிக் கொன்றுவிடும். இராமாயணத்தில், இராவணனின் மகனான இந்திரஜித், இந்த அம்பைத்தான் இராமர்மீதும் இலட்சுமணர்மீதும் எய்தான்."

அடுத்து, முனையில் பலதரப்பட்ட ஆயுதங்களின் வடிவங்கள் நுணுக்கமாகச் செதுக்கப்பட்டிருந்த அம்பை எடுத்து அசுவத்தாமன் விவரித்தார். "இதற்கு நாராயணாஸ்திரம் என்று பெயர். இது விஷ்ணுவின் ஆயுதம். இதை ஏவினால், இதிலிருந்து அம்புகள், சக்கரங்கள், கதைகள் உட்பட இலட்சக்கணக்கான ஆயுதங்கள் பறந்து சென்று எதிரியைத் தாக்கும். இதற்கு எதிர்ப்பு தெரிவித்தால், இதன் பலம் இன்னும் அதிகரிக்கும். இதை எதிர்ப்பதற்கு எந்த ஆயுதமும் கிடையாது. மகாபாரதப் போரின் பதினாறாம் நாள் சண்டையில் பாண்டவர்கள்மீது நான் இதைத்தான் ஏவினேன். இதைத் தடுப்பதற்கான ஒரே வழி முழு சரணாகதி மட்டும்தான் என்பதைப் பாண்டவர்கள் அறியவில்லை. ஆனால், அனைவரும் தங்களுடைய ஆயுதங்களைக் கீழே போட்டுவிட்டு முழுமையாகச் சரணடையும்படி கிருஷ்ணர் அவர்களுக்கு அறிவுறுத்தி அவர்களை இதனிடமிருந்து காப்பாற்றிவிட்டார்."

அடுத்து, ஒளி ஊடுருவத்தக்க நீர்த்துளியின் வடிவ முனையைக் கொண்ட அம்பை எடுத்துக் கொண்டு அசுவத்தாமன் அதைப் பற்றி விளக்கினார். "இதன் பெயர் வருணாஸ்திரம். இது பெரும்பாலும் அக்னி அஸ்திரத்தை முறியடிப்பதற்குப் பயன்படுத்தப்படும். இதை ஏவினால், மழை கொட்டோ கொட்டென்று கொட்டும்." அடுத்து, அசுவத்தாமன் ஒரு பறவை அலகின் வடிவ முனை கொண்ட அம்பை எடுத்து, அதைப் பற்றிக் கூறினார். "இது கருடாஸ்திரம். இது நாகாஸ்திரத்தை எதிர்ப்பதற்குப் பயன்படும். கருடன் விஷ்ணுவின்

வாகனம். இதை ஏவினால், நாகாஸ்திரத்திலிருந்து வெளிப்படுகின்ற பாம்புகளை இது அழித்துவிடும்."

அப்போது பரசுராமர் அவர்களை நோக்கி வந்து கொண்டிருந்ததை ஓம் சாஸ்திரி பார்த்தார். அவருடன் ஒரு முனிவரும் வந்து கொண்டிருந்தார். ஓம் சாஸ்திரியின் கவனத்தை எது கவர்ந்திருந்தது என்பதைப் பார்ப்பதற்காக, அவர் பார்த்துக் கொண்டிருந்த திசையை நோக்கி அசுவத்தாமன் திரும்பினார். பரசுராமரையும் அந்த முனிவரையும் கண்ட அசுவத்தாமன் குனிந்து அவர்களை வணங்கினார்.

அந்த முனிவர், "அசுவத்தாமா, நீ நீண்ட ஆயுளுடன் இருப்பாயாக! உனக்கு அனைத்து வெற்றிகளும் உண்டாகக் கடவது!" என்று ஆசிர்வதித்தார்.

ஓம் சாஸ்திரியும் சிரம் தாழ்த்தி அவரை வணங்கினார். அவர் யார் என்பதை ஓம் சாஸ்திரி அறிந்திருந்தார். அவர்கள் இருவருக்கும் பல ஆயிரக்கணக்கான ஆண்டுகளுக்கு முன்பே தொடர்பு இருந்தது. அவருடைய பெயர் வியாசர். மகாபாரதப் போரின்போது, தன்னுடைய மகனான விதுரருக்குப் பதிலாகப் போர்க்களத்திற்குச் செல்லும்படி வியாசர் ஓம் சாஸ்திரியைக் கேட்டுக் கொண்டிருந்தார். வியாசர் தன்னுடைய ஒரு மகனையாவது பாதுகாப்பாக வைத்திருக்க விரும்பினார். விதுரர் எப்படி இருப்பார் என்பது எவருக்கும் தெரியாது என்பதால், இந்த ஆள்மாறாட்டத்தை நடத்துவது எளிதாக இருந்தது. வியாசர் ஓம் சாஸ்திரியை உற்றுப் பார்த்தபோது, அவர்கள் இருவருக்கும் இடையே ஒரு மௌன உரையாடல் நடந்தேறியது. ஓம் சாஸ்திரி தனக்காகச் செய்திருந்த காரியத்திற்கு நன்றி தெரிவிப்பதுபோல, வியாசர் அவரை நோக்கி இலேசாகத் தலையசைத்தார். போர் முடிந்த பிறகு ஓம் சாஸ்திரி காணாமல் போய்விட்டார். தன் மகன் விதுரருக்கு என்ன நேர்ந்தது என்பதை வியாசர் எழுதாமல் விட்டுவிட்டார்.

"ஓம் சாஸ்திரி, நீங்கள் இங்கு இருப்பது குறித்து நான் மிகவும் மகிழ்ச்சியடைகிறேன்," என்று வியாசர் கூறினார். அதற்கு என்ன பதில் சொல்வதென்று ஓம் சாஸ்திரிக்குத்

தெரியவில்லை. அதற்குள், பரசுராமர் குறுக்கிட்டு, "வியாசரே, நீங்கள் கேட்டுக் கொண்டபடி இப்போது நாம் மூவரும் ஒரே இடத்தில் இருக்கிறோம். இப்போது சொல்லுங்கள், மானசரோவர் ஏன் அழிக்கப்பட்டது?" என்று கேட்டார்.

வியாசர் தன் முன் இருந்த மூவரையும் சோகமாகப் பார்த்தவாறு, "மானசரோவர் ஏரி அழிப்பு என்பது கிட்டத்தட்ட சாதிக்கப்பட முடியாத ஒரு பயங்கரமான திட்டத்தின் தொடக்கம் மட்டுமே," என்று கூறினார்.

அதைக் கேட்டு வெகுண்டெழுந்த அசுவத்தாமன், "அது என்ன திட்டம்? யாருடைய திட்டம்?" என்று உறுமினார்.

"அது என்ன திட்டம் என்று என்னால் கூற முடியும். ஆனால், யாருடைய திட்டம் என்பது எனக்குத் தெரியாது."

"அது என்ன திட்டம் என்பதற்கான விடை, ஒருவேளை, அதைத் தீட்டியவனிடம் நம்மைக் கொண்டு சென்று சேர்க்கக்கூடும்," என்று ஓம் சாஸ்திரி, தனக்கு இதில் கருத்துக் கூற உரிமை இருந்ததா என்ற சந்தேகத்துடனேயே கூறினார்.

"இருக்கலாம்," என்று வியாசர் பதிலளித்தார்.

"அது என்ன கிட்டத்தட்ட சாதிக்கப்பட்ட முடியாத திட்டம்?" என்று பரசுராமர் கேட்டார்.

அதற்கு வியாசர் இவ்வாறு பதிலளித்தார்: "மிகப் பழைய தீர்க்கதரிசனம் ஒன்று வேண்டுமென்றே ஒரு பாடலில் ஒளித்து வைக்கப்பட்டிருந்தது. காலப்போக்கில் அது எல்லோராலும் மறக்கப்பட்டுவிட்டது என்றே நாங்கள் நினைத்திருந்தோம். ஆனால், தன்வந்திரி அதை வெளிக்கொணர்ந்தார். அது இப்படிச் சொல்கிறது: 'தை மாதத்தில் தொடங்கி, தொடர்ந்து ஒன்பது தேய்பிறை நிலவு இரவின்போது, மர்மமான ஒன்பது இடங்களில் மறைத்து வைக்கப்பட்டிருக்கின்ற ஒன்பது வார்த்தைகளை ஒருவரால் வெற்றிகரமாகச் சேகரிக்க முடிந்தால், அது ஒரு மர்மமான கதவைத் திறப்பதற்கான திறவுகோலாகச் செயல்படும்.' "

"குருவே, அதைப் பற்றி விரிவாகச் சொல்லுங்கள்,"

என்று அசுவத்தாமன் கேட்டுக் கொண்டார்.

“நம்முடைய உலகில் ஒன்பது என்ற எண்ணுக்குப் பெரும் முக்கியத்துவம் உண்டு. ஒரு சிசு அதன் தாயின் கர்ப்பத்தில் ஒன்பது மாதங்கள் இருக்கிறது. ஒன்பது கிரகங்கள் இருக்கின்றன. நிறைய விஷயங்கள் ஒன்பது என்ற எண்ணைச் சுற்றியே நிகழ்கின்றன.

“ஒவ்வொரு யுகத்தின் ஆண்டுகளில் இடம்பெற்றுள்ள எண்களைக் கூட்டினால் வரும் தொகை ஒன்பது. சத்திய யுகத்திலுள்ள மொத்த ஆண்டுகள் 17,28,000. அதிலுள்ள எண்களின் கூட்டுத்தொகை 9. இதேபோல, திரேதா யுகத்திலுள்ள மொத்த ஆண்டுகள் 12,96,000. அதிலுள்ள எண்களின் கூட்டுத்தொகையும் 9. இது துவாபர யுகத்தின் ஆண்டுகளான 8,64,000 ஆண்டுகளுக்கும், கலி யுகத்தின் ஆண்டுகளான 4,32,000 ஆண்டுகளுக்கும் பொருந்தும்.

“இந்து மதத்தில் பதினெட்டுப் புராணங்கள் இருக்கின்றன. 108 உபநிஷத்துகள் இருக்கின்றன. மகாபாரதத்திலும் பகவத் கீதையிலும் பதினெட்டு அத்தியாயங்கள் உள்ளன. பாகவதப் புராணத்தில் 18,000 பாடல்கள் இருக்கின்றன. இவற்றிலுள்ள எண்களின் கூட்டுத்தொகை 9.

“இந்து மதத் தத்துவத்தின் வைசேஷிகப் பிரிவு, நிலம், நீர், காற்று, நெருப்பு, ஆகாயம், காலம், வெளி, ஆத்மா மற்றும் மனம் என்று ஒன்பது பொருட்களைப் பற்றிக் குறிப்பிடுகிறது.

“நாம் நவக்கிரகங்களை வழிபடுகிறோம். நாம் நவராத்திரியைக் கொண்டாடுகிறோம். அந்த ஒன்பது நாட்களிலும் துர்க்கையின் ஒன்பது வடிவங்கள் வணங்கப்படுகின்றன.

“சோதிடம், ஒன்பது கிரகங்களுக்கு விஷேசமான ஒன்பது அரிய கற்களைப் பற்றிக் குறிப்பிடுகிறது. அவை மொத்தமாக நவரத்தினங்கள் என்று அழைக்கப்படுகின்றன. சூரியனுக்கு மாணிக்கம்; நிலவுக்கு முத்து; செவ்வாய்க்குப் பவளம்; புதனுக்கு மரகதம்; வியாழனுக்கு நீலம்; வெள்ளிக்கு வைரம்; சனிக்குப் புஷ்பராகம்; வளர்பிறைக்குக் கோமேதகம்; தேய்பிறைக்கு வைடூரியம்.

"இந்து மத அழகியல் நவரசங்களைப் பற்றிப் பேசுகிறது. காட்சிரீதியான, இலக்கியரீதியான, மற்றும் இசைரீதியான படைப்புகளின் மூலம் பார்வையாளர்களின் மனங்களில் தோற்றுவிக்கப்படுகின்ற பல்வேறுபட்ட உணர்ச்சிகளை இது விவரிக்கிறது.

"அரக்கர்களும் தேவர்களும் பூமி தோன்றிய காலத்திலிருந்தே பூமிக்காக ஒருவரோடு ஒருவர் சண்டை போட்டு வந்துள்ளனர். அரக்கர்கள் வெற்றி பெறக்கூடாது என்பதற்காக விஷ்ணு இதுவரை எடுத்துள்ள அவதாரங்கள் ஒன்பது.

"கலி யுகம் கி.பி. 4,28,899 இல் முடிந்துவிடும். அப்போது மதக் கொள்கைகள், மனிதர்களின் வேலைப் பிரிவுகள் போன்ற அனைத்தும் ஒரு முடிவுக்கு வந்துவிடும். ஆனால், கலி யுகத்திற்கு இந்த ஆண்டான கி.பி. 2020லேயே முடிவைக் கொண்டுவர யாரோ முயற்சி செய்கின்றனர். இந்தத் தை மாதத்தில் தொடங்கி, ஒன்பது மர்மமான இடங்களில் மறைத்து வைக்கப்பட்டுள்ள ஒன்பது ஆன்மாக்களை விடுவித்தால், அவை ஒன்பதாவது சிரஞ்சீவிக்குப் பின்னால் அணிவகுத்து நிற்கும். நாம் எட்டுச் சிரஞ்சீவிகளும் சேர்ந்து அதை எதிர்க்க வேண்டியிருக்கும். மறைக்கப்பட்டிருந்த அந்த வார்த்தைகள், மிருத சஞ்சீவினியின் பக்கங்களுக்குள் ஒளித்து வைக்கப்பட்டுள்ளதை யாரோ கண்டுபிடித்துவிட்டதாக நான் நம்புகிறேன். அந்தப் புத்தகத்தின் ஒவ்வோர் ஒன்பதாம் பக்கத்திலும், அந்த ஒன்பது மர்ம இடங்களுக்குச் செல்வதற்கான வரைபடங்களும், அங்கு மறைத்து வைக்கப்பட்டுள்ள ஆத்மாவை விடுவிப்பதற்கான செயல்முறைகளும் சங்கேத வார்த்தைகளாகக் குறிப்பிடப்பட்டுள்ளன. அந்த ஒன்பது வார்த்தைகளை விடுவித்து, அந்தப் பண்டைய தீர்க்கதரிசனத்தை மெய்ப்பிக்க யாரோ திட்டமிட்டுள்ளனர்."

"துல்லியமாக அந்த மர்மக் கதவு எங்கே இருக்கிறது?" என்று பரசுராமர் கேட்டார்.

"அது எவருக்கும் தெரியாது. ஆனால், அடுத்து வரவிருக்கின்ற எட்டு மாதங்களும் மிகவும்

முக்கியமானவை என்பதை மட்டும் என்னால் உறுதியாகச் சொல்ல முடியும்," என்று வியாசர் கூறினார்.

வியாசர் தொடர்ந்து பேசினார். "இந்த ஒன்பது வார்த்தைகளில் ஒன்றை நாம் ஏற்கனவே இழந்துவிட்டோம். அதைத்தான் மானசரோவரின் அழிவு காட்டுகிறது. அடுத்த மாதமான மாசி மாதத் தேய்பிறைக்கு இன்னும் பன்னிரண்டு நாட்கள் மட்டுமே மீதமிருக்கின்றன."

"அசுவத்தாமா, நீ போய் விருஷாகபியையும் மிலரேபபரையும் அழைத்து வா!" என்று பரசுராமர் அசுவத்தாமனுக்கு உத்தரவிட்டார். அசுவத்தாமனோடு ஓம் சாஸ்திரியும் சென்றார்.

அவர்கள் சென்ற பிறகு, பரசுராமர் வியாசரிடம், "இந்த மர்ம இடங்கள் எங்கே இருக்கின்றன?" என்று கேட்டார்.

"இப்போது என்னால் மூன்று இடங்களைப் பற்றி மட்டுமே கூற முடியும். தன்வந்திரி சொல்லச் சொல்ல சுஷ்ருதர் மிருத சஞ்சீவினி நூலை எழுதிக் கொண்டிருந்தபோது, நான் அந்த மூன்றை மட்டுமே கேட்டேன். மற்ற இடங்கள் அந்த நூலிலிருந்துதான் பெறப்பட்டாக வேண்டும். அதோடு, எந்த வரிசையில் அந்த இடங்களிலுள்ள வார்த்தைகள் விடுவிக்கப்பட வேண்டும் என்பதும் எனக்குத் தெரியாது," என்று வியாசர் கூறினார்.

"அது குறித்து நாம் ஏதாவது செய்யலாம். முதலில் நமக்கு அந்த இடங்கள் தெரிந்தாக வேண்டும்," என்று பரசுராமர் கூறினார்.

விருஷாகபியைக் கூப்பிடுவதற்காக அசுவத்தாமனும் ஓம் சாஸ்திரியும் சென்று கொண்டிருந்தபோது, அசுவத்தாமன், "ஒன்பது என்ற எண்ணைப் பற்றி வியாசர் கூறியிருந்த கண்ணோட்டத்தில் நான் ஒருபோதும் சிந்தித்ததில்லை," என்று கூறினார்.

ஓம் சாஸ்திரியும் அதைப் பற்றியே சிந்தித்துக் கொண்டிருந்ததால், "ஒன்பது என்ற எண் கணிதவியலாளர்களுக்கும் ஒரு புதிராகவே இருந்து வந்துள்ளது. அவர்களும் இது குறித்துக்

கவர்ந்திழுக்கப்பட்டுள்ளனர்," என்று கூறினார்.

"கணிதவியலாளர்களா? எப்படி?"

"அதற்குப் பல காரணங்கள் இருக்கின்றன. அதுதான் முதல் ஒற்றைப்படைப் பகு எண். அதோடு, அதுதான் ஒற்றை இலக்கத்திலுள்ள ஒரே இயல் எண்ணும் கூட.

"ஒன்பது என்ற எண்ணைப் பூஜ்ஜியத்தைத் தவிர்த்து வேறு எந்த எண்ணைக் கொண்டு பெருக்கினாலும், அதன் விடையிலுள்ள தனிப்பட்ட எண்களை, இறுதியில் அது ஓர் ஒற்றை எண்ணாக ஆகின்றவரை கூட்டிக் கொண்டே சென்றால், எப்போதும் ஒன்பது என்ற எண்தான் வரும். எடுத்துக்காட்டாக, 9 ஐ 2 ஆல் பெருக்கினால் வரும் விடை 18. அதிலுள்ள எண்களின் கூட்டுத்தொகை 9 (1+8). இப்போது பெரிய எண்ணாக எடுத்துக் கொள்ளலாம்: 5,78,329. அதை 9 ஆல் பெருக்கினால் வருகின்ற விடை, 52,04,961. அதன் கூட்டுத் தொகையும் 27 (5+2+0+4+9+6+1). பின் 27லிலுள்ள எண்களைக் கூட்டினால் வருகின்ற விடை 9 (2+7). இதற்கு நேர் எதிரானதும் உண்மை. ஓர் எண்ணிலுள்ள தனிப்பட்ட எண்களின் கூட்டுத்தொகை 9 ஆக இருந்தால், அந்த எண் கண்டிப்பாக 9 ஆல் வகுபடும்.

"ஓர் எண்ணை அதில் எத்தனை இலக்கங்கள் இருக்கின்றனவோ அத்தனை ஒன்பதுகளால் வகுத்தால், அந்த எண்ணின் தசம எண்ணில், அதே எண் மீண்டும் மீண்டும் வரும். எடுத்துக்காட்டாக, 274 ஐ 999 ஆல் வகுத்தால் வரும் விடை: 0.274274274274.

"முக்கோணம், சதுரம், செவ்வகம் போன்றவற்றுக்கும் இது பொருந்தும்.

"ஒரு வட்டத்தின் கோணம்: 360 டிகிரி. அதன் கூட்டுத் தொகை 9 (3+6+0).

"ஓர் அரை வட்டத்தின் கோணம்: 180 டிகிரி. அதன் கூட்டுத் தொகை 9 (1+8+0).

"ஒரு கால் வட்டத்தின் கோணம்: 90 டிகிரி. அதன் கூட்டுத் தொகை 9 (9+0).

"இது தவிர வேறு சில சுவாரசியமான தகவல்களும் இருக்கின்றன.

"நிலவின் குறுக்களவு 2,160 மைல்கள். இதிலுள்ள

எண்களின் கூட்டுத்தொகை 9.

“பூமியின் குறுக்களவு 7,920 மைல்கள். இதிலுள்ள எண்களின் கூட்டுத்தொகை 9.

“சூரியனின் குறுக்களவு 8,64,000 மைல்கள். இதிலுள்ள எண்களின் கூட்டுத்தொகை 9.

“ஒளியின் வேகம் நொடிக்கு 1,86,282 மைல்கள். இதிலுள்ள எண்களின் கூட்டுத்தொகை 9.

“ஒரு நாளிலுள்ள மொத்த நிமிடங்கள் 1,440. இதிலுள்ள எண்களின் கூட்டுத்தொகை 9.

“ஒரு வாரத்திலுள்ள மொத்த நிமிடங்கள் 10,080. இதிலுள்ள எண்களின் கூட்டுத்தொகை 9.

“ஒரு மாதத்திலுள்ள மொத்த நிமிடங்கள் 43,200. இதிலுள்ள எண்களின் கூட்டுத்தொகை 9.

“சில எண்களை 9 ஆல் பெருக்கினால் சில சுவாரசியமான விடைகள் வரும். எடுத்துக்காட்டாக:

12345679 ஐ *9* ஆல் பெருக்கினால் கிடைக்கும் விடை: *11,11,11,111*

12345679 ஐ *18* ஆல் பெருக்கினால் கிடைக்கும் விடை: *22,22,22,222*

12345679 ஐ *81* ஆல் பெருக்கினால் கிடைக்கும் விடை: *99,99,99,999*

“இப்படிச் சொல்லிக் கொண்டே போகலாம்.”

ஓம் சாஸ்திரி இப்படி விளக்கி முடித்ததும் அசுவத்தாமன் சிரித்தார். “இவற்றில் பல என் மண்டைக்குள் நுழையவே இல்லை. ஆனால், 9 என்ற எண் கணிதவியலிலும் முக்கியத்துவம் பெற்றுள்ளது என்பதைக் கேட்பது சுவாரசியமூட்டுகிறது.”

அத்தியாயம் 7

சாபமும் சாபவிமோசனமும்

பிரித்திவி சிறிது இடைவெளி விட்டபோது, திருமதி பத்ரா பேசத் தொடங்கினார். “அது பிப்ரவரி மாதம். என் படுக்கையருகே இருந்த தன் நாற்காலியில் அப்படியே தூங்கிப் போயிருந்த என் கணவர் திடீரென்று திடுக்கிட்டு விழித்தார். என் உடல்நிலையைப் பற்றிய தகவலை அறிவித்துக் கொண்டிருந்த அனைத்துக் கருவிகளும் தம்முடைய இயக்கங்களை நிறுத்தியிருந்தன. என் கணவர் உடனே என்னைப் பரிசோதித்தார். அவரைப் பெரும் சோகம் வாரிச் சுருட்டிக் கொண்டது. நான் இறந்துவிட்டிருந்தேன். அவருடைய பரிசோதனை தோல்வியில் முடிந்திருந்தது. தள்ளாடிய அவர், கீழே விழுந்துவிடாமல் இருக்க அங்கிருந்த நாற்காலியைப் பிடித்துக் கொண்டார். கண்களில் நீர் பெருக்கெடுக்க, நான் போர்த்தியிருந்த துணியை எடுத்து அவர் என் முகத்தை மூடினார்.

“அவர் நிலைகுலைந்து போயிருந்தார். அடுத்து என்ன செய்ய வேண்டும் என்பது தெரியாமல் அவர் குழம்பினார். என் இறுதிச் சடங்குக்கு ஏற்பாடு செய்ய வேண்டுமா? அல்லது, அதற்கு முன் எங்களுடைய குடும்ப உறுப்பினர்களுக்குத் தகவல் தெரிவிக்க வேண்டுமா? அவருக்குத் தலைவலி மண்டையைப் பிளந்து கொண்டிருந்ததால், முதலில் ஒரு மாத்திரையைப் போட்டுக் கொண்டு யோசிக்கலாம் என்று முடிவு செய்து அவர் கீழே போனார். தன் அறையில் வைத்திருந்த மாத்திரையை எடுத்துச் சாப்பிட்டுவிட்டு மீண்டும் மாடிக்குச் செல்ல அவர் திரும்பியபோது, அந்த அறையில் ஏதோ ஒன்று குதித்தச் சத்தம் அவருக்குக் கேட்டது. அவர் எந்தச் சத்தத்தையும் எதிர்பார்த்திருக்காததால், அவர் பயத்தில் துள்ளிவிட்டார்.

“அந்தச் சத்தம் அவருடைய குளிர்சாதனப் பெட்டியின் பின்பக்கமிருந்து வந்ததால், அவர் அங்கு எட்டிப் பார்த்தார். அங்கே அவர் கண்ட காட்சியை அவரால் நம்பவே முடியவில்லை. இறந்துவிட்டிருந்ததாக அவர் நினைத்துக் கொண்டிருந்த அந்த எலி, அங்கு எதையோ கொறித்துக் கொண்டிருந்தது. அவரைப் பார்த்தவுடன் அது அங்கிருந்து தப்பியோட முயற்சித்தது. ஆனால், அவர் எட்டி அதைப் பிடித்துவிட்டார். பின் அதை அவர் தன் கையில் வைத்துக் கொண்டு வியப்புடன் பார்த்தார். பின் அவர் அந்த அறையின் கூரையைப் பார்த்தார். அவருக்கு மீண்டும் நம்பிக்கை துளிர்விட்டது. அதனால், அவர் உடனே விரைவாக மாடியேறி வந்தார். அவர் படியேறிக் கொண்டிருந்தபோதே, என் அறையிலிருந்த கருவிகளிலிருந்து வந்து கொண்டிருந்த மெல்லிய ஒலி அவருடைய காதுகளை எட்டியது. அடுத்து அவர் எடுத்து வைத்த ஒவ்வோர் அடிக்கும் அவருடைய இதயத்துடிப்பு மேன்மேலும் அதிகரித்துக் கொண்டே போனது. அவர் என் அறைக்குள் நுழைந்தார். என் உடல்நிலை சீராக மேம்பட்டுக் கொண்டிருந்ததை அங்கிருந்த கருவிகள் காட்டிக் கொண்டிருந்தன. அவர் என் படுக்கையருகே இருந்த நாற்காலியில் அமர்ந்தார். நான் என் கண்களைத் திறந்தபோது அவர் என் கையைப் பிடித்துக் கொண்டு அதில் முத்தமிட்டார். நான் மரணத்தின் வாசலை எட்டிப் பார்த்துவிட்டுத் திரும்பியிருந்தது அப்போது எனக்குத் தெரியாது. தூக்க மாத்திரையின் தாக்கம் முழுமையாகப் போகாததால், அங்கு நடந்திருந்த விஷயங்களின் முழுமையான தாக்கத்தை நான் அறிந்திருக்கவில்லை.”

ஓம் சாஸ்திரியும் அசுவத்தாமனும் விருஷாகபியுடன் திரும்பி வந்தவுடன், வியாசர் அவர்கள் எல்லோரிடமும் பேசத் தொடங்கினார். “இந்த இடங்கள் நாடு முழுவதும் பரவிக் கிடக்கின்றன. மானசரோவர் ஏற்கனவே அழிக்கப்பட்டுவிட்டது. அப்படியெனில், இன்னும் எட்டு இடங்கள் எஞ்சியிருக்கின்றன. மேலும் மூன்று இடங்களை நான் அடையாளம் கண்டுள்ளேன். அவற்றில் ஒன்று, அக்ரவனத்திலுள்ள தேஜோ மஹாலயம். இரண்டாவது,

ரூபகுண்டம் ஏரி. மூன்றாவது, பீமகுண்டம் குளம்."

"இவை எந்த இடங்கள்? இவை எங்கு இருக்கின்றன?" என்று விருஷாகபி கேட்டான். கயிலை மலையைவிட்டு அவன் வேறு எங்கும் போயிருக்கவில்லை.

இக்கேள்விக்கு அங்கிருந்தவர்களின் சார்பில் ஓம் சாஸ்திரி பதிலளித்தார். "அக்ரவனத்தின் இன்றைய பெயர் ஆக்ரா. தேஜோ மஹாலயத்தின் இன்றைய பெயர் தாஜ் மகால். ரூபகுண்டம் உத்தராகண்டத்தில் உள்ளது. பீமகுண்டம் மத்தியப் பிரதேசத்திலுள்ள ஒரு விநோதமான குளம்."

மிலரேபர் திடுதிப்பென்று, "இந்த மர்ம இடங்களைப் பற்றி உங்களுக்கு எப்படித் தெரியும்?" என்று வியாசரிடம் கேட்டார்.

அதற்கு வியாசர், "ஒலி என்பது ஓர் ஆற்றல். அது இந்தப் பிரபஞ்சத்தில் தொடர்ந்து மிதந்து கொண்டிருக்கிறது. இதுவரை ஏற்படுத்தப்பட்டுள்ள ஒவ்வோர் ஓசையையும், இதுவரை பேசப்பட்டுள்ள ஒவ்வொரு வார்த்தையும் என்னால் கேட்க முடியும். நாம் கண்டுபிடிக்க வேண்டியிருக்கின்ற இடங்களில் தற்போதைக்கு இந்த மூன்று இடங்களை மட்டுமே என்னால் கண்டறிய முடிந்தது," என்று அமைதியாகக் கூறினார்.

"ஒரு நிகழ்வுக்கும் அடுத்த நிகழ்வுக்கும் இடையே ஒரு மாத இடைவெளி இருப்பதால், இவற்றில் எந்தவோர் இடத்தையும் அடைவதற்குப் போதுமான நேரம் தாராளமாக இருக்கிறது. அந்நபர் அடுத்துச் சூறையாடவிருப்பது எந்த இடம் என்பதை நாம் எவ்வாறு தெரிந்து கொள்வது?" என்று மிலரேபர் கேட்டார்.

தன் முன் இருந்த இந்தச் சவால் குறித்து வியாசரும் ஆழ்ந்த சிந்தனையில் மூழ்கினார். பிறகு, "ஓரிடத்திலிருந்து அடுத்து எந்த இடத்திற்குப் பயணப்பட வேண்டும் என்பதற்கு ஏதாவது ஒரு திட்டவட்டமான முறை இருந்தாக வேண்டும். ஆனால், அது பற்றி எனக்குத் தெரியாது," என்று அவர் கூறினார்.

"அப்படிப்பட்ட ஒன்று இருப்பது உங்களுக்கே தெரியாது என்றால், அப்படிப்பட்ட ஒன்று இருப்பதற்குச்

சாத்தியமில்லை," என்று பரசுராமர் கூறினார்.

வியாசர் விருஷாகபியிடம் திரும்பி, "நீ ரூபகுண்டத்திற்குச் சென்று அதைக் கண்காணித்துக் கொண்டிரு. அந்த ஓரிடத்தில்தான் மக்கள் நடமாட்டம் அதிகமாக இருக்காது. ஆனால், நீ அங்கு யார் கண்களிலும் பட்டுவிடாமல் எச்சரிக்கையாக இருக்க வேண்டும். நீ ஒரு நல்ல உடற்கட்டுடன் இருப்பதால், கூடுதல் கவனத்துடன் இருக்க வேண்டும்," என்று கூறினார். புதிய இடங்களுக்குச் செல்வது குறித்து விருஷாகபி மிகவும் மகிழ்ச்சியடைந்தான். அடுத்து வியாசர் மிலரேபரின் பக்கம் திரும்பி, "நீங்கள் தாஜ் மகாலுக்குச் செல்லுங்கள். உங்களுடைய சக்தியைக் கொண்டு உங்களுடைய பச்சை நிறத் தோலை மறைத்துக் கொள்ளுங்கள். உடலை முழுமையாக மறைக்கின்ற உடைகளை அணியுங்கள். அந்த இடம் எப்போதும் கூட்டமாக இருக்கும் என்பதால், உங்களால் எளிதில் மக்களோடு மக்களாகக் கலந்துவிட முடியும். நான் பீமகுண்டத்திற்குப் போகப் போகிறேன்," என்று கூறினார்.

அடுத்துப் பரசுராமர் பேசினார். "அடுத்தப் பிறைநிலவுக்கு இன்னும் மூன்று நாட்கள்தாம் இருக்கின்றன. அதனால், அந்த இரவுக்கு முன் நாம் ஒவ்வொருவரும் நமக்குரிய இடங்களுக்குப் போய்ச் சேர்ந்துவிட வேண்டும். கயிலை மலையிலிருந்து புறப்பட்டு மனிதர்கள் இருக்கும் இடங்களை அடைந்த பிறகு, வேறு வழி இல்லையென்றால்தான் நாம் நம்முடைய சிறப்பு சக்திகளைப் பயன்படுத்த வேண்டும். விருஷாகபி! நீ பறக்கவோ அல்லது கர்ஜிக்கவோ கூடாது. மிலரேபர்! நீங்கள் உங்களுடைய மாய சக்திகளைப் பயன்படுத்தாமல் இருக்க வேண்டும். நான் பண்டைய ஆயுதங்களைப் பயன்படுத்தாமல் இருப்பேன். வியாசரே, நீங்கள் உங்களுடைய தியானத்தின் மூலமாக நாகேந்திரரின் திட்டங்களைப் பற்றி உங்களால் முடிந்த அளவு தகவல்களைச் சேகரியுங்கள்."

உடனே, அவரவர் தங்களுடைய வேலைகளைப் பார்க்கச் சென்றுவிட்டனர். ஓம் சாஸ்திரி மட்டும்

பரசுராமரின் பின்னால் சென்று, "நான் என்ன செய்ய வேண்டும்?" என்று கேட்டார்.

பரசுராமரின் பார்வை ஓம் சாஸ்திரியிடமிருந்து அசுவத்தாமனிடம் போய்விட்டு மீண்டும் ஓம் சாஸ்திரியிடம் திரும்பியது. "அந்த இடங்களில் ஒன்றைப் பாதுகாக்க அசுவத்தாமன் ஏன் அனுப்பப்படவில்லை என்று நீங்கள் நினைக்கிறீர்கள்? ஏனெனில், பாதுகாக்கப்பட வேண்டிய பட்டியலில் நீங்களும் இருக்கிறீர்கள். நாகேந்திரருக்கும், அவருடைய மரணத்தை வெல்கின்ற இலக்கிற்கும், இப்போது குறுக்கே நின்று கொண்டிருப்பது உங்களுடைய இரத்தம் மட்டுமே. ஆனால், அதை நாகேந்திரரிடமிருந்து பாதுகாக்கும் நிலையில் நீங்கள் இல்லை. அதனால், உங்களுடைய பயிற்சியை விரைவாக முடிப்பதற்கு முயற்சி செய்யுங்கள்." பரசுராமர் அங்கிருந்து சென்றதும் ஓம் சாஸ்திரியும் அசுவத்தாமனும் ஒருவரையொருவர் பார்த்துக் கொண்டனர்.

இதற்கிடையே, நாகேந்திரரும் அவருடைய குழுவினரும், பனிபடர்ந்த மலைகள், அடர்ந்த காடுகள், பாய்ந்து சென்று கொண்டிருந்த சிற்றாறுகள், சமவெளிகள் போன்றவற்றைக் கடந்து தங்களுடைய இலக்கை நோக்கி முன்னேறிக் கொண்டிருந்தனர். அவர்கள் பல இடங்களில் நேராகச் செல்ல முடியாமல் சுற்றி வளைத்துச் செல்ல வேண்டியிருந்தது. கடும் குளிரான சூழலை அவர்கள் எதிர்கொள்ள வேண்டியிருந்தது. 16,499 அடி உயரமிருந்த திரிசூல மலையின் மடியில் கிடந்த ரூபகுண்டம் ஏரியை அவர்கள் நெருங்கியிருந்தனர். தூரத்தில் தெரிந்த அந்த ஏரியை அவர்களால் பார்க்க முடிந்தது. பிறைநிலவுக்கு மூன்று நாட்கள் முன்னதாகவே அவர்கள் அந்த இடத்தை அடைந்திருந்தனர்.

நாகேந்திரர் தனக்குப் பின்னால் வந்து கொண்டிருந்த பரிமல் மற்றும் லிசாவிடம், உறைந்து போயிருந்த அந்த ஏரியைச் சுட்டிக்காட்டி, "அதுதான் ரூபகுண்டம் ஏரி. அதன் அடியில் ஏராளமான மனித எலும்புக்கூடுகள் கிடக்கின்றன. பனி உருகும்போது அவற்றைத் தெளிவாகப் பார்க்க முடியும்," என்று கூறினார்.

பின் அவர் தன் பையிலிருந்து தன்னுடைய உலோக பாட்டிலை எடுத்து ஒரு கையில் வைத்துக் கொண்டார். இன்னொரு கையால் லிசாவின் வயிற்றைத் தடவிக் கொண்டே ஒரு பெரிய புன்னகையுடன் அவர் பேசினார். “நல்ல மனிதர்கள் என்று அழைக்கப்படுகின்ற ஒரு சிலரை நான் கொன்றிருந்த இதே இடத்தில் ஒரு புதிய உயிர் குறித்தச் சிந்தனை எனக்கு விநோதமான மகிழ்ச்சியைக் கொடுக்கிறது.”

அவர்கள் நின்று கொண்டிருந்த இடத்திற்கு அருகே இறைந்து கிடந்த எலும்புகளைப் பார்த்தவுடன், பின்வரும் கேள்வியை லிசாவால் கேட்காமல் இருக்க முடியவில்லை. “அப்படியானால், இங்கு மனிதர்கள் படுகொலை செய்யப்பட்டது குறித்த உண்மையான கதை உங்களுக்குத் தெரியும், இல்லையா?”

நாகேந்திரர் தன் கண்களை மூடிக் கொண்டு, தன்னுடைய கொடூரமான நினைவலைகளில் திளைத்தார். அவருடைய முகத்தில் ஒரு புன்னகை படர்ந்தது. அவர் லிசாவைப் பார்த்து, “இப்போது எனக்கு வேண்டியது உனக்குள் இருப்பதால், இதைத் தெரிந்து கொள்வதற்கான உரிமை உனக்கு இருக்கிறது. இங்கு இறைந்து கிடக்கின்ற மனித எலும்புக்கூடுகள் குறித்துப் பல கதைகள் நிலவுகின்றன. ஆனால், அவர்கள் அனைவரையும் கொன்றது நான்தான் என்பது மட்டுமே உண்மை. நான் மிகவும் வெறுத்த ஒருவனை நான் இந்த உலோக பாட்டிலாலேயே அடித்துக் கொன்று, அவனுடைய சடலத்தை இழுத்துக் கொண்டு வந்து இந்த ஏரிக்குள் தள்ளியதுதான் இந்த இடத்தைப் பற்றிய என்னுடைய நினைவுகளிலேயே மிகவும் அருமையானது,” என்று கூறினார்.

“யார் அவர்?” என்று லிசா கேட்டாள்.

“லிசா, என்னைப் பற்றி முழுமையாகத் தெரிந்து கொள்ள உனக்கு இன்னும் பல பிறவிகள் தேவைப்படும். அவற்றுக்காகக் காத்திரு.”

‘இன்னும் பல பிறவிகள்! லிசா தன்னுடைய அடுத்தப் பிறவியில் இவற்றை நினைவு வைத்திருப்பாள் என்பதுபோலவும், அவர் அவளுக்கு பதிலளிப்பார்

என்பதுபோலவும் அல்லவா அவர் பேசுகிறார்!' என்று பரிமல் நினைத்துக் கொண்டான். அவன் அவர்கள் இருவரையும் மௌனமாகப் பார்த்துக் கொண்டிருந்தான். தன்னுடைய ஏமாற்றத்தை மறைத்துக் கொண்டு, பேச்சை மாற்றுவதற்காக, லிசா வேறொரு கேள்வியைக் கேட்டாள்: "நாங்கள் அடுத்து என்ன செய்ய வேண்டும்?" பரிமலின் மனத்திலும் சில கேள்விகள் இருந்தன. ஆனால், இம்முறை அவை நாகேந்திரருக்கானவை அல்ல. அதை லிசாவால் உணர முடிந்தது.

நாகேந்திரர் விஷயங்களை விளக்கத் தொடங்கினார். "இந்த எலும்புக்கூடுகள் காரணமில்லாமல் இந்த ஏரிக்குள் விழுந்து கிடக்கவில்லை. நான் அவர்களைக் கொன்றபோது, அவர்கள் ஒரு சபதம் ஏற்றிருந்தது எனக்குத் தெரியாது. அவர்கள் இறந்துவிட்டபோதிலும், அவர்கள் ஏற்றிருந்த சபதம் அவர்களைக் கட்டுப்படுத்திக் கொண்டிருக்கிறது. நாம் எந்த வார்த்தையைப் பெறுவதற்காக இங்கு வந்துள்ளோமோ, துல்லியமாக அதே வார்த்தையைப் பாதுகாப்பதென்றுதான் அவர்கள் உறுதிமொழி எடுத்திருந்தனர். புரட்டாசி மாதத்திலிருந்து மாசி மாதம்வரை இந்த ஏரி உறைந்திருக்கும். அதனால், அந்தக் காலகட்டத்தில் இதற்குள் குதித்து அந்த வார்த்தையைத் தேடுவது இயலாத காரியம். இக்காலகட்டத்தில், எலும்புக்கூடுகள் பனிக்குக் கீழே உறங்கிக் கொண்டிருக்கும். அந்த வார்த்தை, பனியால் பாதுகாக்கப்பட்டுக் கொண்டிருக்கும். பனி இளகி உருகிய பிறகு, அந்த வார்த்தையைக் காப்பதற்காக அந்த எலும்புக்கூடுகள் விழித்துக் கொள்ளும். இது மாசி மாதம் என்பதால் பனி அடுக்குகள் மெல்லியவையாகவும் உருகிக் கொண்டும் இருக்கின்றன. அந்த எலும்புக்கூடுகளும் அரைகுறைப் பிரக்ஞையுடன் இருக்கின்றன. எனவே, தாக்குதல் எதையும் எதிர்கொள்ள அவை முழுமையாகத் தயாராக இருக்காது. அதனால், தற்போதைக்கு நிலைமை நமக்குச் சாதகமாக இருக்கிறது.

"நாம் தேடிக் கொண்டிருக்கின்ற வார்த்தை எங்கே இருக்கிறது என்பது எனக்குத் தெரியாது. அந்த வார்த்தையைக் காப்பாற்றுவதற்காக அந்த

எலும்புக்கூடுகள் எப்படி நம்மைத் தாக்கும் என்பதும் எனக்குத் தெரியாது. ஆனால், அந்த வார்த்தையைக் கண்டுபிடிப்பது எப்படி என்பதை அப்புத்தகத்தின் பக்கங்கள் எனக்குக் கற்றுக் கொடுத்திருக்கின்றன. பனி உருகியவுடன், அந்த எலும்புக்கூடுகள் அந்த ஏரியின் ஆழத்திலிருந்து மேலே வந்து அந்த வார்த்தையைப் பாதுகாக்கத் தொடங்கும். முன்பு அந்த வார்த்தை ஒருவரின் மூலமாக தன்வந்திரியை அடையப் பயணப்பட்டுக் கொண்டிருந்தது. ஆனால், அந்த நபரை நான் தடுத்துவிட்டதால், அவர் போய்ச் சேர வேண்டிய இடத்தை அவரால் அடைய முடியவில்லை. இன்றுவரை அந்த வார்த்தை அவருடைய மண்டைக்குள்தான் இருக்கிறது. அந்த வார்த்தை என்ன என்பது எனக்குத் தெரியும் என்றாலும், அதைச் செயல்படுத்துவதற்கு நான் அதைக் குடித்தாக வேண்டும். அந்த ஏரியின் மிக ஆழமான பகுதியில் கிடக்கின்ற அவருடைய மண்டையோட்டை, ஆறு மாதங்கள் பனியும், மீதி ஆறு மாதங்கள் பிற மண்டையோடுகளும் பாதுகாத்துக் கொண்டிருக்கின்றன. நாம் இப்போது இரண்டுக்கும் இடைப்பட்டக் காலத்தில் இங்கு இருக்கிறோம். இப்போது பனியும் சரி, எலும்புக்கூடுகளும் சரி, அந்த வார்த்தையை முழுமையாகப் பாதுகாக்கின்ற நிலையில் இல்லை. ஒன்று உருகுவதன் மூலம் தன்னுடைய பலத்தை இழந்து கொண்டிருக்கிறது. மற்றொன்று இன்னும் முழுமையான ஆற்றலைப் பெற்றிருக்கவில்லை. அந்த மண்டையோட்டைக் கண்டுபிடித்து, அந்த வார்த்தையைக் கிரகித்துக் கொள்ள நமக்கு எழுபத்திரண்டு மணிநேரம் இருக்கிறது. அதற்குப் பிறகு, பனி முழுமையாக உருகிவிடும், எலும்புக்கூடுகள் தம்முடைய முழுமையான பலத்தைப் பெற்றுவிடும்."

லிசாவும் பரிமலும் தாங்கள் கொண்டு வந்திருந்த உபகரணங்களை வெளியே எடுத்து, தேவையான நடவடிக்கைகளில் இறங்கினர். அவற்றில், தரையை ஊடுருவுகின்ற ரேடார் கருவி, கார்பன்-டை- ஆக்சைடு லேசர் மற்றும் சில ஆயுதங்கள் அடங்கியிருந்தன. லிசா தன் காதில் ஒரு புளூடூத் ஹெட்செட் அணிந்து

கொண்டு, அதைப் போன்ற மேலும் இரண்டை நாகேந்திரரிடமும் பரிமலிடமும் ஆளுக்கொன்று கொடுத்தாள். அவர்களுக்கு இடையே உடனடித் தகவல் தொடர்பை ஏற்படுத்திக் கொள்வதற்கான ஏற்பாடு அது.

கயிலை மலையில் ஓம் சாஸ்திரி தனியாக நின்று கொண்டு தீவிரமாக யோசித்துக் கொண்டிருந்தார். தன்வந்திரியின் படுகொலையைப் பற்றி அவர் சிந்தித்தார். நாகேந்திரரிடம் மிருத சஞ்சீவினி நூலைத் தான் பறிகொடுத்ததற்காக அவர் தன்னைத் தானே நொந்து கொண்டார். அவருக்குப் பின்னால் கேட்டக் காலடிச் சத்தம் அவருடைய சிந்தனையை முடிவுக்குக் கொண்டு வந்தது. அவர் திரும்பிப் பார்த்தபோது, மிலரேபர் தன்னை நோக்கி வந்து கொண்டிருந்ததை அவர் கண்டார். தன்வந்திரியைக் கொலை செய்தவர் அவர் என்பதை நினைத்தபோது ஓம் சாஸ்திரி உடனே மனச்சோர்வடைந்தார்.

"நீங்கள் இன்னும் புறப்படவில்லையா?" என்று ஓம் சாஸ்திரி அவரிடம் கேட்டார்.

"புறப்பட்டுக் கொண்டிருக்கிறேன். அதற்கு முன் உங்களைப் பார்த்துவிட்டுப் போவதற்காக வந்திருக்கிறேன்."

ஓம் சாஸ்திரி மௌனமாக இருந்தார். அவர் மிலரேபரை நிமிர்ந்து பார்க்கக்கூட இல்லை. தன்வந்திரியின் இழப்பு குறித்தத் தகவல் அவரை நிலைகுலைய வைத்திருந்தது. அதை மிலரேபர் தெரிந்து கொள்ள வேண்டும் என்று அவர் விரும்பினார்.

"ஓம் சாஸ்திரி, நீங்கள் தன்வந்திரியின் இழப்பு குறித்து எப்படி உணர்கிறீர்கள் என்பது எனக்குத் தெரியும். அதற்காக நீங்கள் என்னை வெறுக்கிறீர்கள் என்பதையும் நான் அறிவேன். அது இயல்பானதுதான். ஆனால், நான் தன்வந்திரிக்குச் செய்திருந்த காரியம், அவருடைய கட்டளைக்குக் கீழ்ப்படிந்து நான் மேற்கொண்ட ஒன்று என்பதை நீங்கள் தெரிந்து கொள்ள வேண்டும் என்று நான் விரும்புகிறேன். அந்தக் குகையில் அடைத்து வைக்கப்பட்டிருந்த அவர் மிகவும் துன்புற்றுக் கொண்டிருந்தார். நீங்கள் கடைசி முறையாக

அவரைச் சந்தித்திருந்ததற்குப் பிறகு அவர் மிகவும் தளர்ந்து போயிருந்தார். அவர் கடும் வேதனையில் இருந்தார். பல ஆண்டுகளாக, சூரிய ஒளியின் ஒரு சிறு கீற்றுக்கூட அவர்மீது படாதவாறு அவர் அடைத்து வைக்கப்பட்டிருந்தார். காலம் குறித்தப் பிரக்ஞை அவருக்கு இருக்கவில்லை. அவருடைய உயிர் ஊசலாடிக் கொண்டிருந்தது. நான் அவரைக் கொல்லவில்லை. அவர் என்னை வற்புறுத்தியதன் பேரிலேயே நான் அவருக்குச் சுதந்திரத்தைக் கொடுத்தேன். முதலில் தன்னை விடுவித்துவிட்டு, நேராகக் கயிலை மலைக்குச் சென்று உங்களைப் பற்றிய தகவலைப் பரசுராமரிடம் கூறும்படி அவர் என்னைக் கேட்டுக் கொண்டார்."

ஆனால், ஓம் சாஸ்திரியின் முகம் ஒரு பாறாங்கல்லைப்போல இறுகிப் போய் இருந்தது. அதைக் கண்ட மிலரேபர், ஆழ்ந்து பெருமூச்செறிந்துவிட்டு, "என்னை மன்னித்துவிடுங்கள். அவருக்காகவும் உங்களுக்காகவும் அதைவிட மேலாக எதையும் என்னால் செய்திருக்க முடியாது," என்று கூறினார்.

பிறகு, தங்களுக்கு ஒதுக்கப்பட்டிருந்த இடங்களுக்குச் செல்வதற்காகக் கிளம்பிக் கொண்டிருந்த பரசுராமர் மற்றும் விருஷாகபியுடன் போய் அவர் சேர்ந்து கொண்டார்.

பரசுராமரின் முடிவால் ஓம் சாஸ்திரி ஏமாற்றமடைந்திருந்தார். தான் மட்டும் இங்கு அடைபட்டுக் கிடந்து எதுவும் செய்யாமல் இருக்க வேண்டும் என்ற எண்ணம் அவருக்குக் கசந்தது. ஆனால், மொத்த உலகமே அந்த நேரத்தில் அப்படித்தான் இருந்தது. அது 2020 மார்ச் மாதம். கோவிட்-19 பெருந்தொற்றின் காரணமாக உலகம் முழுவதிலும் மக்கள் தங்களுடைய வீடுகளுக்குள் முடங்கிக் கிடந்தனர். அச்சமயத்தில் இந்த உலகைக் காப்பாற்றுவதற்கு, தன்னைத் தனிமைப்படுத்திக் கொள்வதுதான் ஒருவர் செய்யக்கூடிய மிகச் சிறந்த காரியமாக இருந்தது. ஓம் சாஸ்திரியின் விரக்தியைப் புரிந்து கொண்ட அசுவத்தாமன், அவருடைய கவனத்தைத் திசை திருப்ப முயன்றார். "நீங்கள் எப்படி உணர்கிறீர்கள் என்பதை

என்னால் புரிந்து கொள்ள முடிகிறது. அதே உணர்வை நான் பல நூற்றாண்டுகளாக அனுபவித்து வந்துள்ளேன். கிருஷ்ணரின் சாபத்தின் காரணமாக, நான் ஒரு தொழுநோயாளியாக நீண்டகாலம் காடு மேடுகளில் அலைந்து திரிந்திருக்கிறேன்." ஓம் சாஸ்திரிக்கும் அதுபோன்ற ஒரு கவனச்சிதறல் தேவைப்பட்டதால், அவர் அசுவத்தாமனிடம் அது குறித்துக் கேள்வி கேட்கத் தொடங்கினார்.

"உடல் முழுவதும் காயங்களுடன் நர்மதை ஆற்றின் அருகே நீங்கள் தென்பட்டதாகக் கதைகள் உலவுகின்றன. விஷ்ணுவின் பத்தாவது அவதாரமான கல்கியின் கையால்தான் உங்களுக்கு விமோசனம் கிடைக்கும் என்றும் கூறப்படுகிறது. இவை எந்த அளவு உண்மை? நான் அடிக்கடி யோசித்த இன்னொரு கேள்வியும் இருக்கிறது. நீங்கள் எப்படி உங்களுடைய சாபத்திலிருந்து விமோசனம் பெற்றீர்கள் என்பதுதான் அது."

"நானாக அதைப் பெறவில்லை. பரசுராமர்தான் அதை எனக்குப் பெற்றுக் கொடுத்தார். அதனால்தான், அவர்மீது நம்பிக்கை வைத்து, அவர் சொல்கின்றபடி நடக்க வேண்டும் என்று நான் உங்களைக் கேட்டுக் கொள்கிறேன். கல்கியால் மட்டும்தான் என்னை சொர்க்கத்திற்கு அனுப்பி வைக்க முடியும் என்பது உண்மைதான்." அது ஓம் சாஸ்திரியிடம் இன்னொரு கேள்வியைத் தோற்றுவித்தது.

"கிருஷ்ணர் உங்களுக்கு இட்டிருந்த சாபத்திலிருந்து பரசுராமர் உங்களுக்கு விமோசனம் வழங்கினார். அதற்குப் பிறகு என்ன நடந்தது?" அதற்கு பதிலளிக்கும் விதமாக அசுவத்தாமன் தன் கதையைக் கூறத் தொடங்கினார்.

"ஆண்டுகள் உருண்டோடின. கிருஷ்ணரும் அவருடைய அண்ணன் பலராமரும் இந்த உலகைவிட்டு மறைந்தனர். கௌரவர்களும் மகாபாரதப் போரில் சண்டையிட்ட மற்றவர்களும் மறைந்து போயினர். வனவாசம் மேற்கொண்டிருந்த திருதராஷ்டிரர், காந்தாரி, குந்தி ஆகியோர் ஒரு காட்டுத்தீயில் சிக்கி உயிரிழந்தனர். விதுரராக நடித்துக் கொண்டிருந்த

நீங்கள் மாயமாக மறைந்துவிட்டீர்கள். கிருஷ்ணர் தங்களைவிட்டு அகன்ற பிறகு வெறுமையை உணர்ந்த பாண்டவர்கள், அர்ச்சுனனின் பேரன் பரீட்சித்திடம் நாட்டை ஒப்படைத்தனர். திரௌபதியைக் கூட்டிக் கொண்டுக் காட்டிற்குள் சென்ற அவர்கள் ஐவரில் எவரும் உயிருடன் திரும்பவில்லை.

"பல ஆண்டுகளாக அலைந்து திரிந்து கொண்டிருந்த நான், ஒரு நாள், சமீபகாலம்வரை அலகாபாத் என்று அழைக்கப்பட்டிருந்த பிராக் தீர்த்தம் என்ற இடத்திலுள்ள ஓர் ஆசிரமத்தில் பரசுராமர் இருந்ததைக் கேள்விப்பட்டேன். மகாபாரதக் காலகட்டத்தில், பீஷ்மர், கர்ணன், என்னுடைய தந்தை துரோணாச்சாரியார் ஆகிய மூவரின் குருவாகவும் பரசுராமர் விளங்கினார். அவருடைய சீடர்களில் ஒருவரின் மகன் என்ற முறையில் பரசுராமர் என்மீது அனுதாபம் கொண்டு எனக்கு உதவி செய்யக்கூடும் என்று எனக்குப் பரிந்துரைக்கப்பட்டது. அதனால், நான் பல மாதங்கள் பரசுராமரின் ஆசிரமத்தைத் தேடி அலைந்தேன்.

"பின்னர் ஒருவழியாக நான் அந்த ஆசிரமத்தைக் கண்டுபிடித்தேன். அதற்குப் பிறகும் நான் அவரைச் சந்திக்கப் பல மாதங்கள் காத்திருக்க நேர்ந்தது. என்னைப் பற்றியும், என் நிலையைப் பற்றியும் ஏற்கனவே தெரிந்து வைத்திருந்த பரசுராமர், எனக்கு உதவி செய்ய முடியாது என்று பிடிவாதமாக மறுத்துவிட்டார். அதோடு, உடனடியாக அந்த ஆசிரமத்தைவிட்டு வெளியேறிவிடும்படியும் அவர் என்னிடம் கூறிவிட்டார். தன் இறுதி மூச்சுவரை அவரையே பூஜித்து வந்த என் தந்தைக்காகவாவது எனக்கு உதவி செய்யும்படி நான் அவரிடம் கெஞ்சினேன். என் தந்தை நயவஞ்சகமாகக் கொல்லப்பட்டதால் எனக்குள் எழுந்த ஆத்திரம் என் கண்களை மறைத்திருந்தது என்று நான் அவரிடம் எடுத்துரைத்தேன். பரசுராமர் என் தந்தையின்மீது எந்த அளவு பாசம் வைத்திருந்தாரோ அதே அளவு பாசத்தை நான் என் தந்தையின்மீது வைத்திருந்தேன் என்று கூறி நான் அவரிடம் மன்றாடினேன். இறுதியில், பரசுராமர் ஒருவழியாக மனம் இளகினார். எனக்கு உதவுவதாக

அவர் வாக்குறுதியளித்தார்."

"ஆனால், உங்களுக்குச் சாபமிட்டவர் கிருஷ்ணர். அப்படி இருக்கும்போது, வேறொருவரால் எப்படி அதிலிருந்து உங்களை விடுவிக்க முடியும்?"

அந்தக் கேள்விக்கு பதிலளிக்காமல், அசுவத்தாமன் தன் கண்களை மூடிக் கொண்டு ஒரு சமஸ்கிருத சுலோகத்தைப் பாடத் தொடங்கினார்.

முனிபி: பன்னகைர்வாபி ஸுரைர்வா ஷாபிதோ யதி.
கால்மிருத்யுபயாத்வாபி குருரக்ஷதி பார்வதி
அஷக்தா ஹி ஸுராத்யாஸ்சஷக்தா மனுயஸ்ததா.
குருஷாபேண தேஷீக்ரன்ஷயன்யாந்தி ந ஸன்ஷ ய:

பின் அசுவத்தாமன் அதை எனக்கு விளக்கினார். "வியாசர் எழுதிய 'குரு கீதையில்' இடம்பெற்றுள்ள ஒரு சுலோகம் இது. குரு கீதை, சிவனுக்கும் பார்வதிக்கும் இடையே நடைபெற்ற ஓர் உரையாடலாகச் சித்தரிக்கப்பட்டுள்ளது. அதில், குருவையும் முக்தியையும் பற்றி விளக்குமாறு பார்வதி சிவனிடம் கேட்கிறார். அதற்கு பதிலளிக்கும் விதமாக சிவன் இந்த சுலோகத்தைக் கூறுகிறார். அதன் அர்த்தம் இதுதான்: 'தன்னுடைய சீடன் ஒருவன் கடவுள்களில் ஒருவரால் சபிக்கப்பட்டிருந்தாலும், அந்த குருவால் அதிலிருந்து அவனை விடுவிக்க முடியும். சாவிலிருந்தும் சாவைப் பற்றிய பயத்திலிருந்தும்கூட அவனை அவரால் விடுவிக்க முடியும். ஆனால், ஒரு குருவே தன் சீடனுக்குச் சாபமிட்டிருந்தால், கடவுள்கள் உட்பட எவரொருவராலும் அவனுக்கு சாபவிமோசனம் அளிக்க முடியாது. அவனுடைய நிலைமை படிப்படியாக மோசமாகி, இறுதியில் அவன் அழிந்து போவான்.'

"துரோணாச்சாரியார் என்னுடைய தந்தையாக மட்டும் இருக்கவில்லை. அவர் என்னுடைய குருவாகவும் விளங்கினார். அவருடைய குரு பரசுராமர். நான் என் தந்தையிடமிருந்து கற்றுக் கொண்டிருந்த அனைத்தும், அவர் தன் குருவாகிய பரசுராமரிடமிருந்து கற்றுக் கொண்டிருந்தவை. அதனால், பரசுராமர் என் குருவின் குரு. என் தந்தை தன்னுடைய குருவிடமிருந்து கற்றுக்

கொண்டிருந்த அனைத்தையும் எனக்குக் கற்றுக் கொடுத்தார். அப்படிப் பார்த்தால், அவர் என்னுடைய குருவும்கூட.

“தன்னால் கிருஷ்ணரின் சாபத்தை ஒட்டுமொத்தமாக விலக்கி வைத்துவிட முடியாது என்றாலும், என்னுடைய வலி, நோய், மற்றும் காயங்களைத் தன்னால் குணப்படுத்த முடியும் என்று பரசுராமர் என்னிடம் தெரிவித்தார். ஆனால், என்னுடைய மொத்த சாபவிமோசனத்திற்கு நான் கண்டிப்பாகக் கல்கியின் அவதாரத்திற்காகக் காத்துக் கொண்டிருப்பதைத் தவிர வேறு வழியில்லை என்று அவர் கூறினார். அடுத்த சில ஆண்டுகளில் அவர் என்னுடைய அனைத்து நோய்களையும் குணப்படுத்தினார். இறுதியில், ஒரு நாள், என்னுடைய நோய்கள் அனைத்தும் குணமாகி, நான் பாதி சாபவிமோசனம் அடைந்தேன். அந்த நாளன்று, நம்பவே முடியாத ஒன்றை நான் கண்டேன். ஆனால், அதை நான் மீண்டும் ஒருபோதும் என் வாழ்க்கையில் எதிர்கொள்ள விரும்பவில்லை.” இந்த இடத்தில் அசுவத்தாமன் தன் பேச்சை நிறுத்திவிட்டு மௌனமானார். அவருடைய முகம் பயத்தில் உறைந்து போயிருந்தது. அவரை உலுக்கிய ஓம் சாஸ்திரி, “நீங்கள் என்ன பார்த்தீர்கள்?” என்று கேட்டார். அசுவத்தாமனைப் போன்ற ஒரு சிரஞ்சீவி மாவீரர், ஒரு காட்சியை நினைத்துப் பார்த்தே இந்த அளவு பயப்பட்டது ஓம் சாஸ்திரிக்கு வியப்பூட்டியது. அசுவத்தாமனுக்குத் தொண்டை அடைத்தது. அவர் மிகவும் சிரமப்பட்டுப் பேசினார். “என் முன்னால் அசுவத்தாமன் நின்று கொண்டிருந்ததை நான் கண்டேன்.”

“என்ன சொல்கிறீர்கள்? எனக்குப் புரியவில்லை,” என்று ஓம் சாஸ்திரி கேட்டார்.

“எனக்கு முன்னால் நின்று கொண்டிருந்த மனிதன் துல்லியமாக என்னைப்போலவே இருந்தான். அவனும் தொழுநோயால் பாதிக்கப்பட்டிருந்தான். அவனும் வலியாலும் வெறுப்பாலும் பழிவாங்கும் உணர்வாலும் பாதிக்கப்பட்டிருந்தான். என்னுடைய உடலிலும் ஆத்மாவிலும் இதயத்திலும் பொங்கி

வழிந்து கொண்டிருந்த வெறுப்பின் மொத்த உருவமாக அவன் இருந்தான். அவன் என்னை உற்றுப் பார்த்துக் கொண்டிருந்தான். அது எனக்குக் குலைநடுக்கம் ஏற்படுத்தியது. என் வாழ்க்கையில் நான் ஒருபோதும் அவ்வளவு பயந்தது கிடையாது. அவன் என்னை மீண்டும் ஆட்கொள்ளத் துடித்துக் கொண்டிருந்தான். ஆனால், பரசுராமர் அதை அனுமதிக்கவில்லை. உடனே அந்தக் குடிலைவிட்டு வெளியே செல்லும்படி அவர் என்னிடம் கூறினார்."

"அந்த நபர் யார்?" என்று ஓம் சாஸ்திரி கேட்டார். அவர் மிகவும் குழம்பிப் போயிருந்தார்.

"பரசுராமர் என்னை இரண்டு கூறுகளாகப் பிரித்திருந்தார். அதனால், உருவத்தில் என்னை ஒத்திருந்த ஒருவன் உருவாகியிருந்தான். என் தந்தை இறக்கும்வரை, எனக்குள் இருந்த நல்லவற்றின் கை ஓங்கியிருந்தது. அவர் இறந்த பிறகு, எனக்குள் இருந்த வன்மம், பழிவாங்கும் வெறி, கடுங்கோபம் போன்றவற்றை உள்ளடக்கிய தீயவற்றின் கை ஓங்கியது. என்னுடைய எதிர்மறை அகங்காரத்திலிருந்து நான் பிரிக்கப்பட்டப் பிறகு நான் பலவீனமாக இருந்தேன். ஆனால், என்னைப்போல இருந்தவன் என்னைவிட இரண்டு மடங்கு வலிமை பெற்றவனாக இருந்தான். நோயிலிருந்து விடுபட்டுக் கொண்டிருந்த ஒரு பலவீனமான உடலாக மட்டுமே இருந்த என்னால் அவனுக்கு ஈடாக இருக்க முடியவில்லை. நம் ஒவ்வொருவருக்குள்ளும் நல்லவை, கெட்டவை ஆகிய இரண்டும் உறைந்துள்ளன. எது அவனுக்குள் ஆதிக்கம் செலுத்துகிறதோ, அது அவனுடைய பண்புநலனைத் தீர்மானிக்கிறது. இது நடந்து இப்போது ஆயிரம் ஆண்டுகள் ஆகிவிட்டதால், இப்போது நான் முழுமையான வலுவைப் பெற்றுவிட்டேன். அன்றிலிருந்து இன்றுவரை நான் பரசுராமரின் சீடனாகவும் இருந்து வருகிறேன்."

"உங்களுடைய எதிர்மறை சுயத்திற்கு என்னவாயிற்று? அவர் என்ன ஆனார்?"

"எனக்குத் தெரியாது. அது குறித்து நான் பரசுராமரிடம் சாடைமாடையாக விசாரித்துப்

பார்த்தேன். ஆனால், ஒரு நாள் பரசுராமர் என்னிடம், அவனைப் பற்றி நான் தெரிந்து கொள்ள வேண்டிய அவசியமில்லை என்று கண்டிப்புடன் கூறிவிட்டார். அதற்குப் பிறகு நான் அவனைப் பற்றிய பேச்சை ஒருபோதும் எடுக்கவில்லை."

"இன்றுதான் நான் உங்களிடம் முதன்முறையாக பயத்தைப் பார்த்தேன்," என்று ஓம் சாஸ்திரி கூறினார்.

"அது உண்மைதான். இப்போதும் அவன் என்னைத் தொந்தரவு செய்து கொண்டுதான் இருக்கிறான். அவன் என்னைப்போலவே நடந்தான், என்னைப்போலவே பேசினான். அப்போது நான் கொண்டிருந்த அறிவையும் ஆற்றலையும் அவன் கொண்டிருந்தான். அவனுக்கும் எனக்கும் இடையே இருந்த ஒரே வித்தியாசம், அவன் பழிவாங்குதல் மற்றும் தீமையால் ஆட்கொள்ளப்பட்டிருந்த சிவந்த கண்களைக் கொண்டிருந்தான்."

இதற்கிடையே, பரிமல், அந்த ஏரியின்மீதிருந்த பனிக்கட்டியை உடைக்கும் முயற்சியில் இறங்கியிருந்தான். லிசா தன்னுடைய உபகரணங்களைக் கொண்டு அந்த ஏரியை ஆய்வு செய்து கொண்டிருந்தாள். அவர்களுக்குத் தெரியாமல் விருஷாகபி அந்த இடத்தை நெருங்கிக் கொண்டிருந்தான். அவனுடன் பரசுராமரும் மிலரேபரும் வந்து கொண்டிருந்தனர்.

விருஷாகபி மிலரேபரைப் பார்த்து, "நான் உங்களிடம் ஒன்று கேட்டால் தவறாக எடுத்துக் கொள்ள மாட்டீர்களே?" என்று கேட்டான்.

"தாராளமாகக் கேள். நான் தவறாக எடுத்துக் கொள்ள மாட்டேன்."

"தன்வந்திரி மிருத சஞ்சீவினி என்ற ஒரு புத்தகத்தை எழுதினார். அதை ஓம் சாஸ்திரியிடம் கொடுத்துப் பாதுகாப்பாக வைத்துக் கொள்ளும்படி அவர் கூறினார். ஆனால், அதை நாகேந்திரர் என்ற முதியவர் அவரிடமிருந்து திருடிவிட்டார். ஒரு காலத்தில் நீங்கள் அதே நாகேந்திரரிடம்தான் வேலை பார்த்து வந்தீர்கள். பின் அவர் பிடித்து வைத்திருந்த தன்வந்திரியைக் கொன்று நீங்கள் அவருக்கு நம்பிக்கைத் துரோகம்

இழைத்தீர்கள். இதுவரை நான் சொன்னது சரிதானே?” என்று விருஷாகபி கேட்டான்.

சிறிது அசௌகரியமாக உணர்ந்த மிலரேபர், “ஆமாம். சரிதான்,” என்றார்.

“அப்படியானால், நீங்கள் யார் பக்கம்?”

“நான் உங்கள் பக்கம்தான்,” என்று கூறிக் கொண்டே மிலரேபர் தோழமையுடன் விருஷாகபியின் தோள்மீது கை போட்டார்.

“அந்த வயதான திருடனுக்காக நீங்கள் வேலை செய்துள்ளீர்கள். அவர் யார்?” விருஷாகபியின் குரலில் ஆர்வம் தொனித்தது.

“எனக்குத் தெரியாது.” தன்னுடைய கடந்தகால நினைவுகளில் மூழ்கிய மிலரேபர், விருஷாகபியின் தோளில் போட்டிருந்த கையை எடுத்துவிட்டார்.

“ஓம் சாஸ்திரிக்காகப் பரசுராமரைச் சென்றடைய நீங்கள் உங்கள் உயிரையே பணயம் வைத்தீர்கள். ஓம் சாஸ்திரி யார்?” விருஷாகபி விடாப்பிடியாகக் கேட்டான்.

“எனக்குத் தெரியாது,” என்று கூறிய மிலரேபரின் கண்கள் எங்கோ தொலைதூரத்தில் நிலைத்திருந்தன. இது விருஷாகபிக்கு எரிச்சல் ஏற்படுத்தியது. அவனுக்கு நேரடியான, எளிமையான பதில்கள் மட்டுமே தேவைப்பட்டன.

“நீங்கள் யாருக்காக வேலை செய்தீர்கள் என்பதும் உங்களுக்குத் தெரியாது. நீங்கள் யாரைக் காப்பாற்றியிருந்தீர்களோ, அவரைப் பற்றியும் உங்களுக்குத் தெரியாது. அப்படியானால், அவர்களைப் பற்றி யாருக்குத்தான் தெரியும்?”

அதற்குள் பரசுராமர் அவர்கள் இருவரையும் கூப்பிட்டார்.

“இது உங்களுடன் எப்போதும் இருக்கும்,” என்று கூறிய பரசுராமர், அவர்கள் இருவருடைய கழுத்தின் பின்புறத்திலும் ஒரு மைக்ரோசிப்பைப் பொருத்தினார். “இது ஒரு கண்காணிப்புக் கருவி. நீங்கள் எந்த நேரத்திலும் எங்கு இருக்கிறீர்கள் என்பதை நான் தெரிந்து கொள்ள இது எனக்கு உதவும்.” பின் அவர் அவர்களுக்கான

ஆடைகளையும் வரைபடங்களையும் அவர்களிடம் கொடுத்தார். பின் அவர் மிலரேபர் பக்கம் திரும்பி, அவரிடம் கொஞ்சம் பணத்தையும் கொடுத்தார்.

"இது இந்திய நாணயம். நீங்கள் பல நகரங்களின் ஊடாகச் செல்ல வேண்டியிருப்பதால், இது உங்களுக்கு உதவும்."

அதை வாங்கிக் கொண்ட மிலரேபர், "நன்றி. ஆனால், இது எனக்குத் தேவைப்படாது," என்று கூறினார்.

அதைக் கேட்டப் பரசுராமர், "நீங்கள் அறிந்திருந்த உலகம் இப்போது வெகுவாக மாறிவிட்டது. தேவைப்படும்போது இல்லாதிருப்பதைவிட, இதை வைத்துக் கொண்டு இதைப் பயன்படுத்தாமல் இருப்பது மேல்," என்று கூறினார். மிலரேபர் பரசுராமரைத் திருப்திப்படுத்துவதற்காக அந்தப் பணத்தை வாங்கிக் கொண்டார். தனக்கு அது கண்டிப்பாகத் தேவைப்படாது என்பதில் அவர் உறுதியாக இருந்தார்.

அதைப் பார்த்துக் கொண்டிருந்த விருஷாகபி, "அது என்ன? எனக்கும் கொஞ்சம் தருகிறீர்களா?" என்று கேட்டான்.

"இது ஒன்றும் நல்ல விஷயம் அல்ல. இது உனக்குத் தேவையும் படாது. நீ செல்கின்ற இடத்தில் இந்த சமயத்தில் மனிதர்களுக்கு அனுமதி கிடையாது," என்று ஒரு குழந்தையிடம் கூறுவதைப்போலப் பரசுராமர் அவனிடம் கூறினார்.

அதைக் கேட்டு விருஷாகபி தன் உதட்டைப் பிதுக்கியதைக் கண்ட பரசுராமர், புன்னகைத்தவாறு, "சரி. இதை நீ வைத்துக் கொள்," என்று கூறி அவன் கையில் ஒரே ஒரு நோட்டை மட்டும் கொடுத்தார்.

உடனே விருஷாகபியின் முகம் மலர்ந்தது. "நன்றி."

"இப்போது நான் உங்களுக்குக் கொடுத்துள்ள உடைகளை அணிந்து கொள்ளுங்கள்," என்று பரசுராமர் அவர்கள் இருவரிடமும் கூறினார்.

அந்த உடையை அணிவதற்கு விருஷாகபி திணறினான்.

"இவன் முதன்முறையாக இப்போதுதான் கயிலை

மலையிலிருந்து வெளியே போகிறானா?” என்று மிலரேபர் கேட்டார்.

“ஆமாம். அவனுக்குப் பணமும் தேவையில்லை. நான் உங்களுக்குப் பணம் கொடுத்துள்ளதால், அது தனக்கும் வேண்டும் என்று அவன் கேட்கிறான், அவ்வளவுதான்,” என்று பரசுராமர் கூறினார்.

“அவனைத் தனியாக அங்கு அனுப்புவது ஆபத்தில்லையா?” என்று மிலரேபர் கேட்டார். மிலரேபரின் கேள்வியில் உண்மை இருந்ததால், பரசுராமர் தன் செயலை நியாயப்படுத்தும் விதமாகப் பேசினார்.

“நாகேந்திரரை எதிர்கொள்வதற்கு யாரை அனுப்பினாலும் ஆபத்தானதுதான். விருஷாகபியைப் பொறுத்தவரை, அவனைக் கயிலை மலைக்கு வெளியே எங்கு அனுப்பினாலும் ஆபத்தானதுதான். நான் அவனை ரூபகுண்டத்திற்கு அனுப்ப முடிவெடுத்ததற்குக் காரணம், ஒன்று, அது கயிலை மலைக்கு அருகே இருக்கிறது. மற்றது, அந்த இடத்தில் இப்போது ஆள் அரவம் இருக்காது. இவன் மிகவும் கீழ்ப்படிதலுள்ளவன். இவன் இந்த உலகத்தை எதிர்கொள்ளத் தெரியாத ஓர் அப்பாவியாக இருக்கலாம்; ஆனால், நாகேந்திரரைக் கையாளும் அளவுக்கு சக்தி படைத்தவன் இவன். சரி, சீக்கிரமாக இந்த உடைகளை அணிந்து கொண்டு கிளம்புங்கள்.”

அச்சமயத்தில், விருஷாகபி, எப்படியோ ஒரு பேன்ட், சட்டை, ஒரு குரங்குக் குல்லாய் ஆகியவற்றை அணிந்து கொண்டான். அவன் தன் வாலை அந்தப் பேன்ட்டின் ஒரு காலுக்குள் திணித்துக் கொண்டான். ஆனால், அந்த உடையில் அவன் அசௌகரியமாக உணர்ந்தான். பரசுராமர் அவனிடம், “விருஷாகபி, என்ன நடந்தாலும் இந்த உடைகளைக் கழற்றிவிடாதே. வேலை முடிந்ததும், கவனமாக, நாம் வந்த வழியே கயிலைக்குத் திரும்பிவிடு,” என்று கூறினார். அவன் தலையாட்டி அதை அங்கீகரித்தான்.

இதற்கிடையே, லிசா எல்லா கருவிகளையும் ஏற்பாடு செய்திருந்தாள். அவளுடைய திரையில் இடம்பெற்றிருந்த

காட்சிப்படி, அந்த ஏரி அசைவற்று இருந்தது. அதில் உயிர் இருந்ததற்கான எந்த அடையாளமும் இருக்கவில்லை. முதல் நாளின் முடிவில், அந்த ஏரியின் ஆறில் ஒரு பகுதி 'ஸ்கேன்' செய்து முடிக்கப்பட்டிருந்தது. குறிப்பிடத்தக்க எதுவும் கண்டுபிடிக்கப்பட்டிருக்கவில்லை. அதனால், இரவிலும் அவர்கள் தங்களுடைய தேடலைத் தொடர முடிவு செய்தனர். அவர்கள் அந்த இடத்தின் அமைதியைக் குலைக்கின்ற நடவடிக்கையில் தொடர்ந்து இறங்கினர். அதைக் கண்டு எதிர்வினையாற்றிய இயற்கையின் கூச்சல்களை அவர்கள் அறியாமல் இருந்தனர். விருஷாகபி அந்த இடத்திலிருந்து இரண்டு நாட்கள் தொலைவில் இருந்தான். அவர்கள் முழு இரவும் தேடியும் எலும்புக்கூடுகளைத் தவிர வேறு எதுவும் தென்படவில்லை. அன்று விடிந்து கொண்டிருந்தபோது, பரசுராமர், மிலரேபர், விருஷாகபி ஆகிய மூவரும், உத்தராகண்ட மாநிலம் மற்றும் நேபாள எல்லைப்பகுதியில் ஆளுக்கொரு திசையில் பிரிந்து சென்றனர். அதற்கு மிகவும் அருகே ரூபகுண்டமும், அதற்கு வெகுதூரத்தில் பீமகுண்டமும் இருந்தன. இரண்டுக்கும் நடுவே தாஜ் மகால் இருந்தது.

அன்றைய நாள் முடிவுக்கு வந்தபோது, நாகேந்திரரின் குழு இன்னும் தேடிக் கொண்டிருந்தது. பரசுராமரின் குழு தொடர்ந்து பயணப்பட்டுக் கொண்டிருந்தது.

இரண்டாம் நாள் இரவின் முடிவில் அந்த ஏரியில் பாதி மட்டுமே ஸ்கேன் செய்யப்பட்டிருந்தது. அது அவர்கள் மூவருக்கும் விரக்தி ஏற்படுத்தியது. நாகேந்திரருக்குப் பொறுமை குறைந்து கொண்டே வந்ததால், தேடலை விரைவுபடுத்துமாறு அவர் அவர்களை அவசரப்படுத்தினார். பிறைநிலவுக்கு இன்னும் ஒரு நாள் மட்டுமே பாக்கியிருந்தது. ஆள்நடமாட்டமான இடங்கள் பக்கம் போகாமல், காட்டு வழியாகவே விருஷாகபி ரூபகுண்டத்தை நோக்கி வேகமாக வந்து கொண்டிருந்தான். அதிகாலைப் பொழுதில்தான், லிசா, பூமிக்கு அடியில் வெப்ப அறிகுறிகளைக் கண்டுபிடித்தாள். அது என்னவென்று தெரிந்து கொள்வதற்காகப் பரிமல் அங்குச் சென்றான்.

நாகேந்திரர் சுற்றுப்புறத்தைக் கண்காணிப்பதில் கவனம் செலுத்தினார்.

லிசாவின் ஸ்கேனர் காட்டிய இடத்தில் பரிமல் தன் கையை நுழைத்தான். அந்த இடத்தில் ஏற்கனவே இருந்த வெப்ப அடையாளத்தோடு, அவனுடைய கையிலிருந்து வெளிப்பட்ட வெப்பத்தையும் லிசாவின் கருவிகள் காட்டின. ஆனால், பரிமலால் திடமான எதையும் தொட்டுணர முடியவில்லை, உயிருடன் இருந்த எதையும் உணர முடியவில்லை. ஒருவேளை அவன் அந்த விஷயத்திற்கு நேர் மேலாகத் தேடிக் கொண்டிருக்கக்கூடும் என்ற சந்தேகத்தின் காரணமாக, இன்னும் ஆழமாகத் தோண்டும்படி லிசா அவனைக் கேட்டுக் கொண்டாள். அவன் இன்னும் ஆழமாகத் தன் கையை நுழைத்தபோது, அவனுடைய கை, திடமான ஏதோ ஒரு பொருளின்மீது பட்டது. அதன் மேற்புறத்தை அவன் தடவியபோது, அது சொரசொரப்பாக இருந்தது. அதன் அளவு எவ்வளவு இருக்கும் என்பதைக் கணிப்பதற்காக அவன் அதை இழுத்துப் பார்த்தான். ஆனால், அது அசைய மறுத்தது. பரிமல் அதை நீருக்கு அடியிலிருந்து தூக்குவதற்கு ஏற்றவாறு கட்டினான். அப்போது, தனக்கு வலது பக்கத்தில் ஏதோ ஒன்று நகர்ந்தது போன்ற உணர்வு லிசாவுக்கு ஏற்பட்டதால், அவள் தன் கண்களைத் திரையிலிருந்து விலக்கினாள். ஒரு மனித எலும்பு தானாகவே நகர்ந்து சென்றதை அவள் பார்த்தாள். அவள் தன்னைச் சுற்றிலும் கண்களை ஓட்டியபோது, அங்குச் சிதறிக் கிடந்த அத்தனை எலும்புகளும் ஆடிக் கொண்டிருந்ததை அவள் பார்த்தாள். அடுத்துப் பரிமலை நோக்கி அவளுடைய பார்வை சென்றது. அவன் இன்னும் போராடிக் கொண்டிருந்தான்.

தான் பார்த்துக் கொண்டிருந்த விஷயம் குறித்து நாகேந்திரரின் கவனத்தைக் கவர்வதற்காக அவள் அவரை நோக்கி, "எலும்புகள் நகரத் தொடங்கியுள்ளன. அடுத்து நாங்கள் என்ன செய்ய வேண்டும்?" என்று கேட்டாள்.

சுற்றுச்சூழலைக் கண்காணித்துக் கொண்டிருந்த

நாகேந்திரர், அவளுடைய குரல் கேட்டதும் தன் தலையைத் தூக்கி வானத்தைப் பார்த்தார். அங்குப் பிறைநிலவு எட்டிப் பார்த்துக் கொண்டிருந்தது.

“வேளை வந்துவிட்டது! நிலவு வெளியே வந்துவிட்டது. பாதுகாத்துக் கொண்டிருக்கின்ற எலும்புகள் விழித்துக் கொண்டிருக்கின்றன. அதைக் கண்டுபிடிப்பதற்கு நமக்கு ஒரு சில மணி நேரமே இருக்கிறது. பரிமலிடம்–” ஒரு பெரிய உருவம் அந்த ஏரியை நோக்கி வந்து கொண்டிருந்ததைப் பார்த்த நாகேந்திரர் தன் பேச்சைப் பாதியில் நிறுத்தினார்.

உடனே “உஷ்!” என்று சொல்லி லிசாவை எச்சரித்துவிட்டு, “யாரோ வந்து கொண்டிருக்கிறார்கள். பரிமலைக் காப்பாற்று. நீயும் மறைந்து கொள்,” என்று நாகேந்திரர் கூறினார். வந்து கொண்டிருந்த ஆபத்தை எதிர்கொள்வதற்குப் பதிலாக, அவர் தரையில் அப்படியே படுத்துக் கொண்டார். ஏரிக் கரையிலிருந்த லிசாவும் அவ்வாறே செய்தாள். நீருக்கடியில் இருந்த பொருளை எடுப்பதில் மும்முரமாக இருந்த பரிமலின்மீது அவள் ஒரு கண் வைத்துக் கொண்டாள்.

விருஷாகபி அந்த ஏரிக்கு அருகேயிருந்த மேட்டின் அருகே வந்தான். கிட்டத்தட்ட அவனுடைய காலடியில் தரையில் படுத்துக் கிடந்த நாகேந்திரரை அவன் கவனிக்கவில்லை. அவன் அந்த ஏரியைச் சுற்றிலும் தன் பார்வையை ஓட்டினான். அங்கு, கூடாரங்கள், கணினித் திரைகள், கயிறுகள் மற்றும் சில பொருட்கள் ஆங்காங்கே இறைந்து கிடந்தன. ஏரிக்கு நடுவே உறைந்து போயிருந்த இடத்திலிருந்து ஒருவன் எதையோ வெளியே இழுக்க முயன்று கொண்டிருந்ததை விருஷாகபி கவனித்தான். அக்கணத்தில் பரிமலும் விருஷாகபியைப் பார்த்துவிட்டான். அடுத்து என்ன செய்ய வேண்டும் என்பதை இருவருமே அறிந்திருந்தனர். லிசாவும் அறிந்திருந்தாள். தன் பாதங்களின் பக்கவாட்டில் படுத்துக் கிடந்த நாகேந்திரரைக் கவனிக்காமல், பரிமலைப் பிடிப்பதற்காக விருஷாகபி அந்த மேட்டின் சரிவின் வழியாக வேகமாகப் பாய்ந்து சென்றான். பரிமல் தான் பிடித்திருந்த பொருளை, அது எதனோடு

ஒட்டிக் கொண்டிருந்ததோ அதிலிருந்து கிட்டத்தட்ட விடுவித்திருந்தான். ஆனால், அப்பொருளின்மீதான தன்னுடைய பிடியை விட்டுவிட்டால் தான் அதை இழக்க நேரிடும் என்பதை அவன் அறிந்திருந்தான். மறுபுறம், தன்னை நோக்கி வந்து கொண்டிருந்த மனிதனின் பெரிய உருவத்தையும் வேகத்தையும் கண்டு அவன் வெலவெலத்துப் போயிருந்தான். பரிமல் பயத்துடன் தன் பார்வையை லிசாவின் பக்கம் திருப்பினான். ஓடி வந்து கொண்டிருந்த நபரின் உருவத்தைப் பார்த்த அதிர்ச்சியிலிருந்து விடுபட்டிருந்த அவள், தன்னுடைய ஆரிஜின்-12 துப்பாக்கியை அவசர அவசரமாக ‘லோட்’ செய்து கொண்டிருந்தாள். இக்கட்டத்தில், பிறைநிலவு முழுமையாக வானில் காட்சியளித்துக் கொண்டிருந்தது.

நிலம் அதிர ஓடி வந்து கொண்டிருந்த விருஷாகபி ஏற்படுத்தியிருந்த சத்தம், அங்கிருந்த எலும்புக்கூட்டுப் படையை உசுப்பி விழிப்படைய வைத்தது. அந்த எலும்புகள் அனைத்துப் பக்கங்களிலிருந்தும் அவனைச் சூழத் தொடங்கின. எலும்புகளின் கவனம், ஓடி வந்து கொண்டிருந்த நபரின்மீது குவிவதற்கு வசதியாக, பரிமல் தன் நடவடிக்கைகள் அனைத்தையும் நிறுத்தினான். ஓடி வந்து கொண்டிருந்த அந்தப் பெரிய உருவம் பரிமலை நெருங்குவதற்கு முன் அதைச் சரியாகக் குறி பார்த்துச் சுட்டு வீழ்த்த வேண்டிய பொறுப்பு லிசாவின் தலையில் விடிந்தது. லிசா விருஷாகபியை நோக்கி எட்டு நொடிகளில் முப்பது சுற்றுகள் சுட்டாள். அந்தக் குண்டுகள் அனைத்தும் விருஷாகபியின் உடலின் இடது பக்கத்தில் பட்டன. ஆனால், அவை எதுவும் அவனைக் காயப்படுத்தவில்லை. ஆனால், அவை அவனுக்குத் தடுமாற்றம் ஏற்படுத்தின. அதனால், அவன் தரையில் விழுந்தான். அந்தத் துப்பாக்கிச் சூட்டை அவன் சிறிதும் எதிர்பார்த்திருக்காததால், அது அவனைத் திக்குமுக்காட வைத்தது. அவன் கீழே விழுந்தவுடன், அங்கிருந்த எலும்புக் காவலர்கள் அனைவரும் தம்முடைய எலும்புகளைக் கொண்டும், ஆயுதங்களாகத் தாங்கள் ஏந்தியிருந்த பெரும் கற்களைக் கொண்டும் அவனைத் தாக்கத் தொடங்கினர். ஆனால், விருஷாகபி

அலட்சியமாக அவற்றை ஒதுக்கித் தள்ளினான். அவனைச் சுட்டு வீழ்த்த முடியாது என்பதும், அவனைச் சிறைபிடிப்பதுதான் ஒரே வழி என்பதும் லிசாவுக்குப் புரிந்தது. எனவே, வலையை வீசக்கூடிய ஒரு துப்பாக்கியை எடுத்து அவள் விருஷாகபியை நோக்கிச் சுட்டாள். அது நேராகச் சென்று அவனைச் சுற்றிக் கொண்டது. அதிலிருந்து வெளிப்பட்ட மின்சக்தி அவனைத் தற்காலிகமாகச் செயலிழக்கச் செய்தது.

விருஷாகபி அந்த வலையோடு போராடிக் கொண்டிருந்ததால், அது பரிமலுக்கு ஒரு சில நிமிட அவகாசத்தைக் கொடுத்தது. தான் பிடித்திருந்த பொருள் ஒரு மண்டையோடு என்பதை அவன் கண்டான். ஆனால், அது அந்த ஏரியின் அடிமட்டத்தில் இறுக்கமாக ஒட்டிக் கொண்டிருந்தது. அவன் அந்த மண்டையோட்டின் கண் பகுதிக்குள் தன் கையை நுழைத்து அதைத் தூக்க முயன்றான். ஆனால், அது அசைந்து கொடுக்க மறுத்தது. அப்போது, விருஷாகபி அந்த வலையைப் பிய்த்தெறிந்து தன்னை விடுவித்துக் கொண்டு தன்னை நோக்கி ஓடி வந்து கொண்டிருந்ததைப் பரிமல் பார்த்தான். அவனுக்கு அதிக நேரம் இருக்கவில்லை. லிசா தன் துப்பாக்கியால் விருஷாகபியை நோக்கி மீண்டும் சுட்டாள். ஆனால், அது அவன்மீது எந்தவிதமான தாக்கமும் ஏற்படுத்தவில்லை.

அவர்கள் விருஷாகபியை எதுவும் செய்வதற்கு முன்பாக, அவன் பரிமலை நெருங்கி, அவனை ஒரே கொத்தாகத் தூக்கிப் பெரும் ஆற்றலோடு தூர வீசியெறிந்தான். இது பரிமலுக்குச் சாதகமாக அமைந்துவிட்டது. அவன் தன் கையில் பிடித்திருந்த மண்டையோடு, அதனோடு தொங்கிக் கொண்டிருந்த ஒரு முதுகெலும்போடு சேர்ந்து வெளியே வந்துவிட்டது. அதைப் பார்த்துக் கொண்டிருந்த நாகேந்திரர், தான் தேடிக் கொண்டிருந்த பொருள் அதுதான் என்பதைத் தெரிந்து கொண்டார். தூக்கி வீசப்பட்டிருந்த பரிமல் பனியில் விழுந்தவுடன், விருஷாகபி அவனை நோக்கிப் பாய்ந்தான். பரிமலின் கையிலிருந்த மண்டையோடு, அந்த ஏரியில் கிடந்த அனைத்து எலும்புகளையும் தன்னை நோக்கிக் கவர்ந்திழுத்தது. ஒரு சில

கணங்களுக்குள், அந்த ஏரியைச் சுற்றிலும் கிடந்த எலும்புகள் அனைத்தும் அந்த மண்டையோட்டை நோக்கி விரையத் தொடங்கின. எதுவும் நிகழ்வதற்குள் விருஷாகபி பாய்ந்து சென்று பரிமலின் கையிலிருந்து அந்த மண்டையோட்டைப் பிடுங்கினான். அதன் காரணமாக, அந்த மண்டையோடு பிளந்தது. திறந்திருந்த அதன் உட்பகுதியில் நிலவொளி விழுந்தது. நிலவொளி அதைத் தொட்டவுடன், அதிலிருந்து 'அனாதி அனந்தம்' ஆகிய இரண்டு வார்த்தைகள் வெளிப்பட்டன. அதற்கு 'நிலைபேறுடையது' என்று அர்த்தம். லிசா விருஷாகபியையும் அந்த எலும்புக் காவலர்களையும் தொடர்ந்து சுட்டுக் கொண்டே இருந்தாள். குண்டடி பட்டுக் கீழே சிதறி விழுந்த எலும்புக்கூடுகள் உடனடியாக ஒன்று சேர்ந்து மறுபடியும் முழுமையான எலும்புக்கூடுகளாக ஆயின. குண்டுகள் விருஷாகபியை எந்தவிதத்திலும் தொந்தரவு செய்யவில்லை.

இதுவரை விருஷாகபியின் கண்களில் படாமல் மறைந்திருந்த நாகேந்திரர் இப்போது வெளியே வந்து அங்கு நிகழ்ந்து கொண்டிருந்தவற்றில் தலையிட வேண்டிய வேளை வந்துவிட்டிருந்தது. ஏனெனில், அவருக்குத் தேவைப்பட்ட அந்த மண்டையோடு விருஷாகபியின் கையில் இருந்தது. விருஷாகபி தன்னுடைய ஒரு கையில் அந்த மண்டையோட்டைப் பிடித்துக் கொண்டு, மறுகையால் பரிமலை தூக்கி வீசியெறிந்தான். தன்னைத் தாக்கக்கூடிய வேறு அபாயங்களும் அங்கு இருந்ததை உணராமல், அந்த எலும்புகளோடு மோதுவதில் அவன் தன்னுடைய ஆற்றலைச் செலவழித்துக் கொண்டிருந்தான். நாகேந்திரர் தன் காதில் மாட்டியிருந்த தகவல் தொடர்புக் கருவி மூலம் லிசாவை அழைத்து, துப்பாக்கிச் சூட்டை நிறுத்தும்படி அவளுக்கு உத்தரவிட்டார். அவருக்குத் தேவைப்பட்ட அந்த மண்டையோடு விருஷாகபியின் கையில் இருந்ததால், அதற்கு எதுவும் ஆகிவிடக்கூடாது என்று அவர் பயந்தார். லிசா பின்வாங்கினாள். அப்போது, நாகேந்திரர் வேகமாக ஓடிச் சென்று விருஷாகபியின் முதுகில் தொற்றிக் கொண்டார்.

அவருடைய வேகத்தையும் சாதுரியத்தையும் கண்டு லிசாவும் பரிமலும் மலைத்து நின்றனர். நாகேந்திரர் உடனே விருஷாகபியின் கழுத்தில் தன் பற்களை ஆழமாகப் பதித்து, அவனுடைய சதையின் ஒரு பெரும் பகுதியைக் கிழித்தெடுத்தார். விருஷாகபியின்மீது தொடுக்கப்பட்டதிலேயே மிகவும் பயங்கரமான தாக்குதல் அதுதான். நாகேந்திரர் அவனை அவ்வளவு ஆழமாகக் கடித்திருந்ததில், அவனுடைய இதயத்திலிருந்து உடலின் மற்றப் பகுதிகளுக்கு இரத்தத்தை எடுத்துச் செல்வதற்கான ஒரு நாளம் சேதமடைந்தது.

ஒரு சில கணங்களில் அவனுடைய முதுகிலிருந்து கீழே குதித்த நாகேந்திரர், நேரத்தைச் சிறிதும் வீணாக்காமல், அவனுடைய கையிலிருந்த மண்டையோட்டைத் தட்டிப் பறித்தார். பின் தன்னுடைய பாட்டிலிலிருந்து சிறிது நீரை அதற்குள் கொட்டினார். இதற்கிடையே, மயங்கிக் கிடந்த விருஷாகபியை அந்த எலும்புக்கூடுகள் தொடர்ந்து தாக்கின. அந்த எலும்புகள் நாகேந்திரரைத் தாக்காத வண்ணம் பரிமலும் லிசாவும் அவற்றைத் தாக்கிச் சமாளித்துக் கொண்டிருந்தனர். ஆனால், இன்னும் அதிகமான எலும்புக்கூடுகள் விழித்துக் கொள்ளத் தொடங்கியிருந்ததால், தங்களால் அவற்றை வெகுநேரம் சமாளிக்க முடியாது என்பதைப் பரிமல் அறிந்தான். கையெறி குண்டுகளை வீசுவதுதான் ஒரே வழி என்பது அவனுக்குப் புரிந்தது. நாகேந்திரர் தன்னுடைய செயல்முறையை முடிப்பதற்காக அவன் காத்திருந்தான். அவர் அதை முடித்ததும் அவர்கள் அங்கிருந்து ஓடிவிட வேண்டும், அவ்வளவுதான்.

நாகேந்திரர் அந்த மண்டையோட்டினுள் ஊற்றிய நீர் அதற்குள் பொறிக்கப்பட்டிருந்த எழுத்துகளைத் தொட்டவுடன், அவை அந்த நீரில் கரைந்து, அந்த நீரை ஒரு நீல வண்ணக் கலவையாக மாற்றின. எலும்புக்கூடுகளால் ஈவு இரக்கமின்றித் தாக்கப்பட்டுக் கிடந்த விருஷாகபி, தன் திட்டம் தோல்வியடைந்து கொண்டிருந்ததைக் கையாலாகாத்தனத்துடன் பார்த்துக் கொண்டிருந்தான். நாகேந்திரர் விருஷாகபியின் சதையை மென்று விழுங்கி, அந்த மண்டையோட்டிலிருந்த நீரைக்

குடித்தார். அந்த நீல நீர் அவருடைய தொண்டைக் குழியில் இறங்கியதைப் பரிமலும் லிசாவும் பார்த்தனர். தான் அங்கிருந்து உடனடியாகத் தப்பிச் சென்றுவிட வேண்டும்; இல்லையெனில், அந்த எலும்புக்கூடுகளாலோ அல்லது அந்த பைத்தியக்காரன் மற்றும் அவனுடைய குழுவினராலோ தான் சாகடிக்கப்படுவோம் என்பது விருஷாகபிக்குப் புரிந்தது. அங்கிருந்து தப்பிப்பதற்கு அவனுக்கு ஒரே ஒரு வழிதான் இருந்தது. அவன் அதைச் செய்யக்கூடாது என்று பரசுராமர் தடை விதித்திருந்தார். விருஷாகபி ஒரு கணம் தன் கண்களை மூடிக் கொண்டு சிந்தித்தான். அப்போது, தனக்கு வேண்டிய வார்த்தையைத் தான் பெற்றுவிட்டிருந்ததை நாகேந்திரர் சைகை மூலம் பரிமலுக்குத் தெரிவித்தார். பரிமல் உடனடியாக ஒரு கையெறி குண்டை அந்த ஏரிக்குள் எறிந்தான்.

அந்தக் குண்டு ஏரியில் விழுவதற்கு ஒரு கண நேரத்திற்கு முன்பு, விருஷாகபி, கடைசியாக ஒரு முறை தன் ஆற்றல் முழுவதையும் திரட்டிக் கொண்டு வானை நோக்கிப் பறந்தான். அவனுடைய உடலில் ஒட்டிக் கிடந்த சில எலும்புகளும் அவனோடு சேர்ந்து பறந்தன. பின் அவை நழுவி விழுந்தன. அவன் தப்பிச் சென்று கொண்டிருந்ததை நாகேந்திரர் பார்த்தார். அந்தக் குண்டு வெடிப்பு, அந்த ஏரியைச் சுற்றியிருந்த பனிமலையில் பெரும் பனிச்சரிவுகளைத் தோற்றுவித்தது. தங்களைக் காப்பாற்றிக் கொள்வதற்கு நாகேந்திரர், பரிமல் மற்றும் லிசாவுக்கு மிகக் குறைந்த அவகாசமே கிடைத்தது. ஓர் எலும்புக்கூடு லிசாவின் கால்களை இழுத்துப் பிடித்து ஒரு பாறையை நோக்கி அவளை இழுத்துச் சென்று கொண்டிருந்ததைப் பரிமல் பார்த்தான். சில கணங்களில், நாற்புறமும் இருந்து பெரும் பாறைகளும் பனியும் அந்த ஏரியை நோக்கிப் பாய்ந்து வந்தன. அந்தப் பனிச்சரிவு நின்றபோது, அந்த மொத்த இடமும் பனியால் போர்த்தப்பட்டிருந்தது. நாகேந்திரரையும் அவருடைய குழுவினரையும் எங்கும் காணவில்லை. அந்த மர்ம ஏரியும், அதிலிருந்த அனைத்து எலும்புக்கூடுகளும் மொத்தமாக அழிந்து போயிருந்தன.

கடுமையாகக் காயமடைந்திருந்த, கழுத்தில் பெரும் சதையை இழந்திருந்த விருஷாகபி, தான் பல மனிதர்களின் கவனத்தைக் கவர்ந்து கொண்டிருந்தோம் என்ற பிரக்ஞையின்றி, கயிலை மலையை நோக்கித் தொடர்ந்து வானில் பறந்து கொண்டிருந்தான். அக்காட்சியை, கீழே நின்று கொண்டிருந்த மனிதர்கள் தங்களுடைய அலைபேசிகளில் புகைப்படங்களாகவும் காணொளிகளாகவும் எடுத்துத்தள்ளிக்கொண்டிருந்தனர். அதீத இரத்த இழப்பால் விருஷாகபியின் பார்வை மங்கிக் கொண்டே வந்தது. இமயமலைப் பகுதியில் தாழ்வாகப் பறந்து கொண்டிருந்த ஒரு விமானத்தின்மீது அவன் மோதியதில், பனிமலைகளுக்கு இடையே அவன் தூக்கியெறியப்பட்டான். அவனுடைய எடை மற்றும் வேகத்தின் காரணமாக, பனியில் மிகவும் ஆழமாக அவன் புதைந்து போனான். அவன் அந்த மலைகளுக்குள் யாராலும் கண்டுபிடிக்கப்பட முடியாத தூரத்தில் நினைவிழந்து கிடந்தான்.

அத்தியாயம் 8

தொலைந்து கிடைத்த ஒன்று

பிறைநிலவின் இரவில் மிலரேபர் தாஜ் மகாலுக்கும், பரசுராமர் பீமகுண்டத்திற்கும் போய்ச் சேர்ந்து, அங்குத் தாக்குதல் நடந்தால் அதை எதிர்கொள்ளத் தயாராயினர். ஆனால், ரூபகுண்டம் அழிக்கப்பட்டச் செய்தியை அவர்கள் இருவருமே அறியவில்லை.

மிலரேபர் அன்றிரவு முழுவதும் தாஜ் மகாலைக் கண்காணித்துக் கொண்டிருந்தார். அன்று அங்கு நாகேந்திரர் வராததால், மீண்டும் கயிலைக்குத் திரும்பிச் சென்றுவிட அவர் முடிவு செய்தார். அவர் அந்நகரின் வீதியில் நடந்து சென்று கொண்டிருந்தபோது, முந்தைய இரவில் வானில் தென்பட்ட எதையோ பற்றி மிகவும் உற்சாகமாக யாரோ விளக்கிக் கொண்டிருந்ததை அவர் கேட்டார். அக்குரல் வந்த திசை நோக்கி அவர் திரும்பினார். அது ஒரு தொலைக்காட்சிச் செய்தி வாசிப்பாளரின் குரல். நேபாளத்திற்கும் உத்தராகண்டத்திற்கும் இடையேயுள்ள பகுதியில் வானில் ஒரு பெரிய குரங்கு பறந்து சென்றதைப் பொதுமக்கள் சிலர் பார்த்ததாக அவர் அறிவித்தார். அதற்கு நிரூபணமாக, அலைபேசியில் எடுக்கப்பட்ட, தெளிவற்ற ஒரு காணொளி ஒளிபரப்பப்பட்டது. வானில் பறந்து சென்றது அனுமன் என்று சிலரும், ஒரு பேன்ட்டும் சட்டையும் அணிந்திருந்த ஒரு மனிதன் என்று வேறு சிலரும் தெரிவித்தனர். இன்னும் சிலர், அது ஒரு வேற்றுக்கிரகவாசி என்று முழங்கினர். மற்றும் சிலர், பிரபலத்துவத்திற்காக ஊடகம் வெளியிட்டிருந்த போலிச் செய்தி அது என்று அதை வர்ணித்தனர். தன்னருகில் இருந்த நபர், “இன்று செவ்வாய்க்கிழமை. அனுமனுக்கு உகந்த நாள். அனுமனின் பக்தர்களை வளைத்துப் போடுவதற்காக அந்தச் செய்தி நிறுவனம் அப்படி

ஒரு போலிச் செய்தியை வெளியிட்டுள்ளது," என்று கூறியதை மிலரேபர் கேட்டார். ஆனால், மிலரேபருக்கு உண்மை புரிந்துவிட்டது. விருஷாகபி தன்னுடைய பறக்கும் திறனை வெட்ட வெளிச்சமாக்கிக் கொள்ள வேண்டிய நிலைக்கு வந்திருந்ததால், ரூபகுண்டத்தில் ஏதோ பயங்கரமான சம்பவம் நடந்திருக்க வேண்டும் என்பது அவருக்குப் புரிந்தது. அதன் மூலம், அடுத்த ஒரு மாதத்திற்குத் தாஜ் மகால் பாதுகாப்பாக இருக்கும் என்ற உறுதியான முடிவுக்கு அவர் வந்தார். அதனால், விருஷாகபியின் நிலையை அறிந்து கொள்வதற்காக அவர் உடனடியாக அங்கிருந்து கிளம்பத் தீர்மானித்தார்.

வெளி உலகில் நடந்து கொண்டிருந்த அமளிதுமளிகள் எதைப் பற்றியும் தெரியாத ஓம் சாஸ்திரி, ஒரு வில்லோடு அமர்ந்து கொண்டு, சில மந்திரங்களை உச்சரிப்பதில் தன் கவனம் முழுவதையும் குவித்திருந்தார். சில நிமிடங்களுக்குப் பிறகு, அவரால் ஓர் அஸ்திரத்தைத் தருவிக்க முடிந்தது.

"ஓம் சாஸ்திரி, நீங்கள் சிறப்பாகத் தேறியிருக்கிறீர்கள்! அந்த அஸ்திரத்தை நீங்கள் மிக விரைவாக வரவழைத்துள்ளீர்கள்," என்று அசுவத்தாமன் முகமலர்ச்சியோடு கூறினார். அவருடைய சீடர், அம்புகளைத் தருவிப்பதிலும் கட்டுப்படுத்துவதிலும் தொடர்ந்து மேம்பாடு அடைந்து கொண்டிருந்தார்.

ஓம் சாஸ்திரி தன்னுடைய கண்களைத் திறந்தார். "இன்று நடைபெற்றுக் கொண்டிருக்கின்ற நிகழ்வுகளுக்கான மூல காரணம், நான் மிருத சஞ்சீவினியை இழந்ததுதான். இதில் நகைமுரணாக, இவற்றைத் தடுத்து நிறுத்த எந்த உதவியும் செய்ய முடியாத நிலையில் நான் இருக்கிறேன். என் பயிற்சிக்காக நீங்கள் இங்குத் தங்கியிருப்பது நம்முடைய முயற்சியை பலவீனப்படுத்திக் கொண்டிருக்கிறது. அதனால், என்னால் முடிந்த அளவு விரைவாக என்னை நான் தயார்படுத்திக் கொள்ள முயன்று கொண்டிருக்கிறேன்," என்று அவர் கூறினார்.

"அடுத்ததைக் கற்றுக் கொள்ள நீங்கள் தயாரா?" என்று அசுவத்தாமன் கேட்டார்.

"ஆமாம். உங்களால் முடிந்த அனைத்தையும் எனக்குக் கற்றுக் கொடுங்கள். நம்முடைய இந்த முயற்சிக்கு என்னால் முடிந்த பங்களிப்பை நல்க நான் முயற்சிக்கிறேன்."

அசுவத்தாமன் தன் கண்களை மூடிக் கொண்டு ஏதோ மந்திரத்தை உச்சரித்தார். ஒரு சில கணங்களில், அவருடைய கையில் ஓர் அம்பு தோன்றியது. அதன் முனையில் ஒரு ருத்திராட்சக் கொட்டை இருந்தது. அசுவத்தாமன் அதைத் தன் நெற்றியால் தொட்டு வணங்கினார். ஓம் சாஸ்திரி அதை அமைதியாகப் பார்த்துக் கொண்டிருந்தார்.

அசுவத்தாமன் விளக்கினார்: "இதன் பெயர் ருத்திராஸ்திரம். இது பயன்படுத்தப்படும்போது, பதினொரு ருத்திரங்களில் ஒன்றின் சக்தியை இது கட்டவிழ்த்துவிட்டு, பல்லாயிரக்கணக்கான எதிரிகளை அழித்தொழிக்கும். குருச்சேத்திரப் போரின் முடிவில் இதை நான் பயன்படுத்தினேன்." இதைச் சொன்னபோது அசுவத்தாமன் தலைகவிழ்ந்தார்.

பீமகுண்டம் பாதுகாப்பாக இருந்தது பரசுராமருக்கு ஆறுதலளித்ததைவிட அவரை அதிகமாகத் தொந்தரவு செய்தது. ஏனெனில், நாகேந்திரர் இங்கே இல்லாததற்குக் காரணம், அவர் ரூபகுண்டத்தையோ அல்லது தாஜ் மகாலையோ தாக்கியிருக்க வேண்டும்; இல்லையெனில், மீதி எட்டு இடங்களில் எதையேனும் அவர் அழித்திருக்க வேண்டும் என்று பரசுராமர் நினைத்தார். விருஷாகபியும் மிலரேபரும் எங்கே இருந்தார்கள் என்பதை அறிந்து கொள்வதற்காக, பரசுராமர் தான் வைத்திருந்த டிராக்கரை உயிர்ப்பித்தார். ஆனால், அவ்விருவரில் ஒருவரை மட்டுமே அவரால் பின்தொடர முடிந்தது. அதில் ஒரு சிவப்புப் புள்ளி தாஜ் மகாலிலிருந்து விலகிச் சென்று கொண்டிருந்தது. விருஷாகபி இருந்த இடத்தை அது காட்டவில்லை. அந்த டிராக்கரில் பதிவாகியிருந்த தரவுகளைப் பரசுராமர் ஆராய்ந்தபோது, விருஷாகபி ரூபகுண்டத்திற்குப் போய்ச் சேர்ந்ததுவரை அதில் பதிவாகியிருந்தது. அங்கிருந்து அவன் கிளம்பியதற்கான அறிகுறி எதுவும் அதில் இருக்கவில்லை. அதனால்,

கயிலைக்குத் திரும்பிச் செல்வதென்று பரசுராமர் முடிவெடுத்தார்.

இதற்கிடையே, திருமதி பத்ரா தன் கதையைத் தொடர்ந்தார். "என் குணமாதல் மெதுவாக நடைபெற்றுக் கொண்டிருந்ததால், நான் ஏகப்பட்ட நேரம் ஓய்வெடுத்துக் கொண்டிருந்தேன். அக்காலகட்டம் முழுவதும் என் கணவர் ஒரு கைக்குழந்தையைப் பார்த்துக் கொள்வதைப்போல என்னைப் பார்த்துக் கொண்டார். இப்போது அவருடைய கண்களில் மகிழ்ச்சி மின்னியது."

இதற்கிடையே, இமயமலைப் பகுதியில் பனிக்குள் ஆழமாகப் புதைந்து கிடந்த விருஷாகபி உயிர் பிழைத்திருப்பதற்கான வாய்ப்பு நிமிடத்திற்கு நிமிடம் தேய்ந்து மறைந்து கொண்டிருந்தது. அவனுடைய உடலிலிருந்து இரத்தம் வெளியேறி, பனியில் பரவிக் கொண்டிருந்தது.

நாகேந்திரர் கண்விழித்தபோது, அவரருகே பரிமலையும் லிசாவையும் காணவில்லை. ரூபகுண்டம் ஏரியை என்றென்றைக்குமாக விழுங்கிவிட்டிருந்த பனிக்குள் அவர்கள் இருவரும் புதைந்து கிடக்கக்கூடும் என்பதை அவர் உணர்ந்தார். தான் எவ்வளவு நேரம் பிரக்ஞையற்ற நிலையில் இருந்தோம் என்பது அவருக்குத் தெரிந்திருக்கவில்லை. அவர் எழுந்து நின்று, தன் குழந்தையைத் தொலைத்திருந்த ஒரு தந்தையைப்போல, பதற்றத்துடன் லிசாவைத் தேடினார். சில மணி நேரத் தேடலுக்குப் பிறகு அவருக்கு லிசா கிடைக்கவில்லை, ஆனால் பரிமல் கிடைத்தான்.

அவனை வெளியே இழுத்துப் போட்டு, கூடாரம், ஸ்லீப்பிங் பேக், கயிறு போன்ற, தன் கையில் கிடைத்த எல்லாவற்றையும் கொண்டு அவனைச் சுற்றி, அவனுக்கு வெப்பத்தைக் கொடுக்க அவர் முனைந்தார். அவனுடைய உடல் கடுமையாக நடுங்கிக் கொண்டிருந்தது. அவனுடைய மூச்சு தாறுமாறாக வந்து கொண்டிருந்தது. அவர் அவன்மீது போர்த்தியிருந்தவற்றால் எந்தப் பயனும் ஏற்பட்டிருந்ததுபோலத் தெரியவில்லை. தன் கண்களைத் திறந்து வைத்திருப்பதற்கே அவன் சிரமப்பட்டான்.

அவன் பிரக்ஞையிழப்பதற்கு முன், பனியில் இலேசாக வெளிப்பட்டுக் கொண்டிருந்த இரண்டு பாறை முனைகளைச் சுட்டிக்காட்டி, "பனிச்சரிவுக்கு முன், எலும்புக்கூடுகள் லிசாவின் கால்களைப் பிடித்து அவளை அங்கு இழுத்துச் சென்றதை நான் பார்த்தேன்," என்று பலவீனமாக முணுமுணுத்தான். நாகேந்திரர் உடனே அங்கு விரைந்தார். இரண்டு பாறைகளுக்கும் நடுவே பனி மூடியிருந்தது. புதிதாக விழுந்திருந்த பனியை நாகேந்திரர் அகற்றினார்.

அவர் உள்ளே எட்டிப் பார்த்தபோது, அங்கு விழுந்து கிடந்த லிசாவை அவரால் காண முடிந்தது. அவள் பிரக்ஞையுடன் இருந்தாள். கண்களுக்குப் புலப்படாத ஏதோ ஒரு சக்தியால் அவள் ஆட்கொள்ளப்பட்டிருந்ததுபோல இருந்தது அவளுடைய நடத்தை. அவள் தன் உடைகளைக் கழற்றியெறிந்து கொண்டிருந்தாள். இது அவளுடைய உடலின் வெப்பத்தை மேலும் குறைக்கும். அவளுடைய நடவடிக்கைகளை நிறுத்த வேண்டுமென்றால், அவளுடைய கவனத்தைக் கவர வேண்டியது இன்றியமையாததாக இருந்தது. அதனால், நாகேந்திரர் அவளை நோக்கி, "லத்திகா!" என்று கத்தினார்.

லிசா உடனே சத்தம் வந்த திசை நோக்கித் திரும்பினாள். அங்கு நின்று கொண்டிருந்த நாகேந்திரரை அவள் பார்த்தாள். அவளுடைய கண்கள் குழப்பத்தை வெளிப்படுத்தின. அவள் எதனுடனோ போராடிக் கொண்டிருந்தாள். அங்கு யாரும் கண்களுக்குத் தெரியாமல் இருந்தபோதிலும், யாரையோ நோக்கிக் குத்துவதைப்போல அவள் செயல்பட்டாள். இரண்டு முறை காற்றில் ஓங்கிக் குத்திவிட்டு, பிறகு தன் உடைகளை முழுமையாகக் கழற்றிவிட்டு, பாறையின் மற்றொரு முனையை நோக்கி அவள் ஊர்ந்தாள்.

நாகேந்திரர் பனியை மேலும் தோண்டினார். லிசா அந்தப் பாறைக்கு அருகே சுருண்டு படுத்தாள். அவளுடைய நடத்தை, அதைப் பார்க்கின்ற எவரையும் குழப்பிவிடும்படி இருந்தது. ஆனால், என்ன நடந்து கொண்டிருந்தது என்பதை நாகேந்திரர் அறிந்திருந்ததால்,

அவர் நிதானமாகச் செயல்பட்டார். உடலின் வெப்பம் மிகவும் அபாயகரமான நிலையை அடைகின்றபோது, மக்கள் இப்படி ஒளிந்து கொண்டு இறந்து போவதுண்டு. ஒருவருடைய உடலின் வெப்பத்தின் அளவு படிப்படியாகக் குறைகின்றபோதுதான் இப்படி நிகழும். இதே நடத்தையை, இதே இடத்தில் நாகேந்திரர் கடந்தகாலத்தில் பார்த்திருந்தார்.

தான் அந்தப் பாறை இடுக்கில் குதித்து அவளை மேலே கொண்டு வருவதுதான் ஒரே வழி என்பதை அவர் அறிந்தார். ஆனால், அதில் ஆபத்து இருந்தது. அவர் உள்ளே இறங்கி லிசாவின் கையைப் பிடித்து வெளியே இழுக்க முயன்றார். ஆனால், அவள் இருந்த சூழ்நிலையின் காரணமாக, இல்லாத தோற்றங்களெல்லாம் அவளுக்குத் தெரிந்தன. அதனால், அவளுடைய கண்களுக்கு நாகேந்திரர் ஓர் எலும்புக்கூடாகத் தெரிந்தார். அதனால், அவளைக் காப்பாற்ற வேண்டுமென்றால், அவளை நினைவிழக்கச் செய்வதுதான் ஒரே வழியாக இருந்தது. நாகேந்திரர் ஒரு கணம்கூடத் தயங்கவில்லை. அங்குக் கிடந்த ஒரு சிறிய கல்லை எடுத்து, அதைக் கொண்டு அவர் அவளுடைய மண்டையின் வலது புறம் ஓங்கி அடித்தார். லிசா கண்கள் செருகி நினைவிழந்தாள். நாகேந்திரர் அவளை அவளுடைய உடையால் சுற்றி மேலே தூக்கினார்.

இதற்கிடையே, மிலரேபர், ஆக்ராவிலுள்ள தாஜ்கஞ்ச் பசாய் என்ற இடத்தை அடைந்தார். அங்கு ஹெலிகாப்டர்களை வாடகைக்குத் தந்த நிறுவனம் ஒன்று இருந்தது. ஒரு மணி நேரத்தில் அவர் ஒரு ஹெலிகாப்டரின் விமானியை மனோவசியம் செய்தார். இது ஓர் அவசர நிலை. அதனால், தன்னுடைய சக்திகளைப் பயன்படுத்த அவர் தயங்கவில்லை. விருஷாகபியைத் தேடி அந்த ஹெலிகாப்டர் பறக்கத் தொடங்கியது.

கயிலை மலையில் ஓம் சாஸ்திரி தியானத்தில் அமர்ந்து மந்திரங்களைக் கூறிக் கொண்டிருந்தார். ஆனால், அவரை எதுவோ தொந்தரவு செய்து கொண்டிருந்தது. அவர் தொடர்ந்து தலையை ஆட்டிக்

கொண்டும், முகத்தைச் சுளித்துக் கொண்டும் இருந்தார். அதனால், தான் சொல்லிக் கொண்டிருந்த மந்திரங்களை அவர் மீண்டும் மீண்டும் முதலிலிருந்து துவக்கிக் கொண்டிருந்தார். அதைக் கவனித்த அசுவத்தாமன், விஷயம் என்னவென்று அவரிடம் கேட்டார். ஓம் சாஸ்திரி முதலில் ஒன்றுமில்லை என்று கூறிச் சமாளித்தார். ஆனால், அசுவத்தாமன் வற்புறுத்தியதால், அவர் தன் மனத்தில் இருந்ததை அசுவத்தாமனிடம் பகிர்ந்து கொண்டார்.

"நீங்கள் ருத்திராஸ்திரத்தைப் பற்றி என்னிடம் விளக்கியபோது நீங்கள் குற்றவுணர்வு கொண்டீர்கள். மகாபாரதப் போர் நிறைவடைந்த பிறகு, இரவில் நீங்கள், உங்களுடைய எதிரிகளாக இல்லாதிருந்தவர்கள்மீது அந்த அஸ்திரத்தை ஏவியிருந்ததை நீங்கள் நினைவுகூர்ந்ததுதான் அதற்குக் காரணம். நீங்கள் யார் என்பது உங்களுக்குத் தெரியும். உங்களுடைய தந்தையும் தாயும் யார் என்பதும் உங்களுக்குத் தெரியும். அவர்களுக்கு என்ன நிகழ்ந்தது என்பதும், அவர்கள் எப்படி இந்த உலகைவிட்டுச் சென்றனர் என்பதும் உங்களுக்குத் தெரியும். நீங்கள் எங்குப் பிறந்தீர்கள் என்பதை நீங்கள் அறிவீர்கள். மொத்தத்தில், நீங்கள் உங்களை அறிவீர்கள். நீங்கள் யார், உங்களுடைய மூலம் என்ன, உங்களுடைய நண்பர் யார், உங்கள் எதிரி யார், உங்களுடைய கடந்தகாலம் எது, உங்கள் பிறவி நோக்கம் என்ன ஆகியவை உட்பட உங்களைப் பற்றி நீங்கள் எதுவும் அறியாமல் இருப்பதை உங்களால் கற்பனை செய்து பார்க்க முடியுமா? கண்கள் இருந்தும் எதையும் பார்க்க முடியாமல் நிரந்தரமாக இருட்டில் உழன்று கொண்டு, என்றாவது ஒரு நாள் உண்மையைத் தெரிந்து கொள்ளலாம் என்று இருப்பதைப் போன்றது இது. நான் யார்? நான் எங்குப் பிறந்தேன்? என்னுடைய பெற்றோர் யார்? அவர்கள் எப்படி இருப்பர்? அவர்களுக்கு என்னவாயிற்று? என்னுடன் பிறந்தவர்கள் எவரும் இருந்தனரா? இந்தக் கேள்விகள் என் மனத்திற்குள் தோன்றும்போது நான் எப்படி உணர்கிறேன் என்பதை உங்களால் கற்பனை செய்ய முடியாது."

ஓம் சாஸ்திரியின் வேதனையைப் புரிந்து கொள்ள அசுவத்தாமனால் முடிந்தது என்றாலும், அதைப் போக்குவதற்கு அவரால் எதுவும் செய்ய முடியாத நிலையில் அவர் இருந்தார். "என்னால் உங்களுடைய உணர்வைப் புரிந்து கொள்ள முடிகிறது. ஆனால், நீங்கள் வெளியுலகத்தில் தேடிக் கொண்டிருக்கின்ற விடைகள் உங்களுக்கு உள்ளாகவே இருக்கக்கூடும்."

அசுவத்தாமனின் பரிந்துரையை அப்படியே ஒதுக்கித் தள்ளிய ஓம் சாஸ்திரி, விரக்தியுடன், "அசுவத்தாமரே, ஓர் ஆன்மிக உரையைக் கேட்பதற்கான தெம்பு என்னிடம் இல்லை. நாம் என்ன செய்து கொண்டிருந்தோமோ அதையே நாம் தொடரலாம். பரசுராமர் எந்நேரமும் திரும்பி வரக்கூடும். உங்களுடைய பயிற்சியில் நான் தோற்றால், அவருக்கு பதில் சொல்ல வேண்டிய கட்டாயத்திற்கு நீங்கள் ஆளாவீர்கள்," என்று கூறினார்.

"நான் குறிப்பிட்டது ஆன்மிகம் தொடர்பானது அல்ல. அது உளவியல் மற்றும் நரம்பியல் தொடர்பானது. நினைவுகள் நம்முடைய மூளையின் வெவ்வேறு பகுதிகளில் சேமிக்கப்பட்டு வைக்கப்பட்டிருக்கும். அதனால், நாம் பிரக்ஞைபூர்வமாக ஒரு நிகழ்வை நினைவுகூர முனைந்தால், அதை நம்மால் அணுக முடியும். அசாதாரணமான சூழல்களில் நம்முடைய மூளை சிலவற்றைத் தடுத்துவிடும். அவற்றைப் பிரக்ஞைபூர்வமான நிலையில் நம்மால் அணுக முடியாது.

"உங்களுக்கு ஆயிரக்கணக்கான ஆண்டுகள் வயது இருக்கலாம். அதனால், உங்களுடைய இப்போதைய மனநிலையில் உங்களுடைய பிறப்புவரை பின்னோக்கிய ஞாபகங்கள் உங்களுக்கு மறந்து போயிருக்கலாம். ஆனால், கண்டிப்பாக அவை ஓரிடத்தில் சேமித்து வைக்கப்பட்டிருக்கும். உங்களுக்குச் சில விஷயங்கள் மறந்து போயிருக்கலாம். ஆனால், அதற்காக, அவை உங்களுடைய மூளையில் சேமித்து வைக்கப்பட்டிருக்கவில்லை என்று அர்த்தமில்லை. அவற்றை நினைவுகூர்வதற்கான தூண்டுதல்களை நீங்கள் இதுவரை எதிர்கொண்டிருக்கவில்லை என்பதுதான்

அதற்கு அர்த்தம். உங்கள் கேள்விகளுக்கான விடைகள் உங்களிடம்தான் இருக்கின்றன. அதற்கு நீங்கள் உங்களுடைய மனத்தையும் ஆத்மாவையும் தெளிவாக வைத்துக் கொள்ள வேண்டும். நீங்கள் எந்த ஆயுதங்களைக் கைவசப்படுத்த முயற்சிக்கிறீர்களோ அவற்றுக்கு உங்களை முழுமையாக அர்ப்பணித்துக் கொள்ள வேண்டும். இல்லாத ஒன்றை உங்களால் எப்படி அர்ப்பணிக்க முடியும்? உங்களை நீங்களே முழுமையாகக் கைப்பற்றியிருக்கவில்லை. அதற்கு ஒருவர் தன்னை உள்ளிருந்து புறமாக அறிந்திருக்க வேண்டும். உங்களை நீங்கள் அறிந்திருந்தால் மட்டுமே, இந்த ஆயுதங்கள் உங்களை ஏற்றுக் கொள்ளும். உங்களைப் பற்றி நீங்கள் முழுமையாக அறிந்து கொள்ளாதவரை, நாம் இங்குச் செய்ய முயன்று கொண்டிருப்பவை அனைத்தும் விழலுக்கு இறைத்த நீராகிவிடும். ஓட்டை விழுந்துள்ள ஒரு பானையில் உங்களால் நீரை நிரப்ப முடியுமா? உங்களுடைய மூளையிலுள்ள ஒழுகலை நாம் முதலில் அடைக்க வேண்டும். நாம் நம்முடைய அடுத்த ஆயுதத்திற்குச் செல்வதற்கு முன்பு, உங்களுடைய அகத்தைப் பற்றி ஆராயலாம்."

அசுவத்தாமனின் விவரிப்பு ஓம் சாஸ்திரிக்கு அவ்வளவாக ஊக்கமளிக்கவில்லை. "நான் இதுவரை அதை முயன்று பார்த்திருக்கவில்லை என்று நீங்கள் நினைக்கிறீர்களா?"

"நீங்கள் தனியாக முயன்று பார்த்திருக்கக்கூடும். என்னுடன் சேர்ந்து செய்திருக்க மாட்டீர்கள். நான் எதையும் முயற்சி செய்யாமல் கைவிடுவதில்லை. நாம் உங்களுடைய மூளையின் முதல் தடையைத் தகர்த்துவிட்டால், மற்றவர்கள் பிற தடைச்சுவர்களைத் தரைமட்டமாக்கிவிடுவர்."

"மற்றவர்களா?" மற்றவர்கள் என்று அசுவத்தாமன் யாரைக் குறிப்பிட்டார் என்பது ஓம் சாஸ்திரிக்குப் புரியவில்லை.

அசுவத்தாமன் ஓம் சாஸ்திரியிடம், "இப்போது நான் சொல்கிறபடி செய்யுங்கள். உங்கள் கண்களை மூடிக் கொள்ளுங்கள். என்னை உள்ளே அனுமதியுங்கள்.

உங்களால் முடிந்த அளவு அமைதியை உருவாக்கிக் கொள்ளுங்கள். பின் என்னை உங்களுடைய முதல் நினைவுக்கு அழைத்துச் செல்லுங்கள்," என்று கூறினார்.

இதற்கிடையே, இமயமலைப் பகுதியில் ஹெலிகாப்டரில் பறந்து கொண்டிருந்த மிலரேபர், அங்கு விருஷாகபியைத் தேடிக் கொண்டிருந்தார். ஆனால், தேடப்பட வேண்டிய இடம் மிகவும் பெரிதாக இருந்தது. அவர் பயணம் செய்து கொண்டிருந்த உயரத்திலிருந்து பார்த்தபோது, பனி போர்த்தியிருந்த மலைகள் மட்டுமே அவருடைய பார்வையில் பட்டன. சில மணி நேரம் சுற்றிய பிறகும் விருஷாகபியைப் பற்றிய ஒரு சிறு துப்புக்கூட அவருக்குக் கிடைக்கவில்லை. சூரியன் அஸ்தமனமாகவிருந்தது. ஒருவேளை இதுவரை விருஷாகபி இறந்து போகாமல் இருந்திருந்தாலும், கண்டிப்பாக இன்னும் ஓர் இரவை அவனால் தாக்குப்பிடிக்க முடியாது.

அப்போது மிலரேபருக்கு இறுதியாக ஒரு விஷயம் நினைவுக்கு வந்தது. அவர்கள் மூவரும் பிரிந்து செல்வதற்கு முன்பாக நின்று கொண்டிருந்த இடம்தான் அது. ஹெலிகாப்டரை அந்த இடத்திற்கு ஓட்டிச் செல்லுமாறு அவர் தன்னுடைய விமானியைக் கேட்டுக் கொண்டார். அங்கே போனவுடன், அங்கிருந்து கயிலை மலைக்குச் செல்லும் பாதையில் தாழ்வாக ஹெலிகாப்டரைச் செலுத்துமாறு அந்த விமானியிடம் அவர் கூறினார். பின் அந்த இடத்தில் அசாதாரணமான ஏதாவது தெரிந்ததா என்று அவர் உன்னிப்பாகக் கவனித்துக் கொண்டே வந்தார்.

இதற்கிடையே, ரூபகுண்டத்தில் நாகேந்திரர் உறைபனிக்கடியால் தாக்கப்பட்டிருந்தார். அது தன்னையும் விட்டுவைக்கவில்லை என்பதை அவர் அறிந்து கொண்டார். இந்த நிலை நீடித்தால் தாங்கள் மூவரும் இறந்து போவதற்கு வெகுநேரம் ஆகாது என்பது அவருக்குப் புரிந்தது. ஏற்கனவே இருந்த பிரச்சனைகள் போதாது என்பதுபோல, அந்த இடத்தைப் பனிச்சூறாவளி ஒன்று சுழன்றடித்தது. எதையும் பார்க்க முடியவில்லை. அவர் லிசாவைத்

தூக்கிக் கொண்டுவந்து பரிமலுக்கு அருகே கிடத்தி, இருவரையும் ஒன்றாகப் படுக்க வைத்து, அவர்களைப் போர்வையாலும் ஸ்லீப்பிங் பேக்காலும் சுருட்டினார். பின் அவர்களுடைய கால்களை ஒரு கயிற்றால் கட்டி, சடலங்களை இழுத்துக் கொண்டு போவதுபோல அவர் அவர்களை இழுத்துச் செல்லத் தொடங்கினார்.

அப்போது ஓர் உண்மையான சடலத்தை இழுத்துக் கொண்டு ஓர் இளைஞன் தன்னை நோக்கி நடந்து வந்து கொண்டிருந்ததை அவர் கவனித்தார். அவனுடைய கழுத்தில் நாகேந்திரரின் உலோக பாட்டில் தொங்கிக் கொண்டிருந்தது. அந்த இளைஞன் நாகேந்திரரைப் பார்த்தபோது அவரை நோக்கி ஏளனமாகப் புன்னகைத்தான். நாகேந்திரரும் அதே விதமான புன்னகையை அவனை நோக்கி வெளிப்படுத்தினார். இப்போது அவரைத் தாக்கியிருந்த குளிர் அவரிடம் மாயக்காட்சிகளைத் தோற்றுவித்துக் கொண்டிருந்தது. வடக்குப் புறமாகக் கயிலையை நோக்கி நடந்த அந்த இளைஞன், பனிப்புயலுக்குள் நுழைந்து மறைந்தான். நாகேந்திரர் பனிப்புயலுக்கு நேர் எதிர்த் திசையில் தெற்கு நோக்கி நடந்து கொண்டிருந்தார்.

கயிலைக்குத் திரும்பிச் செல்லும் வழியில் ஹெலிகாப்டரில் சென்று கொண்டிருந்த மிலரேபர், வெள்ளைப் பனிக்கு நடுவே சிவப்பாக இருந்த ஓரிடத்தைப் பார்த்தார். அந்த இடத்தைச் சில ஓநாய்கள் சூழ்ந்து கொண்டு அங்கிருந்த பனியைத் தோண்டிக் கொண்டிருந்தன. அதை அவர் பார்த்து முடிப்பதற்குள், ஹெலிகாப்டர் அதைத் தாண்டிச் சென்றுவிட்டிருந்தது. அவர் உடனே அந்த விமானியிடம் சொல்லி, மீண்டும் அந்த இடத்திற்கு ஹெலிகாப்டரைத் திருப்பினார்.

சூரியன் வேகமாக மறைந்து கொண்டிருந்தது. இருட்டிவிட்டால் அந்த இடத்தைத் தன்னால் கண்டுபிடிக்க முடியாது என்பதை அவர் உணர்ந்தார். ஆனால், அவர் அந்த இடத்தைக் கண்டுபிடித்துவிட்டார். ஆனால், அந்த இடத்தைச் சுற்றிலும் பெரும் பாறைகள் இருந்ததால், ஹெலிகாப்டரால் அங்குத் தரையிறங்க முடியவில்லை. அதற்கு அருகே இறங்குவதற்குச்

சாத்தியமிருந்த ஓரிடத்தைக் கண்டுபிடித்து அங்கு அதை இறக்குமாறு அவர் அந்த விமானியிடம் கூறினார். அந்த விமானியும் அப்படிப்பட்ட ஓர் இடத்தைக் கண்டுபிடித்து ஹெலிகாப்டரைத் தரையிறக்கினார். அந்த இடம் அரை மைல் தூரம் தள்ளி இருந்தது. கீழே இறங்கிய மிலரேபர் வானத்தைப் பார்த்தார். ஆனால், மேகமூட்டத்தின் காரணமாக வெளிச்சம் எதுவும் இருக்கவில்லை. ஹெலிகாப்டரில் இருந்த ஒரு டார்ச் விளக்கை எடுத்துக் கொண்டு அவர் கிளம்பினார். தன்னால் அந்த இடத்தை அடைய முடியுமா என்ற சந்தேகம் அவருக்குள் முளைத்தது. எனவே, அவர் உடனே ஓடத் தொடங்கினார்.

ஓர் அரை மைல் தூரம் சென்ற பிறகு அவர் சுற்றுமுற்றும் தேடினார். எதுவும் அவர் கண்களுக்குத் தென்படவில்லை. சில மணி நேரம் தேடிய பிறகு, அவர் விரக்தியடைந்து, ஹெலிகாப்டருக்குத் திரும்பிச் செல்வதென்று முடிவு செய்தார். அவர் மீண்டும் வந்த வழியே திரும்பியபோது, அங்குச் சிவப்பு நிறத்தில் காலடித்தடங்களைப் பார்த்தார். அது அவருடைய காலடித் தடம்தான். அவர் அந்த இடத்தைக் கடந்து வந்திருந்தபோதிலும், அவர் அதைத் தவறவிட்டிருந்தார். இப்போது அவர் சிவப்புக் காலடித்தடங்களைப் பின்தொடர்ந்து சென்றார். விரைவில் அவர் அந்த இடத்தை அடைந்துவிட்டார்.

ஓநாய்கள் ஓரளவுக்குப் பனியைத் தோண்டியிருந்தன. மீதிப் பனியை அவர் தோண்டியாக வேண்டியிருந்தது. அவர் வெறுங்கைகளால் பனியைத் தோண்டுகின்ற வேலையில் ஈடுபட்டபோது, சிறிது தொலைவில் சில உறுமல்கள் கேட்டன. அவர் டார்ச் அடித்துப் பார்த்தபோது, அந்த ஓநாய்க் கூட்டம் சற்றுத் தள்ளி நின்று கொண்டிருந்ததை அவர் கண்டார்.

அந்த ஓநாய்களில் ஒன்று அவரை நோக்கிப் பாய்ந்தது. அடுத்தக் கணம், அவருடைய உடல் முழுவதும் பச்சை நிறமாக மாறியது. அவருடைய கண்மணிப் பாவைகள் கருப்பிலிருந்து வெள்ளை நிறத்திற்கு மாறின. அவரை நோக்கிப் பாய்ந்து வந்து கொண்டிருந்த ஓநாயின்

கண்களை அவர் நேருக்கு நேர் பார்த்தபோது, பாதி வானில் அது ஒரு கற்சிலையாக மாறி, சுக்குநூறாத் தெறித்தது. அதன் துண்டுகள் தரையில் விழுந்தன.

உடனே மற்ற ஓநாய்கள் பின்வாங்கின. அடுத்து மிலரேபர் அந்த ஓநாய்களின் கண்களை ஒவ்வொன்றாக உற்றுப் பார்த்து அவற்றை மனோவசியப்படுத்தினார். பழக்கப்பட்ட நாய்களைப்போல அவை சாதுவாகத் தரையில் அமர்ந்தன. மிலரேபர் தொடர்ந்து பனியைத் தோண்டினார். இறுதியில், விருஷாகபியின் கைகள் அவருக்குத் தென்பட்டன. உடனை அவர் அவனை நாடி பிடித்துப் பார்த்தார். நாடித்துடிப்பு குறைவாக இருந்தபோதிலும் விருஷாகபி உயிரோடு இருந்தான்.

மிலரேபர் அவனை மேலே இழுக்கப் பார்த்தார். ஆனால் விருஷாகபி மிகவும் வலுவானவனாக இருந்ததால், அவரால் அவனை இழுக்க முடியவில்லை. தன்னால் அவனை ஹெலிகாப்டர்வரை தூக்கிச் செல்ல முடியாது என்பதை அவர் உணர்ந்தார். விருஷாகபியின் நிலைமை மோசமாக இருந்தது. அவனுக்கு உடனடியாக மருத்துவக் கவனிப்பு தேவைப்பட்டது. தன் முன் வரிசையாகப் படுத்திருந்த ஓநாய்களை அவர் பார்த்தார். தாம் என்ன செய்ய வேண்டும் என்பது அவற்றுக்குத் தெரிந்திருந்தது. மிலரேபர் ஒரு வார்த்தைகூடப் பேசாமலேயே அந்த ஓநாய்களுக்குக் கட்டளைகளைப் பிறப்பித்தார். பிறகு அவர் ஹெலிகாப்டரை நோக்கி நடக்கத் தொடங்கினார். அந்த ஓநாய்கள் ஒன்றாகச் சேர்ந்து தம்முடைய வாய்களால் விருஷாகபியை அவருக்குப் பின்னால் இழுத்து வந்தன.

மற்றோர் இடத்தில், பரிமலையும் லிசாவையும் இழுத்துக் கொண்டு வந்திருந்த நாகேந்திரர், கீழே சாய்ந்து கிடந்த ஒரு பெரிய மரத்தின் அருகே வந்ததும் நின்றார். சற்றுத் தள்ளி ஏதோ ஒரு கட்டடத்திலிருந்து வெளிச்சம் வந்து கொண்டிருந்ததுபோலத் தோன்றியது. அது உண்மையா அல்லது தான் மாயத்தோற்றங்களைக் கண்டுகொண்டிருந்தோமா என்பது அவருக்குச் சரியாகத் தெரியவில்லை. தங்கள் மூவரையும் இப்போது காப்பாற்றக்கூடியது வெப்பம் மட்டுமே என்பதை அவர்

உணர்ந்தார். பரிமல் மற்றும் லிசாவைக் கட்டியிருந்த பொருட்களில் எரியூட்டப்படக்கூடிய ஏதேனும் இருந்ததா என்று அவர் தேடினார்.

அவருக்குக் கிடைத்தப் பொருட்கள் துப்பாக்கியும் சில குண்டுகளும்தாம். அவர் அந்தக் குண்டுகளைப் பிரித்து அவற்றிலிருந்த வெடிமருந்தை வெளியே எடுக்க முயன்றார். அந்தப் பொடி அவருடைய முகவாயிலும் உதடுகளிலும் ஒட்டிக் கொண்டது. அந்த மரத்தின் சில பொந்துகளில் அவர் அந்த வெடிமருந்துப் பொடியை அடைத்தார். பின் அவர் பரிமலையும் லிசாவையும் சற்றுத் தள்ளி இழுத்து வந்து கிடத்திவிட்டு அந்த மரத்தைப் பற்ற வைத்தார். அது எளிதாகப் பற்றிக் கொண்டது. விரைவில் மொத்த மரமும் எரியத் தொடங்கியது. அவர் ஒரு பாதுகாப்பான தூரத்தில் நின்று கொண்டார். சிறிது நேரத்தில் அவர் மயங்கிச் சரிந்தார். மூன்று உடல்கள் தகனத்திற்காகக் காத்துக் கொண்டிருந்ததைப்போல இருந்தது அக்காட்சி.

கயிலை மலையில் ஓம் சாஸ்திரி தன்னுடைய முதல் ஞாபகத்தை நினைவுபடுத்திக் கொண்டிருந்தார். “நான் என் கண்களைப் பார்த்தேன். என் பார்வை கலங்கலாக இருந்தபோதிலும், சிறிது தூரத்தில் மூன்று உருவங்கள் நின்று கொண்டிருந்ததை என்னால் பார்க்க முடிந்தது. என் உடலில் அசைவுகள் தென்பட்டதால், அவர்களில் ஒருவர் மற்றொருவரை அழைத்து, தன்வந்திரியைக் கூப்பிடுமாறு கூறினார். தன்வந்திரி வந்து என்னுடைய முகத்தின் பிரதிபலிப்பை என்னிடம் காட்டினார். அதைப் பார்த்தவுடன் நான் மனமுடைந்து போய்விட்டேன். என்னுடைய ஒரு கண்ணில் ஒரு குழி மட்டுமே இருந்தது. ஒரு காதைக் காணவில்லை. முகத்தின் தோல் மிக மோசமாகச் சிதைந்திருந்தது. அது இன்றளவும் என்னைப் பாடாய்ப் படுத்திக் கொண்டிருக்கிறது.” இவற்றை அவர் தன் கண்களை மூடியவாறு கூறிக் கொண்டிருந்தார். “இதுதான் என்னுடைய முதல் ஞாபகம்.” பின் அவர் தன் கண்களைத் திறந்தார். அசுவத்தாமன் தன்னையே உற்று நோக்கிக் கொண்டிருந்ததை அவர் பார்த்தார்.

அசுவத்தாமன் அவரிடம் இவ்வாறு கூறினான்:

“இப்போது நாம் இந்த நினைவை நூல் பிடித்துக் கொண்டு உங்களுடைய ஞாபகக் கதவுக்குப் பின்னால் என்ன இருக்கிறது என்பதைப் பார்க்க முயற்சிக்கலாம். தன்வந்திரி உங்களைக் காப்பாற்றி உங்களுக்கு இரண்டாவது பிறப்பைக் கொடுத்தபோது உங்களுக்கு நாற்பது வயது. அதற்கு முந்தைய நாற்பது ஆண்டுகளின் நினைவுகளும் உங்களுடைய அகவிழிப்புணர்வுக்குள் மாட்டிக் கொண்டுள்ளன. ஒரு மனிதன் தன் வாழ்நாளில் எதிர்கொள்கின்ற அனைத்தும் அவனுடைய மூளையில் பதிவாகியிருக்கும். அவை அனைத்துமே முக்கியமானவையாக இல்லாமல் இருக்கலாம். அதனால், சிலவற்றை அவன் மறந்துகூடப் போகலாம். ஆனால், எதுவுமே எப்போதுமே துடைத்தெறியப்படுவதில்லை. அதனால், நீங்கள் இப்போது அதற்குப் பின்னாலும் செல்லுங்கள். அந்த மூன்று உருவங்களைப் பார்ப்பதற்கு முன்பு நீங்கள் எதைப் பார்த்திருந்தீர்கள்? அது என்ன என்று என்னிடம் கூறுங்கள்.” சூரியன் உதிக்கின்றவரை ஓம் சாஸ்திரி தனக்குள் அதைத் தேடிக் கொண்டிருந்தார்.

பாய்ந்தோடிய நீரின் சத்தத்தையும் பறவைகளின் ஒலியையும் கேட்டுக் கண்விழித்தப் பரிமல், தான் லிசாவுடன் கட்டிப் போடப்பட்டுக் கிடந்ததைக் கண்டான். அவள் தன்னினைவிழந்து இருந்தாள். அவளுடைய மூச்சுக்காற்று அவன்மீது பட்டுக் கொண்டிருந்தது. தான் அடைத்து வைக்கப்பட்டிருந்த ஸ்லீப்பிங் பேக்கின் ஜிப்பை உள்ளேயிருந்து இழுத்துத் திறந்து அவன் தன்னை விடுவித்துக் கொண்டான். அவன் தன் தலையைத் தூக்கிப் பார்த்தபோது, கிட்டத்தட்ட முழுவதுமாக எரிந்து முடிந்திருந்த ஒரு பெரிய மரத்தின் அருகே தாங்கள் இருந்ததை அவன் கண்டான். சற்றுத் தள்ளி நாகேந்திரர் வெற்று உடம்புடன் அந்த மரத்திற்கு அருகே கிடந்தார். லிசாவின் உடலில் அவருடைய உடைகள் போர்த்தப்பட்டிருந்தன. லிசாவைக் காப்பாற்றுவதற்காக நாகேந்திரர் அந்தப் பாறைக்கு அருகே சென்ற காட்சிதான் அவனுக்குக் கடைசியாக நினைவிருந்த காட்சி. பரிமல் எழுந்து நிற்க முயன்றபோதுதான், தன் கால்கள் லிசாவின்

கால்களுடன் பிணைக்கப்பட்டிருந்ததையும், அந்தக் கயிறு சிறிது தூரம்வரை நீண்டு கிடந்ததையும் அவன் கண்டான். என்ன நடந்திருக்கும் என்பதை உடனே அவனால் ஊகிக்க முடிந்தது. அவன் தன் கால்கட்டுகளை அவிழ்த்துவிட்டு, நாகேந்திரரின் நிலையைத் தெரிந்து கொள்வதற்காக அவரருகே சென்றான்.

அத்தியாயம் 9

நான்காவது சிரஞ்சீவி

பிரித்திவி திரும்பிப் பார்த்தபோது, திருமதி பத்ரா தன் சொந்த நினைவுகளுக்குள் மூழ்கிக் கிடந்ததை அவன் கண்டான். அவன் கதை சொல்வதை நிறுத்திவிட்டுத் தன்னைப் பார்த்துக் கொண்டிருந்ததைத் திருமதி பத்ரா பார்த்தார். தான் மூழ்கியிருந்த விஷயங்களைப் பற்றி அவர் விவரிக்கத் தொடங்கினார்.

"அக்கட்டத்தில், டாக்டர் பத்ரா, ஓம் சாஸ்திரியின் இரத்தத்தைப் பல சோதனைகளுக்கு உட்படுத்தினார். அவர் போதுமான தரவுகளையும் நிரூபணங்களையும் சேகரித்து முடித்தவுடன், எங்கள் வீட்டுக்கு நேரில் வந்து என் நோய் தொடர்பான பழைய தரவுகளையும் என்னுடைய தற்போதைய நிலைமையையும் ஆராய்வதற்கு, பிரபல இந்திய மருத்துவ நிறுவனங்களின் தலைவர்கள் பலருக்கு அவர் அழைப்பு விடுத்தார். என்னைச் சாவின் விளிம்பிலிருந்து காப்பாற்றி அழைத்து வந்திருந்ததன் மூலம், மருத்துவத் துறையில் தான் ஒரு மாபெரும் புரட்சியை நிகழ்த்தியிருந்ததாக அவர்கள் பிரகடனம் செய்வார்கள் என்று அவர் நினைத்தார்."

தன் கண்களை மூடி அமர்ந்திருந்த ஓம் சாஸ்திரி, "என்னால் என் முகத்தில் நெருப்பின் வெப்பத்தை உணர முடிந்தது," என்று கூறினார். அவருக்கு எதிரே உட்கார்ந்திருந்த அசுவத்தாமன், அந்தக் குளிரான சூழலிலும் ஓம் சாஸ்திரிக்கு வியர்த்துக் கொட்டிக் கொண்டிருந்ததைப் பார்த்தார். "நூற்றுக்கணக்கான நபர்கள் ஒன்றாகச் சேர்ந்து கோஷம் போட்டுக் கொண்டிருக்கும் சத்தம் எனக்குக் கேட்கிறது. நான் ஒரு யானையின் கால்களையும் ஒரு காளையின் திமிலையும் பார்க்கிறேன். அப்போது–" ஓம் சாஸ்திரியின் கண்கள் பயத்தில் திறந்து கொண்டன. அவர் எதிலிருந்தோ

தன்னை விலக்கிக் கொள்ள முனைந்ததுபோலத் தோன்றியது.

அவருடைய முகத்தைத் துடைத்துக் கொள்ள அசுவத்தாமன் ஒரு சிறு துணியை அவரிடம் கொடுத்துவிட்டு, “உங்களுக்கு ஒன்றுமில்லையே?” என்று கேட்டார். ஓம் சாஸ்திரிக்கு மூச்சு வாங்கிக் கொண்டிருந்தது. தன்னைக் கட்டுப்படுத்திக் கொள்ள அவருக்குச் சிறிது நேரம் பிடித்தது.

“என்னால் இதற்கு மேல் கவனத்தைக் குவிக்க முடியவில்லை. நான்... வந்து...” என்று கூறிய ஓம் சாஸ்திரி மீதி வாக்கியங்களை மென்று விழுங்கினார். பின் அவர் அசுவத்தாமனிடம், “நாம் மீண்டும் முயற்சி செய்தாக வேண்டும், இல்லையா?” என்று கேட்டார்.

அசுவத்தாமன் ஓம் சாஸ்திரியின் முதுகின்மீது கை வைத்தார். “நான் உங்களுக்கு உதவி செய்வதற்கு, நீங்கள் எதைப் பார்த்தீர்கள் என்பதை நான் தெரிந்து கொண்டாக வேண்டும். உங்களுடைய தியானத்திலிருந்து உங்களை எது விழித்தெழ வைத்தது?”

“நான் எதன்மீதோ அமர்ந்திருந்ததைப்போல நான் உணர்ந்தேன். நான் அதை ஓட்டிக் கொண்டும் இருந்தேன். அது ஒரு குதிரையைவிட அகலமாக இருந்தது. அதன் முதுகில் ஒரு புடைப்பு இருந்தது. பின்னர் நான் திரும்பியபோது . . . என் முகத்திற்கு மிக அருகே ஒரு பாம்பு சீறிக் கொண்டு நின்று கொண்டிருந்தது. அது ஒரு கனவாகக்கூட இருக்கக்கூடும்.” ஓம் சாஸ்திரி மீண்டும் அந்த நினைவுக்குள் செல்வதற்குத் தன்னைத் தயார்படுத்திக் கொண்டிருந்தார்.

“அது ஒரு கனவல்ல. நீங்கள் அப்படி உணர்ந்திருக்கலாம். அது ஒரு தெளிவற்ற, முழுமையற்ற ஞாபகம். இதன் மர்மத்தை நாம் முடிச்சவிழ்த்தாக வேண்டும். நாம் மீண்டும் அதற்குள் நுழையலாம்.”

“இது ஒரு ஞாபகம் என்றால், நான் ஏன் அதை இதுவரை பார்த்திருக்கவில்லை? நான் என்னுடைய கடந்தகாலத்திற்குள் நுழைவதற்குப் பல முறை முயன்றுள்ளேன்.”

அசுவத்தாமனிடம் அதற்கான தெளிவான விடை

இருந்தது. "நம்மால் ஒரு வலுவான கதவைத் தனியாகத் தள்ளித் திறக்க முடியாமல் இருந்தால், நாம் என்ன செய்வோம்? உதவிக்கு இன்னும் சிலரைச் சேர்த்துக் கொள்வோம், இல்லையா? உங்களுடைய மறுபிறப்புக்கு முந்தைய ஞாபகமும் அதைப் போன்றதுதான். உங்களால் தனியொருவராக அதை நினைவுக்குக் கொண்டுவர முடியாத அளவுக்கு ஒரு வலுவான கதவுக்குப் பின்னால் அது ஒளிந்து கொண்டுள்ளது. இங்கேதான் நான் உங்களுடைய உதவிக்கு வருகிறேன். அந்தக் கதவைத் தள்ளித் திறக்க நானும் உங்களுக்கு முட்டுக் கொடுக்கிறேன்."

"ஒரு நெருப்புக் குண்டம். ஒரு யானையின் பாதங்கள். ஏதோ ஓர் அசாதாரணமான முழக்கம். ஒரு பாம்பு. இவை அனைத்தும் எதையாவது குறிக்கின்றனவா?" என்று ஓம் சாஸ்திரி வாய்விட்டு யோசித்தார்.

அது குறித்தத் தன் எண்ணங்களை அசுவத்தாமன் பகிர்ந்து கொண்டார். "இவை உங்களுடைய வாழ்வில் நிகழ்ந்துள்ள முக்கியமான நிகழ்வுகளின் கணநேர தரிசனங்களாக இருக்கலாம் அல்லது ஒரு முக்கியமான நிகழ்வு குறித்த உருவகங்களாக இருக்கலாம். அதை நம்மால் விரைவிலேயே கண்டுபிடித்துவிட முடியும். அங்கு மீண்டும் செல்வதற்கு நீங்கள் தயாரா?"

மனரீதியாக அதற்குத் தன்னைத் தயார்படுத்திக் கொண்ட ஓம் சாஸ்திரி, "ஆமாம்," என்றார்.

அவர்கள் இருவரும் தங்களுடைய கண்களை மூடினர். அவர்கள் இருவரும் விசும்புருவான உலகிற்குள் புகுந்தனர். அவர்களுடைய பூத உடல்கள் உயிரற்றுப் போய் நிலத்தில் விழுந்தன.

ரூபகுண்டத்தில் நாகேந்திரரும் பிரக்ஞையடைந்து கொண்டிருந்தார். அவர் பிரக்ஞை அடைந்தபோது, அவருக்கு முன்னால் பரிமல் நின்று கொண்டிருந்தது அவருக்கு மங்கலாகத் தெரிந்தது. உடனடியாக, அதற்கு முந்தைய இரவு நடைபெற்றச் சம்பவங்கள் அவருடைய நினைவுக்கு வந்தன. அவர் லிசாவைத் தேடினார்.

"சார், லிசா உயிரோடுதான் இருக்கிறார். ஆனால், அவருக்கு இன்னும் பிரக்ஞை திரும்பவில்லை. மற்றபடி

அவருக்கு ஒன்றுமில்லை," என்று பரிமல் நாகேந்திரரைத் தேற்றினான்.

எழுந்திருக்க முயன்ற நாகேந்திரரை, பரிமல் மென்மையாக அவருடைய தோளைப் பிடித்து உட்கார வைத்தான். நாகேந்திரரும் பலவீனமாகத்தான் இருந்தார்.

"நாம் எங்கே இருக்கிறோம்?" என்று நாகேந்திரர் கேட்டார். முந்தைய இரவு பனிப்பொழிவுக்குப் பிறகு, அவர் பரிமலுக்கும் லிசாவுக்கும் நெருப்பு மூலம் வெப்பத்தை அளிப்பதில் குறியாக இருந்ததால், அவர்களைத் தான் எங்கே இழுத்து வந்திருந்தோம் என்பதைக்கூட அவர் கவனித்திருக்கவில்லை.

"நாம் வான் என்ற கிராமத்திலுள்ள வன ஓய்வு விடுதி ஒன்றில் இருக்கிறோம்," என்று பரிமல் அவர்கள் இருந்த இடத்தைப் பற்றி விளக்கினான்.

"இந்த மரம் தீப்பிடித்து எரிந்ததைக் கண்டு இங்கு யாராவது வந்தார்களா?" என்று நாகேந்திரர் கேட்டார்.

சற்றுத் தொலைவில் கிடந்த மூன்று சடலங்களை நாகேந்திரரிடம் சுட்டிக்காட்டி, "அவர்களில் ஒருவர் இந்த விடுதியின் சமையற்காரர். மற்ற இருவரும் பாதுகாவலர்கள்," என்று பரிமல் தெரிவித்தான்.

"அந்தச் சடலங்கள் இன்னும் அழுகிப் போய்விடவில்லையே?" என்று நாகேந்திரர் கேட்டார்.

"அவை அழுகவில்லை."

"இந்த இடத்தைவிட்டு நாம் புறப்படுவதற்கான ஏற்பாடுகளைச் செய்," என்று நாகேந்திரர் அவனிடம் கூறினார். அவருடைய பார்வை இன்னும் லிசாவின்மீதே நிலைத்திருந்தது.

அவர் கூறியதற்குத் தலையை ஆட்டிவிட்டு, அவர் குடிப்பதற்கு அவன் அவருக்குச் சிறிது வெந்நீர் கொடுத்தான். பின்னர் அவன் அவரிடம் ஒரு துப்பாக்கியை நீட்டினான். அதை அவர் வாங்கிக் கொண்டதும், அவர்கள் அங்கிருந்து கிளம்புவதற்குத் தேவையான ஏற்பாடுகளைச் செய்வதற்காகப் பரிமல் அங்கிருந்து கிளம்பினான்.

"உன் கத்தியை என்னிடம் கொடு," என்று நாகேந்திரர் அவனிடம் கேட்டார்.

பரிமல் மீண்டும் அந்தச் சடலங்களைப் பார்த்தான். நாகேந்திரரிடம் தன்னுடைய கத்தியைக் கொடுத்துவிட்டு அவன் அங்கிருந்து கிளம்பினான்.

பரசுராமர் கயிலை மலையை நோக்கிச் சென்று கொண்டிருந்தபோது, அவரிடமிருந்த கண்காணிப்புக் கருவி திடீரென்று சத்தமிட்டது. அதை அவர் எடுத்துப் பார்த்தபோது, மிலரேபரையும் விருஷாகபியையும் சுட்டிக்காட்டிய புள்ளிகள் ஒரே இடத்தில் இருந்ததைக் கண்டு அவர் பெரிதும் வியப்புற்றார். மலைகளுக்கு மேலேயிருந்த அந்தப் புள்ளிகள் படுவேகமாகக் கயிலை மலையை நோக்கி நகர்ந்து கொண்டிருந்ததைக் கவனித்தப் பரசுராமர், அந்த இடத்தை நோக்கி விரைந்தார்.

ஹெலிகாப்டரில் உயிருக்கு ஊசலாடிக்கொண்டிருந்த விருஷாகபி, இன்னும் மயக்கம் தெளியாத நிலையில் மிலரேபரின் மடியில் படுத்திருந்தான். ஹெலிகாப்டர் கயிலை மலைக்கு மேலே வட்டமிட்டபோது, அதன் கருவிகள் ஒவ்வொன்றாகச் செயலிழக்கத் தொடங்கின. யார் கண்களிலும் தென்படாமல் மறைவாக இருந்த ஞானகஞ்சிற்குச் செல்ல வேண்டுமென்றால், தான் ஹெலிகாப்டரைக் கயிலை மலையில் இறக்கி, விருஷாகபியை அங்குத் தூக்கிச் செல்ல வேண்டும் என்பதை மிலரேபர் புரிந்து கொண்டார். அதனால், ஹெலிகாப்டரைக் கீழே இறக்கும்படி அவர் அதன் விமானியிடம் கூறினார். அந்த விமானி ஒரு பாதுகாப்பான இடத்தில் அதைத் தரையிறக்கினார். மிலரேபர் மிகவும் கஷ்டப்பட்டு விருஷாகபியைக் கீழே இறக்கினார்.

பின் அவர் அந்த விமானியிடம், “மிக்க நன்றி, நண்பரே! நீங்கள் புறப்பட்ட இடத்திற்கே மீண்டும் செல்லுங்கள். நீங்கள் உங்களுடைய இடத்தில் போய் இறங்கியதும் நீங்கள் இந்த மனோவசிய நிலையிலிருந்து விடுபடுவீர்கள்,” என்று கூறினார். அவருடைய மனோவசியத்தில் கட்டுண்டு கிடந்த அந்த விமானி, எந்தவிதமான உணர்ச்சிகளையும் வெளிக்காட்டாமல் வெறுமனே தன் தலையை ஆட்டிவிட்டு அங்கிருந்து கிளம்பினார். அடுத்து, விருஷாகபியின் ஆத்மா

அவனிடமிருந்து விடைபெறுவதற்குள் அவனை ஞானகஞ்சிற்குக் கொண்டு சேர்க்க வேண்டிய சவாலை மிலரேபர் எதிர்கொண்டார்.

திடீரென்று, அவருக்கு அருகே ஏதோ சலசலப்பு கேட்டது. அதோடு, ஒரு காலடி ஓசையையும் அவர் கேட்டார். அது அவருக்குப் பின்னாலிருந்து கேட்டது. அவர் அதை நோக்கித் திரும்பியதும், அந்தச் சத்தம் அவருடைய வலது பக்கத்திற்கு மாறியது. பின்னர் அது அவருடைய இடது பக்கத்தில் கேட்டது. அவர் அதை எவ்வளவு உன்னிப்பாகப் பின்தொடர நினைத்தாரோ, அவ்வளவு வேகமாக அது திசை மாறிக் கொண்டே இருந்தது. மிலரேபர் தன் கண்களை மூடிக் கொண்டு, அந்தச் சத்தம் வந்த இடத்தைக் கண்டுபிடிப்பதில் தன் கவனத்தைக் குவித்தார். ஒரு சில நிமிடங்களில் அந்தச் சத்தம் நின்றுவிட்டது. சில நிமிடங்களுக்குப் பிறகு, ஒரு மனிதக்குரங்கின் வடிவிலிருந்த ஓர் உருவம் அவருக்குச் சில அடிகள் முன்னால் நின்று கொண்டிருந்தது. அது ஒரு கரடியைவிடப் பெரிதாக இருந்தது. அதன் உடலில் இருந்த முடி வெள்ளையாக இருந்தது. அது 'யெட்டி' என்று அழைக்கப்படுகின்ற பனிமனிதன் என்பதை அவர் உணர்ந்தார். அது அபூர்வமாகத்தான் மனிதர்களின் பார்வையில் பட்டுள்ளது. ஆனால், அதன் காலடித்தடங்கள் இமயமலையில் பல இடங்களில் கண்டுபிடிக்கப்பட்டுள்ளன. அதைப் பற்றிப் பல கதைகள் உலா வந்து கொண்டிருந்தன. ஆனால், இங்கு அந்தப் பனிமனிதன் தனியாக நின்று கொண்டிருக்கவில்லை. வசீகரமாக இருந்த முதியவர் ஒருவர் அவர்களை நோக்கி வந்தார். அந்தப் பனிமனிதன் குனிந்து அவரை வணங்கினான்.

வேறு ஏதோ ஓரிடத்தில், ஆழ்ந்த தியானத்தில் திளைத்திருந்த ஓம் சாஸ்திரியும் அசுவத்தாமனும், தங்களுடைய விசும்புருவில், ஓம் சாஸ்திரியின் ஞாபகங்களைத் தடுத்துக் கொண்டிருந்த ஒரு கதவிற்கு முன்னால் நின்று கொண்டிருந்தனர். அவர்கள் இருவரும் சேர்ந்து பெரும் முயற்சிக்குப் பின்னர் அந்தக் கதவைத் திறந்தனர். அவர்களுக்கு முன்னால் பல விநோதமான

காட்சிகள் மலர்ந்து கொண்டிருந்தன. ஆனால், இம்முறை, ஓம் சாஸ்திரி, யானையின் பாதங்களுக்குப் பதிலாக ஒரு குதிரையின் குளம்புகளைப் பார்த்துக் கொண்டிருந்தார். பாம்பிற்குப் பதிலாக அவர் மயிலைக் கண்டார். நிமிடங்கள் கடக்கக் கடக்க, காட்சிகளைப் பார்ப்பது அவர்கள் இருவருக்கும் மேன்மேலும் கடினமாகிக் கொண்டிருந்தது. அந்தக் கதவின் கனமும் அவர்கள் இருவராலும் சமாளிக்க முடியாத அளவுக்குக் கூடிக் கொண்டிருந்தது. அவர்களுடைய முகங்களில் பயம் படர்ந்திருந்தது. அங்கிருந்த ஓமகுண்டத்திலிருந்து வெளிப்பட்டுக் கொண்டிருந்த நெருப்பின் வெப்பத்தை அவர்கள் உணர்ந்தபோதிலும், அவர்கள் தாக்குப்பிடித்து நின்று கொண்டிருந்தனர். அங்கு அவர்கள் பார்த்துக் கொண்டிருந்த ஓர் இளைஞன் திடீரென்று ஓர் அரக்கனாக மாறி அவர்களைத் தாக்கத் தொடங்கினான். அசுவத்தாமன் தன் கண்களைத் திறந்து மீண்டும் தன் உடலுக்குத் திரும்பினார். இப்போது தனியாக இருந்த ஓம் சாஸ்திரியால் அந்தக் கதவைப் பிடித்துக் கொள்ள முடியாமல் போனதால், அது வேகமாக மூடியது. அதனால் அந்த அரக்கனால் அவரை எட்ட முடியவில்லை. ஓம் சாஸ்திரியும் தன் கண்களைத் திறந்து மீண்டும் தன் உடலுக்குள் புகுந்து கொண்டார். அவர் அசுவத்தாமனைப் பார்த்தார். ஆனால், தாங்கள் பார்த்திருந்த காட்சிகளுக்கான விளக்கம் தங்களிடம் இல்லை என்பதை அவர்கள் இருவருமே அறிந்திருந்தனர்.

"அது யார் என்பது எனக்குத் தெரியவில்லை," என்று ஓம் சாஸ்திரி கூறினார்.

"அதை நாம் கண்டுபிடிக்கலாம். இதில் முக்கியமான விஷயம், நம்மால் அந்தக் கதவைத் திறக்க முடிந்திருந்தது என்பதுதான். அதை இன்னும் அதிக நேரம் திறந்து வைத்திருப்பதற்கு நமக்கு இன்னும் அதிக ஆற்றல் தேவை," என்று கூறிய அசுவத்தாமன், அதை யாரால் வழங்க முடியும் என்று யோசித்தார்.

"நீங்கள் என்ன சொல்கிறீர்கள்?" என்று ஓம் சாஸ்திரி கேட்டார்.

"என்னைவிட அதிகமான தியான ஆற்றல் கொண்ட

ஒரு யோகியின் உதவி நமக்குத் தேவை," என்று கூறிக் கொண்டிருந்தபோதே, அசுவத்தாமனின் மனத்தில் ஒரு திட்டம் உருவாகிக் கொண்டிருந்தது.

"அது யாராக இருக்க முடியும்?" என்று ஓம் சாஸ்திரி ஆர்வத்தோடு கேட்டார்.

"என்னால் சில ஆயுதங்களைத் தருவிக்கவோ அல்லது அவற்றைக் கட்டுப்படுத்தவோ முடியாது. அதேபோல, என்னால் இந்தக் கதவை வெகுநேரம் திறந்து வைத்திருக்கவும் முடியாது. என்னைவிட அதிக வலிமையான வீரர்கள் இருக்கின்றனர். என்னால் தருவிக்க முடியாத ஆயுதங்களை அவர்களால் தருவிக்கவும் கட்டுப்படுத்தவும் முடியும். அவர்களால் இந்தக் கதவை முழுமையாகத் திறந்து வைக்க முடியக்கூடும்."

"நீங்கள் பரசுராமரை மனத்தில் வைத்து இதைக் கூறுகிறீர்களா?"

"அவர் என்னைவிட ஆற்றல்மிக்கவர் என்பதில் சந்தேகமில்லை. ஆனால், அவருக்கு இதைவிடப் பெரிய பொறுப்பான வேலைகள் காத்துக் கொண்டிருக்கின்றன."

"அசுவத்தாமன் கிருபாச்சாரியாரை மனத்தில் வைத்து இதைச் சொல்லிக் கொண்டிருந்தார்," என்று பிரித்திவி திருமதி பத்ராவிடம் கூறினான்.

"யார் அந்தக் கிருபாச்சாரியார்?" என்று திருமதி பத்ரா கேட்டார்.

"இந்து மதத்தின்படி, ஏழு சிரஞ்சீவிகளில், பரசுராமர், அசுவத்தாமன், அனுமன் ஆகிய மூவரும் பிரபலமானவர்கள். வியாசர், மகாபலி சக்கரவர்த்தி, விபீசணர், கிருபாச்சாரியார் ஆகிய மற்ற நால்வரும் தங்களுக்கென்று சொந்த வலிமைகளைக் கொண்டிருந்தனர்.

"அசுவத்தாமனின் தாயார் கிருபியின் சகோதரர்தான் கிருபாச்சாரியார். கிருபியும் கிருபாச்சாரியாரும் இயல்பான முறையில் பிறக்கவில்லை. அவருடைய தந்தையான சரத்வானின் விந்து கீழே விழுந்தபோது அதிலிருந்து நேரடியாகத் தோன்றியவர்கள் அவர்கள். பாண்டவர்களும் கௌரவர்களும் இளமையாக இருந்தபோது, அவர்களுடைய குருவாக அவர்

நியமிக்கப்பட்டார். பின்னர் மகாபாரதப் போரில், அவர் கௌரவர்களின் பக்கம் நின்று போரிட்டார். அறநெறிகளைக் கடைபிடித்தல், உண்மையாக இருத்தல், விதிமுறைப்படி செயல்படுதல் ஆகியவற்றுக்குப் பெயர் போனவர் கிருபாச்சாரியார். எந்தச் சோதனைகளை எதிர்கொண்டாலும் தான் கொண்ட கொள்கையில் உறுதியாக இருந்தவர் அவர். அர்ச்சுனனுக்கு முன்புவரை அவர்தான் உலகிலேயே தலைசிறந்த வில்லாளனாக இருந்து வந்தார். தன்னுடைய விழுமியங்களை வழுவாமல் கடைபிடித்ததன் மூலம் அவர் மகாபாரதத்தில் ஒரு முக்கியமான இடத்தைப் பிடித்துக் கொண்டார். அதனால், அவர் சிரஞ்சீவி அந்தஸ்தைப் பெற்றார். மகாபாரதப் போரில் தப்பிப் பிழைத்திருந்த ஒரு சிலரில் அவரும் ஒருவர். கலி யுகத்தின் மிகச் சிறந்த முனிவர்களில் ஒருவராக அவர் கருதப்படுகிறார்.

"தனியாக 60,000 பேரைச் சமாளிக்கின்ற திறமையை அவர் பெற்றிருந்தார். ஒரு மொத்தப் படையையே நிர்மூலமாக்குகின்ற ஆற்றல் அவருக்கு இருந்தது. அரக்கர்களைக் கொன்றழித்த, சிவனின் மைந்தனான முருகனின் ஆற்றலுக்கு நிகரான ஆற்றல் கொண்டவராக அவர் இருந்தார்.

"மகாபாரதப் போர் முடிந்து, தர்மர் அஸ்தினாபுர அரசனாகப் பதவியேற்றப் பிறகு, கிருபாச்சாரியார் கௌரவர்கள் பக்கம் நின்று போரிட்டிருந்தபோதிலும், கொள்கைரீதியாக அவர் அன்றைய அரசனுக்கு விசுவாசமாக இருந்த காரணத்தால்தான் அவர் அப்படிச் செயல்பட்டிருந்ததால் தர்மர் அவரை மன்னித்துவிட்டார்."

ஓம் சாஸ்திரி நான்காவது சிரஞ்சீவியைச் சந்திக்க ஆவலுடன் காத்துக் கொண்டிருந்தார். தற்போது அவர் எங்கு இருப்பார் என்று அவர் யோசித்தார். பின்னர் அவர் அசுவத்தாமனிடம், "மகாபாரதப் போருக்குப் பின்னர், கிருபாச்சாரியார், அர்ச்சுனனின் பேரனான பரீட்சித்தின் குருவாக நியமிக்கப்பட்டார். குரு பரம்பரையின் முடிவுக்குப் பின், கலி யுகத்தின் தொடக்கத்தில் அவர் மாயமாக மறைந்துவிட்டார். அதற்குப் பிறகு அவர்

எவர் கண்களிலும் படவில்லை. அவரைப் பற்றிய எந்தக் கதையும் வெளியே உலாவவில்லை, சரிதானே?” என்று கேட்டார்.

“அது உண்மைதான். ஏனெனில், அதை அவர் தேர்ந்தெடுத்தார். அதுதான் அவருடைய வழக்கம். ஆனால், கலி யுகம் தொடங்கியதிலிருந்து அவர் என்னுடன்தான் இருந்து வந்துள்ளார்,” என்று அசுவத்தாமன் பெருமையுடன் கூறினார்.

“ஓ! தேவைப்படும்போது மட்டுமே அவர் தோன்றுவார் என்றும், அவரை உங்கள் ஒருவரால்தான் தருவிக்க முடியும் என்றும் முன்பு நீங்கள் கூறினீர்கள். அதற்கு என்ன பொருள்?”

அதற்கு விடையளிக்கும் விதமாக அசுவத்தாமன் தன் கண்களை மூடிக் கொண்டு தியானத்தில் இறங்கினார். அவருடைய விசும்புருவம் கிருபாச்சாரியாரைத் தேடத் தொடங்கியது. கிருபாச்சாரியார் இருப்பதற்குச் சாத்தியமிருந்த ஆறுகள், குகைகள் போன்றவற்றில் அசுவத்தாமன் அவரைத் தேடினார். ஆனால், அவரைக் கண்டுபிடிப்பதற்கு அசுவத்தாமனுக்கு அதிக நேரம் ஆகவில்லை. கிருபாச்சாரியார் கயிலை மலையிலேயே இருந்தார். மிலரேபரும் அவருடன் இருந்தார். அவருடன் இருந்த பனிமனிதன், விருஷாகபியை ஞானகஞ்சிற்குக் கொண்டு வந்து கொண்டிருந்திருந்தான். அசுவத்தாமன் தன் கண்களைத் திறந்தார். தான் பார்த்த விஷயங்கள் அவருக்குப் பதற்றத்தைத் தோற்றுவித்திருந்தன.

“என்ன ஆயிற்று?” என்று ஓம் சாஸ்திரி கேட்டார்.

“விருஷாகபிக்கு உதவி தேவைப்படுகிறது,” என்று கூறிவிட்டு, அசுவத்தாமன் எழுந்து வேகமாகச் சென்றார். ஓம் சாஸ்திரி அவரைப் பின்தொடர்ந்தார்.

பரிமல் ஒரு வாகனத்தோடும் சில மருந்துகளோடும் வந்து சேர்ந்தபோது, நாகேந்திரர் அந்த மூன்று சடலங்களின் பெரும்பகுதியைச் சாப்பிட்டு முடித்திருந்தார். பரிமல் நேராக லிசாவிடம் சென்றான். அவன் முதலில் அவளுடைய உடலுக்குள் இரத்த நாளங்களின் வழியாக ஒரு மருந்தைச் செலுத்தினான். அடுத்து, அவளுடைய மூக்குத் துவாரத்தின் வழியாக

ஆக்சிஜனைச் செலுத்தினான். பின் அவளைக் காரில் படுக்க வைத்துவிட்டு, காரின் சூடேற்றும் கருவியை இயக்கி வைத்துவிட்டு அவன் நாகேந்திரரிடம் சென்றான்.

"அடுத்து என்ன?"

"நாம் அடுத்துத் தட்டிப் பறிக்கவிருக்கின்ற இடத்தை நோக்கி நாம் செல்ல வேண்டும்," என்று நாகேந்திரர் கூறினார். அவருடைய வாயிலும் கைகளிலும் இரத்தம் அப்பியிருந்தது. அவருடைய ஒரு முழங்கையிலிருந்து இரத்தம் ஒழுகிக் கொண்டிருந்தது. பரிமல் கண்ணிமைக்காமல் அவரையே பார்த்தான். "உனக்கும் வேண்டுமா?" என்று அவர் கேட்டபோது, அதை அவன் இங்கிதமாக மறுத்துவிட்டான்.

"எனக்காகக் காத்திரு, இதோ வந்துவிடுகிறேன்," என்று நாகேந்திரர் கூறினார்.

உடனே அவன் திரும்பிச் சென்று காரில் ஏறி அமர்ந்தான்.

தன் கையிலிருந்த கருவியின் மூலம் மிலரேபர் மற்றும் விருஷாகபியின் நடமாட்டத்தைக் கண்காணித்துக் கொண்டிருந்த பரசுராமர் ஞானகஞ்சை அடைந்தார். கிருபாச்சாரியாரும் அந்தப் பனிமனிதனும் மிலரேபருக்கும் விருஷாகபிக்கும் உதவிக் கொண்டிருந்தனர். மறுபுறத்திலிருந்து, அவர்களுக்கு உதவுவதற்காக அசுவத்தாமனும் ஓம் சாஸ்திரியும் வந்து கொண்டிருந்தனர்.

"என்ன ஆயிற்று?" என்று பரசுராமர் கேட்டார்.

விருஷாகபிக்கு என்ன நேர்ந்தது என்பது தனக்குத் தெரியாது என்பதுபோல மிலரேபர் தலையாட்டினார்.

பரசுராமர் கிருபாச்சாரியாரிடம், "அவன் உயிரோடுதான் இருக்கிறானா?" என்று கேட்டார்.

"ஆமாம். ஆனால், அவனுக்கு உடனடியாகச் சிகிச்சையளித்தாக வேண்டும்," என்று கிருபாச்சாரியார் கவலையுடன் கூறினார்.

அசுவத்தாமனும் ஓம் சாஸ்திரியும் விருஷாகபியை அந்தப் பனிமனிதனிடமிருந்து பெற்றுக் கொண்டனர். ஆனால், அவனைத் தூக்கிச் செல்ல அவர்கள் மிகவும் சிரமப்பட்டனர். "இவன் பெயர் பாலஹர்,"

என்று கூறி, கிருபாச்சாரியார் அந்தப் பனிமனிதனை அங்கிருந்தவர்களுக்கு அறிமுகம் செய்து வைத்தார். அந்தப் பனிமனிதன் தலை தாழ்த்தி அனைவரையும் வணங்கினான். கிருபாச்சாரியார் அவனுக்கு நன்றி கூறினார். உடனே அந்தப் பனிமனிதன் அந்த இடத்திலிருந்து போய்விட்டான். மற்றவர்கள் ஞானகஞ்சுக்குள் நுழைந்தனர்.

அவர்கள் விருஷாகபியை ஒரு குடிலுக்குள் கொண்டு வந்த உடனேயே அங்கிருந்த துறவிகள் அவனுக்குச் சிகிச்சையைத் தொடங்கினர். அவனுடைய காயங்கள் பரிசோதிக்கப்பட்டன, காய்ந்து போன இரத்தம் துடைக்கப்பட்டு அவன் சுத்தம் செய்யப்பட்டான். அப்போது, அவனுடைய கழுத்திலிருந்த பயங்கரமான காயத்தைப் பரசுராமர் கவனித்தார்.

“பின்னாலிருந்து இவன் தாக்கப்பட்டிருக்கிறான்,” என்று அவர் கூறினார்.

“இவன் மகா பலசாலி. அப்படி இருக்கும்போது, எப்படி ஒருவரால் அவனுடைய கழுத்தைத் தாக்க முடிந்திருக்கும்?” என்று மிலரேபர் வினவினார்.

“ஏனெனில், ஏமாற்றுவது, பித்தலாட்டம் செய்வது போன்றவை இவனுக்கு ஒருபோதும் கற்றுக் கொடுக்கப்படவில்லை. எதிரியை எப்போதும் நேருக்கு நேர் மட்டுமே தாக்க வேண்டும் என்று வீரர்களின் விதிமுறை கூறுகிறது. விருஷாகபி மனிதர்களைவிடப் பெரும் பலசாலி என்பதில் சந்தேகமில்லை. ஆனால், அவன் தந்திரசாலி அல்லன். அதனால், தான் பின்னாலிருந்து தாக்கப்படக்கூடும் என்பதை அவன் எதிர்பார்த்திருந்திருக்க மாட்டான். அவன் தோற்கடிக்கப்பட்டிருக்கவில்லை. அவன் நயவஞ்சகமாக ஏமாற்றப்பட்டிருக்கிறான்,” என்று பரசுராமர் கூறினார்.

“துறவிகளே, இவன் பிழைத்துக் கொள்வானா?” என்று அசுவத்தாமன் கேட்டார்.

“சந்தேகம்தான். காயம் ஆழமாக இருக்கிறது. விஷம் உடல் முழுவதும் பாய்ந்து அவனுடைய திசுக்களை அரித்துக் கொண்டிருக்கிறது. அவன் ஏராளமான இரத்தத்தை இழந்துள்ளான்,” என்று ஒரு துறவி கூறினார்.

“சரி, உங்களால் முடிந்ததைச் செய்யுங்கள்,” என்று கூறிய பரசுராமர், அவர்களை நோக்கி வணக்கம் செலுத்திவிட்டு அந்தக் குடிலிலிருந்து வெளியேறினார். மற்றவர்களும் அவரைப் பின்தொடர்ந்து வெளியே வந்தனர்.

“கிருபாச்சாரியாரே, எது உங்களை இங்கே அழைத்து வந்தது?” என்று பரசுராமர் கேட்டார்.

“காரணம் எனக்கு இன்னும் தெரியாது. அசுவத்தாமன்தான் என்னை இங்கே வரவழைத்துள்ளான்,” என்று கிருபாச்சாரியார் கூறினார்.

அசுவத்தாமன் பரசுராமரைப் பார்த்து, “எல்லாம் சரியாகத்தான் இருக்கிறது. விசும்புருவான உலகிற்குள் நுழைய எங்களுக்கு வழிகாட்டுதல் தேவைப்படுகிறது, அவ்வளவுதான்,” என்று கூறினார்.

பரசுராமர் கிருபாச்சாரியாரைப் பார்த்து, “அவர்களுக்கு உதவுங்கள்,” என்று கூறிவிட்டு, மிலரேபரைத் தன்னுடன் வருமாறு கூறி அவரைத் தனியாக அழைத்துச் சென்றார்.

பரசுராமர் மிலரேபரிடம், “என்னிடமிருந்த கருவியைக் கொண்டு நீங்கள் இருந்த இடத்தை மட்டுமே என்னால் கண்டுபிடிக்க முடிந்தது. விருஷாகபி இருந்த இடத்தை அது காட்டவில்லை. விருஷாகபியை மீண்டும் நான் சந்திப்பேன் என்ற நம்பிக்கையை நான் இழந்திருந்தேன். அவ்வளவு பரந்துபட்ட இமயத்தில் எப்படி உங்களால் விருஷாகபியைக் கண்டுபிடிக்க முடிந்தது?” என்று கேட்டார்.

“உங்களால்தான் பரசுராமரே! நாம் மூவரும் பிரிந்து செல்வதற்கு முன்பு, கயிலைக்குத் திரும்பி வரும்போது, முன்பு நாம் பயணித்த அதே வழியில் திரும்பி வர வேண்டும் என்று நீங்கள் விருஷாகபிக்கு அறிவுறுத்தினீர்கள். அவனும் துல்லியமாக அதைப் பின்பற்றியிருந்தான். அந்த வழியில் சென்று நான் அவனைக் கண்டுபிடித்தேன்.”

“மிலரேபரே, இதில் நீங்கள் மிகவும் சிறப்பாகச் செயல்பட்டுள்ளீர்கள். நாம் இன்னும் ஆற்ற வேண்டிய பல முக்கியப் பணிகள் இருக்கின்றன.”

அவர் என்ன கூற வந்தார் என்பது மிலரேபருக்குப் புரிந்தது. நேரம் வேகமாக நழுவிக் கொண்டிருந்தது. அவர்கள் தங்களுடைய அடுத்த நகர்வைத் திட்டமிடுவதற்கான வேளை வந்துவிட்டிருந்தது. மிலரேபர் அவரிடம், “நாம் இரண்டாவது தடவையும் தோற்றுவிட்டுள்ளதோடு, ஒரு வீரனையும் இழந்துவிட்டோம். நம் எதிரி தன்னுடைய இலக்கைநோக்கி வெற்றிகரமாக மேலும் ஓரடி எடுத்து வைத்திருக்கிறான்,” என்று தன் கவலையை வெளிப்படுத்தினார்.

“மீதியுள்ள ஏழு இடங்களில், அவர் அடுத்து எந்த இடத்தைத் தாக்குவார் என்பதை இப்போது நாம் ஊகித்தாக வேண்டும்,” என்று கூறிய பரசுராமரின் பார்வை எங்கோ தொலைதூரத்தில் நிலைத்தது.

“அடுத்து நாம் என்ன செய்யப் போகிறோம்?” என்று மிலரேபர் கேட்டார்.

“நமக்கு அசுவத்தாமன் வேண்டும். ஓம் சாஸ்திரியின் விஷயத்தில் அவன் எவ்வளவு தூரம் முன்னேறியிருக்கிறான் என்பதை நான் அவனிடம் கேட்டுத் தெரிந்து கொள்ளப் போகிறேன்,” என்று பரசுராமர் கூறினார்.

இதற்கிடையே, அசுவத்தாமன் ஓம் சாஸ்திரியைக் கிருபாச்சாரியாரிடம் அறிமுகம் செய்து வைத்தார். ஓம் சாஸ்திரி தன் கைகளைக் குவித்துக் கிருபாச்சாரியாரை வணங்கினார். ஆனால், கிருபாச்சாரியாரோ, ஓம் சாஸ்திரி யார் என்பதைத் தெரிந்து கொள்வதில் பெரிதாக அக்கறை காட்டவில்லை. அவருடைய மருமகன் அவரை அழைத்திருந்ததால் அவர் அங்கு வந்திருந்தார், அவ்வளவுதான்.

“அசுவத்தாமா, நீ ஏன் என்னை இங்கு வரவழைத்தாய்?” என்று கிருபாச்சாரியார் கேட்டார்.

அசுவத்தாமன் ஓம் சாஸ்திரியின் கதையை ராஸ் தீவிலிருந்து ஞானகஞ்ச்வரை விரிவாக எடுத்துரைத்தார். பிறகு, தன்வந்திரியுடனான அவருடைய தொடர்பைப் பற்றியும் அவர் விளக்கினார். ஓம் சாஸ்திரியைத் தயார் செய்யும் பொறுப்பு தனக்கு வழங்கப்பட்டிருந்ததைத் தெரிவித்து, அதற்குக் கிருபாச்சாரியாரின் உதவியை

அவர் கோரினார். ஓம் சாஸ்திரியின் ஞாபகங்களை விடுவிப்பதற்கு அவர்கள் இருவரும் சேர்ந்து முனைந்தபோது, அது தங்களைவிட அதிக வலுவாக இருந்ததை அசுவத்தாமன் அவரிடம் தெரிவித்தார். ஓம் சாஸ்திரியும் தானும் அந்தக் கதவைக் கடந்து உள்ளே செல்கின்றபோது, அந்தக் கதவு மூடி தாங்கள் உள்ளே மாட்டிக் கொண்டுவிடாதபடி கிருபாச்சாரியார் அக்கதவருகே நின்று கொண்டு அதைப் பாதுகாக்க வேண்டும் என்று அசுவத்தாமன் கிருபாச்சாரியாரிடம் கேட்டுக் கொண்டார். அவர்களுக்கு உதவுவதற்குக் கிருபாச்சாரியார் ஒத்துக் கொண்டார். அவர்கள் மூவரும் சேர்ந்து அதில் அமர்வதற்கு முன், அங்கு வந்தப் பரசுராமர் தன்னுடைய திட்டத்தை அவர்களிடம் விளக்கினார்.

பரிமல் காரில் ஏறி ஓட்டுநர் இருக்கையில் அமர்ந்து கொண்டு காரின் கதவைச் சாத்தினான். அந்தச் சத்தத்தில் விழித்துக் கொண்ட லிசா, "நாகேந்திரர் எங்கே?" என்று கேட்டாள்.

"அவர் வெளியே சாப்பிட்டுக் கொண்டிருக்கிறார். உங்களைப் பார்த்துக் கொள்ளும்படி அவர் என்னைக் கேட்டுக் கொண்டார். அவர் விரைவில் வந்துவிடுவார்," என்று பரிமல் பதிலளித்தான்.

"அங்கு என்ன நடந்தது?" என்று லிசா கேட்டாள்.

"நீங்கள் கடும்பனியில் சிக்கிக் கொண்டதால் உங்கள் உடலின் வெப்பநிலை அபாயகரமான அளவுக்குக் குறைந்தது. நானும் மயங்கிவிட்டேன். நாகேந்திரர்தான் நம் இருவரையும் இந்த இடம்வரை இழுத்து வந்துள்ளார்," என்று பரிமல் சுருக்கமாகச் சொன்னான்.

"எனக்கு எதுவுமே நினைவில் இல்லை," என்று லிசா கூறினாள்.

"எனக்கும் சரியாக நினைவில்லை," என்று கூறிய பரிமல், எதையோ நினைத்துக் கொண்டவனாக, ஒரு குறும்புச் சிரிப்புடன், "நான் ஞாபகத்தில் வைத்திருக்கும் விஷயங்களை நான் ஒருபோதும் மறப்பதில்லை," என்று கூறினான்.

"அப்படி எதை நீங்கள் ஞாபகத்தில்

வைத்திருக்கிறீர்கள்? நீங்கள் ஏன் நமுட்டுச் சிரிப்பு சிரிக்கிறீர்கள்?"

"நேற்று இரவு நாகேந்திரர் தன்னுடைய சொந்தப் பெண்ணைத் தேடுவதுபோலப் பதற்றத்துடன் உங்களைத் தேடியதை நான் பார்த்தேன். உங்களை இழந்துவிடுவோமோ என்ற நினைப்பு அவரை பயங்கரமாக வாட்டிக் கொண்டிருந்தது. அவரைப் பற்றிய என்னுடைய கணிப்பு தவறு. அவர் உங்களை மிகவும் நேசிக்கிறார்," என்று பரிமல் தன் முகத்தில் ஒரு புன்னகையை மலரவிட்டவாறே கூறினான்.

அப்போது காருக்கு அருகே வந்த நாகேந்திரர், காரின் பின் கதவைத் திறந்து லிசாவின் அருகே அமர்ந்தார். லிசா அப்போதும் பலவீனமாக இருந்தாலும், ஆபத்தைக் கடந்திருந்தாள். நாகேந்திரர் லிசாவைக் கடுமையுடன் பார்த்தார். பிறகு அவர் பரிமலிடம் திரும்பி, "நாம் கிளம்பலாம்," என்றார்.

பரிமல் தான் திருடியிருந்த அந்தக் காரைக் கிளப்பிக் கொண்டே, "எங்கே போக வேண்டும்?" என்று கேட்டான்.

நாகேந்திரர் அவனிடம் ஒரு காகிதத்தை நீட்டினார். அதில் ஒரு முகவரி இருந்தது. பரிமல் அதைப் படித்துவிட்டு அந்த இடத்தை நோக்கிக் காரைச் செலுத்தினான்.

அவர்கள் ரூபகுண்டத்திலிருந்து சுமார் 40 கிலோமீட்டர் வந்தடைந்திருந்தபோது, ஒரு புறவழிச் சாலை குறுக்கிட்டது. நாகேந்திரர் பரிமலிடம் காரை நிறுத்துமாறு கூறிவிட்டு, அவர் மட்டும் அதிலிருந்து இறங்கிக் கொண்டார். "இருபத்தைந்து நாட்கள் கழித்து பரத்பூர் தேசியப் பூங்காவில் நான் உங்கள் இருவரையும் சந்திக்கிறேன். அதுவரை எச்சரிக்கையுடன் இருங்கள்!" என்று அவர் பரிமலிடம் கூறினார்.

லிசா அவரிடம், "நானும் உங்களுடன் வர விரும்புகிறேன்," என்று கூறினாள்.

அதற்கு நாகேந்திரர், "பெண் பெங்குயின் ஒருபோதும் தன் குட்டியைத் தனியாக வளர்க்காது. முட்டையைப் பாதுகாப்பதற்கு அதற்கு ஆண் பெங்குயினின்

உதவி தேவை. அவை தம் வாழ்நாள் முழுதும் ஒரு ஜோடியாகவே இருக்கும். ஏனெனில், அவற்றுக்கு வேறு வழி கிடையாது," என்று கூறிவிட்டு, திரும்பிப் பார்க்காமல் நடந்து செல்லத் தொடங்கினார்.

கார் மீண்டும் கிளம்பியது. உடனே லிசா பரிமலிடம், "அவர் எங்கே போகிறார்?" என்று கேட்டாள்.

"எனக்குத் தெரியாது. அவர் என்னிடம் எதுவும் சொல்லவில்லை."

"நாம் இப்போது எங்கே போகிறோம்?"

"மகாராஷ்டிரத்திலுள்ள ஷெட்பால் என்ற கிராமத்திற்குப் போகிறோம்."

"எதற்காக அங்குச் செல்கிறோம்?"

"ஏனென்றால், அங்கு என்னுடைய பரம்பரைச் சொத்தான ஒரு வீடு இருக்கிறது."

அதற்கு மேல் என்ன கேட்பது என்று அவளுக்குத் தெரியவில்லை. காரின் பின் சன்னல் வழியாக அவள் திரும்பிப் பார்த்தாள். நாகேந்திரர் நேர் எதிர்த் திசையில் நடந்து சென்று கொண்டிருந்தார்.

"அலெக்ஸா, கத்கோடத்திலுள்ள பந்த்நகர் விமான நிலையத்திற்குச் செல்வதற்கான வழியைச் சொல்."

"பந்த்நகர் விமான நிலையம் இங்கிருந்து 243 கிலோமீட்டர் தூரத்தில் இருக்கிறது. இதே வழியில் 600 மீட்டர் சென்று, பின் வலது புறம் திரும்பவும்." அலெக்ஸாவின் உலோகக் குரல் காரின் ஒலிபெருக்கியின் வழியாகக் கேட்டது.

"லிசா, நாம் விமான நிலையத்தை அடைவதற்குச் சில மணி நேரம் ஆகும். நீங்கள் பலவீனமாக இருக்கிறீர்கள். எனவே, சிறிது ஓய்வெடுத்துக் கொள்ளுங்கள். நாம் விமான நிலையத்தை அடைந்தவுடன் நான் உங்களை எழுப்புகிறேன்," என்று பரிமல் கூறினான். அவன் சாலையிலிருந்து தன் கண்களை விலக்காமலேயே ஒரு கையால் ஒரு சிப்ஸ் பாக்கெட்டையும் ஒரு தண்ணீர் பாட்டிலையும் லிசாவிடம் நீட்டினான்.

கயிலையில், பரசுராமர் கிருபாச்சாரியாரிடம் சூழ்நிலையை விளக்கினார். "நீங்களும் வந்து சேர்ந்துள்ளது குறித்து எனக்கு மகிழ்ச்சியே. துரதிர்ஷ்டவசமாக,

மானசரோவரும் ரூபகுண்டமும் நிரந்தரமாக அழிக்கப்பட்டுவிட்டன. நாம் இரண்டு வார்த்தைகளை இழந்துவிட்டோம். பாதுகாக்கப்பட வேண்டியவை ஏழு இடங்கள் என்றாலும், இப்போது நாம் நான்கு பேர்தான் இருக்கிறோம்." பின் அவர் அசுவத்தாமன் பக்கம் திரும்பி, "அசுவத்தாமா, நீ களத்தில் தேவைப்படுகிறாய். ஓம் சாஸ்திரி தயார் நிலையில் இல்லையென்றால், அவரை நாம் இங்கு விட்டுவிட்டுக் கிளம்ப வேண்டியதுதான். வேறு வழியில்லை," என்று கூறினார்.

"அவருடன் கழிப்பதற்கு எங்களுக்குக் கூடுதல் நேரம் தேவை," என்று அசுவத்தாமன் கூறினார்.

"இங்கிருந்து கிளம்புவதற்கு உனக்கு இருபது நாட்கள் இருக்கின்றன. அதற்குள் உன்னால் எவற்றைச் சாதிக்க முடியும் என்று பார். இப்போது நான் வியாசரைப் பார்த்துப் பேச வேண்டும்," என்று கூறிவிட்டுப் பரசுராமர் அங்கிருந்து சென்றுவிட்டார்.

அசுவத்தாமனின் கண்கள் கிருபாச்சாரியாரின் பக்கம் திரும்பின. "நாம் உடனடியாக இதைத் தொடங்கியாக வேண்டும்."

மிலரேபர் அவர்கள் மூவரையும் அங்கு விட்டுவிட்டு, விருஷாகபியின் நிலை எப்படி இருந்தது என்பதைப் பார்க்கச் சென்றார்.

அத்தியாயம் 10

நிழல் உருவம்

பின் இருக்கையில் அயர்ந்து தூங்கிக் கொண்டிருந்த லிசாவிடம், "எழுந்திருங்கள்!" என்று பரிமல் சத்தம் போட்டான். கண்களைக் கசக்கியவாறு எழுந்த லிசா, கார் ஒரு மருத்துவமனைக்கு வெளியே நின்று கொண்டிருந்ததைப் பார்த்தாள்.

"மருத்துவமனையில் நாம் என்ன செய்து கொண்டிருக்கிறோம்?" என்று அவள் கேட்டாள்.

"குழந்தை நலமாக இருக்கிறதா என்பதைப் பரிசோதித்துத் தெரிந்து கொள்வதற்காக நாம் இங்கு வந்திருக்கிறோம்."

லிசா இப்படிப்பட்ட உணர்ச்சிபூர்வமான வெளிப்பாடுகளுக்குப் பழக்கப்பட்டவள் அல்லள். அவள் தன் கைகளைப் பிசைந்தபடி, "நீங்கள் ஒரு வழமையான கணவனைப்போல என் சார்பாக முடிவெடுக்கத் தொடங்கிவிட்டீர்களா?" என்று சூடாகக் கேட்டாள். ஆனால், அதற்குப் பரிமலிடமிருந்து அப்படிப்பட்டதொரு முரட்டுத்தனமான பதில் வரும் என்று அவள் எதிர்பார்த்திருக்கவில்லை.

"எனக்கு உங்களைப் பற்றியோ அல்லது இந்தக் குழந்தையைப் பற்றியோ துளியும் அக்கறை கிடையாது. இதை நீங்கள் நன்றாகத் தெரிந்து கொள்ள வேண்டும். இது குறித்த என்னுடைய கண்ணோட்டம் இதுதான். நான் வெறுமனே உத்தரவுகளுக்குக் கீழ்ப்படிந்து நடந்து கொண்டிருக்கிறேன், அவ்வளவுதான். ஒன்று, நீங்கள் இப்போது இந்தக் காரிலிருந்து இறங்கி என்னோடு இந்த மருத்துவமனைக்கு வாருங்கள். அல்லது, நான் விமான நிலையத்திற்குச் சென்று, நீங்கள் ஒத்துழைக்க மறுத்துவிட்டதாக நாகேந்திரரிடம் கூறிவிடுகிறேன்."

அவனுடைய குரலின் தொனியைக் கேட்டு லிசா

அதிர்ச்சியடைந்தாள், அவளுடைய மனம் காயப்பட்டது. அவள் காரிலிருந்து இறங்கி, பரிமல் தன்னை வழிநடத்திச் செல்வதற்காகக் காத்திருந்தாள். பரிமல் தனக்கு இடப்பட்டிருந்த உத்தரவுகளை அப்படியே பின்பற்றிக் கொண்டிருந்தான். பரிசோதனையை விரைவாக முடிப்பதற்கு வசதியாக, கூட்டம் குறைவாக இருந்த ஒரு மருத்துவமனையை அவன் தேர்ந்தெடுத்திருந்தான். அவர்கள் அந்த மருத்துவமனைக்குள் நுழைந்து ஒரு டோக்கனைப் பெற்றுக் கொண்டு நேராக மகப்பேறுப் பிரிவுக்குச் சென்றனர். ஏனெனில், அந்தப் பிரிவில் வேறு எந்த நோயாளியும் இருக்கவில்லை.

அங்குத் தோழமையுடன் இருந்த ஒரு பெண் மருத்துவர் அவர்களை வரவேற்று, அவர்களைத் தன் எதிரில் அமரச் செய்தார்.

"கரு நலமாக இருக்கிறதா என்பதை உறுதி செய்து கொள்ளவே நாங்கள் இங்கு வந்துள்ளோம்," என்று பரிமல் நேரடியாக விஷயத்திற்கு வந்தான்.

அதைக் கேட்ட அந்த மருத்துவர், "கருவா? நீங்கள் பேசுவது விநோதமாக இருக்கிறது. எல்லோரும் குழந்தை என்றுதானே சொல்வர்?" என்று வியப்புடன் கேட்டார். பின் அவர் பரிமலிடம், "நீங்கள்தான் அப்பாவா?" என்று கேட்டார்.

"அவர் யாராக இருந்தால் என்ன? குழந்தை நன்றாக இருக்கிறதா இல்லையா என்பதை அதுவா தீர்மானிக்கப் போகிறது?" என்று லிசா வெடித்தாள்.

பரிமலால் லிசாவின் பதற்றத்தைப் புரிந்து கொள்ள முடிந்ததால், நிலைமையின் சூட்டைத் தணிக்கும் பொருட்டு, மருத்துவரிடம், "ஆமாம், நான்தான் அப்பா," என்று அவன் கூறினான்.

இது லிசாவை ஓரளவு அமைதிப்படுத்தியது. அவளுக்கு சோனோகிராம் பரிசோதனை மேற்கொள்ளப்பட்டது. எல்லாம் சரியாக இருந்ததாக அவர்களிடம் கூறப்பட்டது. அங்கிருந்து அவர்கள் விமான நிலையத்திற்குக் கிளம்பினர்.

கிட்டத்தட்ட அதே நேரத்தில், நாகேந்திரர் நீர்மூழ்கிக் கப்பலை அடைந்தார். தன்னுடைய

தனிப்பட்ட அறையை அவர் நெருங்கியபோது, கப்பல் ஊழியர் ஒருவர், அவருக்கு ஏதாவது தேவையா என்று கேட்பதற்காக அவருக்குப் பின்னாலேயே வந்தார். ஆனால், நாகேந்திரர் அந்த அறையின் கதவை மூடுவதற்குள் அந்த ஊழியரின் உடல் வெடித்துச் சிதறியது. அந்த அலங்கோலத்தைப் பார்த்த நாகேந்திரர், அந்த நபருடைய குடல் சேதமாகாமல் அப்படியே கிடந்ததைக் கண்டார். அதை எடுத்துக் கொண்டு அவர் அந்த அறைக்குள் நுழைந்து உட்புறமாகக் கதவைச் சாத்தினார். அவர் உள்ளே நுழைந்ததும் ஒரு பிரம்மாண்டமான உருவத்தின் நிழல் அவர்மீது படிந்தது. அது கிட்டத்தட்ட அந்த அறையின் பாதிப் பகுதியை இருட்டாக்கியிருந்தது. நாகேந்திரர் தன் கையில் வைத்திருந்த குடலை அந்த நிழலுக்குச் சொந்தக்கார உருவத்திடம் நீட்டினார்.

"நாம் இரண்டாவது வார்த்தையையும் பெற்றுவிட்டோம்," என்று நாகேந்திரர் கூறினார்.

அந்த உருவம் அவருக்கு அருகே வந்தது. அந்த வார்த்தையைத் தன்னிடம் ஒப்படைக்கும்படி அது கேட்டது. நாகேந்திரர் தன் இரண்டு கைகளையும் திறந்தார். அவற்றிலிருந்த வார்த்தையை அந்த உருவம் கிரகித்துக் கொண்டது.

"இனி வார்த்தைகளைப் பெறுவது இன்னும் கடினமாக இருக்கும். அவர்கள் உனக்கு எதிராகக் கூடுதலான நபர்களை ஏவிவிடுவர். அந்த இடங்களின் பாதுகாப்பு அதிகரிக்கப்பட்டிருக்கும். உன் குழு சிறுபான்மையாகிவிடும்," என்று எச்சரித்த அந்த உருவத்தின் கனத்தக் குரல் அந்த அறை முழுவதும் எதிரொலித்தது.

கயிலையில், ஓம் சாஸ்திரி தன்னுடைய கடந்தகால வாழ்க்கையையும் இரகசியங்களையும் கண்டறிய உதவுவதற்காக அசுவத்தாமனும் கிருபாச்சாரியாரும் அவருடன் சேர்ந்து தியானத்தில் அமர்ந்தனர். அவர்கள் மூவரும் விசும்புருவான உலகிற்குள் நுழைந்து, ஓம் சாஸ்திரியின் ஞாபகங்களை வழிமறித்துக் கொண்டிருந்த மூடிய கதவிற்கு முன்னால் போய் நின்றனர்.

"இதைத் திறப்பது ஒரு பிரச்சனையே அல்ல. ஆனால், இதைத் திறந்த நிலையில் வைத்திருப்பதுதான் இங்கு நமக்குள்ள சவால்," என்று அசுவத்தாமன் கூறினார்.

"சரி. கதவைத் திறவுங்கள்!" என்று கிருபாச்சாரியார் உத்தரவிட்டார்.

அசுவத்தாமனும் ஓம் சாஸ்திரியும் அந்தக் கதவைத் தள்ளித் திறந்தனர்.

கிருபாச்சாரியார் சில மந்திரங்களை முணுமுணுத்தார். அதனால், அசுவத்தாமன் தன் ஆற்றல் முழுவதையும் திரட்டிக் கொண்டு, திறந்த நிலையிலிருந்த அந்தக் கதவைச் சிறிது நேரம் பிடித்து வைத்திருந்தார். ஒரு பெரிய வெள்ளை நிறக் கோளம் கிருபாச்சாரியாரின் கைகளில் தோன்றியது. அதை அவர் அந்தக் கதவின் குறுக்கே வைத்தார். கதவு மீண்டும் மூடாமல் அது தடுத்தது.

அவர்கள் உள்ளே நுழைந்தனர். அங்குக் கடும் இருட்டாக இருந்தது. அவர்கள் சிறிது தூரம் உள்ளே சென்ற பிறகுதான் சுற்றியிருந்தவற்றை அவர்களால் பார்க்க முடிந்தது. அவர்கள் கடந்து சென்ற அனைத்தும் தெளிவற்று இருந்ததால், அவற்றிலிருந்து அவர்களால் எந்தவிதமான அர்த்தங்களையும் உருவாக்கிக் கொள்ள முடியவில்லை.

தரையில் ஒரு கைக்குழந்தை தனியாகக் கிடந்ததைக் கிருபாச்சாரியார் கண்டார். அக்குழந்தையின் இடது குதிகாலில் ஒரு பிறவி மச்சம் இருந்தது. அவர் அக்குழந்தையைத் தன் கையிலெடுத்து அதை நோக்கிப் புன்னகைத்தார். பின் அவர் அக்குழந்தையை ஓம் சாஸ்திரியிடம் கொடுத்துவிட்டு, அது யாரென்று அவரால் அடையாளம் காண முடிந்ததா என்று கேட்டார்.

"இல்லை. எனக்குத் தெரியவில்லை. இது நானா?" என்று ஓம் சாஸ்திரி கேட்டார்.

அக்குழந்தையை மீண்டும் தன் கைகளில் வாங்கிக் கொண்ட கிருபாச்சாரியார், ஓம் சாஸ்திரியிடம், "உங்களுடைய இடது காலைத் தூக்குங்கள்," என்றார்.

"எதற்காக?" என்று கேட்டுக் கொண்டே ஓம் சாஸ்திரி

தன்னுடைய இடது காலைத் தூக்கிக் காட்டினார்.

"இக்குழந்தையின் இடது குதிகாலில் ஒரு மச்சம் இருக்கிறது. உங்களுடைய காலில் இல்லை. அப்படியெனில், இது நீங்கள் அல்ல," என்று கிருபாச்சாரியார் கூறினார்.

"இது ஓம் சாஸ்திரி அல்ல என்றால், நாம் ஏன் அவருடைய கடந்தகாலத்தில் இந்தக் குழந்தையைப் பார்த்துக் கொண்டிருக்கிறோம்?" என்று அசுவத்தாமன் கேட்டார். அதே கேள்விதான் ஓம் சாஸ்திரியின் தலைக்குள்ளும் ஓடிக் கொண்டிருந்தது.

"ஒருவேளை, இந்தக் குழந்தை அவருடைய கடந்தகால வாழ்க்கையில் ஏதேனும் முக்கியப் பங்கு வகித்திருக்கலாம்," என்று கிருபாச்சாரியார் கூறினார்.

"எப்படி?" என்று கேட்ட ஓம் சாஸ்திரி, அதற்கான பதிலை அக்குழந்தையிடம் தேடுவதுபோல அதன் கண்களை உற்றுப் பார்த்தார்.

"அதைக் கண்டுபிடிப்பதற்கு ஒரே ஒரு வழிதான் இருக்கிறது. நாம் முன்னேறிச் செல்ல வேண்டும்."

கிருபாச்சாரியார் அக்குழந்தையைக் கீழே வைப்பதற்காகக் குனிந்தபோது, ஒரு வெள்ளை வேட்டி அணிந்திருந்த ஒரு கிராமவாசி அவர்களை அணுகினார். தன் பெயர் விஷ்ணுயாசர் என்று அவர் தன்னை அவர்களிடம் அறிமுகப்படுத்திக் கொண்டார். பின், அவர் ஒரு புன்னகையோடு, அக்குழந்தையை வாங்கிக் கொள்ளும் நோக்கத்துடன் தன் கைகளை மென்மையாக நீட்டினார். கிருபாச்சாரியார் மகிழ்ச்சியுடன் அந்தக் குழந்தையை அவரிடம் கொடுத்தார்.

வாசற்கதவில் அவர்கள் செருகியிருந்த கோளத்தில், அழுத்தத்தின் காரணமாகக் கீறல்கள் விழத் தொடங்கின. அவர்களுக்கு நேரம் குறைவாகவே இருந்தது. "நாம் முன்னே செல்ல வேண்டும்," என்று கூறிவிட்டுக் கிருபாச்சாரியார் முன்னால் நடந்தார். மற்ற இருவரும் அவரைப் பின்தொடர்ந்தனர்.

அவர்கள் மூவரும் சிறிது தூரம் சென்றவுடன், தவழ்ந்து கொண்டிருந்த ஒரு குழந்தையை அவர்கள் அங்குப் பார்த்தனர். அதற்கு அருகே ஒரு பெண்மணி

தனக்குக் கிடைத்திருந்த பொருட்களைக் கொண்டு உணவு தயாரித்துக் கொண்டிருந்தாள். அந்தக் குழந்தையின் இடது குதிகாலிலும் அதே மச்சம் இருந்தது.

அசுவத்தாமன் ஓம் சாஸ்திரியைப் பார்த்து, "இப்போது நாம் மேலும் இரண்டு ஆண்டுகள் உங்களுடைய ஞாபகத்திற்குள் வந்திருக்கிறோம் என்று தோன்றுகிறது," என்று கூறினார்.

அப்போது ஒரு குருவி அந்தக் குழந்தையை நோக்கிப் பறந்து வந்ததை அசுவத்தாமன் கவனித்தார். அந்தப் பறக்கும் விளையாட்டுச் சாமான் என்னவென்று அக்குழந்தை ஆர்வத்துடன் பார்த்தது. அந்தக் குருவி அக்குழந்தையை நெருங்கியது. ஆனால், அப்பெண்மணி சமையலில் மும்முரமாக இருந்தாள். அக்குழந்தை அந்தக் குருவியைப் பிடித்து அதனோடு சிரித்து விளையாடத் தொடங்கியது. சில நிமிடங்களுக்குப் பிறகு, திடீரென்று, எதிர்பாராத கோபம் அக்குழந்தையை ஆட்கொண்டது. உடனே அது அந்தப் பறவையின் இரண்டு சிறகுகளையும் வெடுக்கென்று பிய்த்து வீசியது. அந்தக் குருவி வலியால் அலறியது. அதன் சத்தத்தை அடக்குவதற்கு அக்குழந்தை அதன் கழுத்தை முறித்தது. பற்பல ஆண்டுகளாகப் பல விதமான குரூரங்களைக் கண்டிருந்த கிருபாச்சாரியாரும் அசுவத்தாமனும்கூட அக்குழந்தையின் அடாவடித்தனமான, குரூரமான செயலைக் கண்டு ஆடிப் போய்விட்டனர்.

அசுவத்தாமன் அதில் தலையிடுவதற்காக ஓரடி முன்னே நகர்ந்தார். ஆனால், கிருபாச்சாரியார் அவரைத் தடுத்துவிட்டார். "அசுவத்தாமா! இவை ஓம் சாஸ்திரியின் கடந்தகால ஞாபகங்கள். இக்குழந்தையின் நடத்தை உட்பட அனைத்தும் நடந்து முடிந்துவிட்டவை. இங்குள்ளவற்றை நாம் மாற்றினால், அவை வருங்கால நிகழ்வுகள் அனைத்தின்மீதும் தாக்கம் ஏற்படுத்தும். நாம் இங்கு வந்துள்ளது விஷயங்களைத் தெரிந்து கொள்வதற்காகத்தானே அன்றி, எதையும் மாற்றுவதற்காக அல்ல."

அசுவத்தாமன் கிருபாச்சாரியாரின் உத்தரவுக்குக் கட்டுப்பட்டு நின்றுவிட்டபோதிலும், அவர் தொடர்ந்து

அச்சிறுவனையே பார்த்துக் கொண்டிருந்தார். அச்சிறுவனும் பதிலுக்கு அசுவத்தாமனை முறைத்துப் பார்த்தான். ஓம் சாஸ்திரி அசுவத்தாமனிடம், "அவனை அப்படிப் பார்க்காதீர்கள், அது எனக்கு அசௌகரியமூட்டுகிறது," என்று கூறினார்.

அவர்கள் விரைந்து செயல்பட வேண்டும் என்பதைக் கிருபாச்சாரியார் அறிந்திருந்தார். அவர்கள் திரும்ப எத்தனித்தபோது, ஒரு குட்டி யானையின் காலடித் தடங்களை அவர்கள் கண்டனர். அவற்றைப் பின்தொடர்ந்து சென்றபோது, அவர்கள் அதே குழந்தையின் நான்கு வயது வடிவத்தைக் கண்டனர். அக்குழந்தை ஒரு குட்டி யானையோடு விளையாடிக் கொண்டிருந்தது.

அவர்கள் அக்காட்சியைப் புரிந்து கொள்வதற்கு முன், வாசற்கதவின் குறுக்கே இருந்த கோளம் உடையத் தொடங்கியது. கதவு மெதுவாகச் சாத்தப்பட்டுக் கொண்டிருந்தது. அதனால், உடனே திரும்பும்படி அவர் மற்ற இருவரிடமும் கூறினார்.

அவர்கள் மூவரும் படுவேகமாகக் கதவை நோக்கி ஓடினர். அக்கதவு மூடுவதற்குள் தங்களால் கண்டிப்பாக வெளியேறிவிட முடியும் என்று அவர்கள் நம்பினர். ஆனால், அப்போது அவர்கள் எதிர்பார்த்திராத ஒன்று நடந்தது. உள்ளே செல்லும் வழியில் அவர்கள் எதிர்கொண்டிருந்த நபர்களும் விலங்குகளும் ஒரு படையைப்போல அவர்களைத் துரத்திக் கொண்டு வந்தனர். யானையோடு, புலி, குதிரை, பாம்பு, காளை, மயில் ஆகிய விலங்குகள் காட்டுக்கூச்சல் போட்டுக் கொண்டு அவர்களை நோக்கிப் பாய்ந்து வந்தன. விஷ்ணுயாசர் உட்பட மொத்தக் கிராமத்தினரும் நாற்புறங்களிலிருந்தும் அவர்களைச் சூழ்ந்து கொண்டு பெரும் கூச்சலிட்டனர்.

அவர்கள் கடக்க வேண்டியிருந்த தூரம் குறைவாக இருந்தாலும், அது கிட்டத்தட்ட இயலாத காரியமாக ஆகியிருந்தது. ஏனெனில், இப்போது அந்தக் கதவுக்கும் அவர்கள் மூவருக்கும் இடையே அந்த மொத்தப் படையும் நின்று கொண்டிருந்தது. அக்கதவு முழுவதுமாக

மூடுவதற்குள் அவர்கள் அங்கிருந்து வெளியேறியாக வேண்டியிருந்தது. அதே சமயம், அங்கிருந்தவர்கள் எவரையும் காயப்படுத்தாமல் அவர்கள் அதைச் செய்தாக வேண்டியிருந்தது.

யானை, புலி, காளை, பாம்பு ஆகியவற்றைக் கிருபாச்சாரியார் எதிர்கொண்டார். குழந்தைகள், பெண்கள் மற்றும் ஆண்கள் அடங்கிய அந்தக் கிராமத்தினர் அனைவரிடமிருந்தும் தன்னையும் ஓம் சாஸ்திரியையும் காத்துக் கொள்ள அசுவத்தாமன் முயன்றார். அங்கு அவர்களுக்கு மேலாக வட்டமிட்டுக் கொண்டிருந்த ஒரு முதியவர் அவர்கள் அனைவரையும் அவதானித்துக் கொண்டிருந்தார். குறிப்பாக, மினுமினுத்துக் கொண்டிருந்த அவருடைய கண்கள் ஓம் சாஸ்திரியின்மீது நிலைகுத்தி இருந்தன. அவரைப் பற்றி மற்ற இருவரிடமும் எச்சரிக்க அவர் முயன்றபோது, அவர்கள் தங்களையும் ஓம் சாஸ்திரியையும் காப்பதில் தங்கள் கவனத்தைக் குவித்திருந்ததை அவர் கண்டார். ஓம் சாஸ்திரியின் கண்களும் அந்த முதியவரின் கண்களும் ஒன்றையொன்று வெறித்துப் பார்த்தன. கிருபாச்சாரியார் பளிச்சென்ற வெள்ளை ஒளி ஒன்றை உருவாக்கினார். அது அங்கிருந்தவர்களின் கண்களை பயங்கரமாகக் கூசச் செய்ததால், அவர்களால் இந்த மூவரையும் பார்க்க முடியவில்லை. அவர்கள் மூவரும் சரியாக அந்தக் கோளம் உடைந்து கதவு சாத்திக் கொள்வதற்கு ஒரு கணத்திற்கு முன்பாக வெளியே ஓடி வந்தனர். அவர்கள் வெளியேறுவதற்கு முன்பாக ஓம் சாஸ்திரி அந்த முதியவரை ஒரு கணம் திரும்பிப் பார்த்தார். அவர் அந்த வெள்ளை ஒளியால் பாதிக்கப்பட்டிருக்கவில்லை. மாறாக, அவர் தொடர்ந்து ஓம் சாஸ்திரியையே வெறித்துக் கொண்டிருந்தார்.

அவர்கள் தங்களுடைய விசும்புருவத்தை உதறிவிட்டுத் தங்களுடைய பூத உடலுக்குள் புகுந்து கொண்ட பிறகு தங்களுடைய கண்களைத் திறந்தனர். அங்கு அவர்கள் பார்த்திருந்த காட்சிகள் கிருபாச்சாரியாருக்குக் கடும் கோபத்தையும் சஞ்சலத்தையும் ஏற்படுத்தியிருந்தன. அவர் அசுவத்தாமனிடம் ஓம் சாஸ்திரியைச்

சுட்டிக்காட்டி, "இவரைப் பற்றிய அத்தனை விபரங்களும் எனக்குத் தெரிந்தாக வேண்டும். இவர் தன்வந்திரியைச் சந்திப்பதற்கு முன்பிருந்த இவருடைய அனைத்து ஞாபகங்களும் வேண்டுமென்றே பூட்டி வைக்கப்பட்டுள்ளன. அதற்கான நோக்கம் என்ன என்பது நமக்குத் தெரிந்தால்தான், நாம் எதை எதிர்த்துப் போராடிக் கொண்டிருக்கிறோம் என்பதை நம்மால் புரிந்து கொள்ள முடியும். ஓம் சாஸ்திரி ஏதோ எதேச்சையாக தன்வந்திரியின் பரிசோதனைக்கு ஆட்படுத்தப்பட்டு வெற்றிகரமாக மரணத்தை வென்ற ஒருவராக ஆகிவிடவில்லை. தன்வந்திரி மிலரேபரை உன்னிடமும் பரசுராமரிடமும் அனுப்பி வைத்ததற்குப் பின்னால் ஒரு வலுவான காரணம் இருந்தாக வேண்டும். நமக்குத் தெரியாத அந்த விஷயம் கண்டிப்பாக மிலரேபருக்குத் தெரிந்திருக்க வேண்டும். அதனால், அவரை அழைத்து வா," என்று கூறினார். அசுவத்தாமன் எழுந்து வெளியே சென்றபோது, கிருபாச்சாரியாரும் உடன் சென்றார். போகும்போது, அங்கேயே இருக்குமாறு அவர் ஓம் சாஸ்திரிக்குச் சைகை செய்துவிட்டுச் சென்றார். ஓம் சாஸ்திரி தான் பார்த்திருந்த முதியவரைப் பற்றியே யோசித்துக் கொண்டிருந்தார். வெளியே வந்த கிருபாச்சாரியார், அசுவத்தாமனைத் தடுத்து நிறுத்தி, "அசுவத்தாமா! நாம் அனைவரும் நினைத்திருந்ததைவிட படுசிக்கலான ஒன்றாக இது இருக்கிறது. அதனால், நான் இல்லாமல் நீ தனியாக ஓம் சாஸ்திரியுடன் அவருடைய நினைவுக்குள் செல்லக்கூடாது. இது என் உத்தரவு!" என்று கூறினார். பின் அவர் மீண்டும் அந்த அறைக்குள் வந்து ஓம் சாஸ்திரியுடன் சேர்ந்து கொண்டார்.

பரிமலும் லிசாவும் சுமார் இரண்டு மணி நேரம் ஒருவரோடு ஒருவர் பேசாமல் அடுத்தடுத்த இருக்கைகளில் அமர்ந்து கொண்டு பூனே விமான நிலையத்தில் வந்திறங்கினர். அங்கிருந்து சுமார் 200 கிலோமீட்டர் தூரத்திலிருந்த ஷெட்பால் கிராமத்திற்கு அவர்களை அழைத்துச் செல்ல ஒரு பழைய பாடாவதி வாடகைக் கார் தயாராக நின்று கொண்டிருந்தது. கார் கிளம்பிய உடனேயே, லிசா தன் மடிக்கணினியை

வெளியே எடுத்து, அந்தக் கிராமத்தைப் பற்றித் தெரிந்து கொள்ள முயன்றாள். அந்த மருத்துவமனைக்கு வெளியே பரிமல் அவளிடம் நடந்து கொண்டிருந்த விதத்தின் காரணமாக அவர்கள் இருவருக்கும் இடையே ஒரு பனிப்போர் நடந்து கொண்டிருந்தது. லிசாவின் கணினிக்குள் எட்டிப் பார்த்தப் பரிமல், தங்களுக்கு இடையே அரங்கேறிக் கொண்டிருந்த மௌன யுத்தத்தை முடிவுக்குக் கொண்டுவருவதற்கான முயற்சியில் இறங்கினான்.

"நான் உங்களிடம் ஒன்று கேட்கலாமா?" என்று அவன் அவளிடம் கேட்டான்.

அவள் தன் பார்வையைத் தன் கணினியிலிருந்து எடுக்காமலேயே, " என்ன?" என்று கேட்டாள்.

"சர்ப்பதி மற்றும் லோபக்ஷ் பற்றியும், என்னுடைய முன்னோர்களைப் பற்றியும், அவர்களுக்கு நாகேந்திரருடன் இருந்த கர்மத் தொடர்புகள் பற்றியும் நான் கூறியபோது, அந்தக் கதை உங்களுக்கு ஏற்கனவே தெரியும் என்று நீங்கள் கூறினீர்கள். ஆனால், அக்கதை ஒருபோதும் எங்களுடைய குடும்பத்திற்கு வெளியே சொல்லப்பட்டிருக்கவும் இல்லை, ஆவணப்படுத்தப்பட்டிருக்கவும் இல்லை. அது எப்போதும் ஒரு தலைமுறையிலிருந்து அடுத்தத் தலைமுறைக்குக் கடத்தப்பட்டு வந்துள்ளது. அப்படியிருக்கும்போது, உங்களுக்கு அந்தக் கதை எப்படித் தெரிய வந்தது?" என்று பரிமல் அவளிடம் கேட்டான். அவளுடைய கண்கள் அங்குமிங்கும் அலைபாய்ந்து கொண்டிருந்ததை வைத்து, அவள் பதற்றத்துடன் இருந்ததையும், தனக்கு எத்தகைய பதிலை அளிக்கலாம் என்று அவள் சிந்தித்துக் கொண்டிருந்ததையும் அவன் புரிந்து கொண்டான்.

"நான் இதை நாகேந்திரரிடமிருந்து கேட்டிருந்தேன். ஆனால், அது எப்போதுமே இரவில் என்னைத் தூங்க வைப்பதற்காகக் கூறப்பட்டக் கற்பனைக் கதை என்றே நான் நினைத்து வந்திருந்தேன்."

"நாகேந்திரர் உங்களுக்கு இரவில் கதை கூறினாரா? அப்படியானால், நீங்கள் எவ்வளவு காலமாக அவருடன் இருந்து வருகிறீர்கள்?" லிசா தன் இருக்கையில்

நெளிந்தாள். அது அவளுக்கு அசௌகரியம் ஏற்படுத்திய இன்னொரு கேள்வி என்பது அவனுக்குப் புரிந்தது.

"எனக்கு நினைவு தெரிந்த காலத்திலிருந்தே! அவர் என்னைத் தன்னுடைய. . ."

"அவர் உங்களைத் தன்னுடைய சொந்த மகளாக வளர்த்து வந்தார், அப்படித்தானே?"

தனக்கும் நாகேந்திரருக்கும் இடையேயான உறவைப் பற்றிய விவாதத்தைத் தவிர்ப்பதற்காக, இணையத்தில் ஷெட்பால் கிராமத்தைப் பற்றிய தகவல்களைத் தேடுவதில் லிசா கவனம் செலுத்தினாள்.

"இது உண்மையா?" என்று அவள் திடுதிடுப்பென்று கேட்டாள்.

"எது?"

"இணையத்தில் ஷெட்பால் கிராமத்தைப் பற்றி இப்படிக் குறிப்பிடப்பட்டுள்ளது: 'அங்குப் பாம்புகள் நடமாடுவதற்கு எந்தவிதமான கட்டுப்பாடுகளும் கிடையாது. சுமார் 2,600 கிராமவாசிகளைக் கொண்ட அந்தக் கிராமத்தில், எவரும் ஒருபோதும் அவற்றைத் தொந்தரவு செய்தது கிடையாது. இன்னும் சொல்லப் போனால், நல்ல பாம்புகள் அந்தக் கிராமத்தின் ஒவ்வொரு வீட்டிலும் அவ்வீட்டின் உறுப்பினர்களைப்போல நடத்தப்படுகின்றன. பாம்புகளும் சரி, அந்த மக்களும் சரி, ஒருவரைப் பார்த்து ஒருவர் பயப்படுவது கிடையாது.

" 'அங்குள்ள மக்கள் இன்னும் ஒரு படி மேலே போய், தங்களுடைய வீட்டில் எந்நேரமும் பாம்புகள் வந்து தங்குவதற்காகவே, 'தேவஸ்தானம்' என்று அழைக்கப்படுகின்ற ஓரிடத்தைக் கட்டி வைத்திருக்கிறார்கள். அந்த ஊரில் புதிதாக வீடு கட்டுபவர்களும் தங்களுடைய வீட்டில் இப்படி ஓரிடத்தை ஒதுக்கி வைப்பதை வழக்கமாக்கிக் கொண்டுள்ளனர். அந்தக் கிராமத்தில் இந்தக் கலாச்சாரம் எப்போது உருவானது என்பது எவருக்கும் தெரியாது,' " என்று லிசா கூறி முடித்தாள்.

பரிமல் அவளிடம், "லிசா, நீங்கள் என் கேள்விக்கு பதிலளிக்க விரும்பவில்லை என்று நேரடியாக என்னிடம் கூறிவிடலாமே! எதற்காக இப்படி நீட்டி முழக்கி ஒரு

கேள்வியை என்னிடம் கேட்க வேண்டும்?" என்று கேட்டான்.

அது லிசாவிடம் ஒரு லேசான குற்றவுணர்வை ஏற்படுத்தியது. அதனால், பரிமல் அவளைச் சிறிது விட்டுப் பிடிக்கலாம் என்று நினைத்து, அந்தக் கிராமத்தைப் பற்றிய அவளுடைய சந்தேகங்களைத் தீர்க்க முனைந்தான். "இப்போது நீங்கள் படித்த அனைத்து விஷயங்களும் உண்மைதான். இந்தக் கிராமம் என் முன்னோர்களால் உருவாக்கப்பட்டது. சுமார் 250 குடும்பங்களைக் கொண்ட அந்த மொத்தப் பகுதியும் எங்களுக்குச் சொந்தமானது. பழங்காலத்தில் நிலக்கிழார்கள் மொத்தக் கிராமத்தையும் தங்களுக்குச் சொந்தமாக வைத்திருந்தார்களே, அதைப் போன்றதுதான் இதுவும்."

அவர்கள் ஷெட்பால் கிராமத்தை அடைந்தவுடன், அந்தக் கார், மாளிகைபோல இருந்த ஒரு பழைய பாணி வீட்டின் வாசலில் வந்து நின்றது. அந்த வீட்டின் முதிய மேலாளர், பயபக்தியுடன் லிசாவுக்குக் கார் கதவைத் திறந்துவிட்டார். அலங்கார வேலைப்பாடுகளுடன்கூடிய சீருடையில் இருந்த பல பணியாளர்கள், வாசலில் நின்று ஒரு புன்னகையுடன் அவர்களை வரவேற்றனர். பரிமல் அந்த மேலாளரை லிசாவுக்கு அறிமுகம் செய்து வைத்தான். "இவர் பெயர் சுபேந்திரர்! இவர் இந்த மாளிகையின் பொறுப்பாளர். இங்குள்ள பணியாளர்களிலேயே மூத்தவர் இவர். கடந்த மூன்று தலைமுறைகளாக இந்தக் குடும்பத்திற்கு இவர் சேவை புரிந்து வந்துள்ளார்."

லிசா சந்தோஷத்தில் கத்த வேண்டும் என்ற உணர்வை அடக்கிக் கொண்டு, "ஏதோ ஓர் உல்லாசபுரிக்கு விடுமுறைக்காக வந்துள்ளது போன்ற உணர்வு எனக்கு ஏற்பட்டுள்ளது," என்று கூறினாள்.

"அது உண்மைதான். ஆனால், இது ஓர் உல்லாசபுரி அல்ல. இது என் வீடு," என்று பரிமல் பெருமையுடன் கூறினான்.

நாகேந்திரரிடமிருந்து ஒரு வேலைக்காரனைப்போல உத்தரவுகளைப் பெற்றுக் கொண்டிருந்த பரிமல்,

உண்மையிலேயே ஒரு இராஜ வாழ்க்கை வாழ்ந்து கொண்டிருந்ததாக அவளுக்குத் தோன்றியது. அவளிடம் அந்த உணர்வு ஏற்பட்டதைக் கண்ட பரிமல், அதைப் புரிந்து கொண்டதுபோல அவளை நோக்கிப் புன்னகைத்தான். பின் அவளுடைய காதில், “உங்கள் மனத்தில் ஓடுகின்ற எண்ணத்தை என்னால் படிக்க முடிகிறது. ஆனால், நிஜத்திலும் நான் அவருக்கு ஒரு பணியாளன்தான். ஏனெனில், இங்கு நீங்கள் பார்த்துக் கொண்டிருக்கின்ற அனைத்தும் எங்களுக்கு அவர் போட்டப் பிச்சை,” என்று கிசுகிசுத்தான்.

அங்கிருந்தவர்கள் அவர்கள் இருவருக்கும் ஒரு மகத்தான வரவேற்பு வழங்கினர். அந்த வீட்டின் வெளிப்புறம் ஓர் அரண்மனையைப்போல வேலைப்பாடுகளுடன் இருந்தது. அங்கிருந்த புல்வெளியின் நடுவில் ஒரு பெரிய நீரூற்று இருந்தது. அதன் தெளிந்த நீரில் வண்ணமயமான மலர்கள் மிதந்து கொண்டிருந்தன. அந்த வீட்டின் வாசற்கதவின் வழியாக அவள் அழைத்துச் செல்லப்பட்டபோது, அவள் ஒரு இராணியைப்போல உணர்ந்தாள். அங்கிருந்த அறைகளின் கூரைகள் மிக உயரமாக இருந்தன. அறைகலன்கள் வேலைப்பாடுகளுடன் இருந்தன. உணவுப் பதார்த்தங்கள் வெள்ளிப் பாத்திரங்களில் பரிமாறப்பட்டன. பெரிய சன்னல்களின் வழியாக உள்ளே நுழைந்த சூரிய வெளிச்சம் எல்லாவற்றுக்கும் தங்க முலாம் பூசிக் கொண்டிருந்தது. மேல் மாடிகளுக்குச் செல்வதற்கு ஒரு பிரம்மாண்டமான படிக்கட்டு அமைக்கப்பட்டிருந்தது. கீழ்த்தளத்தில் பெரிய தாழ்வாரங்களும், பல பெரிய, காற்றோட்டமான அறைகளும் இருந்தன. தாழ்வாரங்களில் பல அழகிய ஓவியங்கள் நுணுக்கமான வேலைப்பாடுகளுடன் இருந்த வெள்ளிச் சட்டங்கள் போடப்பட்டுச் சுவர்களில் மாட்டப்பட்டிருந்தன. அவற்றில் ஒன்றைப் பார்ப்பதற்காக லிசா நின்றாள். அங்கு மாட்டப்பட்டிருந்த ஓவியங்களில் இருந்த அனைவரும் ஒரே சாடையில் இருந்தனர்.

அவள் அதைப் பார்த்துக் கொண்டிருந்தபோது, அந்த மேலாளர் அந்த ஓவியங்களைப் பற்றி விவரித்தார்.

“இங்குள்ள படங்களில், ஒரு இராஜா, அவருடைய செல்லப்பிராணி, மற்றும் அந்தப் பிராணியைக் கட்டி மேய்க்கின்ற ஒருவர் இடம் பெற்றிருப்பர்.” அந்தப் பிராணிகளைப் பார்த்துக் கொண்டிருந்த நபர்கள், எல்லா ஓவியங்களிலும் புகைப்படங்களிலும் தங்களுடைய முகங்களை மறைத்து ஒரு துணியைக் கட்டியிருந்தனர். இந்த வீட்டில் அனைத்து விதமான விலங்குகளும் செல்லப்பிராணிகளாக வளர்க்கப்படுவது உண்டு என்று கூறிய அவர், ஒரு குறிப்பிட்ட ஓவியத்தைச் சுட்டிக்காட்டி, “எடுத்துக்காட்டாக, இதில் சங்கிலியில் பிணைக்கப்பட்டுள்ள செல்லப்பிராணி ஒரு முதலை. இதில் அமர்ந்திருப்பவர் மன்னர் கிருதவீர்யன். இது 1687 இல் வரையப்பட்டது. அதற்காக அவர் ஒரு வீட்டின் பின்புறம் ஒரு குட்டையையே வெட்டினார்,” என்று விளக்கினார். அவர் இன்னோர் ஓவியத்தைச் சுட்டிக்காட்டி, “இவர் மன்னர் விஸ்வஜித். இவருடைய செல்லப்பிராணி ஓர் எறும்புதின்னி,” என்று கூறினார்.

லிசா அதைப் பார்த்துக் கொண்டிருந்தபோது, பரிமல் வந்து, “உணவு தயாராகிவிட்டது. சாப்பிட வாருங்கள்,” என்று அழைத்தான்.

அவள் அந்த மேலாளரைப் பார்த்துப் புன்னகைத்துவிட்டு, பரிமலுடன் சேர்ந்து உணவருந்தும் அறைக்குச் சென்றாள். அந்த அறையின் சுவர்களிலும் தாழ்வாரத்தில் அவள் பார்த்திருந்ததைப் போன்ற படங்கள் இடம்பெற்றிருந்தன. ஆனால், அவை புகைப்படங்களாக இருந்தன. அவை சற்றுப் பெரிதாகவும் இருந்தன. அவற்றில் சில கருப்பு-வெள்ளையில் இருந்தன. அவள் உட்கார்வதற்காக ஒரு பணிப்பெண் ஒரு நாற்காலியை இழுத்துப் போட்டாள். லிசா உட்கார்ந்த பிறகும், அவளுடைய கண்கள் அந்தப் புகைப்படங்களின்மீதே இலயித்திருந்ததைக் கண்ட பரிமல், அவளிடம் அதை விளக்கினான். “இவை அனைத்தும் என் முன்னோர்களின் படங்கள் என்பதை நீங்கள் ஊகித்திருப்பீர்கள். தாழ்வாரத்தில் நீங்கள் பார்த்தவை பதினாறு மற்றும் பதினேழாம் நூற்றாண்டுகளைச் சேர்ந்தவை. இங்குள்ளவை

பதினெட்டு மற்றும் பத்தொன்பதாம் நூற்றாண்டுகளைச் சேர்ந்தவை. உங்களுக்கு நேர் பின்னால் இருக்கும் புகைப்படத்தில் இருப்பவர் என் தந்தை."

லிசா திரும்பிப் பார்த்தாள். அதில் இருந்த நபருக்கு சுமார் நாற்பது வயது இருக்கும். அவருக்குப் பக்கத்தில் ஒரு வெள்ளை நிற மான் இருந்தது. லிசா அதையே பார்த்துக் கொண்டிருந்ததைக் கண்ட பரிமல், அதைப் பற்றிக் கூறினான்.

"நான் ஒரு சிறுவனாக இருந்தபோது எனக்கு இந்த மானை மிகவும் பிடிக்கும். அதன் நிறத்தின் காரணமாக நான் அதற்கு 'பாதல்' என்று பெயரிட்டேன். மேகம் என்பது அதன் பொருள். எனக்கு அப்போதிருந்த ஒரே தோழன் அந்த மான் மட்டுமே. நான் அந்த மானுடன் நாள் முழுவதும் விளையாடிக் கொண்டிருப்பேன். எனக்கு ஆறு வயதாக இருந்தபோது அது இறந்துவிட்டது. அதற்குப் பிறகு என் அப்பா வேறு எந்தச் செல்லப்பிராணியையும் வீட்டிற்குள் கொண்டுவரவில்லை. செல்லப்பிராணிகளை வளர்க்கின்ற பரம்பரைப் பழக்கத்திற்கு அத்துடன் ஒரு முற்றுப்புள்ளி வைக்கப்பட்டது."

"உங்கள் தட்டில் உணவைப் பரிமாறலாமா?" என்று ஒரு பணிப்பெண் கேட்டபோதுதான் லிசா மீண்டும் இவ்வுலகிற்குத் திரும்பி வந்தாள். பிறகு ஒரு புன்னகையுடன், "சரி," என்று அவள் கூறினாள்.

"நாம் ஏன் இங்கு வந்திருக்கிறோம்?" என்று லிசா பரிமலிடம் கேட்டாள்.

பரிமல் அருகிலிருந்த மேலாளரை ஏறிட்டுப் பார்த்தான். என்ன செய்ய வேண்டும் என்பதை அவர் அறிந்திருந்தார். அவர் உடனே அங்கிருந்த பணிப்பெண்களை வெளியேற்றினார்.

"நான் சர்ப்பதியைப் பற்றியும் லோபக்ஷைப் பற்றியும் உங்களிடம் கூறியிருந்தது உங்களுக்கு நினைவிருக்கிறதா?" என்று பரிமல் கேட்டான்.

"ஆமாம்."

"அந்தக் கதை இந்தக் கிராமத்தில்தான் தொடங்கியது. சர்ப்பதி ஒரு பாம்பின் உடலோடு இருந்தாள். அவளுடைய மகன் லோபக்ஷ் ஒரு மனித

உடலோடு இருந்தான். அவர்கள் ஒன்றாக வாழ்ந்து வந்தனர். இங்குள்ள மக்கள் பாம்புகளுடன் சேர்ந்து வாழ்கின்ற பழக்கமும், வீட்டுக்குள் தேவஸ்தானம் அமைக்கின்ற வழக்கமும் அப்படித்தான் ஏற்பட்டன. எங்களுடைய குலதெய்வம் பகவதியம்மன். எங்களுடைய காவல் தெய்வம் பாம்பு. இன்னும் மூன்று நாட்களில் பகவதிக்கான வருடாந்திரத் திருவிழா வருகிறது. அந்நாள், திருமணம் மற்றும் வளைகாப்பு நிகழ்ச்சிகளுக்கு உகந்த நாளாகக் கருதப்படுகிறது. அந்நாளில், பகவதியம்மனே திருமணத்தையும், தாயையும் அவள் வயிற்றில் வளர்கின்ற கருவையும் வாழ்த்துவாள் என்று நம்பப்படுகிறது. அதனால்தான், நாகேந்திரர் நம்மை இங்கு அனுப்பி வைத்துள்ளார்."

"என்ன சொல்கிறீர்கள், பரிமல்? மூன்று நாட்களில் நமக்குத் திருமணமா?" என்று லிசா பதற்றத்தோடு கேட்டாள்.

"மூன்று நாட்களில் அல்ல. நம்முடைய திருமணம் நாளை நடைபெறவிருக்கிறது. இக்குடும்பத்தின் வம்சாவளியைச் சேர்ந்த ஒருவனை ஒரு பெண் திருமணம் செய்து கொள்ளும்போதுதான், தன் உள்ளங்கையில் சாவித் துவாரக் கண்களைக் கொண்டிருக்கும் ஒரு குழந்தையை அவள் கருத்தரிக்க பகவதி அருள் புரிவாள். ஆண்டுக்கு ஒரு முறை மட்டுமே வருகின்ற இந்த நாளில், ஒன்று, அப்பெண்ணின் திருமணம் நடைபெறும் அல்லது அவளுடைய வளைகாப்பு நிகழ்ச்சி நடைபெறும். இதை இன்னும் தெளிவாக எப்படி விளக்குவது என்பது எனக்குத் தெரியவில்லை. இத்திருமணத்தின் மூலம் நீங்கள் இந்தக் குடும்பத்தின் ஓர் உறுப்பினராக ஆகிவிடுவீர்கள். அப்போது இக்குடும்பத்தின் அனைத்து இரகசியங்களையும் தெரிந்து கொள்கின்ற உரிமை உங்களுக்குக் கிடைக்கும். அந்த விஷேசக் குழந்தையை நீங்கள் பெற்றெடுக்க பகவதி அருள் பாலிப்பாள்."

"இவற்றையெல்லாம் நீங்கள் ஏன் முதலிலேயே என்னிடம் கூறவில்லை?" என்று லிசா கோபமாகக் கேட்டாள்.

தன் செயலை நியாயப்படுத்தும் விதமாக,

“ஏனெனில், நான் அதற்கு அனுமதிக்கப்படவில்லை,” என்று பரிமல் கூறினான்.

“வேறு என்னென்னவெல்லாம் என்னிடமிருந்து மறைக்கப்பட்டுள்ளன?” என்று அவள் சீறினாள்.

“நான் உங்களிடம் கூறுவதற்கு அனுமதிக்கப்பட்டிருந்த அனைத்தையும் நான் உங்களிடம் கூறிவிட்டேன்,” என்று அவன் புதிராக பதில் சொன்னான்.

“அப்படியெனில், இன்னும் அதிகமானவை இருக்கின்றன என்று அர்த்தம், அப்படித்தானே?”

அத்தியாயம் 11

பிறவி மச்சத்தைக் கொண்ட சிறுவன்

நாகேந்திரரின் நீர்மூழ்கிக் கப்பலில் அவருடைய விஷேச அறையில் அந்த நிழலுருவத்தின் குரல் அந்த அறையெங்கும் பெரிதாக எதிரொலித்தது.

"நீ என்ன முடிவெடுத்தாய்?" என்று கேட்ட அந்த பயங்கர உருவம் அவரை நெருங்கி வந்தது.

"அவர்களை அங்குச் சிறைபிடிக்க இதற்கு முன்பும் நான் முயன்றிருக்கிறேன். ஆனால், அவை அனைத்திலும் நான் தோல்வியையே எதிர்கொண்டேன். இப்போது அவர்கள் கூட்டாகச் செயல்படுவதால் மேலும் வலுவடைந்துள்ளனர். நாம் நம்முடைய இலக்கை அடையவிடாமல் நம்மைத் தடுப்பதற்கு அவர்கள் தினந்தோறும் சதித் திட்டங்களைத் தீட்டிக் கொண்டிருக்கின்றனர்."

"அது உண்மைதான் என்றாலும், அவர்களை வீழ்த்துவதற்கு வேறு வழிகளும் இருக்கின்றன. அவர்கள் எல்லோரையும் ஒன்றாக உன்னால் முறியடிக்க முடியவில்லை என்றால், அவர்களைப் பிரித்தாள்கின்ற சூழ்ச்சியை மேற்கொள்."

"அது சாத்தியமா?"

"சாத்தியம்தான். அக்ரவனத்தைத் தாக்குவதற்கு உனக்குச் சில நாட்கள் இருக்கின்றன. அவற்றைச் சிறப்பாகப் பயன்படுத்திக் கொள்."

"எப்படி?"

"உன் கண்களை மூடிக் கொள். என்னிடம் உன்னை முழுமையாக அர்ப்பணித்துக் கொள். தேவத்வஜரைச் சந்திப்பதற்கான வேளை வந்துவிட்டது." அந்தப் பெயரைக் கேட்டு நாகேந்திரரின் புருவங்கள் ஏறி இறங்கின.

"அவர் ஒருவரால்தான் உனக்கு உதவ முடியும்."

இப்போது அந்த நிழல் அந்த அறை முழுவதிலும் பரவியிருந்தது. ஷம்பாலா கிராமத்திற்குச் செல்வதைத் தவிர தனக்கு வேறு வழியில்லை என்பதை நாகேந்திரர் உணர்ந்தார்.

அவர் அந்த அறையைவிட்டு வெளியேறி, அந்த நீர்மூழ்கிக் கப்பலைக் கடலின் மேல் மட்டத்திற்குக் கொண்டுவரும்படி தன் கப்பல் குழுவினரைப் பணித்தார். அதன் வெளிப்புறத்திற்குச் சென்ற அவர், தன் முகத்தில் ஒரு புன்னகையைத் தவழவிட்டவாறு, “மற்றொரு வார்த்தை குல்தராவில் மறைத்து வைக்கப்பட்டுள்ளது,” என்று உரக்கக் கூறினார்.

அடுத்த நாள், அந்த வீடு மட்டுமல்லாமல், அந்த மொத்த ஷெட்பால் கிராமமே விழாக்கோலம் பூண்டிருந்தது. எல்லா இடங்களும் மலர்களாலும் விளக்குகளாலும் அலங்கரிக்கப்பட்டிருந்தன. அவர்களுடைய மன்னரின் வாரிசின் திருமணம் என்பது அந்தக் கிராமவாசிகளைப் பொறுத்தவரை ஒரு பிரம்மாண்டமான நிகழ்ச்சியாக இருந்தது. லிசா ஓர் இளவரசியைப்போல அலங்கரிக்கப்பட்டிருந்தாள். தங்கச் சரிகை வேலைப்பாடுகளுடன் இருந்த, மணப்பெண்ணுக்கான பட்டாடைகளை அவள் அணிந்திருந்தாள். தலை முதல் கால்வரை, வைரம் மற்றும் பிற அரிய கற்கள் பதிக்கப்பட்டப் பொன்னாபரணங்கள் அவளுக்கு அணிவிக்கப்பட்டன.

வாழ்க்கையில் முதன்முறையாக, தன் கடமைகள் தன்னைப் பிடித்து அழுத்திக் கொண்டிருந்ததாக அவள் உணர்ந்தாள். ஆனால், இராஜ வாழ்க்கைக்குப் பழக்கப்பட்டிருந்த பரிமல் படாடோபமான ஆடைகளில் கச்சிதமாகத் தோன்றினான். அவன் இப்போது, அந்தப் புகைப்படங்களில் காட்சியளித்த அவனுடைய முன்னோர்களை ஒத்திருந்தான். ஓர் அலங்கார வாள் அவனுடைய உடையை அலங்கரித்துக் கொண்டிருந்தது. லிசா தாழ்வாரத்தின் வழியாக வந்தபோது மீண்டும் அந்தப் படங்களைப் பார்த்துக் கொண்டே வந்தாள். ஒரு குறிப்பிட்டப் படத்தருகே அவள் வந்தபோது, ஏதோ அதில் இருந்தவரோடு உரையாடுவதுபோலச் சிறிது

அதிக நேரம் நின்று அதைப் பார்த்துவிட்டு நகர்ந்தாள். அவளுக்கு அருகே நடந்து வந்து கொண்டிருந்த பரிமல் அவளுடைய செய்கைகளைப் பார்த்துக் கொண்டே வந்ததை அவள் கவனிக்கவில்லை.

"என்ன விஷயம்?" என்று பரிமல் அவளிடம் கேட்டான்.

கையும் களவுமாகப் பிடிபட்டுவிட்ட ஒரு திருடனைப்போலத் துள்ளிய அவள், "ஒன்றுமில்லை," என்று கூறினாள்.

"அவர் இங்கு இருந்தால் நன்றாக இருந்திருக்கும் என்று உங்களுக்குத் தோன்றுகிறதா?"

"அப்படியெல்லாம் ஒன்றுமில்லை," என்று கூறிவிட்டு, திருமணச் சடங்கு நடைபெறவிருந்த இடத்தை நோக்கி அவள் நடக்கலானாள். அந்த அறைக்குள் நுழைவதற்கு முன் அவள் திரும்பிப் பார்த்தபோது, எது அவளை அந்தப் படங்களின் பக்கம் ஈர்த்திருந்தது என்று யோசித்துக் கொண்டு பரிமல் அங்கேயே நின்று கொண்டிருந்ததை அவள் பார்த்தாள்.

லிசா பேசத் தொடங்கியதும் பரிமலின் எண்ணவோட்டம் தடைபட்டது. "நான் ராஸ் தீவுக்கு வருவதற்கு முன்பு, லிசா சாமுவேல் டி கோஸ்டா என்ற பெண்ணைக் கொன்றுவிட்டு, அவளுடைய பெயரில் அங்கு வந்தேன். என்னுடைய பெயர் லத்திகா. நாம் திருமணம் செய்து கொள்வதற்கு முன் நீங்கள் இதை அறிந்திருக்க வேண்டும் என்று நான் கருதினேன். உங்களைப் பொறுத்தவரை அது ஒரு பெரிய விஷயமா, இல்லையா என்பது எனக்குத் தெரியாது," என்று கூறிவிட்டு, தான் கூறிய புதிய தகவலைக் கிரகித்துக் கொள்வதற்குப் பரிமலைத் தனியாக விட்டுவிட்டு அவள் முன்னே நகர்ந்தாள்.

திருமணச் சடங்கிற்காக அந்த மாளிகையிலிருந்த ஒரு பெரிய அறை ஏற்பாடு செய்யப்பட்டிருந்தது. அதன் நடுவில் ஒரு சிறு மேடை அமைக்கப்பட்டிருந்தது. அதற்கு அருகே இந்து மதப் புரோகிதர்கள் சிலரும், விரல்விட்டு எண்ணப்படக்கூடிய உள்ளூர் பிரமுகர்கள் சிலரும் அமர்ந்திருந்தனர். சடங்கில் பங்கு கொள்ள

இவர்களைத் தவிர வேறு எவருக்கும் அனுமதி இருக்கவில்லை என்பது வெளிப்படையாகத் தெரிந்தது. கிராமத்திலிருந்த மற்ற அனைவரும் வெளியே இருந்த புல்வெளியில் விருந்து சாப்பிட்டுக் கொண்டிருந்தனர். சடங்குகள் முடிந்தவுடன் தம்பதியர் வெளியே சென்று அவர்களைச் சந்திப்பர்.

"என் பக்கச் சடங்குகளை யார் நிறைவேற்றி வைப்பார்கள்?" என்று லிசா கேட்டாள்.

பின்னால் வந்து கொண்டிருந்த பரிமல், "அதை நீங்கள்தான் தீர்மானிக்க வேண்டும்," என்று கூறினான்.

அங்கிருந்தவர்களிடையே ஒரு குறிப்பிட்ட நபரைத் தேடுவதுபோல அவள் அவர்களை நோட்டம் விட்டாள். அவள் நாகேந்திரரை அங்கு எதிர்பார்த்துக் கொண்டிருந்ததாகப் பரிமல் நினைத்தான். ஆனால், அடுத்து அவள் கூறியது அவனுடைய எண்ணம் தவறு என்பதை நிரூபித்தது.

"சுபேந்திரரைக் கூப்பிடுங்கள்," என்று அவள் கூறினாள்.

வெளியே ஏற்பாடுகளில் மும்முரமாக இருந்த அவரிடம் செய்தி சொல்லப்பட்டவுடன் அவர் அவசரமாக அங்கு வந்து சேர்ந்தார். அவரைப் பார்த்துப் புன்னகைத்த லிசா, "நீங்கள் இந்தச் சடங்கை என் பக்கமிருந்து நடத்த வேண்டும் என்று நான் விரும்புகிறேன். என்னை ஆசிர்வதிக்க உங்களுக்கு விருப்பம் இருந்தால் அப்படிச் செய்யலாம்," என்று கூறினாள்.

அவர் அனுமதி வேண்டுவதுபோலப் பரிமலைப் பார்த்தார். அவன் ஒரு புன்முறுவலுடன் தலையசைத்து அதற்குத் தன் சம்மதத்தைத் தெரிவித்தான்.

"இதை எனக்குக் கிடைத்துள்ள கௌரவமாக நான் கருதுகிறேன்," என்று கூறி அவர் குனிந்து வணக்கம் செலுத்தினார்.

அது ஒன்றுதான் அங்கு நிகழ்ந்த ஒரே உணர்ச்சிபூர்வமான கணம். அதற்குப் பிறகு, பெண்ணும் சரி, மாப்பிள்ளையும் சரி, எல்லாவற்றையும் வெறும் சடங்குக்காகவே செய்து முடித்தனர். சுபேந்திரர் லிசாவின் கையைப் பிடித்துப் பரிமலின் கையில்

கொடுத்துக் கன்னிகாதானம் செய்து கொடுத்தார்.

அடுத்து, சப்தபதி என்ற முக்கியமான சடங்கு நடைபெற்றது. மணமக்கள் இருவரும் மணமேடையைச் சுற்றி வந்து ஏழு வாக்குறுதிகளை ஏற்றுக் கொண்டனர்.

அடுத்த நாள் பகவதி பூஜைக்கான நாள்.

கயிலையில், ஓம் சாஸ்திரியைப் பற்றிய அனைத்து விஷயங்களையும் மிலரேபரிடமிருந்து அறிந்து கொண்ட கிருபாச்சாரியார், நிலைமையைப் பற்றி விவாதிப்பதற்காக எல்லோரையும் கூட்டினார். அவர்களிடம் அவர் இவ்வாறு கூறினார்: "கடந்த முறை நாங்கள் ஓம் சாஸ்திரியின் ஞாபகத்திற்குள் செல்ல முயன்றபோது, அவருடைய நான்கு வயது ஞாபகத்தைத் தாண்டி எங்களால் செல்ல முடியவில்லை. அது எளிதாக இருக்காது என்பது மட்டும் எங்களுக்குப் புரிந்துவிட்டது. அவருடைய மறுபிறப்பிற்கு முந்தைய ஆண்டுகளைப் பார்ப்பதற்குச் சில நாட்கள் ஆகக்கூடும். ஆனால், அவ்வளவு நேரம் அந்தக் கதவைத் திறந்து வைக்க எதனாலும் முடியாது."

அதைக் கேட்ட அசுவத்தாமன், "ஆனால், ஓம் சாஸ்திரி உண்மையில் யார், அவர் எப்படி இறந்தார், எதற்காக அவர் மீண்டும் உயிர்த்தெழ வைக்கப்பட்டார் போன்ற விஷயங்களைத் தெரிந்து கொள்வதற்கு நாம் ஒரு திட்டம் தீட்டியாக வேண்டும். இவற்றுக்கான விடைகள், அந்தக் கதவுக்குப் பின்னால் அவருடைய கடந்தகால நினைவுகளில் புதைந்து கிடக்கின்றன," என்று கூறினார்.

கிருபாச்சாரியார் அதற்கு ஒரு திட்டத்தை முன்மொழிந்தார். "கதவு மூடுவதைப் பற்றி நாம் கவலைப்படக்கூடாது என்று நான் பரிந்துரைக்கிறேன். கதவை நம்மால் வெளியே இருந்து தள்ளித் திறக்க முடியும் என்றால், உள்ளேயிருந்து அதை இழுத்தும் நம்மால் திறக்க முடியக்கூடும். அதனால், நம் வேலை முடிந்தவுடன், அக்கதவை இழுத்துத் திறந்து நம்மால் வெளியே வந்துவிட முடியும்."

ஆனால், அசுவத்தாமனுக்கு அதில் உடன்பாடு இருக்கவில்லை. "உள்ளேயிருந்து அதை இழுத்துத்

திறப்பதற்கு நமக்கு இரண்டு மடங்கு ஆற்றல் தேவைப்படும் என்று நான் நினைக்கிறேன். உள்ளே நுழைவதற்கே நாம் மிகவும் சிரமப்பட்டோம். உள்ளே போய் நம்முடைய ஆற்றல் முழுவதையும் செலவழித்துவிட்டு, திரும்பி வரும்போது நம்மால் கதவைத் திறக்க முடியவில்லை என்றால், நாம் அதற்குள் நிரந்தரமாக மாட்டிக் கொள்வோம்," என்று அவர் எச்சரித்தார்.

கிருபாச்சாரியார் அதற்கும் ஒரு திட்டம் வைத்திருந்தார். "நாம் என்றைக்கு, எந்த நேரத்தில் அதற்குள் நுழைந்து வெளியே வரப் போகிறோம் என்பதைத் துல்லியமாகத் திட்டமிட்டுக் கொள்ள வேண்டும். சரியாக அந்த நேரத்தில் பரசுராமரும் மிலரேபரும் அங்கு வந்து அந்தக் கதவை வெளியேயிருந்து திறக்க வேண்டும். நாம் உள்ளே சென்ற பிறகு நம்மால் வெளியே இருப்பவர்களுடன் தொடர்பு கொள்ள முடியாது என்பதால், இதை நாம் கச்சிதமாகத் திட்டமிட்டு, நேரப்படி எல்லாவற்றையும் செய்ய வேண்டும்."

அப்போது மிலரேபர், "சரியான நேரத்தில் திரும்பி வராவிட்டால் என்னவாகும்?" என்று கேட்டார்.

அதற்குப் பரசுராமர், "நீங்கள் நிரந்தரமாகக் கடந்தகாலத்தில் சிறைபட்டுக் கிடப்பீர்கள். உங்களுடைய அடையாளமும் இருத்தலும் படிப்படியாக மறைந்து போகும். நீங்கள் உங்களுடைய பூதவுடலை இங்கு விட்டுச் சென்றிருப்பதால், உங்களுடைய உடல் தொடர்ந்து சுவாசித்துக் கொண்டிருக்கும்," என்று விளக்கினார்.

"இதை விட்டால் நமக்கு வேறு வழியே கிடையாது. இதை நாம் செய்தே ஆக வேண்டும். நாளை காலை சூரிய உதயத்தின்போது நாம் உள்ளே நுழைகிறோம்," என்று கிருபாச்சாரியார் அறிவித்தார்.

வேறு ஓர் இடத்தில் திருமதி பத்ரா இவ்வாறு கூறிக் கொண்டிருந்தார்: "எனக்கும் ஒரு காலை நேரம் நினைவுக்கு வருகிறது. நான் ஓரளவு தேறியிருந்தேன். அன்று காலையில், டாக்டர் பத்ரா, காலை உணவு சாப்பிடுவதற்காக மேசையில் எல்லாவற்றையும் தயாராக வைத்திருந்தார். நான் வந்து கொண்டிருந்ததைப்

பார்த்ததும் அவர் பதற்றத்துடன் ஒரு புன்னகையை என்னை நோக்கி வீசினார். நான் உட்கார்ந்தவுடன் வீட்டின் அழைப்பு மணி ஒலித்தது. அவர் யாரையோ எதிர்பார்த்திருந்ததைப்போல உடனே வாசலுக்கு விரைந்தார். அந்த மேசையில் நான்கு பேர் சாப்பிடுவதற்கு ஏற்பாடு செய்யப்பட்டிருந்ததை அப்போதுதான் நான் கவனித்தேன்.

"நான் விஷயங்களை முழுமையாக கிரகித்துக் கொள்வதற்கு முன்பாகவே, இரண்டு அந்நியர்கள் எங்கள் வீட்டிற்குள் நுழைந்தனர். அவர்கள் இருவரும் நோய்த்தடுப்பு மற்றும் கட்டுப்பாட்டுத் துறை அதிகாரிகள். எங்களைச் சந்திப்பதற்காகவே அவர்கள் இங்கு வந்திருந்தனர். குணப்படுத்தப்பட முடியாத ஒரு நோயைத் தான் குணப்படுத்தியிருந்ததாக டாக்டர் பத்ரா கூறியிருந்ததை நேரில் சோதிப்பதற்காக அவர்கள் வந்திருந்தனர். அக்கணத்தில் அவர் என் கணவரைப்போல இருக்கவில்லை. அவர் ஒரு மருத்துவரைப்போலவே இருந்தார்.

"வந்திருந்தவர்கள் முறைப்படி என்னைச் சோதித்தனர். என் மருத்துவ வரலாறு, நோய்க் கண்டுபிடிப்பு, எனக்கு அளிக்கப்பட்டச் சிகிச்சைகள், அந்நோய் படிப்படியாக மோசமான விதம், அதிலிருந்து நான் மீண்டெழுந்த விதம் போன்றவற்றை அவர்கள் அலசினர். அவர்கள் எப்போதாவது கேட்டக் கேள்விக்கு நான் பதிலளித்தேன். டாக்டர் பத்ரா பதற்றமாக இருந்தார். என்னுடைய குணமாதல் கொண்டாடத்தக்க ஒரு நிகழ்வா என்ற கேள்வியை எனக்கு நானே கேட்டுக் கொண்டிருந்தேன். எதிர்பாராத இந்த அறிவியல் நிகழ்வு பெரிதாக எதற்கு இட்டுச் சென்றுவிடப் போகிறது என்று நான் யோசித்தேன்."

பிரித்திவி அதற்கு, "அந்த நாட்கள் உங்களுக்கு மட்டுமல்லாமல், அந்தக் காலகட்டத்திலிருந்த இன்னும் பலருக்கும், நினைவிலிருந்து அகற்றப்பட முடியாதவையாக விளங்கின," என்று கூறினான்.

சூரிய உதயத்தின்போது அவர்கள் அனைவரும் ஒன்றுகூடினர். ஓம் சாஸ்திரி மற்றும் அசுவத்தாமனுடன்

கிருபாச்சாரியார் தியானத்தில் அமர்ந்தார். அவர்களை வழியனுப்புவதற்காகப் பரசுராமரும் மிலரேபரும் காத்துக் கொண்டிருந்தனர்.

கிருபாச்சாரியார் பரசுராமரையும் மிலரேபரையும் பார்த்து, "அடுத்தப் பிறைநிலவுக்கு இன்னும் ஒன்பது நாட்கள்தான் இருப்பதால், ஓம் சாஸ்திரியின் நினைவலைக்குள் எங்களால் ஏழு நாட்களுக்கு மேல் செலவிட முடியாது. அதனால், நீங்கள் ஏழாம் நாள் மாலையில் சூரிய அஸ்தமனம் தொடங்கும்போது அங்கு வந்து கதவைத் திறவுங்கள். நாங்கள் அங்கு இல்லையென்றால், எங்களைத் தேடி உள்ளே வராதீர்கள். கதவை மூடிவிட்டு, மறுநாள் அதே நேரத்திற்கு வந்து மீண்டும் கதவைத் திறவுங்கள்," என்று கூறினார்.

கிருபாச்சாரியாரின் பார்வை அடுத்து ஓம் சாஸ்திரி மற்றும் அசுவத்தாமன் பக்கம் சென்றது. "அங்கிருந்து தப்பிப்பதற்கு நமக்கு இந்த இரண்டு வழிகள் மட்டுமே இருக்கின்றன. நம்முடைய முந்தைய அனுபவத்தை வைத்துப் பார்த்தால், நாம் கதவை நெருங்கும்போதுதான் அவர்கள் நம்மை பலமாகத் தாக்குவர். அதனால், இந்த இரண்டு வாய்ப்புகளை நாம் தவறவிட்டுவிட்டால், வெளியே இருப்பவர்கள் கதவைத் திறக்க முயல்கின்ற அதே நேரத்தில் நாம் கதவுக்கு அருகே நிற்பதற்கான வாய்ப்புகள் மிகவும் குறைவே. அப்படி நேரும் பட்சத்தில், நாம் உள்ளேயே நிரந்தரமாக அடைபட்டுக் கிடக்க நேரிட்டுவிடும். அதனால், நாம் சரியான நேரத்தில் வெளியேற வேண்டியது இன்றியமையாதது." அவர் அத்துடன் தன் பேச்சை முடித்துக் கொண்டு, தன் கண்களை மூடிக் கொண்டு தியானத்தில் அமர்ந்தார். ஓம் சாஸ்திரியும் அசுவத்தாமனும் அவருடன் சேர்ந்து கொண்டனர்.

விரைவில் அவர்கள் அந்தக் கதவைத் திறந்து ஓம் சாஸ்திரியின் நினைவுக்குள் புகுந்தனர். அவர்கள் மூவரின் உடல்கள் கீழே விழுந்ததைப் பரசுராமரும் மிலரேபரும் பார்த்துக் கொண்டிருந்தனர்.

இதற்கிடையே, ஷெட்பால் கிராமத்தில் பரிமலும் லிசாவும், அங்கு உண்மையிலேயே

எதற்காக வந்திருந்தார்களோ அந்த நோக்கத்தை நிறைவேற்றுவதற்குத் தயாராகிக் கொண்டிருந்தனர். பகவதியம்மன் வழிபாடுதான் அது. லிசா பரிமலைப் பின்தொடர்ந்து அந்த மாளிகையின் ஈசான மூலையை நோக்கிச் சென்றாள். அங்கிருந்த ஒரு பெரிய சுவரில், குறைவான உயரத்திலிருந்த, வேலைப்பாடுகளுடன் இருந்த ஒரு கதவை அவர்கள் அடைந்தனர். அது பழங்காலத்துப் பூட்டு ஒன்றால் பூட்டப்பட்டிருந்தது. பரிமல் தன்னிடமிருந்த ஒரு சாவியை எடுத்து அதைத் திறந்தான். பின் அவன் தலைதாழ்த்தி வணங்கிவிட்டு உள்ளே நுழைந்தான். லிசா அவனைப் பின்தொடர்ந்து அங்குச் சென்றாள். அந்தக் கதவு சிறியதாக இருந்ததை வைத்து, அந்த இடம் சிறியதாக இருக்கும் என்று அவள் நினைத்திருந்தாள். ஆனால், அது ஓரளவு பெரிதாகவே இருந்தது. அங்கு ஒரு பெரிய புல்வெளி இருந்தது. அதற்குக் கூரை இருக்கவில்லை. தான் ஒரு புனிதமான தோட்டத்திற்குள் நுழைந்திருந்ததைப்போல லிசா உணர்ந்தாள். பரிமல் ஒரு மூலைக்குச் சென்றான். லிசா பிரமிப்புடன் பார்த்துக் கொண்டே அவனைப் பின்தொடர்ந்தாள். ஓர் இடத்திற்கு வந்ததும் பரிமல் தன் இரண்டு கைகளையும் நீட்டி, அதற்கு மேல் அவள் போகாமல் தடுத்தான். தரையில் வரையப்பட்டிருந்த ஒரு கோட்டை அவள் கவனித்திருக்கவில்லை.

“மற்றவர்கள் எப்போது வருவார்கள்?” என்று லிசா கேட்டாள்.

“நீங்கள் யாரைப் பற்றிக் கேட்கிறீர்கள்?” என்று பரிமல் பதிலுக்கு அவளிடம் கேட்டான்.

“பூசாரிகளும் வழிபாட்டுக்கு உதவுகின்ற மற்றவர்களும்.”

“இங்கு நாம் மட்டும்தான். நான்காவது ஆத்மா இங்கு இருந்தால் அவள் வர மாட்டாள்.”

“நான்காவது ஆத்மாவா?” என்று கேட்டுவிட்டு லிசா சுற்றுமுற்றும் தேடினாள்.

“உங்கள் குழந்தை!” என்று பரிமல் அவளுக்கு நினைவூட்டினான்.

பின் அவன் அந்த அறையின் ஒரு மூலைக்குச்

சென்று, அங்குத் தரையில் பதிக்கப்பட்டிருந்த ஒரு கதவைத் தூக்கினான். அது ஒரு பாம்புக் குழி. ஷெட்பால் கிராமத்திலிருந்த அனைத்து வீடுகளிலும் அதுபோன்ற ஒன்று இருந்தது. பின் பரிமல் மீண்டும் லிசாவுக்கு அருகே வந்து மண்டியிட்டுப் பிரார்த்தனை செய்யத் தொடங்கினான். அவனைப் பார்த்து லிசாவும் மண்டியிட முனைந்தபோது, பரிமல் அவளைத் தடுத்துவிட்டான். "நீங்கள் நின்று கொண்டிருக்க வேண்டும். இப்போது நீங்கள் ஒரு தாய். படைப்பு சக்தி உள்ளவர். ஆனால், நான் என்னைவிட உயர்ந்த சக்தி ஒன்றின் முன்னால் நின்று கொண்டிருக்கிறேன். அதனால், நான் மண்டியிட்டிருக்கிறேன். நீங்கள் யாருக்கும் தலைவணங்கத் தேவையில்லை."

"அது சரி. நீங்கள் யாரை வணங்கிக் கொண்டிருக்கிறீர்கள்?"

பரிமலின் பார்வை அந்தப் பாம்புக் குழியை நோக்கிச் சென்றது. அவன் ஒரு கிசுகிசுப்பான குரலில், "அவள் வெளியே வருகின்றபோது பயந்துவிடாதீர்கள்!" என்று லிசாவிடம் கூறினான்.

அந்தப் பாம்புக் குழியிலிருந்து மரகதப் பச்சை நிறத்தில் ஒரு திரவம் கசியத் தொடங்கியது. நொடிக்கு நொடி அது அதிகரித்துக் கொண்டே இருந்தது. ஒரு நிமிடத்திற்குள், அவர்கள் முன்னால் இருந்த கோடுவரையிலான இடம் அந்தத் திரவத்தில் மூழ்கியது. லிசா மூச்சைப் பிடித்தவாறு நின்று கொண்டு பரிமலையே பார்த்துக் கொண்டிருந்தாள். பின் அந்தத் திரவம் அவளுடைய கால்களைத் தொட்டது. அவளுடைய பாதங்களுக்கு அடியிலிருந்த நிலம் அதிர்ந்தது. நிலத்திற்கு அடியில் ஏதோ ஒன்று அந்தப் பாம்புக்குழியை நோக்கிச் சென்றதுபோல லிசாவுக்குத் தோன்றியது. கண்மூடித் திறப்பதற்குள், அவள் நின்று கொண்டிருந்த இடத்திற்கு முன்னால் ஒரு பெரிய பாம்பு, நிலத்தைக் கிழித்துக் கொண்டு வெளியே வந்து அவள் முன்னால் நின்றது. அவள் அந்தப் பாம்பை வெறித்துப் பார்த்தாள். நிலத்திற்குக் கீழே அதன் உடல் நெளிந்து கொண்டிருந்ததை அவளால் உணர முடிந்தது. அதனுடைய அதிர்வுகள் அவளுடைய பாதங்களைத்

தொட்டன.

அந்தப் பாம்பு லிசாவைப்போல மூன்று மடங்கு உயரம் இருந்தது. அது தன் உடலோடு ஒட்டியிருந்த, வெளவாலின் இறக்கைகளைப்போல இருந்த தன்னுடைய பெரிய கைகளைத் தூக்கியது. அவளைச் சுற்றியிருந்த அனைத்தும் உறைந்து போயிருந்ததைப்போலத் தோன்றியது. அந்தப் பாம்பு அவளுடைய கண்களின் உயரத்திற்குத் தன்னைத் தாழ்த்திக் கொண்டபோது, அவளுடைய இதயம் ஒரு நிமிடம் துடிப்பதை நிறுத்தியது. அந்தப் பாம்பு அவளுடைய ஆன்மாவுக்குள் ஊடுருவிப் பார்ப்பதைப்போல அவளை உற்றுப் பார்த்தது. அவள் குலைநடுங்கிப் போயிருந்தாலும், அதை முழுமையாக மறைத்துக் கொண்டிருந்தாள். அது அவளைப் பார்த்துக் கொண்டிருந்தபோது, அவள் ஓரக்கண்ணால் பரிமலைப் பார்த்தாள். அவளுக்கு பயங்கரமாக வியர்த்துக் கொட்டியது. ஆனாலும், துணிச்சலான தோரணையைக் கைவிடாதிருக்க அவள் முடிவு செய்தாள். பின் அந்தப் பாம்பு பரிமலின் உள்ளங்கையைப் பார்த்தது. அதில் கைரேகைகள் ஏதுமில்லை என்பதை உறுதி செய்து கொள்வதுபோல அப்பார்வை இருந்தது. அவள் அதுவரை பார்த்திருந்த பாம்புகளிலேயே அதுதான் மிகப் பெரியது. விநோதமாக, அதன் உடலில் இரண்டு செவுள்கள் இருந்தன. அது என்ன விலங்கு என்று அவள் யோசித்தாள். அதன் தோல், ஊர்வனவற்றின் தோலைப்போல இருந்தது. பறப்பதற்கு அதற்கு இறக்கைகள் போன்ற ஓர் அம்சம் இருந்தது. அதன் செவுள்கள், நீருக்கு அடியில் இருக்கும்போது சுவாசிப்பதற்கு ஏற்றாற்போல இருந்தன. பின் அந்தப் பாம்பு மீண்டும் அவளை நோக்கித் திரும்பி, ஒரு தெய்விகமான பெண் குரலில் அவளிடம் பேசியது.

“நீ இவனை மனப்பூர்வமாகத் தேர்ந்தெடுத்தாயா?”

லிசாவுக்கு அதைப் புரிந்து கொள்வதற்குச் சிறிது நேரம் பிடித்தது. அதனால், அந்தப் பாம்பு மீண்டும் அவளிடம், “இது ஏதாவது ஒரு விதத்தில் உன்மீது திணிக்கப்பட்டதா?” என்று கேட்டது.

லிசா பரிமலைப் பார்த்தாள். அவன் மண்டியிட்டு

அமர்ந்திருந்தான். அவனுடைய தலை தாழ்ந்திருந்தது.

“இல்லை!” என்று லிசா பதிலளித்தாள்.

“உன் வயிற்றில் வளர்ந்து கொண்டிருக்கும் குழந்தை இந்த உலகிற்குள் வருவதை நீ விரும்புகிறாயா?”

“ஆமாம், நான் விரும்புகிறேன்!”

“அப்படியே ஆகக் கடவது!” என்று கூறிய அந்தப் பாம்பு, லிசாவின் உடலை முழுமையாகச் சுற்றிக் கொண்டது.

லிசாவுக்கு மூச்சு திணறியது. அந்தப் பாம்பின் செவுள்கள் கீழேயிருந்த அதே திரவத்தால் நிறைந்தன. மூச்சுக்காகத் திறந்திருந்த அவளுடைய வாய் மற்றும் மூக்கின் வழியாக அந்தப் பச்சைத் திரவம் அவளுடைய உடலுக்குள் பாய்ந்தது. அந்தப் பாம்பின் செவுள்கள் காலியாயின. உடனே, லிசாவைப் பிணைத்திருந்த தன்னுடைய பிடியை அந்தப் பாம்பு விலக்கிக் கொண்டது.

தனக்கு ஒரு வரம் வழங்கப்பட்டிருந்ததை லிசா புரிந்து கொண்டாள். அடுத்தக் கணம் அவள் மயங்கிச் சரிந்தாள். பரிமல் உடனே தன் வாயை அவளுடைய வாயின்மீது வைத்து அவளுடைய சுவாசத்தை மீட்டெடுத்தான். அவளுக்கு மீண்டும் நினைவு திரும்பியபோது, அங்கு முதலில் நடைபெற்றிருந்த விஷயங்கள் தலைகீழ் முறையில் இப்போது நிகழ்ந்து கொண்டிருந்ததை அவள் கவனித்தாள். அந்த விலங்கு மீண்டும் அந்தத் திரவத்தில் மூழ்கியது. அந்தத் திரவம் வடிந்து அந்தப் புல்வெளி காயத் தொடங்கியது. அந்தப் பாம்புக் குழியின் அளவு மீண்டும் முதலிலிருந்த அளவுக்குச் சுருங்கியது. அடுத்தக் கணம், மாயாஜாலமான எதுவும் அங்கு நடந்திருந்ததற்கான எந்த அறிகுறியும் அங்கு இருக்கவில்லை. பரிமல் அந்தக் குழியை மூடிவிட்டு லிசாவை அழைத்துக் கொண்டு அந்த அறையிலிருந்து வெளியேறினான். அவள் மிகவும் பலவீனமாக உணர்ந்ததால், அவன் அவளை நேராகப் படுக்கையறைக்கு அழைத்துச் சென்றான். படுக்கையில் படுத்த அடுத்தக் கணம் அவள் தூங்கிவிட்டாள். அருகேயிருந்த மேசையின்மீது இருந்த நாட்காட்டியைப் பரிமல் பார்த்தான். பரத்பூர் தேசியப் பூங்காவுக்கு

அவர்கள் போய்ச் சேர்வதற்கு இன்னும் ஏழு நாட்கள் இருந்தன. அங்கு அவர்களுக்காக நாகேந்திரர் காத்துக் கொண்டிருப்பார்.

ஓம் சாஸ்திரியின் நினைவகத்திற்குள் இருந்த கிருபாச்சாரியாருக்கும் அசுவத்தாமனுக்கும், ஓம் சாஸ்திரி உண்மையில் யார் என்பதைக் கண்டுபிடிப்பதற்குக் குறைவான நேரமே இருந்தது. அவர்கள் கதவைத் திறந்து உள்ளே நுழைந்ததும் அங்கு ஒரு மயான அமைதி நிலவியது. அப்பகுதி கும்மிருட்டாக இருந்தது. கடந்த முறை அவர்கள் அனுபவித்திருந்த அனைத்தும் மாயமாக மறைந்துவிட்டிருந்தன. தனக்கு முன்னால் வெகு அருகே நின்று கொண்டிருந்த கிருபாச்சாரியாரை அசுவத்தாமனால் பார்க்க முடியாத அளவுக்கு அந்த இடம் இருட்டாக இருந்தது.

"கவலைப்பட வேண்டாம். இது அமாவாசை இரவைப்போல இருக்கிறது, அவ்வளவுதான்," என்று கூறி கிருபாச்சாரியார் அவர்களுக்கு ஊக்கமளித்தார்.

"இப்போது நாம் என்ன செய்ய வேண்டும்?" என்று அசுவத்தாமன் கேட்டார்.

"நாம் முன்னோக்கி நடக்கலாம்," என்று கிருபாச்சாரியார் பதிலளித்தார்.

சிறிது தூரம் சென்றதும், தூரத்தில் ஒரு குடிலிலிருந்து வந்து கொண்டிருந்த வெளிச்சம் அவர்கள் கண்களில் பட்டதால், அதை நோக்கி நடப்பதென்று அவர்கள் தீர்மானித்தனர். அவர்கள் அந்த வீட்டை நெருங்கியதும், அந்த வீட்டிற்குள் யாரோ வலியால் முனகிக் கொண்டிருந்த சத்தம் கேட்டது. தங்களுடைய பாதுகாப்பிற்காகவும், வேறு யாரையும் உசுப்பிவிட்டுவிடக்கூடாது என்பதற்காகவும், அவர்கள் அந்த வீட்டின் சன்னல் வழியாக மெதுவாக உள்ளே எட்டிப் பார்த்தனர். அங்கே, பனிக்குடம் உடைந்த நிலையில் நிறைமாத கர்ப்பிணிப் பெண் ஒருத்தி வலியால் துடித்துக் கொண்டிருந்தாள்.

"இதுபோன்ற ஒரு சூழ்நிலையில் எப்படி அவளைச் சுற்றி யாரும் இல்லாமல் போனார்கள்? இது நம்மைப் பிடிப்பதற்கான ஒரு பொறியாக இருக்கலாம். அதனால்,

நாம் இவளுக்கு உதவக்கூடாது," என்று அசுவத்தாமன் கூறினார்.

"இது ஏற்கனவே நடந்த முடிந்துவிட்டச் செயல். இது ஆயிரக்கணக்கான ஆண்டுகளுக்கு முன்பு நடைபெற்ற ஒன்று. அதில் நாம் தலையிடப் போவதில்லை," என்று கிருபாச்சாரியார் கூறினார்.

"நான் முன்னால் சென்று பார்த்து வருகிறேன். நான் திரும்பி வரும்வரை இங்கேயே இருங்கள்," என்று கூறிவிட்டு அசுவத்தாமன் சென்றார்.

அப்பெண்ணின் நிலை ஓம் சாஸ்திரியிடம் பதற்றத்தைத் தோற்றுவித்தது. "இவளுக்கு உதவி தேவை. நாம் இதை இப்போது பார்த்துக் கொண்டிருப்பதற்கு ஏதாவது ஒரு காரணம் இருக்க வேண்டும். என்னால் அவளுக்கு உதவ முடியும்," என்று அவர் கூறினார்.

"நம்மிடம் குறைவான ஆற்றலே இருக்கிறது. நாம் இங்கு விசும்புருவான நிலையில் இருப்பதால், நாம் விரும்புகின்ற ஆயுதங்களை நம்மால் தருவிக்க முடியாது. அதோடு, நாம் இங்கு எந்தவிதத்திலும் தலையிடுவதற்காக வரவில்லை. உங்களுடைய கடந்தகாலத்தை அறிந்து கொள்வதற்காக அதை வெறுமனே அவதானிப்பதற்காகவே நாம் வந்திருக்கிறோம்."

அவர்கள் பேசிக் கொண்டிருக்கையில், அந்தப் பெண்ணின் பிரசவ வலி அதிகரித்தது. அவளிடம் இரத்தப் போக்கும் அதிகரித்திருந்தது. அவள் மூர்ச்சையாகும் நிலையை அடைந்திருந்தாள். அவளுடைய நிலையைப் பார்த்து ஓம் சாஸ்திரியின் மனம் ஓர் இருதலைக் கொள்ளி எறும்பாகத் தவித்தது. ஒரு கட்டத்தில் அவள் கிட்டத்தட்டத் தன் முயற்சியைக் கைவிட்டிருந்தாள். அது கண்டிப்பாகத் தாய் மற்றும் சேயின் இறப்பில்தான் முடியும் என்பதை அறிந்த ஓம் சாஸ்திரி, கிருபாச்சாரியாரின் பேச்சைக் கேட்காமல், அவளுக்கு உதவ அந்த வீட்டுக்குள் பாய்ந்து சென்றுவிட்டார்.

திடீரென்று ஓர் அந்நியர் தன் முன் நின்று கொண்டிருந்ததைப் பார்த்து அப்பெண் மேலும் அலறினாள். இப்போது அவள் பயத்தில் கத்தினாளா

அல்லது வலியில் கத்தினாளா என்பது தெரியவில்லை. தான் அவளுக்கு உதவவே அங்கு வந்திருந்ததாகக் கூறி ஓம் சாஸ்திரி அவளைச் சமாதானப்படுத்தினார். சிறிது நேரத்தில் அப்பெண் அவருடைய வருகையால் அமைதியடைந்தாள். ஓம் சாஸ்திரி அவளுக்குப் பிரசவம் பார்க்கும் முயற்சியில் இறங்கினார். கிருபாச்சாரியார் கடும் எரிச்சல் அடைந்திருந்தபோதிலும், ஓம் சாஸ்திரி பாதுகாப்பாக இருப்பதை உறுதி செய்வதற்காக அவர் வெளியே நின்றபடி அந்த இடத்தை அவதானிக்கலானார். அந்த அமாவாசை இரவு முடிவதற்குச் சில கணங்கள் இருந்த வேளையில் அந்தப் பெண் தன் குழந்தையை உந்தித் தள்ளினாள். குழந்தை பாதி வெளியே வந்தது. ஆனால், தலைக்குப் பதிலாக முதலில் கால்கள் வெளிவந்தன.

அக்குழந்தையின் இடது குதிகாலில், முந்தைய விஜயத்தின்போது அவர்கள் பார்த்திருந்த குழந்தைக்கு இருந்த அதே மச்சம் இருந்ததை ஓம் சாஸ்திரி கவனித்தார். வானம் வெளுத்து ஒரு சில நிமிடங்களுக்குப் பிறகு அக்குழந்தையின் தலையும் வெளியே வந்தது. அப்பெண் களைப்பில் மயங்கிவிட்டாள். வெளியே சிறிது தொலைவில் சிலர் தீப்பந்தங்களுடன் தங்களை நோக்கி வந்து கொண்டிருந்ததைக் கண்ட கிருபாச்சாரியார், உடனே வெளியே வரும்படி ஓம் சாஸ்திரிக்குச் சைகை காட்டினார். அச்சமயத்தில், அசுவத்தாமனும் திரும்பி வந்து கொண்டிருந்தார். அந்தக் குழந்தையையும் அதன் தாயையும் அப்படியே விட்டுவிட்டு வருவதைத் தவிர ஓம் சாஸ்திரிக்கு வேறு வழி இருக்கவில்லை. அதனால், அவர் வேகமாக அங்கிருந்து வெளியேறி மற்ற இருவரோடும் சேர்ந்து கொண்டார். அந்த மனிதர்கள் நெருங்கிவிட்டதால், அம்மூவரும், அருகே கைவிடப்பட்ட நிலையில் இருந்த ஒரு குடிசைக்குள் நுழைந்து கொண்டனர்.

“விடியும்வரை நாம் இங்கேயே இருக்கலாம்,” என்று கிருபாச்சாரியார் பரிந்துரைத்தார்.

விடிந்த பிறகு அவர்கள் அந்தக் குடிசையிலிருந்து புறப்பட்டு அந்தப் பாதையில் மேலும் முன்னே

சென்றனர். ஓர் அரை மைல் தூரம் சென்ற பிறகு, ஒரு குடிசையின் வாசலில் இரண்டு பேர் உட்கார்ந்திருந்ததை அவர்கள் கண்டனர். அவர்களில் ஒருவர் ஒரு வைத்தியரைப்போல இருந்தார். சுமார் நான்கு வயது மதிக்கத்தக்க ஒரு குழந்தையை அவர் பரிசோதித்துக் கொண்டிருந்தார். அவர் ஒரு பச்சிலைச் சாற்றைத் தயாரித்து அந்தக் குழந்தைக்கு ஊட்டினார். அது கசந்ததால் அக்குழந்தை பின்னாக்கி வளைந்தது. அதன் அருகே இருந்த மற்றொரு நபர், "தேவத்வஜா! வைத்தியரை அவமதிக்காதே! ஒழுங்காக உட்கார்ந்து அதை முழுங்கு!" என்று அக்குழந்தையை அதட்டினார்.

"குழந்தையை அதட்டாதீர்கள், விஷ்ணுயாசரே! அது அறியா பிஞ்சு," என்று கூறி அந்த வைத்தியர் புன்னகைத்தார்.

தேவத்வஜனுக்கு அந்த மருந்து பிடிக்கவில்லை என்றபோதிலும், ஒரு தேக்கரண்டி சாற்றை வேண்டா வெறுப்பாக முழுங்கினான். பிறகு, தன்னுடைய முயல்குட்டியுடன் விளையாடுவதற்காக அவன் அதைத் துரத்திச் செல்வதில் மும்முரமடைந்தான். அந்த வைத்தியர் எதுவும் கூறுவதற்கு முன் விஷ்ணுயாசர் அவரைத் தடுத்துவிட்டு, தேவத்வஜன் தன் போக்கில் விளையாடிக் கொண்டிருக்கட்டும் என்று கூறி அவரை அடக்கிவிட்டார். ஓம் சாஸ்திரி, அசுவத்தாமன், கிருபாச்சாரியார் ஆகிய மூவரும் அக்குழந்தையைப் பின்தொடர்ந்து சென்றனர். அந்த முயலின் பின்னால் சென்றுகொண்டிருந்த அச்சிறுவன், வழியில் கண்டவர்கள் அனைவரையும் நோக்கிப் புன்னகைத்தான்.

அந்தக் கிராமவாசிகளும் அந்த வெகுளிச் சிறுவனை நோக்கி பதிலுக்குப் புன்னகைத்தனர். சிறிது நேரம் கழித்து அச்சிறுவன் ஒரு மரத்தின் அடியில் சென்று அமர்ந்தான். அந்த முயல் அவனுடைய மடிமீது ஏறி அமர்ந்து கொண்டது. அதை அன்புடன் தடவிக் கொடுத்த அச்சிறுவன், திடீரென்று அதன் கழுத்தைப் பிடித்து டக்கென்று திருகிவிட்டான். பின் அங்கிருந்த ஒரு பாறையில் அந்த முயலைத் தூக்கிப் பல முறை அடித்தான். அதன் இரத்தம் அவன்மீது தெறித்தது. அந்த

இரத்தம் அவனுடைய வாய்க்குள் கசிந்தபோது, அதை ருசித்தவுடன், அவனுடைய முகத்தில் வெகுளித்தன்மை மறைந்து ஒரு பயங்கரத்தன்மை குடியேறியது. அந்த மூவரும் அக்காட்சியை நம்ப முடியாமல் பார்த்துக் கொண்டிருந்தனர். சில கணங்கள் கழித்து, அவனுடைய செல்ல முயலை வேறு யாரோ கொன்றிருந்ததைப்போல அவன் தேம்பித் தேம்பி அழுதான். அப்போது, தன் முகத்தைத் தன் புடவையின் முந்தானையால் மூடியிருந்த ஒரு பெண்மணி அவ்வழியே வந்தாள். அவள் அச்சிறுவனைத் தூக்கிக் கொண்டு போய்விட்டாள். அப்போது இருட்டத் தொடங்கியிருந்ததால், அன்றிரவைக் கழிப்பதற்காக அசுவத்தாமன் இன்னொரு வெற்றுக் குடிசையைத் தங்களுக்காகக் கண்டுபிடித்தார்.

அவர்கள் தூங்கி விழித்தபோது, அது பகலா அல்லது இரவா என்பது அவர்களுக்குத் தெரியவில்லை. அவர்களைச் சுற்றி மீண்டும் கடும் இருட்டாக இருந்தது. ஒரே இடத்தில் வெகுநேரம் தங்கியிருக்க வேண்டாம் என்று முடிவெடுத்த அவர்கள், அங்கிருந்து புறப்பட்டுவிட்டனர். சுமார் நான்கு மைல் தூரம் நடந்து சென்றதும் அவர்கள் ஒரு பயிர் நிலத்தை அடைந்தனர். அதை அவர்கள் நெருங்கியபோதுதான் அது ஒரே ஒரு பயிர் நிலம் அல்ல என்பதையும், அடுத்தடுத்துப் பல பயிர் நிலங்கள் அங்கு இருந்தன என்பதையும் அவர்கள் கண்டனர். ஒவ்வொரு நிலத்திலும் வெவ்வேறு பயிர்கள் விளைந்திருந்தன. அங்கே அந்தக் கிராமவாசிகள் கடுமையாக உழைத்துக் கொண்டிருந்ததையும் அவர்கள் கண்டனர். அது அறுவடைக் காலம்.

அங்கிருந்த ஒரு குடிசையிலிருந்து ஒரு விடலைச் சிறுவன் தன் கையில் சில கருவிகளுடன் அந்தப் பயிர் நிலங்களை நோக்கி ஓடினான். அவனுக்குப் பின்னாலிருந்து, “தேவத்வஜா, ஜாக்கிரதை!” என்ற ஒரு குரல் ஒலித்தது. அதைக் காதில் வாங்கிக் கொள்ளாமல் அவன் அந்தக் கருவிகளோடு வயலில் இறங்கினான். ஒரு மரத்திற்குப் பின்னாலிருந்து அவர்கள் மூவரும் அச்சிறுவனை அவதானித்தனர். ஒரு மணி நேரத்திற்குப் பிறகு அச்சிறுவன் ஒரு குடிசைக்குள் சென்றான். உடனே

திரும்பி வந்த அவனுடைய கையில் ஒரு கொள்ளிக்கட்டை இருந்தது. பட்டப்பகலில் அவனுக்கு எதற்கு நெருப்பு வெளிச்சம் என்று ஓம் சாஸ்திரி யோசித்தார். அவருக்கு விடையளிப்பதுபோல, அச்சிறுவன் அந்தப் பயிர்களுக்குத் தீ வைத்தான். உடனே அதிலிருந்த கதிர்கள் தீப்பற்றிக் கொண்டன. நெருப்பு விரைவாக அனைத்து நிலங்களுக்கும் பரவியது. தங்களுடைய பயிர்களைக் காப்பாற்றுவதற்கு அந்தக் கிராமவாசிகள் ஓடி வந்தனர். ஆனால், அந்தச் சிறுவனின் கண்களைப்போலவே அந்த நெருப்பும் சீற்றத்துடன் தன் வழியில் தென்பட்ட அனைத்தையும் அழித்தது. அந்தக் கிராமவாசிகளின் அறுவடையில் பாதி அந்த நெருப்புக்கு இரையாயிற்று. அடுத்து, அந்த நெருப்பு அந்தக் கிராமவாசிகளின் வீடுகளுக்கும் பரவியது. அங்கிருந்து ஓடிவிடுமாறு ஒரு பெண் அச்சிறுவனிடம் கத்தினாள். திடீரென்று ஏதோ ஒரு கனவிலிருந்து விழித்துக் கொண்டவன்போல, அச்சிறுவன், தன்னைச் சுற்றி நடந்து கொண்டிருந்த அழிவைத் திடீரென்று பார்ப்பதுபோல அதிர்ச்சியை வெளிப்படுத்தினான். பயத்தில் அவன் அங்கிருந்து ஓடிவிட்டான். அவர்கள் மூவரும் அந்த நெருப்பிலிருந்து தப்பிக்க ஒரு பாதுகாப்பான இடத்தில் ஒதுங்கினர். அவர்கள் வெளியே வந்தபோது, அனைத்தும் கருகிச் சாம்பலாகியிருந்தன. அவர்கள் அதைச் சுற்றி நடந்தனர். அப்போது அங்கு யாரும் இருக்கவில்லை. ஒரு கனத்த மௌனம் மட்டுமே அங்கு நிலவியது.

அவர்கள் அதுவரை வந்திருந்த தூரத்தைக் கணக்கிட்டக் கிருபாச்சாரியார், “நாம் திரும்பிச் செல்வதற்கான வேளை வந்துவிட்டது,” என்று அறிவித்தார்.

“ஆனால், நாம் இன்னும் முடிக்கவில்லையே,” என்று அசுவத்தாமன் அதற்கு ஆட்சேபனை தெரிவித்தார்.

“அது சரிதான். ஆனால், இது ஒரு புரியாத புதிரைப்போல அல்லவா இருக்கிறது! அங்கொன்றும் இங்கொன்றுமாக நடக்கின்ற நிகழ்வுகள் நம் கண்களில் படுகின்றன. அவற்றை முழுமையாகப் புரிந்து கொள்வதற்கு நமக்கு நிறைய நேரம் தேவைப்படும்.

இப்போது அது நம்மிடம் இல்லை. நாம் இதுவரை மூன்று நாட்கள் நடந்து வந்திருக்கிறோம். திரும்பிச் செல்வதற்குக் கூடுதலான நேரம் நமக்குத் தேவைப்படும். அதனால், இதற்கு மேலும் நேரத்தை வீணாக்கிக் கொண்டிருக்காமல் உடனே திரும்பிச் செல்வதுதான் நல்லது," என்று கிருபாச்சாரியார் கூறினார்.

ஷெட்பால் கிராமத்தில், லிசா, பல நாட்களுக்குப் பிறகு கண் விழித்தபோது, அவள் புத்துணர்ச்சியுடன் இருந்தாள். அப்போது, அவளுடைய படுக்கைக்கு அருகே பரிமல் நின்று கொண்டிருந்தான். அவள் விழித்துவிட்டதைக் கண்ட பரிமல், அவளுடைய படுக்கையில் உட்கார்ந்து கொண்டு, அந்த அறையின் ஒரு மூலையில் தொங்கிக் கொண்டிருந்த அவளுடைய ஆடையைச் சுட்டிக்காட்டினான். அது ஒரு பாரம்பரியமான ஆடையல்ல. அவள் வழக்கமாக அணிந்த ஆடைகளில் ஒன்று அது. அந்த ஆடையின் பக்கம் சென்ற லிசாவின் பார்வை மீண்டும் பரிமலின் பக்கம் வந்து நின்றது.

"இதை அணிந்து கொண்டு உங்களுடைய பயணப் பெட்டியைத் தயார் செய்து கொள்ளுங்கள்," என்று மட்டும் கூறிவிட்டு அவன் அங்கிருந்து சென்றுவிட்டான். அவள் தன் படுக்கையைவிட்டு எழுந்து தன்னுடைய பொருட்களை எடுத்துப் பெட்டியில் அடுக்கத் தொடங்கினாள்.

அவள் அந்தப் பணியைக் கிட்டத்தட்ட முடித்திருந்தபோது, அவளுடைய அறைக் கதவு தட்டப்பட்டது. அந்த மாளிகையின் மேலாளர் சுபேந்திரர் அங்கு நின்று கொண்டிருந்தார். உள்ளே வரும்படி அவள் அவரை அழைத்தாள்.

சுபேந்திரர் அவளுடைய அறைக்குள் வந்து மௌனமாக நின்றார்.

"சொல்லுங்கள்," என்று லிசா கூறினாள்.

"கன்னிகாதானம் செய்வதற்கு என்னை நீங்கள் தேர்ந்தெடுத்ததற்கு நன்றி. நான் உங்களுக்குப் பெரும் நன்றிக்கடன் பட்டிருக்கிறேன்," என்று கூறிய அவருக்கு நன்றிப் பெருக்கால் தொண்டை அடைத்தது.

லிசா அவரை நோக்கிப் புன்னகைத்துவிட்டு அவரைக் கட்டியணைத்தாள். “அது ஒரு பெரிய விஷயமல்ல. நீங்கள் எனக்கு எந்தக் கடனும் பட்டிருக்கவில்லை,” என்று அவள் கூறினாள்.

“என்னை எதற்காகத் தேர்ந்தெடுத்தீர்கள் என்பதைத் தெரிந்து கொள்ள நான் மிகவும் ஆர்வமாக இருக்கிறேன்,” என்று அவர் கேட்டார்.

அவள் அதற்கு பதிலளிப்பதற்குள், “நேரமாகிவிட்டது,” என்று பரிமல் வெளியேயிருந்து குரல் கொடுத்தான்.

ஆனால், காரில் ஏறுவதற்கு முன், தான் மீண்டும் அங்கு வருவோமா என்பது அவளுக்குச் சரியாகத் தெரியாததால், அவள் சுபேந்திரரின் பக்கம் திரும்பி, “நீங்கள் பாதலை மிகச் சிறப்பாக கவனித்துக் கொண்டீர்கள். அது இறந்தபோது நீங்கள் அழுதீர்கள், அதை முறைப்படி புதைத்தீர்கள். அதற்காக நான் உங்களுக்கு நன்றிக்கடன் பட்டிருக்கிறேன்,” என்று கூறினாள்.

அவளுடைய பெட்டியைக் காரின் டிக்கியில் வைத்துக் கொண்டிருந்த வேறொரு பணியாள் அவர்களுடைய இந்த உரையாடலைக் கேட்டான். சுபேந்திரர் அதிர்ச்சியில் உறைந்து போய் நின்று கொண்டிருந்தபோது, லிசா வண்டியில் ஏறிவிட்டாள். வண்டி நகர்ந்ததும், அவரிடம் அந்தப் பணியாள் வந்து, “பாதல் யார்?” என்று கேட்டான்.

தன் பார்வையிலிருந்து மறைந்து கொண்டிருந்த வண்டியைப் பார்த்தவாறு, “அது ஒரு வெள்ளை மான். இந்த மாளிகையின் கடைசிச் செல்லப்பிராணி அது,” என்று சுபேந்திரர் அவனிடம் கூறினார். ஆனால், பாதலை அவர் முறைப்படி புதைத்திருந்த விஷயம் பரிமலுக்கே தெரியாது என்கின்றபோது, முதன்முறையாக அந்த வீட்டுக்கு வந்திருந்த அந்தப் பெண்ணுக்கு அவ்விஷயம் எப்படித் தெரிந்திருந்தது என்ற திகைப்பிலிருந்து அவர் விடுபட்டிருக்கவில்லை.

அந்த அமைதியான மாலை வேளையில் அவர்கள் திரும்பிக் கொண்டிருக்கையில், புதர்களுக்கு நடுவே ஏதோ சத்தம் அசுவத்தாமனுக்குக் கேட்டது. அவர்கள்

மூவரும் எப்போதும் மிகவும் எச்சரிக்கையாக இருந்து வந்திருந்ததால், அதிரடித் தாக்குதல் எதையும் அவர்கள் எதிர்பார்த்திருக்கவில்லை. திடீரென்று, வாட்டசாட்டமாக இருந்த ஓர் இளைஞன், ஏதோ வானத்திலிருந்து குதித்தவனைப்போல அசுவத்தாமன்மீது பாய்ந்தான். அசுவத்தாமன் அதைச் சமாளித்துக் கொண்டிருந்தபோது, இன்னொருவன் ஒரு மரத்தின் கிளையிலிருந்து குதித்து ஓம் சாஸ்திரியைத் தாக்க அவரை நோக்கி ஓடி வந்தான்.

அவனுடைய குதிகாலில் அதே கருப்பு மச்சம் இருந்ததைக் கவனித்துவிட்ட அசுவத்தாமன், அது தேவத்வஜன் என்பதை அறிந்து கொண்டார். அன்று அவர்கள் சந்தித்திருந்த விடலைப் பையன் இப்போது ஓர் இளைஞனாக வளர்ந்திருந்தான். இதனால் கவனச்சிதறலுக்கு ஆளான அசுவத்தாமனை அந்த இரண்டாவது நபர் தாக்கினான். அதில் அசுவத்தாமன் கீழே விழுந்துவிட்டார். தன்னைத் தாக்க வந்த தேவத்வஜனிடமிருந்து கிருபாச்சாரியார் இலாவகமாக விலகிக் கொண்டார். அவர் இரண்டாவது நபரையும் சமாளித்துக் கொண்டே அசுவத்தாமனையும் பாதுகாத்துக் கொண்டார். அதையடுத்து, அவர் அவ்விருவரோடும் ஆக்ரோஷமாகச் சண்டையிட்டார். அவர்கள் அசுவத்தாமனை உள்ளே இழுத்துச் சென்றுவிட்டால் பின்னர் அவனை மீட்பது கடினம் என்பதை அவர் உணர்ந்தார்.

அதனால், கிருபாச்சாரியார் ஓம் சாஸ்திரியிடம், “நீங்கள் அசுவத்தாமனை இழுத்துக் கொண்டு வாசலை அடைந்து வெளியேறுங்கள்,” என்று உத்தரவிட்டார். ஓம் சாஸ்திரி உடனே அசுவத்தாமனை இழுத்துக் கொண்டு கதவருகே சென்றார். பின் அவர் அசுவத்தாமனைத் தரையில் கிடத்திவிட்டு அந்தக் கதவைத் திறக்க முயன்றார். ஆனால், அவரால் அதைத் திறக்க முடியவில்லை. கிருபாச்சாரியார் அந்த இரண்டு நபர்களையும் தீரமாகச் சமாளித்துக் கொண்டிருந்தாலும், தன்னால் நீண்ட நேரம் தாக்குப்பிடிக்க முடியாது என்பதை அறிந்தார். ஏழு நாட்கள் கடந்திருந்தன. அன்று

சூரியன் அஸ்தமனமாகும் நேரம் வந்துவிட்டிருந்தது.

அப்போதுதான் கதவு வெளியே இருந்து திறக்கப்பட்டது. அதன் மறுபுறம் மிலரேபர் நின்று கொண்டிருந்தார். தேவத்வஜன் மிலரேபரைப் பார்த்தபோது அவனுடைய கண்கள் கோப வெறியால் சிவந்தன. அவன் கிருபாச்சாரியாரை மேலும் பலமாகத் தாக்கத்தொடங்கினான். அதனால், அவர்கள் இருவரையும் சமாளிப்பதற்குக் கிருபாச்சாரியார் திணறினார். ஒரு வழியாக ஓம் சாஸ்திரி அசுவத்தாமனை வெளியே இழுத்தபோது, கிருபாச்சாரியார் தான் வாங்கியிருந்த ஒரு பலமான அடியால் காயமடைந்தார். இதைப் பார்த்த ஓம் சாஸ்திரி, கிருபாச்சாரியாரின் உதவிக்காக மீண்டும் உள்ளே ஓடப் பார்த்தார். தன்னைத் தடுக்க முயன்ற மிலரேபரின் கைகளை அவர் தட்டிவிட்டார். ஓம் சாஸ்திரியை உள்ளே இழுக்க உள்ளேயிருந்து தேவத்வஜனும் ஓடி வந்து கொண்டிருந்ததைக் கண்ட மிலரேபர், வேறு வழியின்றிக் கதவை மூடிவிட்டார். அதனால், ஓம் சாஸ்திரி வெளியேயும் தேவத்வஜன் உள்ளேயும் தங்கிவிட்டனர்.

அசுவத்தாமனும் ஓம் சாஸ்திரியும் தியானத்திலிருந்து விழித்தெழுந்தனர். ஆனால், அவர்களுக்கு அருகே கிருபாச்சாரியாரின் உடல் அசைவற்றுக் கிடந்தது. ஓம் சாஸ்திரி மிலரேபரைக் கடுமையாகக் கடிந்து கொண்டார். "நம்பி இருப்பவர்களை நிர்க்கதியாக விட்டுவிட்டு ஓடுவதையும் நம்பிக்கைத் துரோகம் செய்வதையும் தவிர உங்களுக்கு வேறு எதுவும் தெரியாதா?" என்று அவருடைய முகத்திற்கு எதிராகவே அவர் கேட்டுவிட்டார்.

"எங்களால் உங்களை இழக்க முடியாது. மிலரேபர் என் உத்தரவின் பேரில்தான் அதைச் செய்தார்," என்று பரசுராமர் அமைதியாகக் கூறினார்.

"கிருபாச்சாரியார் அங்கே உள்ளே மாட்டிக் கொண்டுள்ளார். நாம் மீண்டும் அங்குச் சென்று கதவைத் திறந்து அவரை மீட்டாக வேண்டும். மிலரேபர் நம்முடைய ஆட்களில் ஒருவரை உள்ளே வைத்துக் கதவை மூடிவிட்டார்," என்று ஓம் சாஸ்திரி கத்தினார்.

அவருடைய துயரம் துடைக்கப்பட முடியாததாக இருந்தது.

பரசுராமர் கோபத்துடன் ஓம் சாஸ்திரியிடம், "என்ன சொல்கிறீர்கள், ஓம் சாஸ்திரி? கிருபாச்சாரியாரைத் தாக்கியவர்கள் கதவிற்கு வெளியே வந்துவிட்டால், அவர்கள் இங்கு ஞானகஞ்சிற்குள் நுழைந்துவிடுவார்கள். நீங்கள் மிலரேபரைக் குறை சொல்ல முடியாது. எல்லோருடைய ஒட்டுமொத்த நன்மைக்கு எது சரியானதோ அதைத்தான் அவர் செய்துள்ளார். உங்களுக்கு உங்கள் மனத்தின்மீது முழுமையான கட்டுப்பாடு இல்லாததால்தான் கிருபாச்சாரியார் அங்கு மாட்டிக் கொண்டிருக்கிறார். இதற்கு யாராவது பொறுப்பேற்க வேண்டும் என்றால், அது நீங்கள்தான்," என்று கத்தினார்.

ஓம் சாஸ்திரி உடனே மௌனமானார். அப்போதுதான், தான் ஓம் சாஸ்திரியிடம் அப்படிப் பேசியிருக்கக்கூடாது என்பதைப் பரசுராமர் உணர்ந்தார். அவர் பெருமூச்செறிந்து தன்னை ஆசுவாசப்படுத்திக் கொண்டு, பிறகு ஓம் சாஸ்திரியை சமாதானப்படுத்தினார். "கிருபாச்சாரியார் அங்குச் சிறைபிடிக்கப்பட்டிருக்கக்கூடும். அவரை அவர்கள் சித்திரவதை செய்யக்கூடும், பட்டினி போடக்கூடும், தாகத்தால் தவிக்கவிடக்கூடும். ஆனால், அவர் ஒரு சிரஞ்சீவி என்பதால் அவரை அவர்களால் கொல்ல முடியாது. எப்படியும் அவரை நாம் வெளியே கொண்டு வந்துவிடலாம். ஆனால், இப்போது நாம் வேறொரு மோதலுக்குத் தயாராக வேண்டும். பிறைநிலவுக்கு இன்னும் இரண்டு நாட்கள்தாம் இருக்கின்றன. அதனால், கிளம்புங்கள்."

பரசுராமர், ஓம் சாஸ்திரி, அசுவத்தாமன், மிலரேபர் ஆகிய நால்வரும் மற்றொரு குடிசைக்குள் நுழைந்தனர். அங்கு ஓர் அலமாரியில் அனைத்து விதமான ஆடைகளும் இருந்தன. மற்ற மூவரும் பயணத்திற்குத் தயாராகிக் கொண்டிருந்ததை ஓம் சாஸ்திரி ஏக்கத்தோடு பார்த்தார். அப்போது திடீரென்று வியாசர் அங்கு நுழைந்தார்.

"நான் மற்றோர் இடத்தைக் கண்டுபிடித்துள்ளேன்.

அதன் பெயர் குல்தரா.”

இதைக் கேட்டதும் பரசுராமர் சஞ்சலமடைந்தார். “தனியாகச் சென்றதால் விருஷாகபிக்கு ஏற்பட்டக் கதி இம்முறை மற்றவர்களுக்கு ஏற்படாதிருப்பதற்காக நான் வேறொரு திட்டத்தை வகுத்திருந்தேன். அதன்படி, மிலரேபருடன் கிருபாச்சாரியாரை அனுப்பி வைப்பது என்றும், அசுவத்தாமனை என்னோடு கூட்டிச் செல்வது என்றும் நான் திட்டமிட்டிருந்தேன். ஆனால், இப்போது மறுபடியும் மூன்று இடங்களைக் காப்பதற்கு மூன்று பேர்தான் இருக்கிறோம். கிருபாச்சாரியார் இப்போது இங்கு இருந்திருந்தால் நன்றாக இருந்திருக்கும்,” என்று பரசுராமர் ஏக்கத்துடன் கூறினார்.

“என்னை அழைத்துச் செல்லுங்கள்,” என்று ஓம் சாஸ்திரி கூறினார்.

பரசுராமர் ஓர் அரைகுறைப் புன்னகையுடன் அவரை ஏறிட்டுப் பார்த்தார். “எங்களுக்கு உதவி செய்ய நீங்கள் முன்வருவதை என்னால் புரிந்து கொள்ள முடிகிறது. அதை நான் மெச்சவும் செய்கிறேன். ஆனால், உங்களை என்னால் கூட்டிச் செல்ல முடியாது. இங்கு இருந்து கொண்டு விருஷாகபியைப் பார்த்துக் கொள்ளுங்கள்,” என்று அவர் கூறினார். பின்னர் அவர் மிலரேபர் பக்கம் திரும்பி, “நீங்கள் மீண்டும் தேஜோ மஹாலயம் செல்லுங்கள்,” என்று கூறினார். பிறகு அவர் அசுவத்தாமனிடம், “இப்புதிய இடத்தைப் பற்றிய அனைத்துத் தகவல்களையும் வியாசரிடமிருந்து பெற்றுக் கொண்டு நீ அங்குச் செல். நான் மீண்டும் பீமகுண்டத்திற்குச் செல்கிறேன். நாகேந்திரர் அடுத்து நாம் இன்னும் அறிந்திராத ஓரிடத்திற்குச் செல்லாமல் இருக்க வேண்டும் என்று நாம் நம்புவோமாக!” என்று கூறினார்.

அந்த நீர்மூழ்கிக் கப்பலின் மர்ம அறையில் விழித்தெழுந்த நாகேந்திரர், மகிழ்ச்சியாகக் கைதட்டினார். அவர் விசும்புருவத்தில் சென்று தேவத்வஜரைச் சந்தித்தது வெற்றியைக் கொடுத்திருந்தது. அவர்கள் இருவரும் சேர்ந்து ஓம் சாஸ்திரியின் நினைவகத்திற்குள் கிருபாச்சாரியாரைச் சிக்கவைத்திருந்தனர். நாகேந்திரரின்

திட்டத்திற்கு மிகப் பெரிய அச்சுறுத்தலாக விளங்கியவர் கிருபாச்சாரியார்தான். அதோடு, அவர்தான் மற்ற அனைவரையும்விட அதிக ஆற்றல் மிக்கவராகவும் இருந்தார். நாகேந்திரர் தன் கைகளைக் குவித்து அந்த நிழலுருவத்திற்கு வணக்கம் செலுத்திவிட்டு அங்கிருந்து வெளியேறினார். அவர் கடற்கரையை அடைந்து, பரிமலையும் லிசாவையும் சந்திப்பதற்காக பரத்பூர் தேசியப் பூங்காவை நோக்கிய தன் பயணத்தைத் தொடங்கினார்.

அத்தியாயம் 12

ஆரவாரமற்ற எரியூட்டல்

லிசாவும் பரிமலும் ஷெட்பாலிலிருந்து புறப்பட்டுப் பல மணி நேரம் ஆகியிருந்தது. அவர்கள் இருவரும் வெகுநேரம் பேசாமலேயே இருந்தனர். பின்னர் லிசாதான் மௌனத்தைக் கலைத்தாள். “என்ன தைரியத்தில் நீங்கள் என்னை அந்த அறைக்கு அழைத்துச் சென்றீர்கள்? அந்த ஜந்துவின் பெயர் என்ன?”

பரிமல் பொறுமையாக விளக்கினான். “அது பகவதியம்மனின் பிரதிநிதி. என் தாயார் என்னைத் தன் வயிற்றில் சுமந்து கொண்டிருந்தபோது, இதே அனுபவத்தைப் பெற்றார். என் பாட்டிக்கும் இது நடந்தது. நீ உன் வயிற்றில் சுமந்து கொண்டிருக்கும் குழந்தை பார்வையற்றதாகப் பிறக்காமல் இருப்பதை உறுதி செய்வதற்குத்தான் இது மேற்கொள்ளப்பட்டது. இது தவிர்க்கப்பட முடியாதது. அந்த ஜீவன் ஒரு ஊர்வன வகையைச் சேர்ந்தது. ஆனால், அதனால் பறக்கவும் முடியும், நீருக்குள் வசிக்கவும் முடியும், மண்ணுக்குள் புகுந்து கொள்ளவும் முடியும். நிலம், நீர், ஆகாயம் என்று எல்லா இடங்களிலும் அந்த ஜீவனால் இருக்க முடியும் என்பதாலும், அது பகவதியம்மனின் குறியீடாக விளங்குவதாலும், பகவதியம்மன் எப்போதும் நம்முடன் இருப்பதாக நாம் எடுத்துக் கொள்ளலாம்.”

“அந்த நிகழ்வுக்குப் பிறகு எனக்குள் ஏதோ ஒன்று மாறிவிட்டதுபோல நான் உணர்கிறேன்,” என்று லிசா கூறினாள்.

“அதை நான் அறிவேன். நீங்கள் இனி அந்தக் குழந்தையின் பாதுகாப்பைப் பற்றியோ அல்லது அதன் ஆரோக்கியத்தைப் பற்றியோ கவலைப்படத் தேவையில்லை. இப்போது அவன் ஆசிர்வதிக்கப்பட்டதொரு குழந்தை. பகவதியம்மன்

அவனைப் பாதுகாப்பாள்."

"அப்படியெனில், நான் வெறுமனே சுமக்கின்ற ஒருத்தி, அப்படித்தானே?" என்று லிசா வெடித்தாள். அது பரிமலுக்கு அசௌகரியம் ஏற்படுத்தியது. அவள் கூறியதில் உண்மை இருந்தது என்பதால், அவளைச் சமாதானப்படுத்தும் முயற்சியில் அவன் இறங்கினான்.

"நான் அப்படிச் சொல்லவில்லையே!"

"ஆனால், நீங்கள் கூறியதற்கு அதுதான் அர்த்தம்," என்று கூறிய லிசாவின் குரலில் கோபம் மேலோங்கியிருந்தது.

"நான் கூற வந்தது இதுதான்: உங்களுடைய பேறுகாலம் மற்றப் பெண்களிடமிருந்து முற்றிலும் வேறுபட்டிருக்கும். நாம் நாகேந்திரருக்கு இதுவரை செய்துள்ள காரியங்களையும், இனி நாம் செய்யவிருக்கின்ற காரியங்களையும் கணக்கில் எடுத்துக் கொண்டால், பிற கர்ப்பிணிப் பெண்கள் அளவுக்கு நீங்கள் உங்களுடைய குழந்தை குறித்து எச்சரிக்கையாக இருக்க வேண்டியதில்லை. அவன் எந்தச் சூழலிலும் பாதுகாப்பாக இருப்பான். அவன் உங்களுடைய குழந்தை. நீங்கள் அவனுடைய தாயார். அதை எவராலும் மாற்ற முடியாது. இங்கு எவரும் அதை மாற்ற முயற்சிக்கவும் இல்லை. ஓ! நாம் வந்து சேர வேண்டிய இடத்திற்கு வந்துவிட்டோம்!" என்று கூறி, பரிமல் அந்த உரையாடலை ஒரு முடிவுக்குக் கொண்டு வந்தான்.

கார் நின்றது. அவர்கள் இறங்கி பரத்பூர் தேசியப் பூங்காவிற்குள் நுழைந்தனர். அங்கு அவர்களுக்காக நாகேந்திரர் காத்துக் கொண்டிருந்தார்.

தான் வந்து சேர்ந்திருந்த ஆக்ராவிலிருந்து சுமார் ஒன்றரை மணி நேரப் பயண தூரத்தில்தான் நாகேந்திரர் இருந்தார் என்பதை மிலரேபர் அறிந்திருக்கவில்லை. பரத்பூர் தேசியப் பூங்காவிலிருந்து சுமார் பதினான்கு மணி நேரப் பயண தூரத்தில் இருந்த குல்தராவுக்கு அசுவத்தாமன் வந்து சேர்ந்திருந்தார். இதற்கிடையே பரசுராமரும் பீமகுண்டத்தை அடைந்திருந்தார்.

பரிமலும் லிசாவும் அந்தப் பூங்காவிற்குள் சென்று நாகேந்திரருக்கு முன்னால் போய் நின்றனர்.

அவர் பரிமலைப் பார்த்து, "உங்கள் பயணம் எப்படி இருந்தது?" என்று கேட்டார்.

"சார், அங்கு நிறைவேற்றப்பட வேண்டியிருந்த வேலைகள் செய்து முடிக்கப்பட்டுவிட்டன."

"லிசா, பரிமல் வீட்டுக்குச் சென்றிருந்த உன் அனுபவம் எப்படி இருந்தது?" என்று நாகேந்திரர் கேட்டார்.

முதலில் அவள் தன் புருவங்களை மட்டும் நெறித்தாள், ஆனால் பதிலேதும் சொல்லவில்லை. ஆனால், தன்னால் அவருக்கு பதில் சொல்லாமல் இருக்க முடியாது என்பதை உணர்ந்த அவள், "சார், அங்கு நிறைவேற்றப்பட வேண்டியிருந்த வேலைகள் செய்து முடிக்கப்பட்டுவிட்டன," என்றாள். அது நாகேந்திரருக்கு மட்டுமான பதில் அல்ல; தன்னையும் சீண்டுகின்ற விதத்தில் அமைந்திருந்த ஒன்று அது என்பதைப் பரிமல் புரிந்து கொண்டான்.

நாகேந்திரர் அவர்கள் இருவருக்கும் இடையே நிலவிய இறுக்கத்தைப் புரிந்து கொண்டார். அவர் லிசாவுக்கு அருகே சென்று, அவளுடைய சட்டையை இலேசாகத் தூக்கி அவளுடைய வயிற்றைப் பார்த்தார். அதன் மையப் பகுதி பளபளப்பான பச்சை நிறத்தில் இருந்தது.

நாகேந்திரர் அவர்கள் இருவரையும் தன்னருகே அழைத்து, ஒரு கிசுகிசுப்பான குரலில் இவ்வாறு கூறினார்: "நல்லது. அடுத்து நாம் நம்முடைய மூன்றாவது வார்த்தையின் வேட்டையில் இறங்கலாம். இப்போது நாம் செல்ல வேண்டிய இடத்தின் முகவரி: 19.19 டிகிரி வடக்கு, 73.03 டிகிரி கிழக்கு."

லிசா உடனடியாகத் தன் கைக்கணினியில் அந்த முகவரியைத் தேடிக் கண்டுபிடித்தாள். "நீங்கள் குறிப்பிட்டுள்ள இடம் தாஜ் மகால். எதற்காக நாம் ஆக்ராவிற்குச் செல்கிறோம்?" என்று அவள் கேட்டாள்.

அதற்குப் பரிமலிடமிருந்து பதில் வந்தது. "தாஜ் மகால் உண்மையில் தேஜோ மஹாலயமாக இருந்தது என்று பலர் நம்புகின்றனர். பதினொன்றாம் நூற்றாண்டில், ஜாட்கள்தாம் ஆக்ரா பகுதியில் அதிகமாக

வசித்து வந்தனர். அவர்கள் சிவனை தேஜோஜி என்று அழைத்தனர். தேஜோ லிங்கம் என்பது சிவலிங்கத்திற்கான பல பெயர்களில் ஒன்று. அதனால், சிவன் கோவில்கள் தேஜோ ஆலயங்கள் என்று அழைக்கப்பட்டன. தேஜோ மஹாலயம் என்றால் சிவனின் மிகப் பெரிய கோவில் என்று அர்த்தம்."

லிசா தன் கைக்கணினியில் எதையோ தட்டச்சு செய்தாள். "இன்றைய தாஜ் மகால் இருக்கும் இடம்தான் தேஜோ மஹாலயம் என்று இது கூறுகிறது."

பரிமல் அதை விளக்கினான். "இந்த உலகம் தோன்றிய நாளிலிருந்தே, எவன் ஒரு பகுதியை ஆண்டானோ, அவன்தான் அதன் மதத்தில் ஆதிக்கம் செலுத்தினான், அதன் கடந்தகாலத்தைத் திருத்தி எழுதினான், நிகழ்காலத்தைத் தீர்மானித்தான், எதிர்காலத்தின்மீது தாக்கம் ஏற்படுத்தினான். 1155 இல் இந்து மன்னர்களால் ஆளப்பட்டு வந்த அக்ரவனம் என்ற பகுதியில் தேஜோ மஹாலயம் என்ற ஒரு பிரம்மாண்டமான இடம் இருந்ததாகப் பல ஆவணங்கள் தெரிவிக்கின்றன. பின்னர் அந்த இடத்தின் பெயர் ஆக்ரா என்று மாற்றப்பட்டது. அந்தக் கட்டடத்தின் பெயரும் தாஜ் மகால் என்று மாற்றப்பட்டது."

"இதில் எந்த வரலாறு உண்மை?" என்று லிசா கேட்டாள்.

"இது குறித்துப் பல கதைகள் இருக்கின்றன, பல விவாதங்கள் நடைபெற்றுள்ளன. தாஜ் மகால், ஜெய்சிங் என்ற இந்து மன்னரால் கட்டப்பட்டது என்றும், அது உண்மையில் ஒரு சிவன் கோவில் என்றும் ஓக்கின் கோட்பாடு கூறுகிறது. பின்னர் ஆட்சிக்கு வந்த ஷாஜகான் அதைத் தன் மனைவியின் கல்லறையாக மாற்றிவிட்டார் என்று நம்பப்படுகிறது."

அவர்கள் இருவருக்கும் இடையே புகுந்த நாகேந்திரர், "பழைய விஷயங்களைத் தோண்டுவதில் எனக்கு அக்கறையில்லை. அது ஓர் இந்து அரசனால் கட்டப்பட்டதா அல்லது ஒரு முகலாயப் பேரரசனால் உருவாக்கப்பட்டதா என்பது எனக்கு ஒரு பொருட்டல்ல. எனக்குத் தேவை அதில் மறைந்திருக்கும்

ஒரு வார்த்தை. நாம் இங்குத் தேட வேண்டியது அந்த வார்த்தையைத்தானே அன்றி, உண்மையை அல்ல," என்று ஒரு கிசுகிசுப்பான குரலில் கூறி அந்த விவாதத்திற்கு ஒரு முற்றுப்புள்ளி வைத்துவிட்டு அங்கிருந்து நகர்ந்தார்.

அவரைப் பின்தொடர்ந்து சென்ற லிசா, "நீங்கள் எதற்காக இப்படிக் கிசுகிசுப்பான குரலில் பேசுகிறீர்கள்?" என்று கேட்டாள்.

"ஏனெனில், அவர் என்னைத் தேடிக் கொண்டிருக்கிறார். என் திட்டத்தை ஒட்டுக்கேட்க முயன்று கொண்டிருக்கிறார்," என்று நாகேந்திரர் மீண்டும் அதே கிசுகிசுப்பான குரலிலேயே அதற்கு பதிலளித்தார்.

இதைக் கேட்ட லிசாவும் பரிமலும் நாகேந்திரருக்கு முற்றிவிட்டதென்று நினைத்துக் கொண்டனர். நாகேந்திரர் அதை ஒதுக்கித் தள்ளியபோதிலும், அந்தச் சர்ச்சை குறித்து மேலும் அறிந்து கொள்ள லிசா விரும்பினாள். அதனால், அவள் தொடர்ந்து தேடினாள். பரிமல் அவளுடன் சேர்ந்து நடந்து கொண்டிருந்தான்.

பரிமல் அவளிடம், "இது குறித்து எனக்குத் தெரிந்த சில தகவல்களை நான் உங்களிடம் பகிர்ந்து கொள்கிறேன்," என்று கூறினான். அவனும் ஒரு கிசுகிசுப்பான குரலில்தான் இதைக் கூறினான். "தேஜோ மஹாலயம் கருத்துக்கு ஆதரவாக, சமஸ்கிருதத்தில் எழுதப்பட்டுள்ள பட்டேஷ்வர் கல்வெட்டுகள் காட்டப்படுகின்றன. அது சிவனுக்குக் கட்டப்பட்ட வெள்ளைப் பளிங்குக் கோவில் ஒன்றைப் பற்றிக் குறிப்பிடுகிறது. அது மிகவும் அழகாக இருந்ததால், தான் அங்கேயே தங்கிக் கொள்வதாகவும், தன்னுடைய வழக்கமான உறைவிடமான கயிலைக்குத் தான் வரப் போவதில்லை என்றும் சிவன் கூறியதாக அது தெரிவிக்கிறது. 1155 ஆம் ஆண்டைச் சேர்ந்த அந்தக் கல்வெட்டு, தாஜ் மகாலிலிருந்து 36 கிலோமீட்டர் தூரத்தில் கிடைத்திருந்தது. அதனால், ஷாஜகான் காலத்திற்கு 500 ஆண்டுகளுக்கு முன்பே அது கட்டப்பட்டிருக்கலாம் என்று கருதப்பட்டது. அதோடு, ஷாஜகானின் ஆட்சியைப் பற்றி எழுதப்பட்டுள்ள அதிகாரபூர்வமான ஆவணமான 'பாதுஷாநாமம்', மும்தாஜின் கல்லறைக்காக

மன்னர் ஜெய்சிங்கிடமிருந்து குவிமாடத்துடன்கூடிய ஒரு மாளிகை வாங்கப்பட்டிருந்ததாகக் குறிப்பிடுகிறது.”

லிசா பரிமலைவிட ஓரடி அதிகமான பாய்ச்சலில் இருந்தாள். அவள் இந்தச் சர்ச்சை குறித்த மிகச் சமீபத்திய கட்டுரை ஒன்றைப் பரிமலுக்குப் படித்துக் காட்டினாள். “தாஜ் மகால் ஒரு சிவன் கோவிலின்மீது கட்டப்பட்டுள்ளது என்ற வாதத்தை ஏற்றுக் கொள்ள முடியாது என்று இந்தியத் தொல்லியல் ஆய்வகம் 2017 ஆம் ஆண்டு ஆகஸ்ட் மாதத்தில் ஆக்ரா நீதிமன்றத்தில் எழுத்துபூர்வமாக ஓர் ஆவணத்தைச் சமர்ப்பித்தது. தாஜ் மகால் உண்மையில் ஒரு கல்லறை என்றும், அது ஒரு கோவில் அல்ல என்றும் நீதிமன்றத்தில் அது தெரிவித்தது.” அவர்கள் பிறைநிலவு நாளின் மாலைப்பொழுதில் தாஜ் மகாலுக்கு வந்து சேர்ந்தனர்.

மறுபுறம், மிலரேபர் இம்முறை நாகேந்திரரைச் சந்திப்பதற்குத் தயாராக வந்திருந்தார். அவர் ஆக்ராவுக்குள் நுழைந்ததிலிருந்து, அந்நகரம் முழுவதும் அலைந்து திரிந்து அங்கிருந்த வீடற்றவர்களுக்கு உணவளித்தார். அவர்களுக்கு உணவளித்தபோது, அவர்களுடைய கண்களை ஆழமாக ஊடுருவிப் பார்த்துத் தன்னுடைய உண்மையான வடிவத்தை அவர் அவர்களுக்கு வெளிப்படுத்தினார். ஒவ்வொருவராக அவர்கள் அனைவரும் அவருடைய கட்டுப்பாட்டின் கீழ் வந்தனர். தாஜ் மகாலுக்கு அருகே வரக்கூடிய புதிய நபர்களைக் கண்காணிப்பதற்கு அவர்களைப் பயன்படுத்திக் கொள்ள மிலரேபர் முடிவு செய்திருந்தார். அதோடு, அந்த நகரிலிருந்த விலங்குகள் மற்றும் பறவைகள்மீதும் அவர் மாயக்கட்டை ஏற்படுத்தினார். இப்போது, தெருநாய்கள், பூனைகள், மாடுகள், எலிகள், குருவிகள், கழுகுகள், பருந்துகள், மயில்கள் மற்றும் சில மனிதர்கள் அடங்கிய, மனோவசியத்தால் கட்டுண்டு கிடந்த சுமார் 100 பேர் கொண்ட ஒரு படை, தாஜ் மகாலைச் சுற்றி ஏதாவது அசாதாரணமான நிகழ்வுகள் நிகழ்ந்தனவா என்று கண்காணித்துக் கொண்டிருந்தது.

லிசா இப்போது தாஜ் மகாலைப் பற்றியும் அது குறித்தச் சர்ச்சைகளைப் பற்றியும் ஏராளமாகப்

படித்திருந்ததால், அதற்குள் சென்று நேரில் பார்க்க ஆவலாக இருந்தாள். ஆனால், நாகேந்திரரின் திட்டத்தில், அதற்குள் செல்வது இடம்பெற்றிருக்கவில்லை. அவர்கள் மூவரும் காரிலேயே அமர்ந்திருந்தனர். அப்போது, சில தெருநாய்கள், தம்மைக் கடந்து சென்ற மனிதர்களைத் தலையிலிருந்து கால்வரை ஏற இறங்கப் பார்த்ததை நாகேந்திரர் கவனித்தார். தாஜ் மகாலுக்கு அருகே ஏதேனும் ஓர் உயரமான ஓட்டலின் உச்சி மாடியில் தங்களுக்கு அறைகளை வாடகைக்கு எடுக்குமாறு அவர் பரிமலுக்கு உத்தரவிட்டார்.

கடந்த இரண்டு மாதங்களாக, அழிவின் குறியீடாக விளங்கிய பிறைநிலா வானில் தோன்றுவதற்கு வழிவிட்டு, அந்த நகரிலிருந்து சூரியன் விடைபெற்றுக் கொண்டது. மிலரேபரும் அவருடைய கண்காணிப்புப் படையும், அங்கு நுழைந்து கொண்டிருந்தவர்களைத் தொடர்ந்து கண்காணித்துக் கொண்டிருந்தபோது, நாகேந்திரர் அந்த ஓட்டலின் மாடியிலிருந்து, ஏதாவது அசாதாரணமான அசைவுகள் நிகழ்ந்து கொண்டிருந்தனவா என்று பார்த்துக் கொண்டிருந்தார். தான் முன்பு பார்த்திருந்த ஒரு தெருநாய் நீண்ட நேரமாக அதே இடத்தில் நின்று கொண்டிருந்ததை அவர் கவனித்தார். அதன் தோற்றத்திலிருந்து, அது ஒரு தெருநாய் என்பதையும், எலும்பும் தோலுமாக இருந்த அது பட்டினியோடு இருந்ததையும் அவர் கண்டுகொண்டார். அப்போது அந்த நாயின் அருகே வந்த ஒரு முதியவர், அதன் முன்பு சில சப்பாத்திகளைப் போட்டார். ஆனால், அந்த நாய் இம்மியளவுகூட அசையவில்லை, அந்தச் சாப்பாத்திகளை முகர்ந்து பார்க்கவும் இல்லை. அதே முதியவர் பின்னர் வேறு சில நாய்களுக்கும் சப்பாத்திகளைக் கொடுத்தார். அவையும் அவற்றைச் சாப்பிடவில்லை. உடனடியாக நாகேந்திரருக்கு விஷயம் விளங்கிவிட்டது. தான் இனி எதை அவதானிக்க வேண்டும் என்பது அவருக்குப் புரிந்துவிட்டது. சுற்றியிருந்த மற்ற விலங்குகளையும் பறவைகளையும் அவர் பார்த்தார். அவையும் அதே போன்ற அசாதாரணமான நடத்தையைக் கொண்டிருந்ததை அவரால் பார்க்க முடிந்தது.

"அவர்களுக்குத் தெரிந்துவிட்டது!" என்று கத்திக் கொண்டே நாகேந்திரர் பரிமலையும் லிசாவையும் கூப்பிட்டார்.

பின் அவர், அந்த விலங்குகளையும், அசையாமல் உட்கார்ந்திருந்த சில பிச்சைக்காரர்களையும் அவர்களிடம் சுட்டிக்காட்டி, "அவர்களை அவதானியுங்கள். மாலை நேரத்திலிருந்து அவர்கள் அசையாமல் ஆணியடித்தாற்போல ஒரே இடத்தில் இருந்து கொண்டிருக்கின்றனர்," என்று கூறினார்.

அங்கு அசையாமல் இருந்த விலங்குகள் மற்றும் மனிதர்களின் எண்ணிக்கையைத் தன் மனத்திற்குள் எண்ணிய லிசா, "எனக்கு வித்தியாசமாக எதுவும் தோன்றவில்லை. அவர்களிடம் என்ன பிரச்சனை?" என்று கேட்டாள்.

அவர்களை அவதானித்தப் பரிமல், "சாதாரணமாகப் பார்க்கின்றபோது அவர்கள் தங்களுடைய வேலையைப் பார்த்துக் கொண்டிருப்பதுபோலத்தான் தோன்றும். ஆனால், அவர்கள் மனோவசியத்தால் கட்டுண்டு கிடக்கின்றனர். இந்த இடத்தைச் சிறப்பாகக் கண்காணிக்கின்ற விதத்தில் அவர்கள் நிறுத்தப்பட்டுள்ளனர். அசாதாரணமான நிகழ்வுகள் ஏதாவது நிகழ்ந்தால் அவர்கள் அது குறித்தத் தகவல்களை ஒரு குறிப்பிட்ட நபருக்குக் கடத்துவர்," என்று தெரிவித்தான்.

"அப்படியானால், அவர்கள் நேரலையில் ஒளிபரப்பிக் கொண்டிருக்கின்ற, கேமராக்களுடன்கூடிய வேவுக் கருவிகள் என்று சொல்கிறீர்களா?" என்று லிசா கேட்டாள்.

"இப்படி எத்தனைப் பேர் இங்கு இருக்கிறார்கள், அவர்களை யார் கட்டுப்படுத்திக் கொண்டிருக்கிறார்கள், அந்நபர் எங்கே இருக்கிறார் என்பது நமக்குத் தெரியாது," என்று நாகேந்திரர் கூறினார்.

"பரசுராமரையும் அசுவத்தாமனையும் தவிர வேறு யார் இதைச் செய்யப் போகிறார்கள்? அவர்கள் இருவரையும் எதிர்கொள்ள நாங்கள் தயார் நிலையில் இருக்கிறோம். நாங்கள் என்ன செய்ய வேண்டும் என்று

கூறுங்கள்," என்று பரிமல் கேட்டான்.

தன்னுடைய ஓட்டல் அறையின் சன்னல் வழியாகத் தொடர்ந்து வெளியே பார்த்துக் கொண்டிருந்த நாகேந்திரர், "போய்த் தூங்குங்கள்!" என்று அவர்களிடம் கூறினார்.

தங்களுக்கு இடப்பட்ட உத்தரவைக் கேட்டு பரிமலும் லிசாவும் ஒருவரையொருவர் வியப்புடன் பார்த்தனர்.

"ஆனால், இது பிறைநிலா இரவல்லவா?" என்று பரிமல் கேட்டான்.

"அது உண்மைதான். ஆனால், இம்முறை நாம் சார்ந்திருப்பது நிலவின் வெளிச்சம் அல்ல, மாறாக, சூரியனின் முதல் கதிர்தான். நாம் தேடிக் கொண்டிருக்கின்ற இடத்தை அதன் கதிர்கள் நமக்கு உணர்த்தும்," என்று கூறி நாகேந்திரர் ஆணவமாகச் சிரித்தார்.

மிலரேபர், அசுவத்தாமன், பரசுராமர் ஆகிய மூவரும் தத்தம் இடங்களில் நாகேந்திரருக்காகக் காத்திருந்தனர். ஆனால், இரவு எந்தவிதமான அசாதாரணமான நிகழ்வுமின்றி நகர்ந்தது.

கயிலையில், விருஷாகபிக்குச் சிகிச்சையளித்துக் கொண்டிருந்த துறவிகளுக்கு ஓம் சாஸ்திரி உதவிக் கொண்டிருந்தார். விருஷாகபியின் கழுத்தில் ஏற்பட்டிருந்த கடிக்காயம் குணமடையாமல் நாளுக்கு நாள் மோசமாகிக் கொண்டிருந்தது.

அங்கிருந்த துறவிகளில் ஒருவர், ஓம் சாஸ்திரியிடம், "இது ஒரு மாமிச உண்ணி விலங்கின் கடியைப்போல இருக்கிறது," என்று குறிப்பிட்டார். "இவன் பிழைத்துக் கொள்வானா?" என்ற ஓம் சாஸ்திரியின் கேள்விக்கு அவரிடமிருந்து பதிலேதும் வரவில்லை. அது நிலைமையின் தீவிரத்தை எடுத்துரைத்தது. அன்றைய இரவு நிச்சயமின்மையோடு கழிந்தது.

மறுநாள் அதிகாலையில், பரசுராமர், அசுவத்தாமன், மிலரேபர் ஆகிய மூவரும் கயிலைக்குத் திரும்பி வந்து, ஓம் சாஸ்திரியின் நினைவகத்திற்குள் அடைபட்டுக் கிடந்த கிருபாச்சாரியாரை விடுவிக்க முயற்சி செய்ய வேண்டும்

என்று ஏற்கனவே முடிவு செய்யப்பட்டிருந்ததால், பொழுது விடிந்த உடனேயே பரசுராமரும் அசுவத்தாமனும் தாங்கள் இருந்த இடங்களிலிருந்து கிளம்பிவிட்டனர். ஆனால், மிலரேபர் தான் மனோவசியப்படுத்தியிருந்த நபர்களையும் விலங்குகளையும் ஒவ்வொருவராக விடுவிக்க வேண்டியிருந்ததால் அவர் அங்கேயே தொடர்ந்து இருந்தார். ஒவ்வொரு மூலை முடுக்குகளுக்கும் சென்று விலங்குகளையும் மனிதர்களையும் மனோவசியத்திலிருந்து அவர் விடுவித்துக் கொண்டிருந்தார். தான் நோட்டம்விட்டுக் கொண்டிருந்த தெருநாய் மனோவசியத்திலிருந்து விடுவிக்கப்பட்டதைப் பார்த்த நாகேந்திரர், “காரியத்தில் இறங்குவதற்கான வேளை வந்துவிட்டது,” என்று பரிமலிடமும் லிசாவிடமும் கூறினார்.

ஆனால், தங்களை வேவு பார்த்துக் கொண்டிருந்த கண்களின் எண்ணிக்கையை நாகேந்திரர் குறைத்து மதிப்பிட்டிருந்தார். அவர்கள் மூவரும் ஓட்டலைவிட்டு வெளியேறி தாஜ் மகாலை நோக்கிச் சென்று கொண்டிருந்தபோது, மிலரேபரால் இன்னும் மனோவசியத்திலிருந்து விடுவிக்கப்படாமல் இருந்த ஒரு பிச்சைக்காரனை அவர்கள் கடந்து சென்றனர். நாகேந்திரர் ஒரு பெரிய பையுடன் சென்று கொண்டிருந்ததை அந்தப் பிச்சைக்காரன் பார்த்த அதே கணத்தில் மிலரேபராலும் அதே காட்சியைப் பார்க்க முடிந்தது. ஆனால், சில கணங்களில் நாகேந்திரர் அந்தப் பிச்சைக்காரனின் கண்களிலிருந்து மறைந்துவிட்டார். நாகேந்திரர் அங்குத் தென்பட்டதும், பிறகு உடனடியாக மறைந்துவிட்டதும், மிலரேபரிடம் எச்சரிக்கையைத் தோற்றுவித்தது. அதிலிருந்த இரண்டு விஷயங்கள் அவருக்குக் கவலையளித்தன. ஒன்று, நாகேந்திரர் இன்னும் அங்கு இருந்து கொண்டிருந்தார். மற்றொன்று, அவர் சென்று கொண்டிருந்த திசை. மிலரேபர் தன் வசமிருந்த மீதிக் கண்களை உடனடியாக, நாகேந்திரர் கடைசியாகத் தென்பட்ட இடத்தை நோக்கி அனுப்பினார். அங்கிருந்து தனக்காக வேவு பார்த்துக் கொண்டிருந்தவர்களை, நிரந்தரமாக மூடப்பட்டிருந்த,

தாஜ் மகாலின் கிழக்குக் கதவை நோக்கிச் செல்லுமாறு அவர் பணித்தார்.

ஒரு குறிப்பிட்ட இடத்திற்கு வந்ததும் நாகேந்திரர் நின்றுவிட்டார். பின் சூரியன் இருந்த திசையை நோக்கி அவர் பார்த்தார்.

பின் அவர் லிசாவிடம், “தாஜ் மகாலின் உச்சியின் நிழல் காலையில் எங்கே விழும் என்பதைக் கணக்கிடு,” என்று கூறிவிட்டு, பரிமலிடம் திரும்பி, “தாஜ் மகாலைச் சுற்றியுள்ள இடத்தை உன் பாதுகாப்பு வளையத்திற்குள் கொண்டு வா. கிழக்குப் பகுதிக்குள் யாரும் நுழையாமல் பார்த்துக் கொள்,” என்று கூறினார்.

பரிமலும் லிசாவும் எந்தக் கேள்வியும் கேட்காமல், தங்களுக்கு இடப்பட்ட உத்தரவுகளை நிறைவேற்றுவதில் உடனடியாக இறங்கினர். மிலரேபரின் மனோவசியத்திற்கு ஆட்பட்டிருந்த கண்கள் தொடர்ந்து நாகேந்திரரைத் தேடிக் கொண்டிருந்தன. அவரும் தாஜ் மகாலின் கிழக்கு வாசலை நோக்கி விரைந்தார்.

தாஜ் மகாலின் கிழக்குப் பகுதியிலிருந்த தடுப்புப் பகுதியை நோக்கிச் சென்று கொண்டிருந்த, மனோவசியத்திற்கு ஆட்படுத்தப்பட்டிருந்த ஒரு பூனை, இறுதியாக, வேலிக்கு மறுபுறம் இருந்த பரிமலை எதிர்கொண்டது. பரிமல் அதைத் துரத்த முயன்றான். பின்னர், அதைப் போன்ற இன்னும் ஏராளமான விலங்குகள் அந்த இடத்தை நோக்கி வந்து கொண்டிருந்ததைக் கண்டதும் அவன் பதற்றமடைந்தான். அவை தாக்குதல்கள் எதிலும் ஈடுபடவில்லை. தன் முன் இருந்த அசாதாரணமான சூழலை ஒரு ஒயர்லெஸ் கருவி மூலம் அவன் நாகேந்திரரிடம் எடுத்துரைத்தான். நேரில் வந்து அதைச் சோதிக்கும்படி அவன் அவரிடம் கேட்டுக் கொண்டான். அதை அந்த விலங்குகளின் கண்களின் வழியாகப் பார்த்துக் கொண்டிருந்த மிலரேபர், நாகேந்திரர் தனியாக இல்லை என்பதைப் புரிந்து கொண்டார். பரிமலோடு லிசா இருந்ததையும் அவர் கண்டுகொண்டார். ஆனால், நாகேந்திரர் எங்கு இருந்தார் என்பதை அவரால் காண முடியவில்லை. அதனால், அவர் இன்னும் அருகே செல்ல முடிவு

செய்தார். நாகேந்திரர் பரிமலிடம் ஒயர்லெஸ் மூலம், “உன்னால் முடிந்த அளவு அவற்றைச் சமாளித்துக் கொண்டிரு. அவற்றை நோக்கிச் சுடாதே. அது பிரச்சனையை உருவாக்கும். உள்ளூர் மக்கள் கூட்டம் நமக்கு எதிராகத் திரும்புவதை நான் விரும்பவில்லை,” என்று கூறினார்.

“என்னை நோக்கி இன்னும் ஏராளமான விலங்குகள் வந்து கொண்டிருக்கின்றன. இது நல்லதாக எனக்குப் படவில்லை,” என்று பரிமல் பதிலளித்தான். இன்னும் பல நாய்களும் பூனைகளும் எலிகளும் பாம்புகளும் அவனைச் சூழ்ந்து கொள்ளத் தொடங்கின.

அப்போது, லிசா நாகேந்திரரிடம் ஓரிடத்தைச் சுட்டிக்காட்டி, “சார், தாஜ் மகாலின் உச்சியின் நிழல் காலை ஆறு மணிக்கு இந்த இடத்தில் இருக்கும்,” என்றாள்.

நாகேந்திரர் பரிமலிடம், “அந்த விலங்குகளால் ஆபத்து எதுவும் விளையாது. அவற்றைக் கொல்வதால் பிரச்சனையைத் தீர்க்க முடியாது. நீ பின்னால் நகர்ந்து சென்று ஒரு மரத்தின்மீது ஏறிக் கொள். இந்த விலங்குகள் மனோவசியப்படுத்தப்பட்டுள்ளன. அவற்றை மனோவசியப்படுத்திய நபர் அங்கு வருவார். அவர் அங்கு வந்தவுடன் என்னைத் தொடர்பு கொள்,” என்று கூறினார்.

பிறகு அவர் லிசாவிடம், தான் கொண்டு வந்திருந்த ஒரு பெரிய பெட்டியைச் சுட்டிக்காட்டி, “அதைத் திறந்து அதற்குள் இருக்கின்ற அல்ட்ராசானிக் துப்பாக்கியை வெளியே எடு,” என்று கூறினார்.

அவள் அதை வெளியே எடுத்தாள். அதில் இரண்டு ‘ட்ரிகர்கள்’ இருந்தன. அதன் மேற்புறம் ஒரு ஸ்கேனர் இருந்தது. அதை அவள் ஆராய்ந்து கொண்டிருந்தபோது, நாகேந்திரர் அவளுக்குச் சில உத்தரவுகளைப் பிறப்பித்தார். “முதல் ட்ரிகரைப் பயன்படுத்தி நிலத்தை நோக்கிச் சுடு. அது அல்ட்ராசானிக் அலைகளைப் பாய்ச்சும். அதன் மேல் இருக்கும் ஸ்கேனரை அவதானி. எந்த இடத்தில் அந்த அலைகள் எதிரொலிக்கவில்லையோ, அந்த இடத்திற்கு அடியில்தான் ஒரு சுரங்கப்பாதை

இருக்கிறது. அந்த இடத்தைக் கண்டுபிடித்ததும், நீ அதன் இரண்டாவது ட்ரிகரை அழுத்த வேண்டும்."

பரிமல் ஒரு மரத்தின்மீது ஏறிக் கொண்டிருந்ததையும், தான் அனுப்பியிருந்த விலங்குகள் அவனைச் சூழ்ந்து கொண்டிருந்ததையும் மிலரேபர் பார்த்தார். அவருடைய உத்தரவின் பேரில் பல கழுகுகளும் பருந்துகளும் அந்த மரத்தின் மேலாக வட்டமிடத் தொடங்கின. இப்போது அவருக்கு இந்த இடத்தின் வான்பார்வை கிடைத்தது. உடனே பரிமலையும் லிசாவையும் தாக்குமாறு தான் வசியப்படுத்தி வைத்திருந்த விலங்குகளுக்கு அவர் உத்தரவு பிறப்பித்தார்.

பரிமல் ஒயர்லெஸ் மூலம் நாகேந்திரரிடம், "சார், இந்த விலங்குகள் என்னைச் சூழ்ந்து கொண்டுள்ளன. அவை எல்லா இடங்களிலும் இருக்கின்றன. இப்போது நான் என்ன செய்ய வேண்டும்?" என்று கேட்டான்.

அதற்கு நாகேந்திரர், "அவற்றை நோக்கிச் சுடாதே. அவற்றைக் கட்டுப்படுத்திக் கொண்டிருக்கும் நபர்தான் எனக்குத் தேவை," என்று பதிலளித்தார்.

விலங்குகளின் தாக்குதலால் காயமடைந்திருந்தபோதிலும், லிசா தொடர்ந்து தன் காரியத்தில் கண்ணாக இருந்தாள். தான் தாக்க வேண்டிய இடத்தைக் கண்டுபிடித்த அவள், தன் கையிலிருந்த அல்ட்ராசானிக் துப்பாக்கியைக் கொண்டு இரண்டாவது ட்ரிகரை அழுத்தினாள். உடனே நிலத்தில் ஓர் ஆள் நுழையும் அளவுக்கு ஒரு பெரிய துளை ஏற்பட்டது. அப்போது அவள்மீதான தாக்குதல் அதிகரித்தது. பரிமல் அந்த மரத்திலிருந்து கீழே விழுந்தான். அவர்கள் இருவரும் எதிர்த்துப் போராட விரும்பினாலும், நாகேந்திரரின் சொல்லுக்குக் கட்டுப்பட்டுத் தங்களைப் பாதுகாத்துக் கொள்ளும் வேலையில் மட்டும் ஈடுபட்டனர்.

இவ்வளவு நேரமும் மறைவான ஓரிடத்தில் பதுங்கியிருந்த நாகேந்திரர், தங்களை நோக்கிப் பலர் வந்து கொண்டிருந்ததைக் கண்டார். அவர்களை உற்று நோக்கியபோது, அவர்கள் முந்தைய தினம் தான் பார்த்திருந்த பிச்சைக்காரர்கள் என்பதை அவர் புரிந்து

கொண்டார். உடனே அவர் வேகமாக ஓடிச் சென்று அந்தக் கூட்டத்திலிருந்த ஒரு பிச்சைக்காரியின் முன் நின்று கொண்டு அவளுடைய கண்களை உற்றுப் பார்த்தார். நாகேந்திரரைக் கிட்டத்தட்ட நெருங்கியிருந்த மிலரேபர், அவரைப் பார்த்ததும் டக்கென்று நின்றார். இப்போது அவர்கள் இருவரும் அந்தப் பெண்ணின் கண்களின் இரண்டு பக்கங்களிலிருந்தும் ஒருவரையொருவர் பார்த்துக் கொண்டிருந்ததால், மிலரேபருக்கு நாகேந்திரரின் முகம் மிக அருகே தெரிந்தது. மிலரேபர் அந்தப் பெண்ணைத் தன் பிடியிலிருந்து விடுவிக்க முயன்றார். ஆனால், நாகேந்திரர் முந்திக் கொண்டார். அதே பெண்ணின் கண்களின் மூலமாக அவர் மிலரேபரை மனோவசியப்படுத்தப் பார்த்தார். மறுகணம், மிலரேபர் நாகேந்திரரின் முழுமையான கட்டுப்பாட்டிற்குள் வந்துவிட்டார். பரிமல் மற்றும் லிசாவின்மீது நிகழ்த்தப்பட்டுக் கொண்டிருந்த தாக்குதல்கள் உடனடியாக நின்றுவிட்டன. அந்த நபரைத் தான் வசப்படுத்தியிருந்தபோதிலும், அது யாரென்று நாகேந்திரருக்குத் தெரியவில்லை. அதனால், அந்தப் பெண்ணின் கண்களின் வழியாக, தன்னை நோக்கி வரும்படி அந்த நபருக்கு நாகேந்திரர் ஆணை பிறப்பித்தார்.

இதைப் பார்த்துக் கொண்டிருந்த பரிமலும் லிசாவும் நாகேந்திரரை நோக்கி விரைந்தனர். அப்போதும் நாகேந்திரர் அந்தப் பெண்ணின் முன்னால்தான் நின்று கொண்டிருந்தார். லிசா உருவாக்கியிருந்த துளையினுள் நூலேணி ஒன்றைத் தொங்கவிடுமாறு அவர் பரிமலிடம் கூறினார். பிற பிச்சைக்காரர்கள் அனைவரும் இப்போது நாகேந்திரரின் கட்டுப்பாட்டிற்குள் வந்துவிட்டிருந்தனர். அவர் அவர்களைச் சிலைகளைப்போல ஒரே இடத்தில் நிற்க வைத்திருந்தார். நாகேந்திரரால் வசியப்படுத்தப்பட்டிருந்த அந்தப் பெண்ணின் முன் லிசா தன் துப்பாக்கியுடன் நின்று கொண்டாள்.

அந்தத் துளையின் வழியாக நூலேணியின் மூலம் கீழே இறங்கிச் சென்ற நாகேந்திரர், அங்கு ஒரு பெரிய கதவு இருந்ததைப் பார்த்தார். அவர் உடனே,

மானசரோவரில் கண்டுபிடித்திருந்த 'அவிநாசி' என்ற வார்த்தையையும், ரூபகுண்டத்தில் கண்டுபிடித்திருந்த இரண்டு வார்த்தைகளில் முதல் வார்த்தையான 'அனாதி' என்ற வார்த்தையையும் சேர்த்துப் படித்தார். உடனே அந்தக் கதவு விலகிக் கொண்டது. அதன் இரண்டு முனைகளிலும் நெருப்பு தோன்றியது. அந்த நெருப்புக்கு மறுபுறம் இருந்த 'அனந்தா' என்ற வார்த்தையை அவரால் இப்போது படிக்க முடிந்தது.

அச்சமயத்தில் அங்கு வந்து சேர்ந்த மிலரேபர், லிசாவின் துப்பாக்கி முனைக்கு எதிரே, அந்தப் பெண்ணிற்கு அருகே நின்று கொண்டார்.

அந்த வார்த்தையை எடுத்துக் கொள்வதற்கு நாகேந்திரர் அந்த நெருப்பைத் தாண்டிச் செல்ல வேண்டியிருந்தது. ஆனால், அவர் அதை நெருங்கியதும், அது மேலும் கொழுந்துவிட்டு எரியத் தொடங்கியது. அந்த வார்த்தையை அந்த நெருப்பு பாதுகாத்துக் கொண்டிருந்தது என்பதையும், அதைக் கடந்து செல்கின்ற எவரையும் அது சுட்டுப் பொசுக்கிவிடும் என்பதையும் நாகேந்திரர் புரிந்து கொண்டார். அதற்கு ஒரு மனித உயிரைப் பலி கொடுத்தால்தான் அந்த வார்த்தையைப் பெற முடியும் என்பதும் அவருக்குப் புரிந்தது. இதற்கு நாகேந்திரருக்கு ஓர் ஆள் தேவைப்பட்டார்.

அப்போது ஒயர்லெஸ் மூலம், லிசா, "சார், ஓர் ஆள் வந்து அந்தப் பெண்ணுக்கு அருகே நின்று கொண்டிருக்கிறார்," என்று கூறினாள்.

நாகேந்திரர் ஒரு கணம் மௌனமாக இருந்தார். பிறகு, "இங்கே வா!" என்று கட்டளையிட்டார்.

உடனே மிலரேபர் நேராக அந்தத் துளையை நோக்கி நடந்து வந்து அதற்குள் விழுந்தார். அவர் அந்த நூலேணியைப் பயன்படுத்தவில்லை. அதனால், அவருடைய வலது கால் முறிந்தது. ஆனால், அவர் மனோவசியப்படுத்தப்பட்டிருந்ததால், அவர் வலியை உணரவில்லை. அவர் எழுந்து நின்று, ஒரு காலை இழுத்துக் கொண்டே நாகேந்திரரை நோக்கி வந்தார்.

இருட்டிலிருந்து தன்னை நோக்கி வந்து கொண்டிருந்த நபரை நாகேந்திரர் உணர்ச்சியின்றிப்

பார்த்துக் கொண்டிருந்தார். ஆனால், அந்த நபர் இன்னும் சற்று அருகே வந்தபோது, அவர் மிலரேபர் என்பதை நெருப்பு வெளிச்சத்தில் கண்டுகொண்ட நாகேந்திரர், வியப்பின் உச்சிக்கே போய்விட்டார். அவர் தன்னுடைய முன்னாள் சகாவை ஓராயிரம் ஆண்டுகளுக்குப் பிறகு இப்போது சந்தித்திருந்தார். மறுகணம், நாகேந்திரரின் முகம் வெறுப்பையும் காழ்ப்புணர்ச்சியையும் உமிழ்ந்தது. நாகேந்திரர் மிலரேபரை இறுக்கமாகக் கட்டியணைத்தபடி, அவருடைய காதில், “மிலரேபரே, நான் உங்களை இங்குச் சந்திப்பதில் எல்லையற்ற மகிழ்ச்சி அடைகிறேன். நீங்கள் இத்தனை ஆண்டுகளாக உயிரோடு இருந்து கொண்டிருப்பதற்கான காரணம் என்னவென்று உங்களுக்குத் தெரியுமா? உங்களைக் கொல்ல முடியாமல் போனது குறித்து நான் தொடர்ந்து வருத்தப்பட்டுக் கொண்டிருந்ததுதான்!” என்று ஒரு கிசுகிசுப்பான குரலில் பல்லைக் கடித்தபடி கூறினார். இருவர் கண்களிலிருந்தும் கண்ணீர் வழிந்தது. மிலரேபரின் கண்களில் தோல்வி மற்றும் இயலாமையின் காரணமாக நீர் வடிந்து கொண்டிருந்தது. நாகேந்திரரின் கண்களில் வெற்றி மற்றும் பழிவாங்கலுக்கான வாய்ப்பின் காரணமாக நீர் வடிந்து கொண்டிருந்தது. நாகேந்திரர் தொடர்ந்து பேசினார்.

“எனக்கு பதிலளிக்க நீங்கள் துடித்துக் கொண்டிருக்கிறீர்கள். ஆனால், அது உங்களால் முடியாது. என்னுடன் ஒத்துழைக்க நீங்கள் விரும்பாதிருக்கலாம். ஆனால், அதைத் தவிர உங்களுக்கு வேறு வழியில்லை. இந்த வார்த்தையை எனக்காக நீங்கள் எடுத்துக் கொள்ள விரும்ப மாட்டீர்கள். ஆனால், அதை நீங்கள் செய்வீர்கள். இந்த நெருப்பில் எரிய நீங்கள் விரும்ப மாட்டீர்கள். ஆனால், அதில் நீங்கள் குதிப்பீர்கள். நீங்கள் எனக்குச் செய்திருந்த நம்பிக்கைத் துரோகத்திற்கான வெகுமதியாக இதை நீங்கள் எடுத்துக் கொள்ளலாம். இப்போது உங்களுடைய கைகளால் அந்த வார்த்தையை எனக்காக எடுத்துக் கொடுங்கள்.” இதைச் சொல்லி முடித்ததும் நாகேந்திரரின் கண்கள் பிரகாசமடைந்தன.

மிலரேபர் நெருப்பை நோக்கித் திரும்பினார்.

அவருடைய கண்களில் வடிந்து கொண்டிருந்த நீர், அந்த நெருப்பின் சூட்டில் ஆவியானது. அவர் தன் கண்களை நன்றாகத் திறந்து வைத்துக் கொண்டு அந்த நெருப்பை நோக்கி முன்னேறினார்.

"நீங்கள் விமோசனத்தை வேண்டினீர்கள், இல்லையா? அது இன்று உங்களுக்குக் கிடைத்திருக்கிறது!" மிலரேபரின் கண் இமைகள் கருகின. அவருடைய கண்களுக்கு அருகேயிருந்த தோல் கருகியது. மிலரேபர் தன் கைகளை அந்த நெருப்புக்குள் விட்டு அந்த வார்த்தையைப் பிடித்தார். அவருடைய கைகள் மெல்லிய உலோகத்தைப்போல உருகின. அந்த நெருப்பு அவருடைய உடைகளைப் பற்றிக் கொண்டது. அடுத்து மிலரேபரின் மொத்த உடலும் அந்த நெருப்பில் எரிந்தது.

அவர் அந்த வார்த்தையை எடுத்து நாகேந்திரரிடம் கொடுத்தபோது, அவருடைய உடலின் பெரும்பகுதி கருகியிருந்தது. ஆனாலும் அவர் நின்று கொண்டிருந்தார். நாகேந்திரர் அந்த வார்த்தையை அவருடைய கையிலிருந்து எடுத்துக் கொண்டார். அது சூடாக இருக்கும் என்று அவர் நினைத்திருந்தார். ஆனால், அது அப்படி இருக்கவில்லை. அதை அவர் பிடித்திருந்தபோது, அது பொடிந்து தூசாகி, அவருடைய தோலில் இருந்த துளைகளால் கிரகித்துக் கொள்ளப்பட்டது.

நாகேந்திரர் அந்த வார்த்தையைக் கிரகித்துக் கொண்ட அதே கணத்தில், தாஜ் மகாலின்மீது ஒரு பிரம்மாண்டமான கருநிழல் படிந்தது. மாயாஜாலம்போல, தாஜ் மகாலின் வெள்ளைச் சலவைக்கற்கள் அப்படியே கருப்புச் சலவைக்கற்களாக மாறின. அந்த வார்த்தையைக் காப்பாற்ற வந்திருந்த நபர், அதைத் தாரைவார்த்த நபராக ஆகியிருந்தார்.

"இந்த இடம் மிகவும் இருட்டாக இருக்கிறது. எனவே, இங்கிருந்து வெளியேற எனக்கு வழிகாட்டுங்கள்," என்று, எரிந்து கொண்டிருந்த மிலரேபரிடம் நாகேந்திரர் கேட்டார்.

இப்போது வெறும் எலும்புகளும் எரிந்து போன சதையுமாக இருந்த மிலரேபர், ஒரு மனிதத் தீப்பந்தம்போல நாகேந்திரருக்கு முன்னால் நடந்து

சென்றார்.

இந்து மத இறுதிச் சடங்குகளில் உச்சரிக்கப்படும் மந்திரத்தை நாகேந்திரரின் வாய் உச்சரித்துக் கொண்டிருந்தது. அவர்கள் அந்தத் துளையின் வாயை அடைந்தவுடன், நாகேந்திரர் முன்னால் சென்று, அந்த நூலேணியைப் பிடித்து ஏறி மேலே வந்தார். பின் அவர் பரிமலையும் லிசாவையும் தன்னருகே வரும்படி அழைத்தார்.

"மிலரேபர் யார் என்பதை நீங்கள் இருவரும் தெரிந்து கொள்ள விரும்பினீர்கள், இல்லையா?" என்று அவர்களிடம் கேட்டார்.

பின், அந்தத் துளைக்குள் எரிந்து கொண்டிருந்த மிலரேபரை அவர் அவர்களுக்குக் காட்டினார். அவர்கள் இருவரும் அந்தத் துளைக்குள் எட்டிப் பார்த்தபோது, அங்கு எரிந்து கொண்டிருந்த ஒரு நபரை அவர்கள் பார்த்தனர்.

"இவர்தான் மிலரேபர்!"

ஆனால், கிட்டத்தட்ட எரிந்து போயிருந்த நிலையில் அவர் இருந்ததால், அப்போது அவரைப் பார்த்த எவராலும் அவர் எப்படி இருந்திருப்பார் என்பதைக் கண்டிப்பாக ஊகித்திருக்க முடியாது. அவருடைய கடைசித் துண்டு எரிந்து கீழே விழுகின்றவரை மிலரேபர் நாகேந்திரரையே பார்த்துக் கொண்டிருந்தார். அவருடைய ஆத்மா அவருடைய உடலைவிட்டு வெளியேறியது.

நாகேந்திரர் வானத்தைப் பார்த்து வெற்றிக் களிப்போடு, "வியாசரே! மிலரேபர் உயிரோடு எரிக்கப்பட்டுவிட்டார்! இறுதிச் சடங்கு எதுவும் நடத்தாமலேயே நான் அவரைத் தகனம் செய்துவிட்டேன். அவர் வெகுநாட்களாக வேண்டிக் கொண்டிருந்த முக்தியை நான் அவருக்குப் பரிசாகக் கொடுத்துவிட்டேன்," என்று கொக்கரித்தார்.

அங்கு நின்று கொண்டிருந்த பிச்சைக்காரர்களும் மனோவசியப்படுத்தப்பட்டிருந்த விலங்குகளும், நாகேந்திரரின் உத்தரவுக்குக் கீழ்ப்படிந்து அந்தத் துளையை நோக்கிச் சென்றனர்.

“இங்கு நம்முடைய வேலை முடிந்துவிட்டது. நாம் கிளம்பலாம்!” என்று கூறிவிட்டு நாகேந்திரர் அங்கிருந்து நடக்கத் தொடங்கினார். பரிமலும் லிசாவும் அவரைப் பின்தொடர்ந்தனர். அந்த இடத்தைவிட்டுச் செல்வதற்கு முன், லிசா ஒரு முறை திரும்பிப் பார்த்தாள். அவர்களுக்கு எதிர்த்திசையில் சென்று கொண்டிருந்த பிச்சைக்காரர்களும் விலங்குகளும் அந்தத் துளைக்குள் ஒவ்வொருவராக விழுந்து கொண்டிருந்ததைப் பார்த்து அவள் மிகவும் மனமுடைந்து போனாள். கீழே விழுந்தவர்களையும் அங்கு எரிந்து கொண்டிருந்த நெருப்பு பற்றிக் கொண்டது. அதன் பிறகு அந்த நெருப்பு பெரிதாக எரியத் தொடங்கியது. கரிய நிறத்தைப் பூசிக் கொண்டிருந்த அந்த உலக அதிசயத்திற்கு அருகே எரிந்து கொண்டிருந்த உடல்களின் துர்நாற்றம் அந்த இடத்தில் பரவத் தொடங்கியது.

“இது உலக அழிவிற்கான ஒரு முன்னோட்டமா?” என்ற தலைப்போடு, கருப்பு நிறத் தாஜ் மகாலின் படத்தைப் போட்டு, உலகம் நெடுகிலும் பத்திரிகைகள் அலறின. தாங்கள் மற்றொரு வார்த்தையையும் இழந்துவிட்டோம் என்பதை அறிந்து கொள்ள, பரசுராமருக்கும் அசுவத்தாமனுக்கும் அந்தச் செய்தி போதுமானதாக இருந்தது. அதை உறுதி செய்து கொள்வதற்காகவும் மிலரேபரின் நிலையை அறிந்து கொள்வதற்காகவும் அவர்கள் இருவரும் தாஜ் மகாலை நோக்கிச் சென்றனர்.

கயிலை மலையில், பிற இடங்களை அறிந்து கொள்ளும் நோக்கத்தோடு வியாசர் தியானத்தில் அமர்ந்தார். அப்போதுதான், “வியாசரே! மிலரேபர் உயிரோடு எரிக்கப்பட்டுவிட்டார்! இறுதிச் சடங்கு எதுவும் நடத்தாமலேயே நான் அவரைத் தகனம் செய்துவிட்டேன். அவர் வெகுநாட்களாக வேண்டிக் கொண்டிருந்த முக்தியை நான் அவருக்குப் பரிசாகக் கொடுத்துவிட்டேன்!” என்ற வார்த்தைகள் அவருக்குக் கேட்டன. அது அவரை அடியோடு உலுக்கியது.

வியாசர் டக்கென்று தன் கண்களைத் திறந்தார். தாங்கள் மூன்றாவது வார்த்தையையும் இழந்திருந்ததை

அவர் புரிந்து கொண்டார். இந்தப் பிரபஞ்சத்தின் அனைத்து ஒலிகளையும் கேட்க முடிந்த வியாசரின் ஆற்றலைத் தனக்குச் சாதகமாக ஆக்கிக் கொண்ட நாகேந்திரர், அவர்களுடைய ஆட்களில் ஒருவரைக் கொலை செய்த செய்தியை அவர் அறியும்படி செய்து அவரை ஏளனம் செய்திருந்தார்.

“உலகை உலுக்கியிருந்த, தாஜ் மகால் கருப்பாக மாறிய செய்தியை நானும் கேட்டேன்,” என்று தெரிவித்தத் திருமதி பத்ரா, தொடர்ந்து பேசினார். “டாக்டர் பத்ராவின் பெயரை நோபல் விருதுக் குழுவுக்குப் பரிந்துரைப்பதற்காக, பல மருத்துவக் குழுக்கள் என்னைப் பரிசோதனை செய்தன.

“டாக்டர் பத்ரா எனக்கு ஓர் ஊசியைப் போட்டுவிட்டு இந்து மத வேதங்களைப் படிக்கத் தொடங்கினார். அவர் சில விடைகளைத் தேடிக் கொண்டிருந்தார். நான் அவரிடம், ‘சாவிலிருந்து பிழைத்து வந்தது நானாக இருந்தாலும், இங்கு முற்றிலுமாக மாறிப் போயிருப்பது நீங்கள்தாம்,’ என்று கூறினேன்.

“அதற்கு அவர், ‘ஒருவேளை, நான் மாறியிருப்பதால்தான் நீ சாவை ஏமாற்றியிருக்கிறாய்போலும்,’ என்று கூறினார்.

“நான் அவரிடம் ‘என்ன மாறியுள்ளது? ராஸ் தீவில் என்ன நடந்தது? நீங்கள் அங்கிருந்து வந்ததிலிருந்து உங்களை எது தொந்தரவு செய்து கொண்டிருக்கிறது? அதைப் பற்றி நீங்கள் ஏன் என்னிடம் எதுவும் கூற மறுக்கிறீர்கள்?’ என்று கேட்டேன். இதை நான் ஒரு முறை அல்ல, எண்ணற்ற முறைகள் கேட்டேன். ஆனால், எப்போதுமே, ‘நேரம் வரும்போது சொல்கிறேன்,’ என்ற பதில் மட்டுமே அவரிடமிருந்து வந்தது.

“மிகச் சிறந்த அறிவியலறிஞரான அவர், இந்துப் புராணங்களிலும் வேதங்களிலும் எதைத் தேடிக் கொண்டிருந்தார் என்பதை என்னால் ஒருபோதும் புரிந்து கொள்ள முடியவில்லை.

“டாக்டர் பத்ரா நோபல் பரிசுக் கனவுடன் சுற்றித் திரிந்து கொண்டிருந்தார். நான் உயிரோடு இருந்தபோதிலும், சுரத்தில்லாமல் இருந்தேன். நான்

அவருடைய வாழ்க்கைத் துணையாக இல்லாமல், அவருடைய சோதனைக்கூட எலியாகிவிட்டேனே என்று நான் வருந்தினேன். நான் எப்படி உணர்ந்து கொண்டிருந்தேன் என்பதைக்கூட அவர் அறிந்திருக்கவில்லை. அவர் நல்லவர்தான். ஆனால், என் மூலம் அவருக்குக் கிடைத்திருந்த வெற்றி அவருடைய கண்களை மறைத்திருந்தது.

"என்னைப் பரிசோதிக்க வந்தவர்கள் அறிக்கைகளுடன் திரும்பிச் சென்றனர். ராஸ் தீவில் நடந்திருந்த விஷயங்களுக்குப் பிறகு, தன்னுடைய சாதனை எந்த அளவுக்கு அதிர்வலைகளை ஏற்படுத்தும் என்பதை டாக்டர் பத்ரா நன்றாகவே அறிந்திருந்தார். ஆனால், அச்சமயத்தில், அந்த அறிக்கையோடு சேர்ந்து, என்னுடைய குணமாதலில் நிகழ்ந்திருந்த அதிசயமும் வெளிவரும் என்பது எங்களுக்குத் தெரியாது. டாக்டர் பத்ரா தன்னுடைய பரிசோதனையின் வெற்றியில் மட்டுமே குறியாக இருந்தார்."

அவர்கள் நீர்மூழ்கிக் கப்பலுக்குத் திரும்பிக் கொண்டிருந்தபோது, பரிமல் நாகேந்திரரிடம், "நீங்கள் இன்னும் எதற்காகக் காத்துக் கொண்டிருக்கிறீர்கள்?" என்று கேட்டான்.

"நீ என்ன கேட்கிறாய்?" என்று அவர் திருப்பிக் கேட்டார்.

"உங்களிடம் மிருத சஞ்சீவினி நூல் இருக்கிறது. உங்களால் இப்போது ஒரு சிரஞ்சீவியாக ஆகிவிட முடியும். இன்னும் எதற்காக நீங்கள் காத்துக் கொண்டிருக்கிறீர்கள்?"

"ஓம் சாஸ்திரி," என்று கூறி நாகேந்திரர் புன்னகைத்தார்.

"ஓம் சாஸ்திரியா? நாம்தான் அவரிடமிருந்து மிருத சஞ்சீவினி நூலைப் பிடுங்கிக் கொண்டுவிட்டோமே!"

நாகேந்திரர் பரிமலை நோக்கித் திரும்பியபோது, அவனுக்கு அருகே இருந்த லிசாவின்மீது அவருடைய பார்வை சென்றது. அவளுடைய கீழ்வயிறு சிறிது வீங்கியிருந்ததைக் கண்டு, தன் இரண்டு கைகளையும் தட்டி ஒரு சிறு குழந்தையைப்போல அவர் குதூகலித்தார்.

பின் அவர் அவளருகே வந்து மண்டியிட்டு, அவளுடைய வயிற்றின் உயரத்திற்குத் தன்னைத் தாழ்த்திக் கொண்டார். இதனால் திகைத்துப் போன பரிமலும் லிசாவும் மிரட்சியோடு ஒருவரையொருவர் பார்த்தனர்.

நாகேந்திரர் தன் இரண்டு கைகளையும் அவளுடைய வயிற்றின்மீது வைத்தார். அவருடைய கண்கள் மின்னின. அவர் அவர்கள் இருவரிடம் இவ்வாறு கேட்டார்: "செங்கண் மரத்தவளை என்ற ஒன்று இருப்பது தெரியுமா? அதன் ஆயுட்காலம் ஐந்து ஆண்டுகள். அதன் உயரம் 2 முதல் 2.5 அங்குலம். அதன் கண்கள் சிவப்பாக இருக்கும், கால்கள் ஆரஞ்சு நிறத்தில் இருக்கும், உடல் பச்சை நிறத்தில் இருக்கும்."

இன்னும் அதிர்ச்சியிலிருந்து மீளாமல் நின்று கொண்டிருந்த பரிமலும் லிசாவும் மௌனம் காத்தனர். லிசாவின் வயிற்றில் இருந்த குழந்தைக்குக் கதை கூறுவதுபோல நாகேந்திரர் அதனிடம் பேசினார். "ஆபத்து சூழ்ந்திருக்கும்போது, அந்தத் தவளையின் முட்டைகளால் முன்னதாகவே பொறித்துக் கொள்ள முடியும். ஆனால் உனக்கு எந்த ஆபத்தும் வராமல் நான் பார்த்துக் கொள்கிறேன். உன்னுடைய அம்மாவாலும் அப்பாவாலும் உன்னைப் பாதுகாக்க முடியவில்லை என்றால்கூட நான் உன்னைக் காப்பாற்றுகிறேன். நான் சொல்வது சரிதானே, அம்மா, அப்பா?"

குல்தராவிலிருந்து 830 கிலோமீட்டர் தொலைவிலிருந்த அமர்கந்தக் என்ற ஊருக்கு அசுவத்தாமன் பதினைந்து மணி நேரத்திற்குள் வந்து சேர்ந்திருந்தார். அங்கு அவர் பரசுராமரைச் சந்தித்தார். அவர்கள் இருவரும் அங்கிருந்து ஆக்ரா சென்றனர். தாஜ் மகாலின் கிழக்குக் கதவுக்கு அருகேயிருந்த ஒரு குழியிலிருந்து, எரிந்து கருகிப் போன நிலையில் பல உடல்கள் கண்டெடுக்கப்பட்டிருந்தாக உள்ளூர் அதிகாரிகள் தெரிவித்திருந்தனர். அந்த உடல்களில் ஒரே ஓர் உடலைத் தவிர மற்ற அனைத்தும் அடையாளம் காணப்பட்டிருந்ததாகவும் தெரிவிக்கப்பட்டிருந்தது. அந்த உடல் மிலரேபருடையதாகத்தான் இருக்க வேண்டும் என்பதை அவ்விருவரும் அறிந்திருந்தபோதிலும்,

அதை அவர்கள் நம்ப விரும்பவில்லை. ஆனால், தாங்கள்தாம் அவருடைய சொந்தக்காரரர்கள் என்பதை நிரூபிப்பதற்கான ஆவணங்கள் எதுவும் அவர்களிடம் இருக்கவில்லை. எவராலும் கோரப்படாமல் இருந்த அந்த உடலை தூரத்திலிருந்து பார்த்துவிட்டு அவர்கள் அங்கிருந்து கிளம்பினர். அங்கிருந்த அந்தக் கருப்புக் கட்டடம், இனியும் தாஜ் மகாலைப்போலவும் இருக்கவில்லை, தேஜோ மஹாலயத்தைப்போலவும் இருக்கவில்லை.

கயிலையில், விருஷாகபிக்குச் சிகிச்சையளிக்கப்பட்டுக் கொண்டிருந்த குடிலுக்குள் வியாசர் வேகமாக நுழைந்தார். ஓம் சாஸ்திரி அவரைக் கண்டதும் எழுந்து வணக்கம் செலுத்தினார். அவரிடம் வந்த வியாசர், "இப்போது விருஷாகபிக்கு எப்படி இருக்கிறது?" என்று கேட்டார்.

"நிலைமை மோசமாகத்தான் இருக்கிறது. ஆனால், நாம் நம்பிக்கை இழக்காமல் இருக்க வேண்டும்," என்று ஓம் சாஸ்திரி கூறினார்.

வியாசர் அவரிடம், "நாம் இன்னொரு வார்த்தையையும் இழந்துவிட்டோம். அதோடு, நாம் மிலரேபரையும் இழந்துவிட்டோம்," என்று கூறினார்.

நம்பிக்கையுடன் இருந்த ஓம் சாஸ்திரியின் முகம் தொங்கிப் போனது. "அடுத்து என்ன?" என்று அவர் கேட்டார்.

"நாம் மற்ற இடங்களை விரைவாகக் கண்டுபிடித்தாக வேண்டும்," என்று கூறிப் பெருமூச்சுவிட்டுக் கொண்டே வியாசர் அங்கிருந்து வெளியேறினார். அடுத்து வெளியே வந்த ஓம் சாஸ்திரி, வியாசரை மரியாதையுடன் பின்தொடர்ந்து சென்றார்.

பின் அவரிடம், "இவை அனைத்தும் என்னால்தான் நிகழ்ந்து கொண்டிருக்கின்றன. நான் மிருத சஞ்சீவினி நூலைத் தொலைத்ததால்தான் அவருக்கு இந்த இடங்கள் குறித்தத் தகவல் கிடைத்தது. மிலரேபர் இறந்துவிட்டார், விருஷாகபி இறந்து கொண்டிருக்கிறான், கிருபாச்சாரியார் மாட்டிக் கொண்டிருக்கிறார். நான் உதவ விரும்புகிறேன். நான் என்ன செய்ய வேண்டும்?"

என்று ஓம் சாஸ்திரி கேட்டார்.

"உன்னை அறிந்து கொள்!" என்று அமைதியாகக் கூறிவிட்டு வியாசர் அந்த இடத்தைவிட்டுச் சென்றுவிட்டார்.

நீர்மூழ்கிக் கப்பல் புறப்படத் தயாராயிற்று. "இப்போது எங்கே?" என்று பரிமல் கேட்டான்.

நாகேந்திரர் அவனிடம் ஒரு காகிதத்தைக் கொடுத்தார். அதில் மாண்டவி கடற்கரை என்று எழுதப்பட்டிருந்தது.

குஜராத் மாநிலத்தில் இருந்த மாண்டவி கடற்கரை, இந்தியாவின் எதிர்முனையில் இருந்தது. அங்குச் செல்வதற்கு அந்த நீர்மூழ்கிக் கப்பல் இந்தியாவின் தென்கோடிவரை சென்று மறுபடியும் வடக்கு நோக்கிச் சென்று கட்ச் வளைகுடாவை அடைய வேண்டும். இதற்குப் பல நாட்கள் ஆகும். பயணம் தொடங்கியது. நாகேந்திரர் மிருத சஞ்சீவினியைத் திறந்து அடுத்த வார்த்தையைப் பெறுவதற்கான வழிமுறைகளைப் படிக்கத் தொடங்கினார்.

அத்தியாயம் 13

தேவத்வஜர்

ஓம் சாஸ்திரி விருஷாகபியின் காயங்களைத் துடைத்துக் கொண்டிருந்தபோது, அந்த அறைக்குள் யாரோ நுழைந்த காலடிச் சத்தம் அவருக்குக் கேட்டது. பரசுராமர் உள்ளே நுழைந்தார். அவருடைய முகபாவனையைப் பார்த்தபோது, அவர் விருஷாகபியின் நிலையைப் பற்றி விசாரிக்க வந்திருந்தவர்போலத் தெரியவில்லை. அவர் தன்னைப் பார்க்கத்தான் வந்திருந்தார் என்பதை ஓம் சாஸ்திரி புரிந்து கொண்டார்.

“உடனே என்னுடன் வாருங்கள்!” என்று பரசுராமர் கூறினார்.

ஓம் சாஸ்திரி, மீதி வேலையைப் பார்த்துக் கொள்ளுமாறு அருகிலிருந்த ஒரு துறவியிடம் கூறிவிட்டு, பரசுராமரைத் தொடர்ந்து வெளியே வந்தார். அவர்கள் இருவரும் கிருபாச்சாரியாரின் உடல் கிடந்த இடத்திற்கு வந்தனர். தாங்கள் ஏன் அங்கு வந்திருந்தோம் என்பதை ஓம் சாஸ்திரி அறிந்திருந்தபோதிலும், பரசுராமரே அதைச் சொல்லட்டும் என்று அவர் பொறுமையாகக் காத்திருந்தார்.

“நாம் கிருபாச்சாரியாரை மீட்டெடுக்கப் போகிறோம்,” என்று பரசுராமர் கூறினார். அப்போது அங்கு அசுவத்தாமனும் வந்து சேர்ந்து கொண்டார். பரசுராமர் தொடர்ந்து பேசினார். “கிருபாச்சாரியார் இப்படி மாட்டிக் கொள்வார் என்று நாம் சிறிதும் எதிர்பார்க்கவில்லை. இது எப்படியோ நிகழ்ந்துவிட்டது. கிருபாச்சாரியாருடன் மோதி அவரைச் சிக்க வைக்கின்ற அளவு ஆற்றல் படைத்தவன் சாதாரணமானவனாக இருக்க முடியாது.”

“அதேபோல, மிலரேபரைக் கொன்று, விருஷாகபியைக் குற்றுயிரும் கொலையுயிருமாக

ஆக்கியுள்ளவனும் சாதாரணமானவனாக இருக்க முடியாது. உங்களுடன் சேர்ந்து அங்கு வந்து போராட என்னை அனுமதியுங்கள்," என்று ஓம் சாஸ்திரி கெஞ்சினார்.

"நீங்கள் தயார் என்று எப்போது அசுவத்தாமன் கூறுகிறானோ, அப்போது நான் உங்களை அழைத்துக் கொள்கிறேன்," என்று பரசுராமர் உறுதியளித்தார்.

ஓம் சாஸ்திரியும் பரசுராமரும் ஒருவரையொருவர் பார்த்தனர். ஆனால், பரசுராமர் இன்னும் பேசி முடித்திருக்கவில்லை. "நீங்கள் இருவரும் நான் கூறுவதைக் கேளுங்கள்!"

பரசுராமரின் அதிகாரமிக்கக் குரல் அவர்கள் இருவரையும் அவரை நோக்கி உடனடியாகத் திரும்ப வைத்தது.

"நான் இப்போது உங்களிடம் கூறப் போவதை நீங்கள் அப்படியே கேட்க வேண்டும். இதில் விவாதங்களுக்கோ அல்லது உரையாடல்களுக்கோ இடமில்லை. இதை நீங்கள் என்னுடைய உத்தரவாக எடுத்துக் கொள்ளலாம். நீங்கள் இருவரும் இணைந்து இதைப் பின்பற்ற வேண்டும். இம்முறை நான் மட்டும் தனியாகக் கிருபாச்சாரியாரைத் தேடிச் செல்லப் போகிறேன். நீங்கள் சத்திய யுகத்தில் இருந்த காலகட்டத்தில் கிருபாச்சாரியார் மாட்டிக் கொண்டுள்ளார். அப்படியெனில், அந்தச் சமயத்தில் நீங்கள் மிகவும் அசாதாரணமான ஒருவராக இருந்திருக்க வேண்டும். நாம் அனைவரும் உள்ளே சென்றுவிட்டால், வெளியே இருந்து கதவைத் திறக்க யாரும் இருக்க மாட்டார்கள். அதனால் நம்மில் ஒருவர் மட்டும்தான் இந்த ஆபத்தில் குதிக்க வேண்டும்," என்று பரசுராமர் தன் திட்டத்தை விளக்கினார்.

"ஒருவர் மட்டும்தான் இந்த ஆபத்தில் குதிக்க வேண்டும் என்றால், அது ஏன் நானாக இருக்கக்கூடாது?" என்று அசுவத்தாமன் கேட்டார். பரசுராமரின் கோபத்தை எதிர்கொள்ள அவர் தயாராகவே இருந்தார்.

"நாம் இப்போது போராட்டத்தை இருமுனைகளில் எதிர்கொண்டுள்ளோம். கிருபாச்சாரியாருக்கு உன்னைவிட நான்தான் அதிகப் பயனுள்ளவனாக

இருப்பேன். ஓம் சாஸ்திரிக்கு என்னைவிட நீ அதிகப் பயனுள்ளவனாக இருப்பாய். இனி இதற்கு மேல் இதைப் பற்றி விவாதிக்க வேண்டாம்," என்று பரசுராமர் உறுதியாகக் கூறி அந்த விவாதத்திற்கு ஒரு முற்றுப்புள்ளி வைத்தார்.

"ஓம் சாஸ்திரியின் நினைவகத்திற்குள் நாம் தேட வேண்டிய கால அளவு சுமார் நாற்பது ஆண்டுகள். அதற்குள் கிருபாச்சாரியார் எங்கு வேண்டுமானாலும் இருக்கலாம். அதனால், அவரைக் கண்டுபிடித்து மீட்டு வருவதற்கு அதிக காலம் பிடிக்கலாம். நான் என் முயற்சியில் வெற்றி பெற்றால், ஓம் சாஸ்திரியின் அந்த நினைவுத் தடையை நம்மால் நிரந்தரமாக நீக்கிவிட முடியும்.

"அதனால், புறவெளியில் நடைபெற்றுக் கொண்டிருக்கின்ற இந்தப் போர், இனி முழுக்க முழுக்க உன் கைகளில்தான் இருக்கிறது, அசுவத்தாமா. உள்ளே நடைபெறுகின்ற போரில் வெல்வதற்கு என்னால் ஆன அனைத்தையும் நான் செய்வேன். அதேபோல, இங்கு நடைபெற்றுக் கொண்டிருக்கின்ற போரில் தோற்காமல் இருப்பதற்கு நீ உன்னால் முடிந்த அனைத்தையும் செய். இப்போது எனக்காகக் கதவைத் திறந்துவிடு. நான் உள்ளே போகிறேன்," என்று கூறிவிட்டுப் பரசுராமர் தியானத்தில் அமர்ந்தார். அசுவத்தாமனும் ஓம் சாஸ்திரியும் அவருடன் சேர்ந்து தியானத்தில் அமர்ந்தனர். அடுத்து மூவரும் ஓம் சாஸ்திரியின் நினைவகத்தின் கதவிற்கு முன்னால் நின்று கொண்டிருந்தனர். ஓம் சாஸ்திரியும் அசுவத்தாமனும் அந்தக் கதவைத் திறந்தனர்.

கதவைத் தாண்டி உள்ளே நுழைந்த பரசுராமர் ஒரு கணம் அங்கேயே நின்றார். பிறகு, அந்தக் கதவு மூடும்வரை அவர் ஓம் சாஸ்திரியையும் அசுவத்தாமனையும் பார்த்துக் கொண்டிருந்தார்.

பிறகு, பரசுராமர் கிருபாச்சாரியாரைத் தேடி அந்த இருண்ட பகுதிக்குள் நுழைந்தார். ஓம் சாஸ்திரியும் அசுவத்தாமனும் நிஜ உலகில் கண்விழித்தனர். தங்களுக்கு அருகே கிடந்த பரசுராமரின் உடலைக் கவனமாக எடுத்துச் சென்று, கிருபாச்சாரியாரின் உடலுக்கு அருகே

அவர்கள் கிடத்தினர்.

“அடுத்து என்ன?” என்று ஓம் சாஸ்திரி கேட்டார்.

“முன்தயாரிப்பு,” என்றார் அசுவத்தாமன்.

நீர்மூழ்கிக் கப்பலில் பரிமல் தன் அறையிலிருந்து வெளியே வந்து, லிசாவின் அறையின் கதவைத் தட்டினான். அதை அவள் எதிர்பார்த்திருக்காததால் அவள் திடுக்கிட்டாள். அப்போது அவள் ஒரு காணொளி பார்த்துக் கொண்டிருந்தாள். அவர்கள் ராஸ் தீவில் இருந்தபோது ஓம் சாஸ்திரியைக் காப்பாற்றுவதற்காகப் பரசுராமர் அந்த அறைக்குள் நுழைந்த காட்சியின் காணொளிப் படம்தான் அது. அவள் உடனே தன் மடிக்கணினியை மூடிவிட்டு, தன் இருக்கையிலிருந்து எழுந்து வந்து தன் அறைக் கதவைத் திறந்தபோது, பரிமல் அங்கு நின்று கொண்டிருந்ததை அவள் கண்டாள்.

“நான் உள்ளே வரலாமா?” என்று பரிமல் கேட்டான்.

தன் அறையில் பொருட்கள் தாறுமாறாகக் கிடந்ததைப் பார்த்த லிசா, தயக்கத்துடன், “இங்கே அலங்கோலமாக இருக்கிறது,” என்றாள்.

“நம் இருவருக்கும் இடையே இருப்பதும், உங்கள் வயிற்றில் இருப்பதும்கூடத்தான் அலங்கோலமாக இருக்கின்றன. அதை ஓரளவாவது சரி செய்ய நாம் முயற்சி செய்யலாம். நான் உள்ளே வரட்டுமா?” என்று பரிமல் தான் வந்த காரணத்தை விளக்கிவிட்டு மீண்டும் கேட்டான்.

லிசா தன் தோள்களைக் குலுக்கிவிட்டு, அந்தச் சிறிய அறைக்குள் அவன் நுழைவதற்காக நகர்ந்து வழிவிட்டாள். அந்த அறையில் எதுவுமே அவற்றுக்குரிய இடத்தில் இருக்கவில்லை. தான் உட்கார்ந்து கொள்வதற்குச் சிறிது இடத்தை ஒழித்துக் கொள்வதற்காக, பரிமல், கட்டிலில் இருந்த மடிக்கணினியையும் சில வரைபடங்களையும் அருகிலிருந்த சிறிய மேசைக்கு இடம் மாற்றினான். அது ஏற்கனவே பல ஒயர்களாலும் சார்ஜர்களாலும் ஆடைகளாலும் நிரம்பி வழிந்து கொண்டிருந்தது. பின்னர், பரிமல் அந்தக் கட்டிலில் அமர்ந்தான். லிசா தன் அறைக் கதவின் அருகே நின்று கொண்டாள். சிறிது நேரம் அவர்களுக்கு இடையே ஓர் அசௌகரியமான

மௌனம் நிலவியது. அதைக் கலைப்பதற்காக, பரிமல் பொதுவான பேச்சில் இறங்கினான்.

"லிசா, நீங்கள் எப்படி இருக்கிறீர்கள்?"

ஆனால், லிசா நேரடியாக விஷயத்திற்கு வந்தாள். "நீங்கள் எதற்காக இங்கே வந்திருக்கிறீர்கள்?"

"இங்கே பாருங்கள். நம் இருவருக்கும் இடையே நிகழ்ந்த விஷயங்களுக்காக நான் வருத்தம் தெரிவித்துக் கொள்கிறேன். ஆனால், எனக்கு இடப்பட்டிருந்த உத்தரவுகளை வெறுமனே நான் பின்பற்றிக் கொண்டிருந்தேன், அவ்வளவுதான்," என்று பரிமல் தயக்கத்துடன் தன் நிலையை நியாயப்படுத்தினான்.

"அது சரி. இப்போது நீங்கள் எதற்காக இங்கு வந்திருக்கிறீர்கள்?" என்று லிசா மீண்டும் வெடுக்கென்று கேட்டாள்.

"உங்களுக்குள் ஒரு குழந்தை வளர்ந்து கொண்டிருக்கிறது. அது என் குழந்தையும்கூட. . . . நான் என்ன சொல்ல வருகிறேன் என்றால், அது நம் இருவரின் குழந்தை."

பரிமல் லிசாவின் முகத்தை ஏறிட்டுப் பார்த்தான். அவள் ஏற்கனவே, அவன் என்ன சொல்ல வந்தான் என்பதைப் புரிந்து கொள்வதற்காக அவனை எடைபோட்டுக் கொண்டிருந்தாள். அவன் தன் வாக்கியத்தை நிறைவு செய்வதற்காக அவள் காத்திருந்தாள். அதைப் புரிந்து கொண்ட அவன், "நீங்கள் இங்குத் தனியாக இல்லை. நீங்கள் சாய்ந்து கொள்ள உங்களுக்கு ஒரு தோள் தேவைப்பட்டால், நான் உங்களுக்காக எப்போதும் காத்துக் கொண்டிருக்கிறேன் என்பதை நீங்கள் அறிந்து கொள்ள வேண்டும் என்று நான் விரும்புகிறேன்," என்று கூறினான்.

"இப்போது நீங்கள் யாராக இருக்க விரும்புகிறீர்கள்? ஒரு கணவனாகவா அல்லது ஓர் அப்பனாகவா?" என்று லிசா காட்டமாகக் கேட்டாள்.

"இரண்டாகவும்தான். நான் உங்களையும் நம் குழந்தையையும் சேர்த்துப் பார்த்துக் கொள்கிறேன்," என்று பரிமல் ஓர் உறுதியான குரலில் கூறினான்.

"எதற்காக?" என்று கேட்ட லிசாவின் குரல்

இப்போது அதிகக் காட்டமாக இருந்தது. ஆனால், பரிமல் தன்னுடைய மென்மையான அணுகுமுறையைத் தொடர்ந்தான். “ஏனெனில், ஒரு கணவன் அதைத்தான் தன் மனைவிக்கும் தன் குழந்தைக்கும் செய்வான்.”

“எனக்கு உங்களுடைய கவனிப்பு தேவையில்லை. என்னால் என்னைப் பார்த்துக் கொள்ள முடியும்,” என்று கூறிவிட்டு, லிசா அந்த அறையின் கதவைத் திறந்தாள். ஒரு பெருமூச்சோடு எழுந்து கொண்ட பரிமல், வாசற்கதவை நோக்கிச் சென்றான். கதவை மூடுவதற்கு முன்பாக, லிசா அவனிடம், “எனக்குப் புரிகிறது,” என்று கூறினாள்.

“என்ன புரிகிறது?” என்று பரிமல் நம்பிக்கையோடு அவள் பக்கம் திரும்பினான்.

“நம் இருவருக்கும் இடையே நிகழ்ந்த விஷயங்களுக்காக நீங்கள் வருந்துகிறீர்கள். மேலும், உங்களுக்கு இடப்பட்டிருந்த உத்தரவுகளை நீங்கள் வெறுமனே பின்பற்றிக் கொண்டிருந்தீர்கள்,” என்று லிசா அவனைப் பரிகசிப்பதுபோலக் கூறினாள்.

பின் அவள் தன் வயிற்றில் கை வைத்து, “இந்தக் குழந்தையும் நானும் உங்களுடைய பிரச்சனை அல்ல. மானசரோவரில் நமக்கு இடையே நிகழ்ந்த காரியத்திற்காக நானும் வருத்தப்படுகிறேன். நானும் வெறுமனே எனக்கு இடப்பட்டிருந்த உத்தரவுகளைப் பின்பற்றிக் கொண்டிருந்தேன், அவ்வளவுதான்,” என்றாள். அதற்குப் பரிமல் பதிலளிப்பதற்கு முன்பாகவே லிசா அந்த அறையின் கதவை மூடினாள். பரிமல் தன் அறைக்குத் திரும்பியபோது, அந்தக் கப்பலின் புதிய பணியாள் ஒருவன் அவனுக்காக அங்கே காத்துக் கொண்டிருந்தான்.

பரிமல் அவனிடம், “என்ன விஷயம்?” என்று கேட்டான்.

“அவர் உங்களைப் பார்க்க விரும்புகிறார்,” என்று அந்த இளைஞன் பதிலளித்தான்.

அவன் நாகேந்திரரைப் பற்றித்தான் குறிப்பிட்டான் என்பதைப் பரிமல் புரிந்து கொண்டான். அதனால், அவன் நாகேந்திரரின் அறையை நோக்கிச் செல்லத்

தொடங்கியபோது, அந்த இளைஞன், "அந்தப் பக்கம் இல்லை. இப்படி என்னோடு வாருங்கள்," என்று பரிமலை அழைத்தான்.

பரிமலை அவன் பல குறுகிய தாழ்வாரங்களின் வழியாக அழைத்துச் சென்று, இறுதியில் ஓர் அறையின் மூடியிருந்த கதவுக்கு முன்னால் கொண்டு நிறுத்திவிட்டு அங்கிருந்து போய்விட்டான். பரிமல் பதற்றமடைந்தான். அது நாகேந்திரரின் அறை அல்ல என்பதை அவன் அறிவான். அவன் அந்த அறையின் கதவைத் தட்டுவதற்காகத் தன் கையை உயர்த்தியபோது, "பரிமல், உள்ளே வா," என்ற நாகேந்திரரின் கிசுகிசுப்பான குரல் உள்ளேயிருந்து கேட்டது. பரிமல் அந்த அறையின் கதவைத் திறந்து கொண்டு உள்ளே சென்றான். அந்த அறை முழுவதும் ஏகப்பட்டக் கணினித் திரைகள் இருந்தன. அவற்றில் அந்த நீர்மூழ்கிக் கப்பலின் ஒவ்வோர் அறையின் காட்சியும் தெரிந்தது. நாகேந்திரர் பரிமலிடம் ஒரு சமஸ்கிருத வாக்கியத்தைக் கூறினார்:

வாஸாம்ஸி ஜீர்ணானி யதா விஹாய நவானி
க்ருஹ்ணாதி நரோ (அ)பராணி.
ததா ஷரீராணி விஹாய ஜீர்ணான்–யன்யானி
ஸம்யாதி நவானி தேஹீ.

பின் அதன் அர்த்தத்தையும் அவர் விளக்கினார்: "மனிதன் தான் உடுத்தியிருக்கின்ற ஆடையைக் களைந்துவிட்டு ஒரு புதிய ஆடையை அணிவதைப்போல, ஆத்மாவும் நலிந்த உடல்களைத் துறந்துவிட்டுப் புதிய உடல்களைத் தேர்ந்தெடுத்துக் கொள்கிறது."

அடுத்து நாகேந்திரர் ஒரு பொத்தானை அழுத்தினார். அதில், பரிமல் லிசாவின் அறைக்குள் நுழைகின்ற காட்சியின் பதிவு ஓடத் துவங்கியது. அது முழுமையாக ஓடி முடிந்ததும், நாகேந்திரர் பரிமலிடம், "என் அனுமதியில்லாமல் நீ லிசாவின் அறைக்குச் சென்றதற்கு ஒரே ஒரு காரணம்தான் இருக்க முடியும். காதல்தான் அது. எனக்கு வயதாகிவிட்டதால் நான் சிலவற்றை மறந்திருக்கலாம். ஆனால், உனக்குக் கண்டிப்பாக

நினைவிருக்கும். நீ அவளைக் காதலிக்கும்படி நான் உன்னிடம் கேட்டுக் கொண்டேனா?" என்று கடுமையாகக் கேட்டார். அவர் தன்னுடைய ஒவ்வொரு வார்த்தையையும் அழுத்தம் திருத்தமாகக் கூறினார். பின் அவர் தொடர்ந்து பேசினார். "ஒரு நாள் அவளும் இறந்து போவாள், நீயும் இறந்து போவாய். நீங்கள் இருவரும் ஒருவரையொருவர் காதலிப்பதற்காக உங்களுடைய பிறப்பு நிகழவில்லை. அதை அவள் தெள்ளத் தெளிவாக அறிந்திருக்கிறாள். நீயும் அதை அறிந்திருக்க வேண்டும்."

பரிமல் அந்த அறையிலிருந்து வெளியேறிக் கொண்டிருந்தபோது, அவர் மீண்டும் அவனை அழைத்தார். "பரிமல், அடுத்த முறை நான் உத்தரவிட்டால் மட்டுமே நீ அவளைச் சந்திக்க வேண்டும், புரிகிறதா?" பரிமல் ஒரு நிமிடம் நின்றுவிட்டு, அந்தக் கடைசி வாக்கியத்தையும் காதில் வாங்கிக் கொண்டு அங்கிருந்து மௌனமாக நகர்ந்தான்.

கயிலையில் வியாசரும் மௌனமாக இருந்தார். இந்தப் பிரபஞ்சத்தில் அதுவரை பேசப்பட்டிருந்த ஒவ்வொரு வார்த்தையையும் அவர் கேட்டுக் கொண்டிருந்தார். அடுத்தத் தாக்குதல் நடைபெறவிருந்த இடம் குறித்தத் தகவலை நிலைமை முற்றுவதற்குள் தெரிந்து கொள்ள அவர் விரும்பினார். வார்த்தைகள் மறைத்து வைக்கப்பட்டிருந்த இடங்களைப் பற்றி ஏதாவது ஒரு யுகத்தில் யாராவது ஒருவர் கண்டிப்பாகப் பேசியிருந்திருப்பார் என்று அவர் நம்பினார்.

சில நாட்களுக்குப் பிறகு, அவர் தேடிக் கொண்டிருந்த ஒரு வார்த்தை அவருக்குக் கிடைத்தது. அவர் உடனே கண்விழித்தார்.

அவர் சத்தமாக 'சகல் ஜகத்' என்று கத்தினார். அவருடைய குரலைக் கேட்டதும் ஒரு துறவி அவரிடம் ஓடி வந்தார். அசுவத்தாமனை உடனே தன்னிடம் கூட்டி வரும்படி வியாசர் அத்துறவிக்கு உத்தரவிட்டார்.

அசுவத்தாமன் அங்கு வந்தபோது, ஓம் சாஸ்திரியும் அவருடன் வந்தார். வியாசர் தன் கையில் ஒரு குச்சி வைத்திருந்தார். அவர் தனக்கு முன்னால் தரையில் மூன்று வார்த்தைகளை எழுதியிருந்தார். அவை ஒரு

நேர்க்கோட்டில் அமைந்திருக்கவில்லை. அவற்றைப் பார்த்த அந்த இருவரும், வியாசரின் விளக்கத்தை எதிர்பார்த்து அவரை ஏறிட்டுப் பார்த்தனர்.

"அவர் இதுவரை, மானசரோவர், ரூபகுண்டம், ஆக்ரா ஆகிய மூன்று இடங்களிலிருந்து, 'அவிநாசி, அனாதி, அனந்தா' ஆகிய மூன்று வார்த்தைகளைச் சேகரித்துள்ளார். இந்த மூன்றும் வடக்கிலிருந்து தெற்கு நோக்கிச் செல்கின்றன," என்று கூறிய வியாசர், தன் கையிலிருந்த குச்சியால், தரையில், மானசரோவரிலிருந்து ரூபகுண்டத்திற்கும் பின் அதிலிருந்து ஆக்ராவுக்கும் ஒரு கோட்டை வரைந்தார். "என் ஊகம் சரியாக இருக்குமென்றால், பாலைவனத்திலுள்ள ஆளரவமற்ற, சபிக்கப்பட்ட ஒரு கிராமம்தான் அவர்களுடைய அடுத்த இலக்காக இருக்க வேண்டும்." அவர் ஆக்ராவிலிருந்து இடது புறமாக ஒரு கோட்டை வரைந்தார்.

"ஆளரவமற்ற, சபிக்கப்பட்ட ஒரு கிராமமா?" என்று திருமதி பத்ரா கேட்டார்.

பிரித்திவி அதை விளக்கினான். "ஆமாம். அந்தக் கிராமத்தின் பெயர் குல்தரா. பதின்மூன்றாம் நூற்றாண்டில் உருவாக்கப்பட்ட அந்தக் கிராமம், ஒரு காலத்தில் மிகச் செழிப்பாக இருந்தது. குல்தார் என்ற சாதியைச் சேர்ந்தவர்கள் வசித்து வந்த இடமாக அது இருந்ததால், அது குல்தரா என்று அழைக்கப்பட்டதாகச் சில கல்வெட்டுகள் குறிப்பிடுகின்றன. சில வரலாற்று ஆவணங்களின்படி, பதினேழு மற்றும் பதினெட்டாம் நூற்றாண்டுகளில் அதன் மக்கட்தொகை சுமார் ஆயிரத்து ஐந்நூறாக இருந்தது. ஆனால், பத்தொன்பதாம் நூற்றாண்டில் அந்தக் கிராமத்திலிருந்த மக்கள் அனைவரும் திடீரென்று ஒரு நாள் அந்தக் கிராமத்தைக் காலி செய்துவிட்டு எங்கோ சென்றுவிட்டனர். அதற்கான காரணம் என்னவென்று தெரியவில்லை. ஆனால், அவர்கள் கிளம்புவதற்கு முன், அந்தக் கிராமத்தில் வேறு எவரும் வசிக்க முடியாது என்று அவர்கள் ஒரு சாபமிட்டிருந்ததாகக் கர்ண பரம்பரைக் கதைகள் தெரிவிக்கின்றன. அந்தக் கிராமத்திற்குள் குடியேற முயற்சித்தவர்கள் அமானுஷ்ய நிகழ்வுகளைச்

சந்தித்ததாக கூறப்படுகிறது. அதனால், அந்தக் கிராமம் இன்றுவரை ஆளரவமற்ற ஓர் இடமாக இருந்து வருகிறது."

"அந்த இடம் எங்கு இருக்கிறது?" என்று திருமதி பத்ரா கேட்டார்.

"இராஜஸ்தானிலுள்ள ஜெய்சல்மேர் நகரிலிருந்து தென்மேற்கே 18 கிலோமீட்டர் தொலைவில் குல்தரா இருக்கிறது. அந்த ஊரின் நடுவில் ஒரு கோவில் இருக்கிறது. சிதிலமடைந்துள்ள நிலையில் இருக்கின்ற அக்கிராமத்தில், நானூற்றுப் பத்துக் கட்டடங்களும், மூன்று சுடுகாடுகளும், பல நினைவுத்தூண்களும் இருக்கின்றன. இராஜஸ்தான் அரசு அதை ஒரு சுற்றுலாத்தலமாக அறிவித்துள்ளது. ஆனால், இரவு வேளையில் அங்குத் தங்குவதற்கு எவருக்கும் அனுமதி கிடையாது. மீறி அங்குத் தங்க முயன்றவர்கள் அமானுஷ்ய சக்திகளால் துரத்தியடிக்கப்பட்டனர்," என்று பிரித்திவி கூறி முடித்தான்.

தாங்கள் அடுத்துச் செல்ல வேண்டியிருந்த இடம் எது என்பதை அசுவத்தாமனும் அறிந்திருந்தார், நாகேந்திரரும் அறிந்திருந்தார். ஆனால், ஓம் சாஸ்திரியின் நினைவகத்திற்குள் மாட்டிக் கொண்டிருந்த பரசுராமர்தான் வழி தெரியாமல் தவித்துக் கொண்டிருந்தார். அதற்கு முன்பு கிருபாச்சாரியார் சென்றிருந்த அதே பாதையில்தான் பரசுராமரும் பயணப்பட்டிருந்தார். அவர் அதே நிகழ்வுகளைத்தான் சந்தித்திருந்தார். ஆனால், கிருபாச்சாரியாரை மட்டும் காணவில்லை. பரசுராமர் தொடர்ந்து உள்ளே நடந்தார்.

தான் நேரத்தை இழந்து கொண்டிருந்தோம் என்பதைப் பரசுராமர் அறிந்திருந்தார். ஆனால், தன் தேடலை விரைவுபடுத்துவதற்கு அவருக்கு வழியேதும் தெரியவில்லை. அவர் இரவில் ஓடிப் பார்த்தார், கிருபாச்சாரியாரின் பெயரைச் சொல்லி அவரை அழைத்துப் பார்த்தார். ஆனால், எதுவும் பலனளிக்கவில்லை. ஒரு நாள் முடிந்த பிறகு, திடீரென்று கடுமையாக மழை பெய்யத் தொடங்கியது. மழைக்கு ஒதுங்கிக் கொண்ட கிராமவாசிகள் அனைவரும் மழை

விடுவதற்காகக் காத்திருந்தனர். எல்லா நீர்நிலைகளும் கிணறுகளும் நிரம்பி வழிந்தன. ஆனால், மழை நின்றபாடில்லை. கணத்திற்குக் கணம் அது வலுத்துக் கொண்டே போயிற்று. என்ன செய்வதென்று தெரியாமல் அந்தக் கிராமவாசிகள் தவித்தனர்.

அந்தக் கிராமத்தின் தொடக்கத்தில் ஒரு சிறிய அணை இருந்தது. அது அந்தக் கிராமத்தினரின் வயல்களுக்கு நீர்ப்பாசன வசதியை அளித்து வந்தது. தொடர்ந்து இடைவிடாமல் பெய்து வந்த மழையால், அந்த அணையில் சில இடங்களில் விரிசல்கள் விழத் தொடங்கின. பயத்தில் தேம்பிக் கொண்டிருந்த கிராமவாசிகளை வெறுமனே பார்த்துக் கொண்டிருப்பதைத் தவிர பரசுராமருக்கு வேறு வழி ஏதும் இருக்கவில்லை. வேறு சிலர் பிரார்த்தனை செய்து கொண்டிருந்தனர். அந்தக் கிராமம் ஏற்கனவே வெள்ளத்தில் மிதந்து கொண்டிருந்தது. அதனால், அந்த அணையும் உடைந்தால், மொத்தக் கிராமமும் அடித்துச் செல்லப்பட்டுவிடும் என்ற நிலை அங்கு நிலவியது.

திடீரென்று, சுமார் இருபது வயது மதிக்கத்தக்க ஓர் இளைஞன் அந்த அணையை நோக்கி ஓடினான். அவன் வெறுங்கால்களுடன் ஓடியதால், அவனுடைய இடது குதிகாலில் ஒரு மச்சம் இருந்ததைப் பரசுராமரால் பார்க்க முடிந்தது.

“தேவத்வஜா! அங்கே போகாதே! நீ மூழ்கிவிடுவாய்! திரும்பி வந்து விடு!” என்று ஒரு பெண் அவனை நோக்கிக் கத்தினாள்.

ஆனால், தேவத்வஜன் தொடர்ந்து தண்ணீரில் நீந்திச் சென்று அந்த அணையை அடைந்தான். அவன் அந்த அணையைத் தன் கைகளால் தடுத்து நிறுத்த முயன்றான். ஆனால், அது பலனளிக்காது என்பது அவனுக்குப் புரிந்துவிட்டது. அப்போது, அருகிலிருந்த ஒரு குன்றிலிருந்த ஒரு பெரிய பாறையின்மீது அவனுடைய பார்வை விழுந்தது. உடனே அவன் அங்கே சென்று அதை அந்த அணையை நோக்கி உருட்டிவிட்டான். அதைக் கண்ட கிராமவாசிகள், அந்த இளைஞன் தங்கள் நிலைமையை மேலும் மோசமாக்கவிருந்ததாக

நினைத்தனர்.

அந்தப் பாறை அந்த அணையின் சுவருக்கு அருகே உருண்டு வந்தபோது, அந்தச் சுவர் உடைந்தது. அந்தப் பாறை அந்த உடைந்த இடத்தில் நடுவில் போய் நின்றது. அதனால், அந்த அணையின் நீர் இரண்டாகப் பிரிந்து அந்தக் கிராமத்தின் இரண்டு பக்கங்களிலும் பாய்ந்தோடியது. தன்னுடைய உயிரைப் பணயம் வைத்துத் தனியொருவனாக அந்தக் கிராமத்தைக் காப்பாற்றியிருந்த அந்த இளைஞனை அந்த மொத்தக் கிராமமும் பிரமிப்புடன் பார்த்தது. விரைவில் மழையும் நின்றது, தேங்கி நின்ற நீரும் வடிந்தது. அன்று இரவு எல்லோரும் தங்களுடைய குடிசைகளைப் பழுதுபார்த்துவிட்டு, அந்த இளைஞனைக் கொண்டாடுவதற்காக ஒன்றாகக் குழுமினர். அவர்கள் அவனுடைய துணிச்சலைப் போற்றினர், அவனுடைய செழிப்பிற்காகப் பிரார்த்தனை செய்தனர். இவற்றைப் பரசுராமர் தூரத்திலிருந்து பார்த்துக் கொண்டிருந்தார்.

மறுநாள் காலையில் பரசுராமர் மீண்டும் தன் தேடல் வேட்டையைத் தொடங்கினார். இப்போது அந்தக் கிராமத்தின் அருகே புதிதாக உதயமாகியிருந்த ஆற்றின் ஓரமாகச் சிறிது தூரம் நடந்து சென்ற அவர், ஓரிடத்தில் சில கிராமவாசிகள் ஒரு துறவியின் அருகே பயபக்தியுடன் நின்று கொண்டிருந்ததைப் பார்த்தார். அந்த மக்கள் கிசுகிசுப்பாகப் பேசிக் கொண்டிருந்ததிலிருந்து, அந்தக் கிராமத்தின் பெயர் ஷம்பாலா என்பதையும், காடு மேடு என்று அலைந்து கொண்டிருந்த அந்தத் துறவி அன்றிரவு அந்தக் கிராமத்தில் தங்க முடிவெடுத்திருந்தார் என்பதையும், அதனால் அவரைத் தரிசிப்பதற்காக அந்தக் கிராமவாசிகள் அங்குக் கூடியிருந்தனர் என்பதையும் பரசுராமர் அறிந்து கொண்டார்.

ஒவ்வொருவராக அத்துறவியிடம் சென்று ஆசி பெற்றுக் கொண்டிருந்தனர். சற்று நேரத்தில், அங்கு நின்று கொண்டிருந்த தேவத்வஜனும் அவரருகே சென்று அவருடைய பாதங்களைத் தொடுவதற்காகக் குனிந்தான். அந்தத் துறவியும் அவனுடைய தலையைத் தொட்டு அவனை ஆசிர்வதித்தார். அதற்குப் பிறகு

நிமிர்ந்த தேவத்வஜன், கண்மூடித் திறப்பதற்குள் தன் வாளை உருவினான். அவன் அந்தத் துறவியிடம் என்ன கூறினான் என்பதை அறிந்து கொள்வதற்காகப் பரசுராமர் அவர்களுக்கு அருகே செல்ல முயன்றார். ஆனால், அதற்குள் அந்த மொத்த இடமும் இருளில் மூழ்கியது. அங்கு நடந்து கொண்டிருந்தவற்றைத் தூரத்திலிருந்து பார்ப்பது கடினமாக இருந்தது. தேவத்வஜன் தன் வாளால் அந்தத் துறவியின் தலையைத் துண்டித்துவிட்டான். அங்குக் கூடியிருந்த அனைவரும் அலறினர், கூச்சலிட்டனர். அத்துறவியின் தலை தள்ளிப் போய் விழுந்தவுடன், அவருடைய கழுத்திலிருந்து இரத்தம் பீறிட்டுக் கிளம்பியது. தலையில்லா முண்டம் கீழே சாய்ந்தது.

தேவத்வஜன் சட்டென்று திரும்பி அந்தக் கிராமவாசிகளைப் பார்த்தான். அவர்கள் பயத்தில் அழுது கொண்டிருந்தபோது, அருகிலிருந்த காட்டுப் பகுதிக்குள் அவன் நுழைந்தான். பரசுராமர் அவனைப் பின்தொடர்ந்து செல்ல முயன்றார். ஆனால், மறுபடியும் காரிருள் சூழ்ந்து கொண்டது.

திருமதி பத்ரா தன் கதையைத் தொடர்ந்தார். "என் எதிர்காலமும் காரிருளில் மூழ்கியிருந்ததைப்போலத்தான் எனக்குத் தோன்றியது. மருத்துவக் குழுக்கள் அவ்வப்போது எங்களுடைய வீட்டுக்கு வந்து கொண்டிருந்தன. எங்களுடைய வீடு சில நேரங்களில் ஒரு பரிசோதனைக்கூடத்தைப்போலவும், சில நேரங்களில் ஓர் அருங்காட்சியகத்தைப்போலவும் காட்சியளித்தது. சில நேரங்களில் ஒரு சோதனைக்கூட எலியைப்போலவும், சில நேரங்களில் அருங்காட்சியகத்திலுள்ள ஓர் அரிய பொருளைப்போலவும் நான் உணர்ந்தேன். நானும் என் கணவரும் ஒரே வீட்டில் இருந்து வந்தபோதிலும், ஒருவர் இருந்ததை மற்றவர் உணரவில்லை. நாங்கள் இனியும் சமமானவர்களாக இருக்கவில்லை. நான் பெற்றுள்ள புதிய வாழ்க்கைக்காக, என்றென்றும் என் கணவருக்கு நன்றிக்கடன் பட்டுள்ள ஓர் அடிமையாகவே நான் உணர்ந்தேன்.

"இது பல மாதங்கள் தொடர்ந்தது. என் கணவர்

இனியும் ஒரு மருத்துவராக இருக்கவில்லை. தன்னுடைய புதிய கண்டுபிடிப்பை வைத்து ஒரு தொழிலதிபராக ஆகிப் பெரும் பணம் சம்பாதிக்க அவர் திட்டமிட்டார். அதற்கான அனுமதியும் உரிமமும் பெறுவதற்காக அவர் காத்துக் கொண்டிருந்தார். என்னைக் காப்பாற்ற வேண்டும் என்பதில் தொடங்கிய அவருடைய இலக்கு, இப்போது பணத்தையும் புகழையும் பெறுவதற்கான ஒரு வழியாக ஆகியிருந்தது. இந்தியாவில் 2020 இல் தோன்றிய கோவிட்-19 பெருந்தொற்று அவருடைய அபிலாஷைகளுக்குத் தூபம் போட்டது. அதே சமயத்தில்தான் தாஜ் மகாலும் கருப்பு நிறத்திற்கு மாறியது."

"ஆமாம். அது பங்குனி மாதத்தில்தான் நிகழ்ந்தது," என்று பிரித்திவி கூறினான்.

"கொரோனா வைரஸுக்கு எதிராக ஒரு தடுப்பூசியைக் கண்டுபிடிக்க உலகமே போராடிக் கொண்டிருந்தது. மருந்து தயாரிப்பு நிறுவனங்கள் சிலவற்றின் தலைவர்களுடன் கைகோர்த்துக் கொண்டதன் மூலம், டாக்டர் பத்ரா, இந்தப் போட்டிகளில் முன்னிலை வகித்துக் கொண்டிருந்தார். அவர் மேற்கொண்ட மற்றொரு மோசமான முடிவு அது." திருமதி பத்ராவின் குரலில் விரக்தி தொனித்தது.

"அது மோசமான முடிவு என்று நீங்கள் எதை வைத்துக் கூறுகிறீர்கள்?"

"அந்த நபர்கள் என்னைச் சோதிப்பதற்காக அடிக்கடி எங்கள் வீட்டுக்கு வந்து போய்க் கொண்டிருந்தனர். ஆனால், ஒரு நாள், அவர்கள் வேறொரு திட்டத்தோடு வந்தனர். நான் வேறோர் அறையில் இருந்தபோது, அவர்கள் என் கணவருடன் சத்தமாக ஏதோ வாக்குவாதத்தில் ஈடுபட்டிருந்தது என் காதுகளில் விழுந்தது. நான் போய் அவருக்கு அருகே நின்று கொண்டேன். அவர்கள் கூடுதல் சோதனைக்காக வேறு ஓர் இடத்திற்கு என்னை அழைத்துச் செல்ல விரும்பினர். அதற்கு என் கணவர் அனுமதிக்கவில்லை. குறைந்தபட்சம் என் இரத்த மாதிரியைப் பெற அவர்கள் விரும்பினர். ஆனால், அதற்கும் டாக்டர் பத்ரா ஒத்துக்

கொள்ளவில்லை. என்னைத் தங்களுடன் கூட்டிச் செல்வதற்கு அவர்கள் என் கணவருக்கு ஒரு பெரும் தொகையைக் கொடுக்க முன்வந்தனர். அக்கணத்தில் டாக்டர் பத்ரா தன் நிதானத்தை இழந்தார். எங்களைவிட அதிக சக்தி படைத்த நபர்களை நாங்கள் எதிரிகளாக ஆக்கிக் கொண்டுவிட்டோம் என்பதை நான் அக்கணத்தில் புரிந்து கொண்டேன். அவர்கள் வெறுமனே எங்களை அச்சுறுத்துவதோடு நின்றுவிட மாட்டார்கள் என்பதும் எங்களுக்குத் தெளிவானது. அன்று அவர்கள் வெறுங்கையோடு சென்றாலும், விரைவில் திரும்பி வருவார்கள் என்பதை நாங்கள் அறிந்திருந்தோம்.

"அதனால், டாக்டர் பத்ரா, தன் கண்டுபிடிப்புக்காக அரசை அணுகத் தீர்மானித்தார். அதை அவர் ஒரு புதிய இரத்த வகை என்று வர்ணித்தார். தன் கண்டுபிடிப்பின் காரணமாகத் தன் வாழ்க்கை அச்சுறுத்தலுக்கு உள்ளாகியிருந்ததாக அரசிடம் கூறி, தனக்கு உச்சகட்டப் பாதுகாப்பு வேண்டும் என்று அவர் கேட்டார். இவை அனைத்திற்கும் முழுக்குப் போடும்படி நான் அவரிடம் கெஞ்சினேன். ஏதாவது ஒரு கண்காணாத இடத்திற்குச் சென்று அவருடன் வசிக்கவே நான் விரும்பினேன். இந்த அற்புதம் எங்களுடனேயே மரித்துப் போகட்டும் என்று நான் அவரிடம் கூறினேன். ஆனால், நான் எவ்வளவோ மன்றாடியும் அவர் என் வேண்டுகோளுக்குச் செவி சாய்க்க மறுத்துவிட்டார். இறுதியில் நாங்கள் ஒரு முடிவுக்கு வந்தோம்.

"அவர் ஒரு முகவரியையும் சிறிது பணத்தையும் என்னிடம் கொடுத்து, 'நீ உடனடியாகச் சென்று அங்குச் சில நாட்கள் இரு. நான் இரண்டு மாதங்களில் வந்து உன்னோடு சேர்ந்து கொள்கிறேன். நான் கண்டுபிடித்துள்ளது மனிதகுலத்திற்குக் கிடைத்துள்ள ஒரு மாபெரும் வரப்பிரசாதம். என்னால் என்னுடைய சொந்த இனத்தை வஞ்சிக்க முடியாது. உன்னைச் சுற்றிலும் பார்! கோவிட்-19 ஆல் மக்கள் பெரும் எண்ணிக்கையில் இறந்து கொண்டிருக்கின்றனர். இந்த இரத்தத்தால் இலட்சக்கணக்கானோரைக் காப்பாற்ற

முடியும்,' என்று கூறி என்னிடம் வாதிட்டார்.

"அப்போது நாகேந்திரரையும் ஓம் சாஸ்திரியையும் பற்றி எனக்குத் தெரியாது. நான் அவரிடம், 'இந்த இரத்தத்தால் இலட்சக்கணக்கான நபர்களின் உயிரைக் குடிக்கவும் முடியும், இல்லையா?' என்று எதிர்வாதம் செய்தேன்.

"டாக்டர் பத்ரா என் கைகளைக் கனிவுடன் பிடித்துக் கொண்டு, 'அதைக் கொண்டு இலட்சக்கணக்கான உயிர்கள் காப்பாற்றப்படப் போகின்றனவா அல்லது அழிக்கப்படப் போகின்றனவா என்பதைத் தீர்மானிக்க வேண்டியது மனிதகுலம்தான். நாம் அதைத் தீர்மானிக்கக்கூடாது. இதை நான் சரியான நபரிடம் எடுத்துச் செல்ல வேண்டும். நான் உன்னுடன் மாயமாக மறைந்துவிடுவதற்கு முன்பு இதை நான் என் தாய்நாட்டுக்குச் செய்யக் கடமைப்பட்டிருக்கிறேன். என்னை நம்பு. நீ முதலில் போ. நான் விரைவில் வந்து உன்னுடன் சேர்ந்து கொள்கிறேன்,' என்று என்னிடம் கெஞ்சினார்.

"நான் அவரிடம், 'நான் இங்கு இல்லாவிட்டால் நீங்கள் எப்படி அவர்களிடம் நிரூபிப்பீர்கள்? அதற்கு நான் தேவையில்லையா?' என்று கேட்டேன்.

"உடனே டாக்டர் பத்ரா என்னை எங்களுடைய வீட்டின் கீழறைக்குக் கூட்டிச் சென்று, அங்கே ஒரு கூண்டில் தான் அடைத்து வைத்திருந்த ஒரு சோதனைக்கூட எலியை என்னிடம் காட்டினார். பின் அவர் ஒரு புன்னகையுடன், 'நீ என் மனைவியே அன்றி, என்னுடைய பரிசோதனைப் பொருளல்ல. நான் பரிசோதனைக்கு உட்படுத்தியது இந்த எலியைத்தான். நான் உன்னை மிகவும் நேசிக்கிறேன். நான் இதுவரை செய்துள்ள அனைத்திற்கும் அதுதான் காரணம். இது ஒரு புதிய கண்டுபிடிப்பு அல்ல. ஒரு தற்செயலான கண்டுபிடிப்பு, அவ்வளவுதான். என்னுடைய மிகச் சிறந்த கண்டுபிடிப்பு நீதான். உன்னைப் பாதுகாப்பதற்காக நான் எதை வேண்டுமானாலும் செய்வேன். இப்போது நீ போ. இதை நான் சரியான நபரிடம் ஒப்படைத்துவிட்டு உன்னிடம் நிரந்தரமாக வந்து சேர்கிறேன்,' என்று

கூறினார்.

“எங்கள் இருவருக்கும் திருமணமாகி இருபத்தேழு ஆண்டுகள் முடிந்திருந்தன. தான் எனக்குக் கொடுத்திருந்த எந்தவொரு வாக்குறுதியையும் அவர் அதுவரை மீறியிருக்கவில்லை. ‘நான் உன்னிடம் நிரந்தரமாக வந்து சேர்வேன்’ என்ற வாக்குறுதிதான் அவர் முதன்முதலாக மீறியிருந்த வாக்குறுதி. அதை மீறியதன் மூலம் அவர் அனைத்தையும் நொறுக்கியிருந்தார். அவர் ஒருபோதும் திரும்பி வரவில்லை. அவர் எனக்கு நம்பிக்கைத் துரோகம் செய்துவிட்டார்.” திருமதி பத்ராவின் கண்களிலிருந்து கண்ணீர் கொட்டியது.

“இல்லை. அவர் உங்களுக்கு நம்பிக்கைத் துரோகம் இழைக்கவில்லை. அவர் உங்களுக்குக் கொடுத்திருந்த வாக்குறுதியை மீறியிருந்தார் என்பதும், அவர் உங்களிடம் திரும்பி வரவில்லை என்பதும் உண்மைதான். ஆனால், அவர் உங்களுக்கு நம்பிக்கைத் துரோகம் இழைக்கவில்லை,” என்று பிரித்திவி கூறினான்.

அதைக் கேட்டவுடன் திருமதி பத்ராவின் கண்கள் விரிந்தன. பிரித்திவிக்குத் தன் கணவரைப் பற்றி ஏதோ தெரியும் என்பதை அவர் உணர்ந்து கொண்டார்.

தன் கணவரை மீண்டும் பார்க்க முடியும் என்ற நம்பிக்கையுடன், “அவர் எங்கே இருக்கிறார்?” என்று அவர் கேட்டார்.

அத்தியாயம் 14

முதியவரின் செல்லப்பிராணி

அசுவத்தாமன் தன் பயணத்திற்கு அவசர அவசரமாகத் தயாராகிக் கொண்டிருந்ததை ஓம் சாஸ்திரி பார்த்துக் கொண்டிருந்தார். அசுவத்தாமன் குல்தராவுக்குக் கிளம்பிக் கொண்டிருந்ததை அவர் அறிந்திருந்தார்.

"என்னையும் உடன் கூட்டிச் செல்லுங்கள். என்னால் உங்களுக்கு உதவ முடியும்," என்று ஓம் சாஸ்திரி கூறினார். அதற்கு என்ன பதில் கிடைக்கும் என்பதை அறிந்திருந்தும் அவர் அந்தக் கேள்வியைக் கேட்டார்.

"உங்களுக்குப் பரசுராமர் போட்டுள்ள உத்தரவு என்ன என்பதை நீங்கள் அறிவீர்கள்தானே! என்னால் அதை மீற முடியாது."

"நான் தயாராகிவிட்டேன் என்று நீங்கள் உறுதியளிக்கின்றபோது நான் உங்களுக்கு உதவலாம் என்றுதான் பரசுராமர் கூறினார்," என்று ஓம் சாஸ்திரி எதிர்வாதம் புரிந்தார்.

"ஓம் சாஸ்திரி, நீங்கள் இன்னும் தயாராகவில்லை. நீங்கள் உங்களுடைய மனத்தைக் கட்டுப்படுத்தக் கற்றுக் கொள்ளாதவரை உங்களால் முழுமையாகத் தயாராக முடியாது. நான் திரும்பி வரும்வரை, நான் உங்களுக்கு இதுவரை கற்றுக் கொடுத்துள்ள அஸ்திரங்களைப் பயிற்சி செய்து வாருங்கள். நான் திரும்பி வருகின்றவரை, அல்லது பரசுராமரும் கிருபாச்சாரியாரும் திரும்பி வருகின்றவரை நீங்கள் ஞானகஞ்சைவிட்டு வெளியே செல்லக்கூடாது," என்று அசுவத்தாமன் கண்டிப்புடன் கூறினார்.

ஓம் சாஸ்திரி அந்த உத்தரவுகளுக்குக் கீழ்ப்படிந்து, அசுவத்தாமன் போகின்றவரை அமைதியாக நின்று கொண்டிருந்தார். பிறகு ஒரு கனத்த நெஞ்சத்துடன் அவர் திரும்பி நடந்தார்.

அப்போது ஒரு துறவி அவரிடம் ஓடி வந்து, விருஷாகபி கண்களைத் திறந்துவிட்டான் என்றும், அவன் அசுவத்தாமனின் பெயரை முணுமுணுத்துக் கொண்டிருந்தான் என்றும் கூறினார். அவர் உடனடியாக அந்தக் குடிலுக்கு ஓடினார். அங்கு விருஷாகபி தன் கைகளையும் தலையையும் ஆட்டிக் கொண்டிருந்ததைப் பார்த்துவிட்டு, ஓம் சாஸ்திரி அவனருகே சென்று அவனுடைய தோளில் ஆதரவாகக் கை வைத்தார். பின் அவனிடம், “நீ இப்போது பாதுகாப்பாக வீட்டில்தான் இருக்கிறாய். உன்னை ஆசுவாசப்படுத்திக் கொள். அலட்டிக் கொள்ளாமல் ஓய்வெடு. உன் உடல் இன்னும் பலவீனமாக இருக்கிறது,” என்று அவர் கூறினார்.

விருஷாகபி பதிலுக்கு எதையோ கூறினான். அது அவருக்குக் கேட்கவில்லை என்பதால் ஓம் சாஸ்திரி தன் காதுகளை அவனுடைய வாய்க்கு அருகே கொண்டு சென்றார்.

“மூன்று!” என்று விருஷாகபி முணுமுணுத்தான்.

“மூன்றா? என்ன மூன்று, விருஷாகபி?” என்று ஓம் சாஸ்திரி கேட்டார்.

விருஷாகபி எதையோ கூற முயன்றான். ஆனால், அவன் மறுபடியும் மயங்கிவிட்டான். அவன் இருந்த நிலையில் அவனை வலுக்கட்டாயமாக எழுப்பாமல் இருப்பதே நல்லது என்ற முடிவுக்கு ஓம் சாஸ்திரி வந்தார். அதனால், அவன் கண்விழிக்கும்வரை அங்கேயே அமர்ந்திருப்பது என்று அவர் தீர்மானித்தார்.

இதற்கிடையே, கிருபாச்சாரியாரைத் தேடிக் கொண்டிருந்த பரசுராமரைப் பொறுத்தவரை, அந்தக் கோரமான இரவுக்குப் பின்னர் அனைத்தும் அமைதியாகிவிட்டன. தப்பித்தவறி அவர் ஏதாவது ஒரு கிராமவாசியை எதிர்கொண்டால்கூட, அவர்கள் கோபத்துடனோ அல்லது வருத்தத்துடனோ அல்லது எந்த உணர்ச்சியையும் வெளிக்காட்டாமலோ அவரைப் பார்த்துவிட்டு நகர்ந்துவிட்டனர்.

சிறிது தூரம் சென்றவுடன், ஒரு பழைய மண் குடிசைக்கு அருகே சிலர் நின்று கொண்டு அதற்குள் ஆவலுடன் எட்டிப் பார்த்துக் கொண்டிருந்ததைப்

பரசுராமர் கவனித்தார். அவர் அதை இன்னும் நெருங்கிச் சென்றபோதுதான், அங்குச் சிறை வைக்கப்பட்டிருந்த கிருபாச்சாரியாரைத்தான் அவர்கள் பார்த்துக் கொண்டிருந்தனர் என்பதை அவர் கண்டார். கிருபாச்சாரியார் மெலிந்தும் களைத்தும் இருந்தார். அவரைப் பிடித்து வைத்திருந்தவர்களை அங்குக் காணவில்லை. இந்தச் சந்தர்ப்பத்தைப் பயன்படுத்திக் கொண்டு கிருபாச்சாரியாரை விடுவித்துவிட வேண்டும் என்று அவர் முடிவு செய்தார். அந்தக் குடிசைக்குள் அவர் நுழைந்தபோது, தான் தாக்கப்படுவோம் என்று அவர் எதிர்பார்த்திருந்தார். ஆனால், அப்படி எதுவும் நிகழவில்லை. அவர் கிருபாச்சாரியாரின் கட்டுகளை அவிழ்த்துவிட்டு, அவரைக் கைத்தாங்கலாக வெளியே அழைத்து வந்தார். அவர் கிருபாச்சாரியாருடன் அங்கிருந்து நடந்து சென்றபோது, வெளியே நின்று கொண்டிருந்தவர்கள் அவர்களைத் துளைத்துவிடுவதுபோலப் பார்த்தனர். பின்னர் அவர்களும் அங்கிருந்து போய்விட்டனர்.

கயிலையில் விருஷாகபி பல நாட்களாகக் கண்விழிக்காமலேயே இருந்தான். அவன் கண்விழிக்கும்வரை அங்கேயே இருப்பது என்று ஓம் சாஸ்திரி முடிவெடுத்திருந்ததால், அவர் எப்போதும் அவனுடனேயே இருந்தார். ஒரு நாள் காலையில் அவருக்குத் திடீரென்று விருஷாகபியின் முனகல் சத்தம் கேட்டது. அவர் உடனே அவனுக்கு அருகே ஓடினார்.

“மூன்று!” என்று விருஷாகபி கூறினான். ஆனால், அவனுடைய கண்கள் மூடியே இருந்தன.

ஓம் சாஸ்திரி அவனுடைய கையைப் பிடித்தார். தன் கண்களைத் திறந்த அவன், ஓம் சாஸ்திரி தன்னருகே நின்று கொண்டு தன்னை உற்றுப் பார்த்துக் கொண்டிருந்ததைக் கண்டான்.

“அசுவத்தாமன்?” என்று விருஷாகபி முணுமுணுத்தான்.

“அவர் இங்கு இல்லை. நீ என்ன கூற விரும்புகிறாயோ, அதை என்னிடம் கூறு!” என்று ஓம் சாஸ்திரி வலியுறுத்தினார்.

“அந்நபர் நியாயமாகப் போராடுவதில்லை . . . அவர் தனியாக இல்லை . . . அவர்கள் மூவர் . . . அவர்கள் மூவர் என்று அசுவத்தாமனிடம் கூறுங்கள். அவர்கள் மூன்று பேர் இருக்கிறார்கள்,” என்று விருஷாகபி வலியோடு கூறினான்.

விருஷாகபி பிழைக்க மாட்டான் என்று அவனைப் பார்த்துக் கொண்டிருந்த துறவிகள் கூறினர். அவனுடைய முடிவு நெருங்கிவிட்டதென்று அவர்கள் தெரிவித்தனர்.

அவனைப் பார்த்த ஓம் சாஸ்திரி, “இது சாகின்ற வயதல்ல. இது நியாயமில்லை,” என்று தனக்குத்தானே கூறிக் கொண்டார். விருஷாகபி மீண்டும் மூர்ச்சையானான். அவன் கூறியிருந்த தகவலின் முக்கியத்துவத்தை ஓம் சாஸ்திரி புரிந்து கொண்டார். குல்தராவுக்குத் தனியாகச் சென்றிருந்த அசுவத்தாமன் நாகேந்திரரின் மூவர் குழுவால் மூன்று பக்கங்களிலிருந்தும் தாக்கப்படுவதற்கு முன்பாக அத்தகவல் அவரிடம் போய்ச் சேர்ந்தாக வேண்டும் என்பதும் அவருக்குப் புரிந்தது. இப்போது ஓம் சாஸ்திரியைத் தடுத்து நிறுத்துவதற்கு ஞானகஞ்சில் எவரும் இல்லை என்பதால், குல்தராவுக்குத் தானே செல்வதென்று அவர் முடிவெடுத்தார்.

ஓம் சாஸ்திரி குல்தராவுக்குப் புறப்பட்டுக் கொண்டிருந்தபோது அங்கு வந்த வியாசர், அவரிடம் ஒரு வாளைக் கொடுத்து அவரை ஆசிர்வதித்தார். இதற்கிடையே, நாகேந்திரரின் நீர்மூழ்கிக் கப்பல் கட்ச் வளைகுடாவை அடைந்தது. அசுவத்தாமனும் அந்த இடத்தைக் கிட்டத்தட்ட நெருங்கியிருந்தார். அசுவத்தாமன் பாலைவனத்தின் ஊடாகக் குல்தராவை நோக்கிச் சென்றார். ஆளரவமற்ற அந்த இடத்தை அவர் அடைந்தபோது, சூரியன் உச்சியில் இருந்தது.

அந்த இடம் இந்தியத் தொல்லியல் ஆய்வகத்தினால் நிர்வகிக்கப்பட்டு வந்தது. அங்கிருந்த காவலர்கள், அங்கு நுழைவதற்கு வசூலிக்கப்பட்ட நுழைவுக் கட்டணத்தை வாங்குவதில் மும்முரமாக இருந்தனர். அசுவத்தாமன் அவர்களுடைய கண்களில் படாமல் உள்ளே நழுவினார். அவர் அங்குச் சுற்றிப் பார்த்துவிட்டு, அங்கு மறைந்திருப்பதற்கான ஓரிடத்தைக் கண்டுபிடித்து அதில்

பதுங்கிக் கொண்டார்.

சூரியன் அஸ்தமனமாகிக் கொண்டிருந்தபோது, அங்கிருந்த அதிகாரிகள், அந்த இடத்திலிருந்து வெளியேறும்படி சுற்றுலாப் பயணிகளுக்கு அறிவுறுத்திக் கொண்டிருந்தனர். விரைவில் அனைவரும் அங்கிருந்து வெளியேறிவிட்டனர். அந்தக் கிராமத்தில் இப்போது அசுவத்தாமன் மட்டுமே இருந்தார்.

எல்லோரும் அங்கிருந்து சென்றுவிட்டிருந்ததை உறுதி செய்து கொண்ட அசுவத்தாமன், தன் மறைவிடத்திலிருந்து வெளியே வந்து, சிதிலமடைந்திருந்த அந்த மண் கட்டடங்களைச் சுற்றிப் பார்த்தார். காற்று ஊளையிட்டுக் கொண்டிருந்தது. தூரத்தில் கோட்டான்கள் அவ்வப்போது அலறிக் கொண்டிருந்தன. பாதுகாவலரின் அறையிலிருந்து மங்கலான வெளிச்சம் வெளிப்பட்டுக் கொண்டிருந்தது. ஏற்கனவே இரவு தொடங்கியிருந்தது.

அசுவத்தாமன் அந்தக் கிராமத்தின் மையப் பகுதிபோலத் தோன்றிய ஓரிடத்திற்குச் சென்றார். அவருக்கு வலதுபுறமாக இருந்த ஒரு வீடு அவ்வளவாகச் சேதமடையாமல் இருந்தது. அவர் அதற்குள் நுழைந்து அதன் அறைகளைச் சோதித்துவிட்டு, அதன் மொட்டை மாடிக்குச் சென்றார். அங்கிருந்து பார்த்தபோது மொத்தக் கிராமமே தெரிந்தது. அந்த இடத்தில் காத்திருக்க அவர் முடிவு செய்தார். வார்த்தை எங்கே ஒளித்து வைக்கப்பட்டிருந்தது என்பது அவருக்குத் தெரியாது. இப்போது அவர் செய்ய வேண்டியதெல்லாம், நாகேந்திரரின் வரவுக்காகக் காத்திருப்பது மட்டும்தான். வானில் தோன்றிய நிலவை வைத்து, நாகேந்திரர் அடுத்த நாள் அங்கு வருவார் என்று அசுவத்தாமன் கணக்குப் போட்டார்.

மறுநாள் பொழுது விடிந்தது. அந்த நேரத்தில், நாகேந்திரர், பரிமல் மற்றும் லிசாவுடன் ஜெய்சல்மேர் நகரை அடைந்திருந்தார். குல்தராவில் மறைந்திருந்த அந்த வார்த்தை, இப்போது நாகேந்திரரின் கைக்கெட்டும் தூரத்தில் இருந்தது.

அன்று மாலையில் சூரியன் அஸ்தமித்தப் பிறகு,

அன்று அந்த இடத்திற்கு வந்திருந்த எல்லோரும் அங்கிருந்து கிளம்பிவிட்டார்களா என்பதை உறுதி செய்து கொண்டிருந்த காவலர்கள், தங்களை நோக்கி யாரோ வந்து கொண்டிருந்ததைக் கண்டனர். அந்நபரை நிமிர்ந்து பார்க்காமலேயே, அந்தக் காவலர்களில் ஒருவன், "சார், நாளைக்கு வாருங்கள். இன்று அனுமதி நேரம் முடிந்துவிட்டது," என்று கூறினான். ஆனால், அந்த நபர் தொடர்ந்து தன்னை நோக்கி வந்து கொண்டிருந்ததைக் கண்டதும் அவன் நிமிர்ந்து பார்த்தான். நாகேந்திரரின் முதுமையான முகத்தைக் கண்டதும், அவன் ஏளனமாக அவரிடம், "இந்தக் கிராமத்திலிருந்தவர்கள் அனைவரும் 200 ஆண்டுகளுக்கு முன்பே இங்கிருந்து வெளியேறிவிட்டனர். நீங்கள் இங்கே இன்னும் என்ன செய்து கொண்டிருக்கிறீர்கள்?" என்று கேட்டான்.

இரண்டாவது காவலன், "பள்ளி மூடியாகிவிட்டது. வீட்டுக்குச் செல்லுங்கள்!" என்று அவரைச் சீண்டினான். அவருடைய கழுத்தில் தொங்கிக் கொண்டிருந்த உலோக பாட்டிலைப் பார்த்துவிட்டு அந்தக் காவலர்கள் இருவரும் பலமாகச் சிரித்தனர். நாகேந்திரரும் அவர்களோடு சேர்ந்து சிரித்தார்.

"நீங்கள் எந்த முடிவைப் பார்த்துச் சிரிக்கிறீர்களோ, அது உங்களுடைய முடிவாகக்கூட இருக்கலாம்," என்று நாகேந்திரர் சூடாக பதிலளித்தார்.

"எங்களுடைய முடிவா? அதற்கு இன்னும் ஐம்பது ஆண்டுகள் இருக்கின்றன. சரி, பெருசு. இங்கிருந்து கிளம்பு," என்று ஒரு காவலன் கடுகடுத்தான்.

நாகேந்திரரின் கண்கள் அகலமாயின. "என்னால் உங்களுடைய நாளைய தினத்தையே பார்க்க முடியவில்லை. அப்படி இருக்கும்போது, ஐம்பது ஆண்டுகளா?"

"என்ன?" என்று கேட்டக் காவலாளியின் முகத்தில் குழப்பம் படிந்திருந்தது.

"நான் உங்களுடைய வருங்காலத்தை அழித்துவிட்டேன். என்னைப் பார்த்து நகைப்பவர்களைக் கண்டால் எனக்குப் பிடிக்காது," என்று நாகேந்திரர் கோபமாகச் சொன்னார்.

சரியாக அக்கணத்தில், பரிமலும் லிசாவும் தங்களுடைய கத்திகளால் அந்தக் காவலர்களின் கதையை முடித்தனர். பின் அவர்கள் மூவரும் நுழைவு வாயிலின் வழியாக உள்ளே நுழைந்தனர். பரிமலும் லிசாவும் இரவுப் பார்வைக் கண்ணாடிகளை அணிந்து கொண்டு, அந்த இடத்தைப் பாதுகாப்பதற்காக ஆளுக்கொரு திசையில் சென்றனர்.

"எச்சரிக்கையாக இருங்கள். எதிரியை எதிர்பார்த்திருங்கள். இங்கு நம்மை எதிர்பார்த்து யாரோ ஒருவர் காத்துக் கொண்டிருக்கிறார் என்று நான் நினைக்கிறேன்," என்று கூறிவிட்டு நாகேந்திரர் அங்கிருந்து நகர்ந்தார். அவர் ஒரு டார்ச் லைட்டைப் பயன்படுத்திக் கொண்டிருந்தார். ஆனால், தான் தங்கியிருந்த வீட்டின் மொட்டை மாடியிலிருந்து அசுவத்தாமன் ஏற்கனவே அவர்களைப் பார்த்துவிட்டிருந்ததை அவர் அறியவில்லை.

ஊதல் காற்றின் ஊளையும், காய்ந்து போயும் புழுதி படிந்தும் கிடந்த அந்த இடமும் லிசாவை பயமுறுத்தின.

சாலையின் மறுபுறம் நடந்து கொண்டிருந்த பரிமல், ஏதோ அமானுஷ்ய சக்தி தன்னைச் சூழ்ந்திருந்ததுபோல உணர்ந்தான். தான் எடுத்து வைத்த ஒவ்வோர் அடியையும் பல கண்கள் பார்த்துக் கொண்டிருந்ததுபோல அவனுக்குத் தோன்றியது. ஆனால், எவரும் அவன் கண்களில் படவில்லை.

சிதிலமடைந்து கைவிடப்பட்ட நிலையிலிருந்த ஒரு கோவிலை நாகேந்திரர் எதேச்சையாகக் கண்டுபிடித்தார். அவர் அதை அடைந்ததும், அவருடைய பிடரியில் ஏதோ குத்தியது போன்ற ஒரு விநோதமான உணர்வு அவருக்கு ஏற்பட்டது. அந்தக் கோவிலைச் சுற்றிலும் இருந்த அனைத்துத் தெருக்களையும் அவர் உன்னிப்பாகப் பார்த்தார். ஆனால், அங்கு யாரும் இருக்கவில்லை. அசுவத்தாமன் அவரை அமைதியாக அவதானித்துக் கொண்டிருந்தார். நாகேந்திரரின் அடுத்த நகர்வு என்னவாக இருக்கும் என்பதை அறிந்து கொள்வதற்காக அசுவத்தாமன் அவர்மீதான தாக்குதலைத் தள்ளிப் போட்டார். இதற்கிடையே, லிசா அசுவத்தாமனைக்

கண்டுபிடித்துவிட்டாள்.

"அசுவத்தாமன் இங்கு இருக்கிறார்," என்ற தகவலை அவள் ஒயர்லெஸ் மூலம் நாகேந்திரருக்கும் பரிமலுக்கும் தெரிவித்தாள்.

"உன்னுடைய எதிரியை அறிந்து கொண்டாலே பாதிப் போரில் வெற்றி கிட்டியதுபோலத்தான். அவர் என்னைத் தீர்த்துக் கட்டத் திட்டமிட்டிருக்கிறார். அவர் தன் முதல் நகர்வைத் தொடங்கியவுடன் நீ அவரைக் காலி செய்துவிடு," என்று நாகேந்திரர் அவளுக்கு உத்தரவிட்டார்.

"அவருக்கு எந்தவொரு வாய்ப்பை வழங்குவதும் பேராபத்தில் முடியக்கூடும். அவர் உங்களைத் துப்பாக்கியால் சுடக்கூடிய தூரத்தில்தான் நீங்கள் இருக்கிறீர்கள். அவரால் உங்களை எளிதாகச் சுட்டுத்தள்ளிவிட முடியும்," என்று லிசா கவலையுடன் கூறினாள்.

"இல்லை. அவர் என்னைச் சுட மாட்டார். நான் வைத்திருக்கின்ற மிருத சஞ்சீவினி புத்தகம் அவருக்குத் தேவை. அதனால், அவர் என்னை உயிரோடு பிடிக்கத்தான் பார்ப்பார். நீங்கள் இருவரும் தயார் நிலையில் இருங்கள்," என்று நாகேந்திரர் கூறினார்.

அசுவத்தாமனைப் பற்றி நாகேந்திரர் கூறியிருந்தது மிகச் சரியாக இருந்தது. அசுவத்தாமன் தான் நின்று கொண்டிருந்த இடத்திலிருந்து கீழேயிருந்த மணலில் குதித்தார். தன் ஆயுதத்தை எடுத்துக் கொண்டு அவர் நாகேந்திரரை நோக்கி நடந்தார்.

"அசுவத்தாமன் உங்களுக்கு வலது பக்கத்தில் வந்து கொண்டிருக்கிறார்," என்று லிசா கூறினாள்.

பரிமல் நாகேந்திரருக்கு இடது பக்கத்தில் வந்து கொண்டிருந்தான். லிசா அசுவத்தாமனைப் பின்தொடர்ந்து வந்தாள். தான் மூன்று பக்கங்களிலிருந்தும் சூழப்பட்டிருந்ததை அறியாத அசுவத்தாமன், அவர்கள் விரித்திருந்த வலையில் நேராக வந்து விழுந்தார். அவர் அந்தக் கோவிலை நெருங்கியதும், "நாகேந்திரரே! ஆட்டம் முடிந்துவிட்டது!" என்று அவர் கூறினார்.

நாகேந்திரர் தனது வலது புறம் திரும்பியபோது,

தன்னை நோக்கி வந்து கொண்டிருந்த அசுவத்தாமனைப் பார்த்தார். "ஆட்டம் முடிந்துவிட்டதா? இன்று இரவு நான் மற்றொரு வார்த்தையைச் சேகரிக்கப் போகிறேன். அதற்குப் பிறகு சேகரிப்பதற்கு இன்னும் ஐந்து வார்த்தைகள் மட்டுமே மிச்சமிருக்கும். நான் அவை அனைத்தையும் சேகரிக்கின்றபோதுதான் ஆட்டம் முடிவுக்கு வரும்."

"நீங்கள் ஏற்கனவே ஏகப்பட்ட அழிவுகளையும் குழப்பங்களையும் ஏற்படுத்திவிட்டீர்கள். உங்களுடைய கேடுகெட்டப் பயணம் முடிவுக்கு வந்துவிட்டது," என்று அசுவத்தாமன் எச்சரித்தார்.

"அப்படியானால், என்னைக் கொன்றுவிடுங்கள்! இதை முடிவுக்குக் கொண்டு வந்துவிடலாம்!" நாகேந்திரர் அசுவத்தாமனுக்கு சவால் விட்டார்.

அசுவத்தாமன் நாகேந்திரரை நோக்கி அடுத்த அடி எடுத்து வைத்தார். நாகேந்திரர் சிறிது நகர்ந்துவிட்டு, "இதற்கு மேல் நெருங்கி வராதீர்கள்," என்று அசுவத்தாமனை எச்சரித்தார்.

மறுகணம், ஓர் இரும்பு ஒயருடன் பிணைக்கப்பட்ட ஒரு பளபளப்பான உலோகக் கம்பி அசுவத்தாமனின் முதுகைத் துளைத்து, அவருடைய வயிற்றின் வழியாக வெளியே வந்தது. அவர் நிலை தடுமாறி நிலத்தில் மண்டியிட்டார். தான் ஒரு தவறு இழைத்திருந்தது அவருக்குப் புரிந்தது. அசுவத்தாமன் முனகிக் கொண்டே, "நீங்கள் ஒரு முட்டாள், நான் சாகடிக்கப்பட முடியாதவன்!" என்று கூறினார்.

"நீங்கள்தான் ஒரு முட்டாள். அதனால்தான், நான் உங்களைக் கொல்ல முயலவில்லை," என்று நாகேந்திரர் தலையாட்டியவாறு கூறினார்.

அப்போது அசுவத்தாமனின் உடலில் குத்தியிருந்த உலோகக் கம்பியின் முனை எட்டு உலோக ஈட்டி முனைகளுடன் விரிந்தது. பரிமல் அசுவத்தாமனுக்குப் பின்னாலிருந்த ஒரு கட்டடத்திற்குள் மறைந்திருந்தான். அதன் சுவரிலிருந்த ஓர் ஓட்டையின் வழியாக அவனுடைய துப்பாக்கியிலிருந்து பாய்ந்திருந்த அந்த உலோகக் கம்பி இன்னும் அவனுடைய துப்பாக்கியோடு, அதிலிருந்து

நீண்டிருந்த ஒயரோடு பிணைக்கப்பட்டிருந்தது. அடுத்து, பரிமல் அந்தத் துப்பாக்கியில் மற்றொரு ட்ரிகரை அழுத்தினான். அது அசுவத்தாமனின் உடலில் பாய்ந்திருந்த கம்பியை ஒரு பயங்கர வேகத்தில் பிடித்து இழுத்தது. மறுகணம், அசுவத்தாமன் அந்த ஒயரோடு வேகமாகப் பின்னுக்கு இழுக்கப்பட்டு அந்தச் சுவரில் வந்து மோதினார். அவருக்குப் பின்புறம் சுவரும் முன்புறம் விரிந்திருந்த எட்டு உலோக ஈட்டிகளும் அவரை அழுத்திக் கொண்டிருந்தன. இப்போது அவர் தரையிலிருந்து பத்தடி உயரச் சுவரில் ஆணியடித்து மாட்டப்பட்டிருந்ததுபோலச் சிக்கியிருந்தார். வேகமாகக் குணமாகிக் கொண்டிருந்த அசுவத்தாமனின் உடலைக் கீழேயிருந்து நாகேந்திரர் குரூரமாகப் பார்த்து நகைத்தார். அசுவத்தாமனின் உடல் குணமாக குணமாக, அவர் இன்னும் அழுத்தமாகச் சுவரோடு சுவராக இழுக்கப்பட்டார்.

அசுவத்தாமனின் காயங்கள் படுவேகமாக குணமாகிக் கொண்டிருந்தபோதிலும், அவர் தன்னுடைய கைகளைப் பயன்படுத்த முடியாத நிலையில் இருந்தார். அதனால், அவரால் தன்னுடைய ஆயுதத்தைப் பயன்படுத்த முடியவில்லை. வேறு ஒருவருடைய உதவியின்றித் தன்னால் இதிலிருந்து விடுபட முடியாது என்பதை அவர் புரிந்து கொண்டார். நாகேந்திரர் வானத்தை நிமிர்ந்து பார்த்தபோது, அங்குப் பிறைநிலவு பிரகாசித்துக் கொண்டிருந்தது.

“வேளை வந்துவிட்டது!” என்று நாகேந்திரர் உற்சாகமாகக் கூவினார்.

அசுவத்தாமன்மீது ஒரு கண் வைத்திருக்கும்படி பரிமலிடம் கூறிவிட்டு நாகேந்திரர் அந்தக் கோவிலுக்குள் நுழைந்தார். அதன் மையத்தில் பழைய ஓமகுண்டம் ஒன்று இருந்ததை அவர் கண்டார். கர்ப்பக்கிரகத்தைக் காவல் காக்குமாறு அவர் லிசாவுக்கு உத்தரவிட்டார்.

நிலவின் ஒளி அந்த ஓமகுண்டத்தின்மீது பட்டது. பல நூற்றாண்டுகளாகப் பயன்படுத்தப்படாமல் இருந்ததால் அது பாழடைந்து கிடந்தது. தான் தேடி வந்திருந்த வார்த்தையைப் பெறுவதற்கு, நாகேந்திரர்

அந்தக் கோவிலின் இதயப் பகுதிக்கு உயிரூட்ட வேண்டியிருந்தது. அவர் தன் கழுத்தில் தொங்கிக் கொண்டிருந்த உலோக பாட்டிலை எடுத்து, அதில் தான் கொண்டு வந்திருந்த இரத்தத்தை அந்த ஓமகுண்டத்தில் அர்ப்பணிப்பதுபோலக் கொட்டினார். ஓமகுண்டம் அந்த இரத்தத்தை அப்படியே கிரகித்துக் கொண்டது. பின் அந்த இரத்தம் அக்கோவிலின் உள்ளே அனைத்துப் பகுதிகளிலும் ஒரு சிறு ஓடையில் ஓடுவதுபோல ஓடியது, சுவர்களிலும் ஏறியது. அந்த ஒட்டுமொத்த இடமும் உயிர்ப்பிக்கப்பட்டிருந்ததுபோலத் தோன்றியது.

சரியாக அக்கணத்தில் ஓம் சாஸ்திரி அந்தக் கிராமத்திற்கான நுழைவுவாயில் கதவின்மீது ஏறிக் குதித்து அந்தக் கிராமத்திற்குள் நுழைந்தார். அவருடைய பாதங்களுக்குக் கீழே நிலம் அதிர்ந்து கொண்டிருந்ததை அவர் உணர்ந்தார். அப்போது அந்த இடத்தில் ஒரு மணற்புயல் உருவாகியிருந்ததால் அங்கிருந்தவற்றை அவரால் தெளிவாகப் பார்க்க முடியவில்லை. நில அதிர்வு எங்கிருந்து உதயமாகிக் கொண்டிருந்ததோ, அதை நோக்கி அவர் முன்னேறி அந்த இடத்தின் மையத்தை அடைந்தார்.

இந்த இரத்த ஓடை நாகேந்திரரை அந்தக் கோவிலுக்கு வெளியே அழைத்து வந்தது. லிசாவும் வெளியே வந்து அவருக்குப் பாதுகாப்பாக நின்று கொண்டாள். அந்த நில அதிர்வால் அங்கிருந்த சிதிலமடைந்திருந்த கட்டடங்கள் குலுங்கிக் கொண்டிருந்ததை அசுவத்தாமனால் உணர முடிந்தது. வெளியே வந்த இரத்த ஓடை, கோவிலுக்கு வெளியே இருந்த ஒரு வெட்டவெளியை அடைந்தது. பின் அங்குச் சேர்ந்த இரத்தம் ஒரு நீரூற்றைப்போல மேலே கிளம்பியது. தான் ஊற்றிய இரத்தம் கோவில் முழுவதும் சென்று, தான் தேடிக் கொண்டிருந்த வார்த்தையைத் தன்னுடன் கொண்டு வந்து அந்த இரத்த ஊற்றில் சேர்த்துவிட்டிருந்ததை நாகேந்திரர் புரிந்து கொண்டார்.

அந்த வார்த்தையைச் சேகரிக்க நாகேந்திரர் முயன்ற வேளையில் அந்த இடத்தை அடைந்த ஓம் சாஸ்திரி அவர்களைப் பார்த்துவிட்டார். அசுவத்தாமன் சுவரில் ஒட்டிக் கொண்டிருந்ததைப் பார்த்த அவர், அடுத்து

நாகேந்திரர் அந்த இரத்த ஊற்றை நோக்கிச் சென்றதைக் கவனித்தார். அவர் உடனே அந்தக் கோவிலின் கூரையின்மீது ஏறி, தன் கையிலிருந்த வாளோடு நேராக நாகேந்திரரின்மீது பாய்ந்தார். ஆனால், அவருடைய வாள் நாகேந்திரரின் கழுத்துக்கு அருகே சென்றபோது, லிசா அவரை நோக்கிச் சுட்டாள். அந்தக் குண்டு அவருடைய கைவிரலை இலேசாக உரசிவிட்டுச் சென்றது. லிசா ஓம் சாஸ்திரியை நோக்கிச் சுட்டது அது இரண்டாவது முறை. முதல் முறை, ஓம் சாஸ்திரி ராஸ் தீவில் இருந்தபோது அவள் அவரைச் சுட்டிருந்தாள். இப்போது, வாளைப் பிடித்திருந்த ஓம் சாஸ்திரியின் கை தளர்ந்து அந்த வாள் கீழே விழுந்தது. தன் உள்ளங்கையில் ஒரு சிறு இரத்தக் கீற்றுடன் அவர் கீழே விழுந்தார். ஆனால் அவர் சுதாரித்துக் கொண்டு உடனே துள்ளி எழுந்தார். அதற்குள் நாகேந்திரர் அந்த இரத்தத்திற்குள் தன் கையை நுழைத்தார். அவருடைய தோல் அந்த இரத்தத்தை முழுமையாக உறிஞ்சிக் கொண்டு, ‘சகல் ஜகத்’ என்ற வார்த்தையை வெளிப்படுத்தியது.

இம்முறை வியாசர் அந்த இடத்தையும் அந்த வார்த்தையும் சரியாகக் கணித்திருந்தார்.

அடுத்து, அங்கிருந்த சிதிலமடைந்திருந்த கட்டடங்கள் ஒவ்வொன்றாகக் குலுங்கிக் கீழே விழத் தொடங்கின.

ஓம் சாஸ்திரியையும், இரத்தம் ஒழுகிக் கொண்டிருந்த அவருடைய கையையும் பார்த்த நாகேந்திரர், அவரை நோக்கி ஒரு பைத்தியக்காரனைப்போல வெறியுடன் பாய்ந்தார். ஓம் சாஸ்திரி கீழே கிடந்த வாளைத் தூக்கிக் கொண்டு அசுவத்தாமனை விடுவிக்க ஓடினார். தன்னை நோக்கி வந்து கொண்டிருந்த நாகேந்திரரைப் பார்த்த ஓம் சாஸ்திரி, தன்னுடைய ஒரு சொட்டு இரத்தம்கூட நாகேந்திரருக்குக் கிடைக்கக்கூடாது என்பதால், தன் கையில் ஒரு கட்டுப் போட்டுக் கொண்டார். பரிமல் தான் கொண்டு வந்திருந்த துப்பாக்கிகள் வைத்திருந்த பையை நோக்கி ஓடினான். அந்தக் கிராமத்தின் நுழைவு வாயிலின் அருகே காவலர்கள் நிறுத்தி வைத்திருந்த வாகனங்களில் ஒன்றை அங்குக் கொண்டு வரும்படி

பரிமல் லிசாவைக் கேட்டுக் கொண்டான். அவளும் உடனே வாசலை நோக்கி ஓடினாள். பரிமலின் முன்னுரிமை நாகேந்திரரைக் காப்பாற்றுவதாக இருந்ததால், அவன் அவருக்குப் பின்னால் சென்றான்.

ஓம் சாஸ்திரி அசுவத்தாமன் அறையப்பட்டிருந்த சுவரை அடைந்து, அதன்மீது ஏறி, அசுவத்தாமனின் உடலுக்கு வெளியே நீட்டிக் கொண்டிருந்த கம்பியைத் தன் வாளால் வெட்டியெறிந்தார். அதற்குள் அந்த இடத்தை அடைந்திருந்த நாகேந்திரர், ஓம் சாஸ்திரியின் கால்களைப் பிடித்துக் கீழே இழுத்தார். ஓம் சாஸ்திரி கீழே விழுந்தபோது, அவருடைய வாள் அவரிடமிருந்து தள்ளிப் போய் விழுந்தது. தன்மீது வெறித்தனமாகப் பாய்ந்த நாகேந்திரரை அவர் தன்னுடைய வெறுங்கைகளால் வெற்றிகரமாக எதிர்கொண்டார். அவர்களுக்கு இடையே நடந்த கைகலப்பில் ஓம் சாஸ்திரியின் கை ஓங்கிக் கொண்டிருந்தது. அச்சமயத்தில் அங்கு வந்து சேர்ந்த பரிமல், அசுவத்தாமன் தன் உடலுக்குள் பாய்ந்திருந்த கம்பியை வெளியே இழுக்க முயன்று கொண்டிருந்ததைப் பார்த்தான். அசுவத்தாமன் அந்தக் கம்பியைப் பிடுங்கி வீசியெறிந்துவிட்டால் தங்களால் அவர்களை வெல்ல முடியாது என்பதைப் புரிந்து கொண்ட பரிமல், உடனே தன் கையிலிருந்த துப்பாக்கியால் அசுவத்தாமனின் முகத்தையும் தலையையும் நோக்கிச் சரமாரியாகச் சுட்டான். அது அவர்களுக்குச் சிறிது நேரத்தைப் பெற்றுக் கொடுத்தது. அசுவத்தாமன் ஒரு சவம்போலக் கீழே விழுந்தார். பரிமலின் கவனம் அடுத்து நாகேந்திரரின் பக்கம் சென்றது. ஓம் சாஸ்திரியின் தாக்குதலால் அவர் பலவீனமடைந்து கொண்டிருந்தார். ஓம் சாஸ்திரி அவருடைய முகத்தின்மீது தாறுமாறாகக் குத்தியதில், நாகேந்திரர் தன் இரத்தத்தில் தானே குளித்துக் கொண்டிருந்தார்.

நுழைவு வாசலை அடைந்த லிசா, செத்துக் கிடந்த அந்தக் காவலர்களின் உடையில் தேடி, அங்கு நிறுத்தப்பட்டிருந்த ஒரு வாகனத்தின் சாவியைக் கண்டுபிடித்தாள். பின் அந்தக் காரில் ஏறி, வேகமாக அந்தக் கிராமத்தின் மையத்தை நோக்கி அவள்

வந்தாள். தான் வந்து கொண்டிருந்ததை உணர்த்தும் விதமாக அவள் அந்தக் காரின் ஹாரனை ஒலிப்பித்துக் கொண்டே வந்தாள்.

இப்போது ஓம் சாஸ்திரி பரிமலுடன் மோதிக் கொண்டிருந்தார். பரிமலிடம் மேம்பட்ட உத்திகள் இருந்ததால், அவன் ஓம் சாஸ்திரியை வெற்றிகரமாகச் சமாளித்துக் கொண்டிருந்தான். ஆனால், அசுவத்தாமன் மீண்டெழுகின்றவரைதான் தனக்கு நேரம் இருக்கும் என்பதை அவன் உணர்ந்திருந்தான். அதனால், அவன் ஓம் சாஸ்திரியைக் கடுமையாகத் தாக்கிக் கீழே சாய்த்தான். இதற்கிடையே, சுயநினைவை அடைந்திருந்த நாகேந்திரர், ஓம் சாஸ்திரிக்கு சில அடி தூரம் தள்ளி எழுந்து உட்கார்ந்தார்.

கீழே விழுந்திருந்த ஓம் சாஸ்திரியின் வாளைத் தன் கையில் எடுத்துக் கொண்டு பரிமல் அசுவத்தாமனை நோக்கித் திரும்பினான். அசுவத்தாமன் கிட்டத்தட்டத் தன் இயல்பு நிலைக்குத் திரும்பியிருந்தார். அவரைத் தன்னால் முறியடிக்க முடியாது என்பது தெரிந்ததும் பரிமலின் தோள்கள் துவண்டன. அக்கணத்தில்தான் லிசாவின் ஹாரன் ஒலி அவனுக்குக் கேட்டது. அவள் வந்து சேர்கின்றவரை தான் நாகேந்திரரைப் பாதுகாத்தால் போதுமானது என்று அவன் முடிவு செய்தான். ஹாரன் ஒலித்த விதத்தைக் கொண்டு அவள் அருகில் வந்துவிட்டிருந்ததை அவன் உணர்ந்து கொண்டான். அதனால், இரத்தம் சொட்டிக் கொண்டிருந்த ஓம் சாஸ்திரியை விட்டுவிட்டு அவன் அசுவத்தாமனின் பக்கம் திரும்பினான்.

தான் பலவீனமாக இருந்தபோதிலும், நாகேந்திரர், ஓம் சாஸ்திரி கீழே விழுந்து கிடந்ததைக் கண்டு அவரை நோக்கி நகர்ந்தார். எழுந்து நின்ற ஓம் சாஸ்திரியால், தனக்குப் பின்னால் வந்து கொண்டிருந்த நாகேந்திரரைப் பார்க்க முடியவில்லை. ஆனால், அவர்களுக்கு முன்னால் நின்று கொண்டிருந்த அசுவத்தாமனால் அவர்கள் இருவரையும் பார்க்க முடிந்தது. அசுவத்தாமன் தன் துப்பாக்கியை உருவினார். ஓம் சாஸ்திரியை நோக்கிப் பாய்ந்து கொண்டிருந்த

நாகேந்திரர், அவருடைய கழுத்தைக் கடித்து இரத்தத்தை உறிஞ்சத் திட்டமிட்டிருந்தார். அதை அசுவத்தாமன் கவனித்துவிட்டார். இதற்கிடையே, பரிமல் ஒரு வாளுடன் அவரை நெருங்கியிருந்தான்.

நாகேந்திரர் ஓம் சாஸ்திரியின்மீது பாய்ந்து அவருடைய கழுத்தை பலமாகக் கடித்தார். அவர் அதிலிருந்து இரத்தத்தை உறிஞ்சுவதற்குள், அசுவத்தாமன் அவருடைய முகத்தை நோக்கிச் சுட்டார். நாகேந்திரரின் முகத்தில் குண்டு பாய்ந்தது. அவருடைய மூளை நாலாப்பக்கமும் தெறித்தது. அதே நேரத்தில், பரிமல் அசுவத்தாமனின் கழுத்தை வெட்டியதால், அவர் அப்படியே கீழே சாய்ந்தார். நாகேந்திரரின் முகம் வெடித்துச் சிதறியபோது, அவருடைய முகத்திலிருந்து தெறித்த இரத்தத் துளி ஒன்று ஓம் சாஸ்திரியின் உதட்டின்மீது பட்டது. உடனே அவருடைய தலைக்குள் இலட்சக்கணக்கான பிம்பங்கள் அடுத்தடுத்துத் தோன்றின. தன்னுடைய தலைக்குள் ஓர் எரிமலை வெடிப்புபோலப் பீறிட்டுக் கிளம்பிய அந்தக் காட்சி ரூபங்களைத் தாக்குப்பிடிக்க முடியாமல் ஓம் சாஸ்திரி தரையில் விழுந்தார்.

இதற்கிடையே, ஓம் சாஸ்திரியின் நினைவகத்திற்குள் அடைபட்டுக் கிடந்த பரசுராமரும் கிருபாச்சாரியாரும் அங்குத் திடீரென்று ஏற்பட்ட ஒரு பெரும் நில அதிர்ச்சியால் தூக்கி வீசப்பட்டனர். எண்ணற்ற மனிதர்களும் விலங்குகளும் நிலத் தோற்றங்களும் அவர்கள் முன் துள்ளிக் குதித்து மறுகணம் மறைந்தன. தங்கள் முன் என்ன நிகழ்ந்து கொண்டிருந்தது என்பதை அவர்களால் புரிந்து கொள்ள முடியவில்லை. அதனால், அவர்கள் அவை அனைத்தையும் வெறுமனே வேடிக்கை பார்த்துக் கொண்டிருந்தனர்.

திடீரென்று அவர்களுக்கு இடது புறம் ஒரு சிறு குன்றின் உச்சியில் வலுவான உடற்கட்டைக் கொண்ட ஒருவன் தோன்றினான். பின் அவன் யாரையோ நோக்கி வணங்கினான். அவர்களைச் சுற்றி வேறு எவரும் இல்லாததால், அவன் யாரை வணங்கினான் என்று அவர்கள் குழம்பினர். அவர்கள் இருவரும்

சத்தமின்றி அடியெடுத்து வைத்து, அங்கு என்ன நடந்து கொண்டிருந்தது என்பதைப் பார்ப்பதற்காக இன்னும் அருகே சென்றனர். அந்தப் பள்ளத்தாக்கில் பயங்கரமான விலங்கு ஒன்று நின்று கொண்டிருந்தது. அது அவனை வணங்கிக் கொண்டிருந்தது. அதன் முகம் ஒரு பெண் நாயின் முகத்தைப்போல இருந்தது. அதன் கழுத்து ஒரு மயிலின் கழுத்தைப்போல இருந்தது. அதன் முதுகில் காளை மாட்டுக்கு இருப்பதுபோல ஒரு வெள்ளைத் திமில் இருந்தது. அது மூன்று கால்களில் நின்று கொண்டிருந்தது. ஒரு கால் ஒரு யானையின் காலைப்போலவும், இன்னொரு கால் ஒரு குதிரையின் காலைப்போலவும், மூன்றாவது கால் ஒரு புலியின் காலைப்போலவும் இருந்தன. அதன் நான்காவது கால் ஒரு மனிதக் கையைப்போல இருந்தது. அந்தக் கையில் ஒரு தாமரை மலர் இருந்தது. அந்த மலரை, அந்த விநோத விலங்கு, குன்றில் நின்று கொண்டிருந்தவனிடம் கொடுத்தது. அதன் தலைக்குள்ளிருந்து ஒரு வால் நீட்டிக் கொண்டிருந்தது. அது உண்மையில் ஒரு பாம்பு. அந்த விநோத விலங்கைப் பார்த்துப் பரசுராமரும் கிருபாச்சாரியாரும் வெலவெலத்துப் போயிருந்தாலும், அவர்கள் அதனால் ஈர்க்கப்பட்டிருந்தனர்.

கிருபாச்சாரியார் பரசுராமரிடம், “குதிகாலில் மச்சம் இருந்த குழந்தை வளர்ந்து ஒரு பெரிய ஆளாகின்றவரை நாம் பார்த்துவிட்டோம். ஆனால், இதில் ஓம் சாஸ்திரியை மட்டும் காணவில்லையே! தன்னுடைய சொந்த ஞாபகங்களில் ஓம் சாஸ்திரியால் எப்படி இடம் பெறாமல் இருக்க முடியும்?” என்று கேட்டார்.

அதற்குப் பரசுராமர் பதிலளிப்பதற்கு முன்பாக, அவர்கள் முன் தோன்றிய காட்சி மறைந்தது. அப்போது, திறந்திருந்த கதவின் வழியாக பலமாக வீசிய காற்று அவர்கள் இருவரையும் வெளியே தூக்கி எறிந்தது.

குல்தராவில் அனைத்தும் பொடிந்து கொண்டிருந்தன. அங்கிருந்த சில கட்டடங்களும் பொடிப்பொடியாகி மண்ணில் கலந்தன. இப்போது அது ஒரு பாலைவன மேடுபோலக் காட்சியளித்தது.

தன் முன்னாலேயே நாகேந்திரர் செத்து விழுந்ததைப்

பார்த்தபோது பரிமலால் தன் கண்களையே நம்ப முடியவில்லை. லிசா தான் ஓட்டிக் கொண்டு வந்திருந்த வாகனத்தை அசுவத்தாமனின்மீது ஏற்றி இறக்கி, பரிமலின் அருகே கொண்டு வந்து நிறுத்தினாள். அவன் மண்டியிட்டு அமர்ந்திருந்தான். தன் எஜமானரைக் காப்பாற்ற முடியாமல் போய்விட்டிருந்ததே என்ற கவலை அவனை வாட்டிக் கொண்டிருந்தது. நாகேந்திரர் இறந்துவிட்டார். பரிமல் செயலற்றுப் போயிருந்தான். அசுவத்தாமனும் ஓம் சாஸ்திரியும் உயிரோடும் இல்லை, செத்திருக்கவும் இல்லை. நிலைமையைப் புரிந்து கொண்ட லிசா, தன் உணர்ச்சிகளைக் கட்டுப்படுத்திக் கொண்டு ஒரு செயற்திட்டம் தீட்டினாள். அசுவத்தாமன் மற்றும் ஓம் சாஸ்திரியிடம் ஏதாவது அசைவு இருந்ததா என்று அவள் பார்த்தாள். ஓம் சாஸ்திரி அசைவற்றுக் கிடந்தார். ஆனால், அசுவத்தாமன் இலேசாக உசும்பினார். அதைப் பார்த்ததும், தங்களுக்கு அதிக நேரம் இல்லை என்பதை அவள் கண்டுகொண்டாள். அவள் பயங்கரமாகக் கத்தி, பரிமலை சுயநினைவுக்கு வரவழைத்தாள். பிறகு, காரில் ஏறும்படி அவள் அவனைப் பணித்தாள். அவன் கனவில் நடப்பவன்போல நடந்து சென்று அந்தக் காரில் ஏறி அமர்ந்தான். அவள் வெளியே இறங்கி, தலையில்லாமல் இருந்த நாகேந்திரரின் உடலைத் தூக்கி டிக்கியில் போட்டாள். பின் அவள் அதை மூடிவிட்டுக் காரைக் கிளப்பிக் கொண்டு குல்தராவைவிட்டு வெளியேறினாள்.

அவர்கள் சென்ற பிறகு, ஓம் சாஸ்திரி அமைதியாக எழுந்து நிமிர்ந்து நின்றார். பின் அவர் ஏதோ ஓரிடத்திற்குச் செல்லத் தீர்மானித்திருந்ததுபோல நடந்து செல்லத் தொடங்கினார். கண்கள் திறந்திருந்த நிலையில் தரையில் ஒரு பிணத்தைப்போல விழுந்து கிடந்த அசுவத்தாமன், ஓம் சாஸ்திரி சென்றதை வெறுமனே பார்த்துக் கொண்டிருந்தார். ஓம் சாஸ்திரி இருள் அவரை விழுங்கும்வரை தொடர்ந்து நடந்தார்.

சில நிமிடங்கள் கழித்து முழுப் பிரக்ஞையடைந்த அசுவத்தாமன் ஆழமாக ஒரு முறை சுவாசித்தார். எச்சரிக்கையுடன் எழுந்த அவர், எல்லோரும் போய்விட்டிருந்ததை உணர்ந்தார். ஓம் சாஸ்திரி எந்த

வழியாகச் சென்றார் என்பதை அவர் அறிந்திருந்ததால், அவர் அதே பாதையில் நடக்கத் தொடங்கினார்.

ஓர் அரை மைல் தூரம் சென்ற பிறகு, ஓரிடத்தில் ஓம் சாஸ்திரி இருளை வெறித்துப் பார்த்தபடி பிரமை பிடித்த நிலையில் நின்று கொண்டிருந்ததை அசுவத்தாமன் கண்டார். அவருக்கு என்ன பிரச்சனை என்பதை அசுவத்தாமன் அறியாமல் இருந்ததால், மெதுவாக அவரை அணுகி, அவருடைய தோளைத் தொட்டார். ஓம் சாஸ்திரி உடனே தன் பிரமை நிலையிலிருந்து விடுபட்டதுபோல அப்படியே மயங்கித் தரையில் சாய்ந்தார். அவரைத் தூக்கித் தன் தோள்மீது போட்டுக் கொண்ட அசுவத்தாமன், அங்கிருந்து நடந்து இருளில் மறைந்தார்.

லிசா தன்னுடைய காரை ஜெய்சல்மேரில் நிறுத்தி, பெரிய பனிக்கட்டிகளை வாங்கி, நாகேந்திரரின் உடலைக் குளிராக வைத்திருப்பதற்காகக் காரின் டிக்கியில் அந்தப் பனிக்கட்டிகளைப் போட்டாள். பின் அவள் நேராகக் கட்ச் வளைகுடாவை நோக்கிக் காரைச் செலுத்தி, பின் அங்கிருந்து நீர்மூழ்கிக் கப்பலை அடைந்தாள். அவர்கள் அந்தக் கப்பலுக்குள் நுழைந்தபோது, பரிமல் ஒரு பலவீனமான குரலில், “நாகேந்திரர் இறந்துவிட்டார். எல்லாம் முடிந்துவிட்டது,” என்று கூறினான்.

லிசா அவனை ஒரு கணம் பார்த்துவிட்டு, நாகேந்திரரால் நுழைவதற்குத் தடை செய்யப்பட்டிருந்த அறையின் கதவைத் திறக்குமாறு அவனிடம் கூறினாள். அதற்குள் நாகேந்திரரைத் தவிர வேறு எவருக்கும் அனுமதி இருக்கவில்லை என்பதால் பரிமல் குழம்பினான். நாகேந்திரரின் சடலம் இருந்த பையைத் திறந்து, தடை செய்யப்பட்டிருந்த அறைக்கு அடுத்திருந்த அறைக்கு லிசா அதைக் கொண்டு சென்றாள். நாகேந்திரர் இறந்து இருபத்து நான்கு மணி நேரத்திற்கு மேல் ஆகியிருந்ததால், அவருடைய உடலிலிருந்து துர்நாற்றம் வீசத் தொடங்கியிருந்தது. அந்தக் கதவைத் திறந்தால் அவர்கள் கடுமையான வலியையும் அசௌகரியத்தையும் எதிர்கொள்ள நேரிடும் என்றபோதிலும், எந்தக் கேள்வியும் கேட்காமல், லிசா கூறியபடியே பரிமல்

அந்த அறையின் கதவைத் திறந்தான்.

லிசாவும் பரிமலும் வழக்கம்போலக் கண்களில் கண்ணீரையும், காதுகள் மற்றும் மூக்குகளிலிருந்து இரத்தம் ஒழுகுவதையும் அனுபவித்தனர். மனச்சோர்வளிக்கும் எண்ணங்கள் வழக்கத்தைவிட அதிகமாகத் தோன்றின. தாங்கள் ஏதோ ஒரு சக்தியால் ஆட்கொள்ளப்பட்டிருந்ததைப்போல அவர்கள் உணர்ந்தனர். அவர்களுக்குத் தங்களுடைய கண்களைத் தவிர வேறு எதன்மீதும் கட்டுப்பாடு இருக்கவில்லை. அந்த அறையின் திறந்திருந்த கதவை நோக்கி அவர்களுடைய பார்வை சென்றது. அதற்கு உள்ளேயிருந்து எட்டடி உயர உருவம் ஒன்று வெளியே வந்தது. அதன் குரூரக் கண்கள், அடர்த்தியாக முகம்வரை படர்ந்திருந்த வெள்ளைத் தலைமுடிக்கும் பெரிய தாடிக்கும் நடுவில் இருந்தன. அவரைப் பார்த்த உடனே அவர்கள் இருவரும் பிரமை பிடித்த நிலைக்குச் சென்றனர். அழுகிய நிலையில் தரையில் கிடந்த நாகேந்திரரின் உடலை ஒரு பார்வை பார்த்த அந்த நபர், பரிமலின் அருகே சென்று அவனுடைய கண்களுக்குள் ஆழமாக உற்றுப் பார்த்தார். நாகேந்திரரின் இறப்புவரை குல்தராவில் நடந்த அனைத்தையும் அவரால் அவனுடைய கண்களின் வழியாகப் பார்க்க முடிந்தது. அவர் பார்த்து முடிக்கும்வரை பரிமலின் கண்களிலிருந்து கண்ணீர் கொட்டிக் கொண்டே இருந்தது.

பின்னர் அந்த நபர் தன் கையைப் பரிமலின் தலைமீது வைத்தவுடன், அவன் தன் பிரமை நிலையிலிருந்து விடுபட்டான். அவன் உடனே மண்டியிட்டு அமர்ந்தான். அவனுடைய சுவாசம் தாறுமாறாக இருந்தது. பின் அந்த உருவம் லிசாவின் அருகே சென்று அவளுடைய தலையின்மீது கை வைத்தது. அவளும் பிரமை நிலையிலிருந்து மீண்டாள். அவள் உடனே பரிமலின் பக்கம் பாய்ந்து சென்று, அவனுடைய இரத்தத்தைத் துடைத்துவிட்டு, அவன் இயல்பாக சுவாசிக்க உதவினாள்.

தங்களுடைய இயல்பு நிலைக்குத் திரும்புவதற்குப் பரிமலுக்கும் லிசாவுக்கும் சில நிமிடங்கள் ஆயின.

அதுவரை அந்த நபர் பொறுமையாகக் காத்திருந்தார். பின் அவர் அவர்களிடம் நாகேந்திரரின் உடலைச் சுட்டிக்காட்டி, "அவரை உள்ளே கொண்டு வாருங்கள்!" என்று கூறினார். அவர்கள் இருவரும் சேர்ந்து நாகேந்திரரின் உடலை அந்த அறைக்குள் கொண்டு சென்றனர். அந்த அறை அவர்கள் நினைத்திருந்ததைவிடப் பெரிதாக இருந்தது. நாகேந்திரரின் உடலைச் சரியாக எங்கே வைக்க வேண்டும் என்பதை லிசா அறிந்திருந்தது பரிமலுக்கு வியப்பூட்டியது. அந்த அறைக்குள் அவள் ஏற்கனவே வந்திருந்ததைப்போல இருந்தது அவளுடைய நடவடிக்கை. அங்கிருந்த செவ்வக வடிவப் பித்தளை மேடையில் அவர்கள் அந்த உடலைக் கிடத்தினர்.

பரிமல் தன் கண்களை அந்த அறையைச் சுற்றி ஓடவிட்டபோது, அவன் அதிர்ந்து போனான். ஷெட்பால் கிராமத்திலிருந்த தன்னுடைய மாளிகையின் சுவர்களில் இடம்பெற்றிருந்த அதே ஓவியங்களும் படங்களும் அங்கு இடம்பெற்றிருந்தன. அவர்கள் வீட்டில் இடம்பெற்றிருந்த படங்களில் இருந்ததைப்போலவே இங்கும் அனைத்துப் படங்களிலும் இடம்பெற்றிருந்த செல்லப்பிராணிகளின் காப்பாளர்கள் அனைவரும் தங்களுடைய முகங்களை மூடியிருந்தனர். இங்கிருந்த படங்களில் ஒன்றே ஒன்று மட்டும் மாறுபட்டிருந்தது. அந்தப் புகைப்படத்தில், அவனுடைய தந்தைக்குப் பின்னால் நின்று கொண்டிருந்த வீட்டு மேலாளர் தன்னுடைய முகத்தில் துணி எதையும் கட்டாமல் இருந்தார். அப்படி அவருடைய தந்தையின் பின்னால் நின்று கொண்டிருந்த நபர் நாகேந்திரர். பரிமல் அதைக் கண்டு அதிர்ந்து போனான். அவனுக்கும் லிசாவுக்கும் உத்தரவுகளை இட்டுக் கொண்டிருந்த நபர் உண்மையில் யார் என்று தெரிந்து கொள்ள அவன் விரும்பினான். ஆனால், அது ஏதோ ஒரு சாதாரணமான நடைமுறை என்பதுபோல லிசா அமைதியாகவும் அலட்டிக் கொள்ளாமலும் இருந்தாள். பரிமலின் மனத்திற்குள் ஓராயிரம் கேள்விகள் ஓடிக் கொண்டிருந்தன. ஆனால், லிசா அவற்றுக்கான விடைகளை ஏற்கனவே அறிந்திருந்தவள்போலச் சலனமற்று இருந்தாள். தாங்கள்

என்ன செய்து கொண்டிருந்தோம் என்பதையும், அந்த அறையில் இருந்த நபர் யார் என்பதையும் லிசாவிடம் கேட்டுத் தெரிந்து கொள்வதற்காக அவன் அவளை நோக்கி நடக்கவிருந்த கணத்தில், அந்த நபரின் கனத்தக் குரல் அவனுடைய கவனத்தை ஈர்த்தது. "லத்திகா, இப்போது என்ன செய்ய வேண்டும் என்பது உனக்குத் தெரியும், இல்லையா?"

லிசா முன்பு எப்படி நாகேந்திரருக்கு உண்மையுடன் கீழ்ப்படிந்தாளோ, அதேபோல இந்த நபருக்கும் அவள் கீழ்ப்படிந்தாள். தன்னைப் பின்தொடரும்படி பரிமலுக்குச் சைகை செய்துவிட்டு, அவள் அந்த அறையிலிருந்து வெளியே செல்லத் தொடங்கினாள். அவளைப் பின்தொடர்ந்து செல்வதென்று பரிமல் முடிவு செய்தான். அவர்கள் இருவரும் அந்த அறையைவிட்டு வெளியேறினர். வெளியே வந்தவுடன் லிசா அந்த அறையின் கதவைச் சாத்தினாள்.

பரிமல் லிசாவிடம் சரமாரியாகக் கேள்வி கேட்டான். அவனுடைய முதல் கேள்வி: "அவர் யார்?"

2020 இல் நடந்திருந்த அந்தச் சம்பவம் குறித்து இருபது ஆண்டுகள் கழித்து, திருமதி பத்ரா பிரித்திவியிடம், "அவர் யார்?" என்ற அதே கேள்வியைக் கேட்டார்.

லிசா பரிமலுக்கு அளித்த அதே பதிலைத்தான் பிரித்திவி திருமதி பத்ராவுக்கு அளித்தான். "அவர் சுக்கிராச்சாரியார்."

அதைக்கேட்டத்திருமதி பத்ரா, "சுக்கிராச்சாரியாரா? யார் அவர்? பிரித்திவி, இப்போது நீ ஏன் அவரைப் பற்றி என்னிடம் கூறிக் கொண்டிருக்கிறாய்? என் கணவர் எங்கிருக்கிறார், அவர் உயிரோடுதான் இருக்கிறாரா என்ற கேள்வியைத்தானே நான் உன்னிடம் கேட்டேன்?" என்றார். அவர் மிகவும் எரிச்சலடைந்திருந்தார், பொறுமையிழந்திருந்தார். ஆனால், பிரித்திவி பொறுமையாக இருந்தான்.

"டாக்டர் பத்ராவுக்கு என்ன நேர்ந்தது என்பதைத் தெரிந்து கொள்வதற்கு, 2020 இல் அவர் மாயமாக மறைந்ததற்கு இட்டுச் சென்ற நிகழ்வுகளை நீங்கள் புரிந்து கொள்ள வேண்டும்," என்று பிரித்திவி கூறினான்.

"சுக்கிராச்சாரியார் அசுரர்களின் ஆசான், அவர்களுடைய தலைமை குரு. அவர் ஒரு சிவ பக்தர். ஆனால், சத்திய யுகத்திலிருந்து அவர் அசுரர்களுக்குத் தொடர்ந்து ஆதரவாக இருந்து வந்துள்ளார். நாகேந்திரர் அவருடைய தலைசிறந்த சீடர். சுக்கிராச்சாரியார் நாகேந்திரரை முதன்முதலாக சத்திய யுகத்தில் சந்தித்திருந்தார். அதற்குப் பிறகுதான், நாகேந்திரர், இப்போது ஓம் சாஸ்திரி என்று அறியப்படுகின்ற நபரின் சடலத்தை தன்வந்திரியிடம் எடுத்துச் சென்றார். தன்வந்திரி ஓம் சாஸ்திரியை உயிர்ப்பித்து அவருக்கு மிருத்யுஞ்சயன் என்று பெயரிட்டது பற்றிய கதையை நான் ஏற்கனவே உங்களிடம் கூறியிருக்கிறேன். சத்திய யுகத்தில் சுக்கிராச்சாரியார் சிவனை நோக்கித் தவமிருந்து, இறந்தவர்களை உயிர்ப்பிக்கின்ற மந்திரத்தைத் தெரிந்து கொண்டார்."

அந்த மர்ம அறையில் இருந்த நபர் சுக்கிராச்சாரியார் என்று லிசா கூறியவுடன், பரிமல் அவளிடம் மேலும் சில கேள்விகள் கேட்டான்.

"இது உங்களுக்கு எப்படித் தெரியும்? உங்களைப் பற்றி வேறு என்னவெல்லாம் எனக்குத் தெரியாது?"

"உங்களுக்குத் தெரியாத விஷயங்கள் அனைத்தும் சரியான நேரத்தில் உங்களுக்கு விளக்கப்படும். ஆனால், தற்போதைக்கு இதை மட்டும் நீங்கள் தெரிந்து கொண்டால் போதும்: அடுத்த அமாவாசைக்குள் நாம் ஓம் சாஸ்திரியின் இரத்தத்தைப் பெற்றாக வேண்டும். அதைக் கொண்டு மட்டும்தான் நாகேந்திரரை மீண்டும் உயிர்ப்பிக்க முடியும்."

"லிசா, நீங்கள் என்ன சொல்லிக்கொண்டிருக்கிறீர்கள் என்பதை அறிந்துதான் நீங்கள் பேசிக் கொண்டிருக்கிறீர்களா? இது ஒரு தற்கொலை முயற்சி. நாம் அவர்களை இரண்டு முறை சந்தித்திருக்கிறோம். அவர்கள் சிரஞ்சீவிகள். அவர்களை எதிர்கொண்டால் நாம் கண்டிப்பாக இறந்துவிடுவோம். அதோடு, நம்மால் எப்படி ஓம் சாஸ்திரியைக் கண்டுபிடிக்க முடியும்?"

லிசா பரிமலின் கையைப் பிடித்து, 'பென் டிரைவ்' ஒன்றை அவனிடம் கொடுத்தாள். பிறகு அவள், "நாம்

ஓம் சாஸ்திரியைக் கண்டுபிடிக்க வேண்டும் என்று நான் ஒருபோதும் சொல்லவில்லையே!" என்றாள்.

கடும் திகைப்பில் இருந்த பரிமல், அவள் கொடுத்தப் பென் டிரைவைத் தயக்கத்துடன் வாங்கிக் கொண்டான். நாகேந்திரரின் மரணம், சுக்கிராச்சாரியாரின் அறிமுகம், சுக்கிராச்சாரியாரின் அறையில் அவன் பார்த்திருந்த தன் முன்னோர்களின் புகைப்படங்கள், லிசாவின் மர்மங்கள், நாகேந்திரரை உயிர்த்தெழ வைக்கக்கூடிய சாத்தியக்கூறு போன்றவற்றைச் சீரணிக்கவே திணறிக் கொண்டிருந்த பரிமலுக்கு, மேலும் பல ஆச்சரியங்கள் அந்தப் பென் டிரைவில் காத்துக் கொண்டிருந்தன. அவன் அதைத் தன் மடிக்கணினியில் செருகினான். அதில் ஒரே ஒரு கோப்புதான் இருந்தது. அதை அவன் சொடுக்கியதும், ராஸ் தீவில் அவர்களுடைய விசாரணையின் காணொளி திறந்தது. அதில், டாக்டர் பத்ரா, ஓம் சாஸ்திரியின் இரத்தத்தைச் சேகரித்து எடுத்துச் சென்ற காட்சி தெரிந்தது.

"நாம் ஏன் ஓம் சாஸ்திரியின் இரத்தத்தை எடுப்பதற்காக அவரைத் தேடாமல் வார்த்தைகளைத் தேடிக் கொண்டிருந்தோம் என்று அடிக்கடி நீங்கள் கேட்டுக் கொண்டிருந்தீர்கள், இல்லையா? நான் டாக்டர் பத்ராவைத் தேடிக் கொண்டிருந்ததுதான் அதற்குக் காரணம்."

"அவரை நாம் கண்டுபிடித்தோமா?"

"ஆமாம். சமீபத்தில் அவரைக் கண்டுபிடித்துள்ளதோடு, நாம் அவரைப் பிடித்தும் வைத்துள்ளோம்."

"சரி."

"அவருடைய மனைவி எங்கே இருக்கிறார் என்ற தகவலை நாம் அவரிடமிருந்து கறக்க வேண்டியிருக்கிறது."

"டாக்டர் பத்ரா எங்கிருக்கிறார்?"

"இங்கேதான் இருக்கிறார். என்னுடன் வாருங்கள்," என்று கூறிவிட்டு லிசா அங்கிருந்து நடந்தாள்.

அப்போது அவர்களுடைய நீர்மூழ்கிக் கப்பல் கடல் மட்டத்திற்கு வந்தது. அதன் மேல்கதவைத் திறக்குமாறு லிசா பரிமலைக் கேட்டுக் கொண்டாள். அவர்கள்

வெளியே வந்தபோது, அவர்களுடைய கப்பலை நோக்கி ஒரு விரைவுப்படகு வந்து கொண்டிருந்ததை அவர்கள் பார்த்தனர்.

பரிமலின் தலைக்குள் மீண்டும் எண்ணற்றக் கேள்விகள் முளைத்தன. ஆனால், அவன் கடுங்கோபத்தில் இருந்ததால், வாயை மூடிக் கொண்டிருந்தான். அது அப்பட்டமாக அவனுடைய முகத்தில் பிரதிபலித்ததால், லிசா அவனிடம், "என்ன விஷயம், பரிமல்?" என்று கேட்டாள்.

இம்முறை பரிமல் நேராக விஷயத்திற்கு வந்தான். "நீங்கள் உண்மையில் யார்?"

அவள் ஆழமாக ஒரு முறை சுவாசித்துவிட்டு அவனிடம் எதிர்க் கேள்வி ஒன்றைக் கேட்டாள். "உங்கள் வீட்டில் மாட்டப்பட்டிருந்த அனைத்துப் படங்களிலும் நாகேந்திரர் இடம்பெற்றிருந்ததை நீங்கள் கவனித்தீர்களா?"

அவளுடைய புதிரான பதிலால் எரிச்சலடைந்த பரிமல், "நான் அதைப் பார்த்தேன். ஆனால், நீங்கள் யார் என்றுதான் நான் உங்களிடம் கேட்டேன்," என்றான்.

"அவற்றில் இடம்பெற்றிருந்த செல்லப்பிராணிகளின் பெயர்கள் உங்களுக்குத் தெரியுமா?"

"ஒரு சிலவற்றின் பெயர்கள் எனக்குத் தெரியும்," என்று கூறிய பரிமல், அவற்றை நினைவுகூர முயன்றான்.

"ஆனால் எனக்கு அனைத்துச் செல்லப்பிராணிகளின் பெயர்களும் தெரியும். 1687 இல் வரையப்பட்டிருந்த ஓவியத்தில் இடம்பெற்றிருந்த ஸ்டெல்லரின் கடற்பசுவின் பெயர் ஆதவி. 1557 இல் வரையப்பட்டிருந்த ஓவியத்தில் இடம்பெற்றிருந்த கரடிக் குரங்கின் பெயர் கலாப். 1926 இல் வரையப்பட்டிருந்த ஓவியத்தில் இடம்பெற்றிருந்த முதலையின் பெயர் பதாம். உங்களுடைய முப்பாட்டனாரின் செல்லப்பிராணியான வீசலின் பெயர் சபரி. அவருடைய தந்தையார் வைத்திருந்த புள்ளிக் கழுகின் பெயர் தார்ஷ்."

பரிமல் எரிச்சலுடன் தலையாட்டியபடி, "இவற்றையெல்லாம் எதற்காக நீங்கள் என்னிடம் சொல்கிறீர்கள்?" என்று கேட்டான்.

“உங்களுடைய முன்னோர்கள் அனைவரும் வைத்திருந்த செல்லப்பிராணிகள் அனைத்தும் நான்தான். நீங்கள் சிறு வயதில் விளையாடிக் கொண்டிருந்த, உங்களுடைய தந்தையாரின் கடைசிச் செல்லப்பிராணியான பாதல் என்ற மானும் நான்தான். நான் இறக்கும்வரை உங்களோடு விளையாடிக் கொண்டிருந்தது எனக்கு நன்றாக நினைவிருக்கிறது. நம் திருமணத்தின்போது கன்னிகாதானம் செய்வதற்கு நான் தேர்ந்தெடுத்திருந்த உங்களுடைய மேலாளர் சுபேந்திரர்தான் பாதலாக இருந்த என் உடலை முறையாகப் புதைத்து, அதற்கான ஈமச்சடங்குகளையும் செய்தார். என் சடலத்தை நாகேந்திரர் தின்றுவிடாமல் பாதுகாத்ததும் அவர்தான். அதற்காக அவர் நாகேந்திரரிடம் நன்றாகத் திட்டு வாங்கினார். நான் இறக்கவிருந்ததை அவர்கள் உங்களிடம் கூறியபோது, நீங்கள் என்னருகே அமர்ந்து அழுததுகூட எனக்கு நினைவிருக்கிறது.”

அவள் சொல்லச் சொல்ல, பரிமலின் திகைப்பு கூடிக் கொண்டே போனது. அவற்றை அவன் நம்ப முடியாமல் கேட்டுக் கொண்டிருந்தான்.

லிசா தொடர்ந்து பேசினாள். “அந்தப் படங்களில் இடம்பெற்றிருந்த உங்களுடைய முன்னோர்களுக்குப் பின்னால் நின்று கொண்டிருந்தவர்கள் அவர்களுடைய வேலைக்காரர்கள் அல்லர். அவர்கள் அந்த இரண்டு செல்லப்பிராணிகளின் உண்மையான எஜமானர்கள்.”

“இரண்டு செல்லப்பிராணிகளா?” என்று பரிமல் திகைப்புடன் கேட்டான்.

“ஆமாம். நாகேந்திரர் எப்போதும் இரண்டு செல்லப்பிராணிகளை வைத்திருந்தார். ஒன்று, அதன் உடலை மாற்றிக் கொண்டிருந்தது. மற்றொன்று, அதன் ஆத்மாவை மாற்றிக் கொண்டிருந்தது. அந்த இரண்டும் நீங்களும் நானும்தான். சர்ப்பதியும் லோபக்ஷாவும் நாகேந்திரரைப் பார்க்கச் சென்றது பற்றிய கதை உங்களிடம் கூறப்பட்டிருந்தது, இல்லையா? அப்போது அவருக்கு அருகே ஒரு கருப்புச் சிங்கம் இருந்ததாகவும் அக்கதையில் கூறப்பட்டிருந்தது உங்களுக்கு

நினைவிருக்கலாம். அந்தச் சிங்கம் நான்தான். நான் அவ்வளவு வயதானவள்.

“மிலேரேபர் நாகேந்திரரைச் சந்தித்தபோது சுவரில் இருந்த மால்தி என்ற வண்ணத்துப் பூச்சி, கார்க் என்ற பல்லி, மிலரேபரால் கொல்லப்பட்டக் குரூப் என்ற கழுதைப் புலி ஆகிய எல்லாமே நான்தான்.

“ஒரு மனிதனாகப் பிறப்பதற்கு ஆயிரம் பிறவிகள் எடுக்க வேண்டும். நான் இந்த மனித வடிவைப் பெறுவதற்கு முன்பு, விலங்குகள், பறவைகள், பூச்சிகள், மரங்கள் போன்ற ஆயிரம் பிறவிகளை எடுத்துள்ளேன். லோபக்ஷிலிருந்து நீங்கள்வரை, உங்களுடைய முன்னோர்கள் அனைவரையும் நான் நாகேந்திரருடன் இருந்து பார்த்துள்ளேன். ஒரு சாபத்தின் காரணமாக என்னுடைய முற்பிறவிகள் அனைத்தும் எனக்கு நினைவிருக்கின்றன.”

“நீங்கள் ஏன் இதைச் செய்கிறீர்கள் என்பது எனக்குப் புரியவில்லை!” என்று பரிமல் தன் சந்தேகத்தை அவளிடமே கேட்டான்.

“ஏனெனில், இதிலிருந்து எனக்கு விடுதலை கிடைக்கும் என்று எனக்கு ஆசை காட்டப்பட்டது,” என்று லிசா பதிலளித்தாள்.

அந்த விரைவுப்படகு அவர்களுடைய நீர்மூழ்கிக் கப்பலை அடைந்தது. டாக்டர் பத்ரா அந்தப் படகிலிருந்து அந்த நீர்மூழ்கிக் கப்பலுக்கு மாற்றப்பட்டார். அதனால், லிசா மற்றும் பரிமலின் உரையாடல் தடைபட்டது. டாக்டர் பத்ரா ஓர் அறைக்குக் கொண்டு செல்லப்பட்டார்.

டாக்டர் பத்ராவோடு வந்திருந்த நபரிடம், லிசா, “இவரைப் பற்றி நாம் இதுவரை என்னென்ன கண்டுபிடித்துள்ளோம்?” என்று கேட்டாள்.

“பெரிதாக ஒன்றுமில்லை. சில முகவரிகள், சில மருத்துவச் சோதனை அறிக்கைகள், அவருடைய அடையாள அட்டைகள், அலைபேசிகள், கொஞ்சம் பணம், மற்றும் ஒரு பரிசோதனைக்கூட எலி.”

“எங்களை அவரிடம் அழைத்துச் செல்லுங்கள்,” என்று லிசா அவரிடம் கூறினாள்.

அவர்கள் ஓர் அறைக்குள் நுழைந்தனர். அங்கு டாக்டர் பத்ரா ஒரு நாற்காலியோடு சேர்த்துக் கட்டப்பட்டிருந்தார். அவர்களைப் பார்த்த டாக்டர் பத்ரா, "என்னைக் கொன்றாலும், நான் என் மனைவி இருக்குமிடத்தை உங்களிடம் கூற மாட்டேன்," என்றார்.

லிசா அவரருகில் சென்று அவருடைய கட்டுகளை அவிழ்த்து விட்டுவிட்டு, "டாக்டர் பத்ரா, நீங்கள் எங்களைத் தவறாகப் புரிந்து கொண்டுள்ளீர்கள். நாங்கள் உங்களையோ அல்லது உங்களுடைய மனைவியையோ காயப்படுத்த விரும்பவில்லை. எங்களுக்கு உங்களுடைய மனைவிகூடத் தேவையில்லை. எங்களுக்குத் தேவையெல்லாம், அவரைக் காப்பாற்றியுள்ள இரத்தம் மட்டும்தான். எங்களுக்கு வேறு எதுவும் வேண்டாம். நாங்கள் யாருடைய உயிரையும் பறிக்க விரும்பவில்லை. நாங்கள் ஓர் உயிரைக் காப்பாற்ற நினைக்கிறோம், அவ்வளவுதான். என்னை நம்புங்கள். உங்களுக்கும் உங்களுடைய மனைவிக்கும் உதவுவதற்காக எங்களுக்கு உதவுங்கள்," என்று கூறினாள்.

லிசா கூறியதை டாக்டர் பத்ரா மௌனமாக எடைபோட்டார். அவரை மசிய வைப்பதற்குத் தான் அவரை மேலும் உந்தித் தள்ள வேண்டும் என்பதைப் புரிந்து கொண்ட லிசா, அவரிடம், "உங்கள் மனைவியின் உயிர் உங்களுக்கு எவ்வளவு முக்கியமோ, எங்களுக்கு அதே அளவு முக்கியமான ஓர் உயிரைக் காப்பாற்றவே நாங்கள் இங்கு முயற்சித்துக் கொண்டிருக்கிறோம். உங்கள் மனைவி இறந்துவிட்டால் அதன் பிறகு உங்கள் வாழ்க்கை எப்படி இருக்கும் என்று யோசித்துப் பாருங்கள். அவருடைய இரத்தத்தில் சிறிதளவு நீங்கள் எங்களுக்குக் கொடுக்க மறுத்து, நாங்கள் அவரைப் பின்னர் பிடித்தால், எங்களுக்கு வேண்டிய இரத்தத்தை எடுத்தப் பிறகும் நாங்கள் அவரைத் தினமும் சித்திரவதை செய்தால் எப்படி இருக்கும்? நீங்கள் பேசாமல் இருக்கின்ற ஒவ்வொரு நிமிடமும் நேரம் வீணாகிக் கொண்டிருக்கிறது. நான் காப்பாற்ற நினைக்கின்ற நபரை நான் இழந்துவிட்டால், உங்கள் மனைவியைக் கண்டுபிடிக்கின்றவரை நான்

உங்களை உயிரோடு வைத்திருப்பேன். உங்கள் கண் முன்னாலேயே, உங்களால் கற்பனையிலும் நினைத்துப் பார்க்க முடியாத சித்திரவதைகளை நான் உங்கள் மனைவிக்குச் செய்வேன். அவரைக் கொன்றுவிடுமாறு நீங்களே எங்களிடம் கெஞ்சிக் கதறும் அளவுக்கு அந்தச் சித்திரவதைகள் தொடரும். பின்னர் அவரை உங்கள் கண் முன்னாலேயே நாங்கள் கொல்வோம். அடுத்து நாங்கள் உங்களையும் கொல்வோம்.

"விருது அல்லது உங்களுடைய மனைவியின் உயிர். இந்த இரண்டில் ஒன்றைத்தான் உங்களால் தேர்ந்தெடுக்க முடியும். நீங்களே முடிவு செய்து கொள்ளுங்கள்."

"உங்களுக்கு இரத்தம்தான் தேவை, என்னுடைய மனைவி அல்ல, அப்படித்தானே?" என்று டாக்டர் பத்ரா கேட்டார்.

"ஆமாம். ஆனால், அந்த இரத்தம் உங்கள் மனைவியின் உடலில் இருக்கிறது. எனவே, எங்களுக்கு அவரும் வேண்டும்," என்று லிசா கூறினாள்.

"அப்படியானால், நான் அந்த இரத்தத்தைக் கொடுத்துவிட்டால் நீங்கள் அவளை வேட்டையாட மாட்டீர்கள், என்னையும் கொல்ல மாட்டீர்கள், சரிதானே?" என்று டாக்டர் பத்ரா லிசாவின் உத்தரவாதத்தை வேண்டினார்.

"நாங்கள் எதற்காக அப்படிச் செய்யப் போகிறோம்? நாம் ஒன்றாக உட்கார்ந்து சாப்பிட்டுள்ளோம். நாங்கள் உங்களை மதித்தோம். நீங்கள் இந்த தேசத்தின் சொத்து. நாங்கள் உங்களுக்கு எதிரானவர்கள் அல்லர்." லிசா அவருக்கு அருகே சென்றாள்.

தனக்கு வேறு வழியில்லை என்பதைப் புரிந்து கொண்டதும், தன்னுடைய பரிசோதனை எலியிடமும் அதே இரத்தம் இருந்ததை டாக்டர் பத்ரா வெளிப்படுத்தினார்.

இறுதியில், லிசா எதை விரும்பியிருந்தாளோ அது அவளுக்குக் கிடைத்திருந்தது. அந்த எலியைச் சோதனை செய்து டாக்டர் பத்ரா கூறியது உண்மைதான் என்பதை உறுதி செய்து கொள்ள அவர்களுக்குச் சில மணி நேரமே ஆனது. அவர்களுக்குத் தேவையானது கிடைத்தவுடன்,

டாக்டர் பத்ரா அடைத்து வைக்கப்பட்டிருந்த அறைக்கு அவருடைய பரிசோதனை எலியுடன் லிசா வந்தாள். “டாக்டர் பத்ரா, முன்பு நான் உங்களிடம் கூறியிருந்ததில் நான் ஒரு திருத்தத்தைக் கூறப் போகிறேன். நாங்கள் எந்தவொரு தனிப்பட்ட நாட்டுக்கும் எதிரிகள் அல்லர். ஆனால், மொத்த மனிதகுலத்திற்குமான எதிரிகள் நாங்கள்,” என்று அவள் கூறினாள்.

அதைத் தொடர்ந்து, டாக்டர் பத்ராவை விடுவிக்கும்படி லிசா கேட்டுக் கொண்டாள். டாக்டர் பத்ரா நிம்மதியடைந்தார். ஆனால், அவர் வேறு ஓர் அறைக்கு அழைத்துச் செல்லப்பட்டார். அங்கு அவர் கயிறுகளால் பிணைக்கப்பட்டார். அவருடைய வாயில் ஒரு துணி அடைக்கப்பட்டது. பின் அவர்கள் அவரை ஓர் இருக்கையுடன் பிணைத்தனர். டாக்டர் பத்ரா போராடிப் பார்த்தார். அவர்கள் என்ன செய்ய உத்தேசித்திருந்தனர் என்பதை அறிந்தவுடன் அவர் பதற்றமடைந்தார். ஆனால், அந்த அறையில் இருந்தவர்கள் அவரை அந்த அறையில் விட்டுவிட்டு வெளியே சென்று அந்த அறையின் கதவை மூடி வெளிப்புறமாகப் பூட்டினர். விரைவில் அந்த அறைக்குள் கடல் நீர் புகுந்தது. அவருடைய பிணைப்புகள் கழன்று கொண்டன. அவர் இருந்த இடத்திற்குக் கீழே இருந்த வட்டக் கதவு திறந்தது. அவர் கடலுக்குள் விழுந்து வேகமாக அதன் படுகையை அடைந்தார். பின் அந்தக் கதவு மீண்டும் மூடிக் கொண்டது.

திருமதி பத்ரா தன் கையால் தன் வாயைப் பொத்திக் கொண்டு அழுதார். அவர் துக்கத்தில் மூழ்கியிருந்ததை மதிக்கும் விதமாகப் பிரித்திவி மௌனமாக இருந்தான்.

டாக்டர் பத்ராவிடமிருந்து அந்தப் பரிசோதனை எலியைப் பெற்றுக் கொண்டவுடன் லிசாவும் பரிமலும் அந்த அறையைவிட்டு வெளியே வந்தனர். லிசா அந்த எலியைத் தனக்கு அருகே அணைத்தவாறு வைத்துக் கொண்டாள்.

“தான் விடுவிக்கப்பட்டதும் தான் எங்கே செல்லப் போவதாக டாக்டர் பத்ரா கூறினார்?” என்று பரிமல் அவளிடம் கேட்டான்.

அந்தக் கேள்வியை அவள் எதிர்பார்த்திருக்கவில்லை என்பதால், சில கணங்களுக்கு அவள் பரிமலை நோக்கி வெற்றுப் பார்வை ஒன்றை வீசினாள். அதனால், பரிமல் அதே கேள்வியை வேறு விதமாகக் கேட்டான். “அவர்கள் டாக்டர் பத்ராவை எங்கு விடுவித்தனர்?”

“எனக்குத் தெரியாது. நான் அதைக் கேட்கவில்லை.”

அதைத் தொடர்ந்து அவள் அந்த எலியைக் கொஞ்சி அதை தடவிக் கொடுத்தாள். பின் அவர்கள் மீண்டும் அந்த மர்ம அறைக்குச் சென்றனர். அங்கே சுக்கிராச்சாரியார் மிருத சஞ்சீவினியில் குறிப்பிடப்பட்டிருந்த முன்தயாரிப்புகளை முடித்துக் கொண்டிருந்தார். அவர் லிசாவின் கையிலிருந்த எலியை வாங்கி, தலையில்லாமல் இருந்த நாகேந்திரரின் உடலுக்கு நேராக நீட்டினார். பின் அவர் அந்த எலியின் உடலை நெறித்தார். அது லேசாகக் கத்தியது. பின் அதன் எலும்புகள் உடையும் சத்தம் கேட்டது. அடுத்து அதன் உடலிலிருந்து சொட்டிய இரத்தம் நாகேந்திரரின் கழுத்தில் விழுந்தது. அந்த இரத்தம் உடனடியாக அவருடைய உடலால் கிரகித்துக் கொள்ளப்பட்டது. பின் சுக்கிராச்சாரியார் பின்னுக்கு நகர்ந்து கொண்டார். நாகேந்திரரின் உடலும் தலையும் உயிர்ப்பிக்கப்பட்டன. தங்கள் கண் முன்னால் ஒரு பிரம்மாண்டமான அற்புதம் நிகழ்ந்து கொண்டிருந்ததை லிசாவும் பரிமலும் பெரும் திகைப்போடு பார்த்துக் கொண்டிருந்தனர்.

கயிலையில் ஓம் சாஸ்திரி தன் கண்களைத் திறந்தபோது, தான் தன்னுடைய குடிலில் இருந்ததையும் அருகில் அசுவத்தாமன் இருந்ததையும் கண்டார். அப்போது பரசுராமரும் கிருபாச்சாரியாரும் அந்த அறைக்குள் நுழைந்தனர். அவர்களைக் கண்டதும் அசுவத்தாமன் எழுந்து நின்று அவர்களுக்கு மரியாதை செலுத்தினார். பிறகு, “நீங்கள் திரும்பி வந்துவிட்டீர்களா? எப்படி உங்களால் அந்தக் கதவைத் திறக்க முடிந்தது?” என்று அவர் கேட்டார்.

“நாங்கள் எந்தக் கதவையும் திறக்கவில்லை. இனியும் எந்தக் கதவும் எங்களை அடைத்து வைத்திருக்கவில்லை,” என்று பரசுராமர் விளக்கினார்.

"ஆனால், அது எப்படிச் சாத்தியம்?"

அதற்கான பதில் ஓம் சாஸ்திரியிடமிருந்து வந்தது. எழுந்து உட்கார்ந்த அவர், தொலைதூரத்தை வெறித்தபடி பேசினார். "எனக்கு எல்லாமே நினைவுக்கு வந்துவிட்டிருப்பதுதான் அதற்குக் காரணம். இப்போது எனக்கும், இதுவரை மறைக்கப்பட்டிருந்த என்னுடைய கடந்தகாலத்திற்கும் இடையே எந்தவிதமான தடையும் இல்லை. நான் யார் என்பது இப்போது என் நினைவுக்கு வந்துவிட்டது."

"நீங்கள் யார்?" என்று கிருபாச்சாரியார் கேட்டார்.

ஓம் சாஸ்திரி தன் கண்களை மூடிக் கொண்டு ஆழமாக ஒரு முறை சுவாசித்தார். "நான்தான் தேவத்வஜன்."

"ஆனால், அது எப்படிச் சாத்தியம்? நாங்கள்தான் சோதித்தோமே! உங்கள் இடது குதிகாலில் மச்சம் எதுவும் இல்லையே!" என்று அசுவத்தாமன் கூறினார்.

நீர்மூழ்கிக் கப்பலின் அந்த மர்ம அறையில் நாகேந்திரரின் உடல் மீண்டும் உட்கார்ந்த நிலைக்கு வந்ததை லிசா பார்த்தாள். இப்போது அவரும் ஒரு சிரஞ்சீவியாக ஆகியிருந்தார். அவருடைய தளர்ந்த, மெல்லிய உடல் அவர்களுடைய கண்களுக்கு முன்னாலேயே உயிர்பெற்றுக் கொண்டிருந்தது. அவருடைய முதுகு நேராயிற்று. அவருடைய முகத்திலிருந்த சுருக்கங்கள் மறைந்து போயின. ஓர் இளமையான நாகேந்திரர் அவர்கள் முன் உட்கார்ந்திருந்தார். அவருடைய கண்களில் இருந்த ஆத்திரம் அப்படியே இருந்தது. அவர் ஏளனமாகச் சிரித்தார்.

"தேவத்வஜா, உன்னை நான் மீண்டும் வரவேற்கிறேன்!" என்று சுக்கிராச்சாரியார் பெருமையுடன் அறிவித்தார். நாகேந்திரரின் இடது குதிகாலில் ஒரு மச்சம் இருந்ததை லிசாவும் பரிமலும் கவனித்தனர்.

– **தொடரும்!**

நன்றியுரை

ஒரு புத்தகம் எழுதுவதற்கு நிறைய பொறுமை தேவை என்று சொல்வார்கள். ஆனால், ஒரு நூலாசிரியரின் நிழலாக இருப்பதற்கு எவ்வளவு பொறுமை தேவைப்படும் என்பதை உங்களால் நம்ப முடியாது. எடிட்டர்கள், மெய்திருத்துநர்கள், பதிப்பாளர்கள் போன்றோரிடம் கலந்துறவாடுதல், வேலைப் பளுவைக் குவிக்காமல் இருத்தல், காலக்கெடுக்களுக்கு முன்பு வாக்குறுதிகளை நிறைவேற்றுதல், நூலாசிரியர் பொறுமையிழக்கும்போது அவருடைய விரக்திக்கு வடிகாலாக இருத்தல் போன்றவை அதில் அடங்கும். எழுதுவதில் நான் என் கவனத்தைக் குவிப்பதற்காக, மற்ற அனைத்திற்கும் பொறுப்பேற்றுக் கொண்டதற்காக, சாஷானே, உனக்கு நன்றி. நீ என்னுடைய ஜொலித்துக் கொண்டிருக்கும் நிழலாக இருந்து வருகிறாய்.

இருபத்தாறு ஆண்டுகளாகத் தொடர்பு விட்டுப் போயிருந்த உங்களுடைய வேர்கள், உங்களுடைய மக்கள், உங்களுடைய வம்சாவளி மற்றும் உங்களுடைய சகோதரர்களுடன் மீண்டும் உறவைப் புதுப்பித்துக் கொள்வது என்பது கற்பனையில்தான் சாத்தியம் என்று நான் நம்பியிருந்தேன். அது எனக்கு நடக்கும்வரை, அதைக் கதைகளில் மட்டுமே வருகின்ற நிகழ்வுகள் என்று நான் நினைத்திருந்தேன்.

உதடுகளில் புன்னகையுடன், ஆனந்தக் கண்ணீரால்

சுவையூட்டப்பட்ட பானங்களைச் சேர்ந்து பருகி என் சகோதரர்களுடன் இணைய வேண்டும் என்ற என் கனவு நனவானது. இருபத்தாறு ஆண்டுகளுக்குப் பிறகு நாங்கள் இணைந்துள்ளோம்.

எனக்கு மனு பைய்யாவாகவும், உலகிற்கு சௌரப் குப்தாவாகவும் விளங்கிய என் குழந்தைப்பருவத் தோழன்.

என்னுடைய சகோதரர்கள் அங்கித் மற்றும் ரோமி.

சங்கல்ப், சலீல், சாவன், ஹனி ஆகியோரையும் நான் கண்டிப்பாகக் குறிப்பிட்டாக வேண்டும். அவர்கள் என் குடும்ப உறுப்பினர்களைப் போன்றவர்கள். எல்லோரையும்விட இளைய மீத்தி, எங்களுடைய ஒரே சகோதரி.

எங்கள் அனைவரையும் ஒன்றிணைத்த நிஷாந்த் குப்தாவையும் அவினாஷ் குப்தாவையும் நான் குறிப்பிட்டே ஆக வேண்டும். அவர்களை நாங்கள் மிக்கி பைய்யா மற்றும் அங்கித் என்று அழைப்போம்.

எந்தவிதமான நிபந்தனைகளுமற்ற அங்கீகரிப்புக்காகவும், அதே இளமைப்பருவ இதத்தையும் சிரிப்பையும் வழங்கியமைக்காகவும் அனைவருக்கும் நன்றி.

படே பைய்யா, இது உங்களுக்கான எங்கள் அனைவரின் காணிக்கை. அடுத்த உலகில் நாங்கள் உங்களோடு வந்து இணைந்து கொள்கின்றவரை, நீங்கள் எங்களுடைய இதயத்திலும் நினைவிலும் வாழ்ந்து கொண்டிருப்பீர்கள். உங்கள் ஆத்மா சாந்தியடையட்டும்.

சர்மா ஷாகில், என் நிகழ்ச்சிகளைப் பின்னாலிருந்து கொண்டு இயக்குபவன் நீ. என்னைவிட இளையவன். ஆனாலும், அதிகமாகப் பேசாமலேயே, உன் செயலால் நீ எனக்கு நிறையக் கற்றுக் கொடுத்திருக்கிறாய். என்னுடைய மௌனப் பங்காளியே, நான் உன் செய்கைகளைப் பாராட்டுகிறேன்.

என்னுடைய நேர்மையான முதல் வாசகியான பரன்ஷு, ஓர் ஆலோசனையாளர், ஓய்வு பெற்ற மேஜர், தொழில்முறையாக 'பாராகிளைடிங்கில்' ஈடுபட்டிருப்பவர், பயணங்களில் ஈடுபாடுடையவர்,

ஓர் அழகான ஆத்மா. இந்தப் பாகத்தை வாசகர்கள் எப்படி எதிர்கொள்வார்கள் என்பதை எனக்குத் தெரிவித்தமைக்கும் இதைக் கூர்தீட்ட உதவியதற்கும் உங்களுக்கு நன்றி. நான் உங்களுடன் மேலும் இணைந்து பணியாற்ற விரும்புகிறேன். நீங்கள் இதில் போட்ட உழைப்பு ஒருக்காலும் மறக்கப்படாது.

வெற்றியாளன் ஒருவன்மீது நம்பிக்கை வைப்பது எளிது. ஆனால், ஷிகா மேடம், நான் ஓர் அனாமதேயமாக இருந்தபோது நீங்கள் என்மீது நம்பிக்கை வைத்தீர்கள். நான் என்றென்றும் உங்களுக்கு நன்றிக்கடன் பட்டுள்ளேன். காலத்தின் முடிவுவரை உங்கள் பக்கம் இருக்கவும், உங்களுடன் சேர்ந்து நடக்கவும் நான் விரும்புகிறேன்.

பிரியான்ஷு சோப்ரா, விகாஸ் ஹசிஜா, உங்களுடைய உலகிற்குள் என்னை அனுமதித்ததற்கு நன்றி. எனக்கு ஆதரவு அளித்தமைக்காகவும், என் சந்தேகங்களையும் குழப்பங்களையும் தீர்த்து வைத்தமைக்காகவும் உங்களுக்கு நன்றி. நம் வேலையின் ஊடாக, நாம் பரஸ்பர மரியாதையையும் வெளிப்படுத்தியுள்ளோம், சிரிப்புக் கணங்களைப் பகிர்ந்து கொண்டுள்ளோம். நீங்கள் எப்போதும் எனக்கு உதவுவதற்காகக் காத்துக் கொண்டிருப்பீர்கள் என்ற எண்ணம் எனக்கு மிகவும் ஆறுதலாக இருக்கிறது. ஏற்றமும் இறக்கமும் நம்மை வலுவானவர்களாக ஆக்கியுள்ளது. ஒன்று சேர்ந்து, இன்னும் அதிகமானவற்றையும் நம்மால் சமாளிக்க முடியும். நான் உங்கள் இருவரையும் நேசிக்கிறேன்.

கச்சிதமான படைப்பை உருவாக்குவதற்கு ஏராளமான கடின உழைப்பு தேவை. அதைச் சாத்தியமாக்கியதற்கு, ரவி, ஷ்ரேயா மற்றும் சலோனிக்கு நன்றி.

வெளியே தெரிவது வெற்றியாளனின் முகம் மட்டும்தான். ஆனால், அந்நபர் பலருடைய தோள்களில் ஏறி நின்று கொண்டிருக்கிறார். என் விஷயத்தில், ஏறி நிற்பதற்கு எனக்குப் பல தோள்கள் கிடைத்தன. மில ஐஸ்வர்யா மேடம், என்னைப் புன்முறுவலுடன் பொறுத்துக் கொண்டமைக்கு உங்களுக்கு நன்றி. என்

கனவு அஸ்திவாரத்தை உறுதியாக வைத்திருக்க நீங்கள் எனக்கு உதவியாக இருந்தீர்கள்.

ஹரீஷ் ஷெனாய், உங்களை நெருக்கமாக அறிந்துள்ளது என் பாக்கியம். நீங்கள் எனக்குத் தனித்துவமானவர்.

விஜேஸ் குமார், நிறுவனத்திற்குள் என் திறமையை அடையாளம் கண்டு, என்மீது முதலில் நம்பிக்கை வைத்திருந்தவர்களில் ஒருவர் நீங்கள்.

சமீர் மஹாலே, உங்களுடைய நிபந்தனையற்ற ஆதரவுக்காக, நான் உங்களுக்கு என்றென்றும் நன்றிக்கடன் பட்டிருக்கிறேன்.

கோபால் ஜி, பினாச்சி டா, அனுஜ் சர்மா, ஆஷிஷ் ஜி, சஞ்சய் ஜி, ரஞ்சன் ஜி, அங்கித் ஜி, மோல்ஷ்ரி, ரிஞ்சினி மற்றும் ராகவேந்திரா ஜி, நீங்கள் அனைவரும் நான் பறப்பதற்குக் காரணமான சிறகுகள். இவ்வளவு உயரம் என்னைப் பறக்க வைத்தமைக்கு உங்கள் அனைவருக்கும் நன்றி. இந்த அனைவரும் சேர்ந்ததுதான் 'பெங்குயின் குழு.'

சந்தீப் பாட்டில், நீங்கள் எதற்காக இதை எனக்குச் செய்கிறீர்கள் என்று தெரியாது. ஏனெனில், இதனால் உங்களுக்கு எந்தப் பயனும் கிடையாது. என் பயணத்தில் நான் சந்தித்திருந்தவர்களிலேயே துளிகூட சுயநலமற்று விளங்கியவர் நீங்கள். வீட்டிலிருந்து வெகுதூரம் தள்ளியிருக்கின்ற மூத்த சகோதரர் நீங்கள்.

நீங்கள் பிறருக்காக அளிக்கின்ற விஷயங்களிலேயே மதிப்பு வாய்ந்தது நேரமும் நம்பிக்கையும்தான். திருமதி திவ்யா கோஸ்லா குமார், அவை இரண்டையும் எனக்குப் பரிசளித்தமைக்காக உங்களுக்கு நன்றி. நீங்கள் நான் கூறியவற்றையெல்லாம் பொறுமையாகக் கேட்டீர்கள். என் முன்னோக்கில் நம்பிக்கை வைப்பதைத் தேர்ந்தெடுத்தீர்கள். உங்களுடன் சேர்ந்து பணியாற்ற என்னை அனுமதித்தமைக்காக நான் என் இதயத்தின் அடியாழத்திலிருந்து உங்களுக்கு நன்றி கூறுகிறேன்.

பேர்ல், நீங்கள் ஒரு தூய ஆன்மா, சுயம்புவாக உயர்ந்தவர், உண்மையான கனவான், நிஜ வாழ்வில் நடிக்காதவர். சகோதரா, உங்களுக்கு ஆசிர்வாதங்களும்

அன்பும். நீங்கள் வெற்றியடைய என் வாழ்த்துகள். என்ன நடந்தாலும் சரி, நான் எப்போதும் உங்களுடன் இருப்பேன்.

மோல், உனக்கு நன்றி. உனக்கு ஒரு பிரகாசமான எதிர்காலம் இருக்கிறது. என் வாழ்த்துகள்.

ரஸ்ஸல் பாய்! உங்களைப் பற்றி என்ன சொல்வது? என்னை உங்களுடைய இதயத்திலும் மனத்திலும் எப்போதும் வைத்திருக்கின்ற சகோதரரே, நான் உங்களை நேசிக்கிறேன்.

சில விஷயங்கள் மாறவே மாறாது என்பது முதுமொழி. என் வாழ்வில் மாறாமல் எப்போதும் ஒரே மாதிரியாக இருக்கும் நபரை எனக்குத் தெரியும். அவர்தான் ஹர்ஷில் ஷா. எனக்கு ஆதரவாக இருக்கின்ற உங்களுக்கு என் நன்றி.

ஜார்ஜ் மற்றும் நீரஜ் ஜி, நீங்கள் இருவரும் இந்த நூலின் அட்டைக்கு உங்களுடைய இதயத்தின் ஒரு பகுதியையே கொடுத்துள்ளீர்கள். வடிவமைப்பு மேதைகளே, இதற்கு ஜீவன் கொடுத்தமைக்கு உங்களுக்கு நன்றி.

மனிஷா மற்றும் சௌம்யா, நம்முடைய வாழ்க்கைப் பாதைகள் குறுக்கிட்டது குறித்து எனக்குப் பெரும் மகிழ்ச்சி. என்னோடு சேர்ந்து சிரித்துக் கொண்டும் அழுது கொண்டும் இருப்பதற்கு உங்களுக்கு நன்றி.

சின்னங்கள் – ஒரு சிறு விளக்கம்

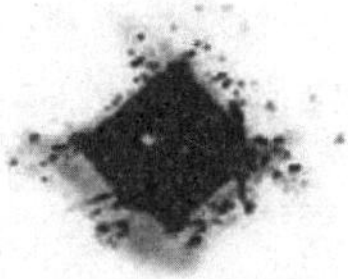

மிகச் சிறியதாகத்
தோன்றுகின்ற ஒன்றால்
மிகவும் வல்லமை
பொருந்தியதாக இருக்க
முடியும்.

சத்திய யுகம்   துவாபர யுகம்

கலி யுகம்   திரேதா யுகம்

சத்திய யுகம், திரேதா யுகம்,
துவாபர யுகம், கலி யுகம்
ஆகிய நான்கு யுகங்களும்,
முடிவுறா பிரபஞ்சச்
சுழற்சியில் தொடர்ந்து
வந்து கொண்டேயிருக்கும்.
இதில் கடைசி யுகமான
கலி யுகம் முடிந்தவுடன்,
மீண்டும் சத்திய யுகத்திலிருந்து
அனைத்தும் தோன்றும்.

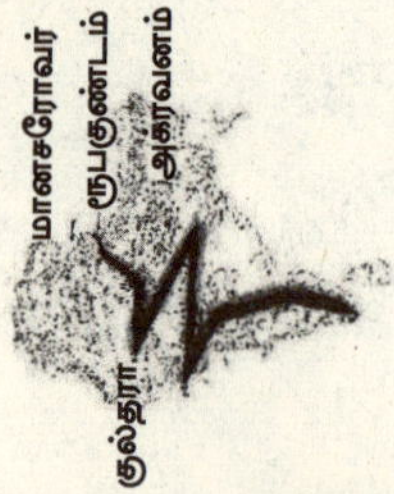

இந்தியாவின் குறுக்காக ஒரு மர்மமான தேடல்!

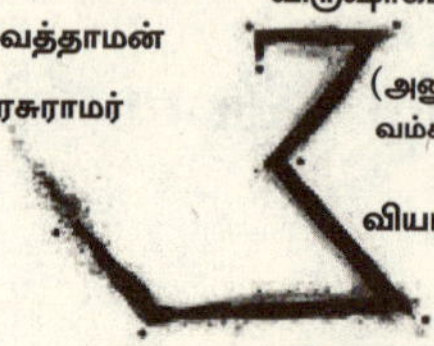

ஏழு சிரஞ்சீவிகளில் ஐவர் கண்டுபிடிக்கப்பட்டுள்ளனர். மற்ற இரண்டு பேர் (மகாபலி சக்கரவர்த்தி மற்றும் விபீசணர்) எங்கே?

அனைத்து யுகங்களின் ஊடான ஓம் சாஸ்திரியின் பயணம் தொடர்ந்து கொண்டிருக்கிறது.

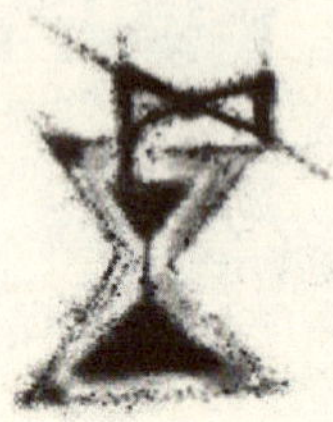

சிரஞ்சீவிகளுக்கும்கூடக் காலம் கடந்துவிடுமோ?